പടനിലങ്ങളിൽ പൊരുതിവീണവർ

ഒഞ്ചിയത്തിന്റെ വിപ്ലവപ്പോരാട്ടങ്ങളുടെ ചരിത്രം

padanilangalil poruthiveenavar
onjiyathinte viplavapporattangalude charithram

•

p p shaju

•

first edition
april 2012

•

second edition
may 2013

•

typesetting & published
chintha publishers, thiruvananthapuram

•

printed
Repro India Ltd, Mumbai.

•

cover
vinod

•

വിതരണം

ദേശാഭിമാനി ബുക്ക് ഹൗസ്

H O തിരുവനന്തപുരം–695 035
www.chinthapublishers.com
chinthapublishers@gmail.com

ബ്രാഞ്ചുകൾ

ഹെഡ്ഡാഫീസ് ബ്രാഞ്ച് കുന്നുകുഴി • ഓവർബ്രിഡ്ജ് തിരുവനന്തപുരം • കെ എസ് ആർ ടി സി ബസ് സ്റ്റേഷൻ ആലപ്പുഴ • കെ എസ് ആർ ടി സി ബസ് സ്റ്റേഷൻ എറണാകുളം • മച്ചിങ്ങൽ ലെയ്ൻ തൃശൂർ • ഐ ജി റോഡ് കോഴിക്കോട് • കെ എസ് ആർ ടി സി ബസ് സ്റ്റേഷൻ കോഴിക്കോട് • എൻ ജി ഒ യൂണിയൻ ബിൽഡിങ് കണ്ണൂർ • സെൻട്രൽ ബസ് ടെർമിനൽ കോംപ്ലക്സ് താവക്കര കണ്ണൂർ

CR - 1274 / 3205

പടനിലങ്ങളിൽ പൊരുതിവീണവർ

ഒഞ്ചിയത്തിന്റെ വിപ്ലവപ്പോരാട്ടങ്ങളുടെ ചരിത്രം

പി പി ഷാജു

ചിന്ത പബ്ലിഷേഴ്സ്
തിരുവനന്തപുരം-695 035

പി പി ഷാജു

കോഴിക്കോട് ജില്ലയിലെ ഒഞ്ചിയം സ്വദേശി. അധ്യാപകൻ. അച്ഛൻ: പി പി ഗോപാലൻ, അമ്മ: കെ ലീല. ഒഞ്ചിയം ഗവ: യു പി സ്കൂൾ, മടപ്പള്ളി, ഫറൂഖ് കോളേജ്, കേരള യൂണിവേഴ്സിറ്റി, മദ്രാസ് യൂണിവേഴ്സിറ്റി എന്നിവിടങ്ങളിലായി വിദ്യാഭ്യാസം. ആനുകാലികങ്ങളിൽ എഴുതിവരുന്നു.

വിലാസം : പാറയുള്ള പറമ്പത്ത്
ഒഞ്ചിയം പി ഒ
കോഴിക്കോട്

ഫോൺ : 0496-2502449

മൊബൈൽ : 9495413912

ഉള്ളടക്കം

CPIM

അവതാരിക

പിണറായി വിജയൻ

കേരളത്തിലെ കമ്മ്യൂണിസ്റ്റ്പ്രസ്ഥാനത്തിന്റെ ചരിത്രം നിരവധി പോരാട്ടങ്ങളുടെയും സഹനസമരങ്ങളുടെയും രക്തസാക്ഷിത്വങ്ങളുടെതുമാണ്. കേരളത്തിലെ പല ഗ്രാമങ്ങൾക്കും നിണമൊഴുകിയ ഇത്തരം നിരവധി കഥകൾ പറയാനും ഓർക്കാനുമുണ്ട്. അക്കൂട്ടത്തിൽ എടുത്തുപറയേണ്ട ഒന്നാണ് കോഴിക്കോട് ജില്ലയിലെ ഒഞ്ചിയത്തിന്റേത്. എം എസ് പി ക്കാരുടെ നിറതോക്കിന് മുന്നിൽ ധീരതയോടെ പൊരുതി നിന്ന ധീരന്മാരുടെ ആത്മത്യാഗത്തിന്റെ കഥകൂടിയാണ് അത്.

ഒഞ്ചിയത്തെ പോരാട്ടം കമ്മ്യൂണിസ്റ്റ് പ്രസ്ഥാനത്തിന്റെ ചരിത്രത്തിൽ തിളങ്ങിനിൽക്കുന്ന അധ്യായമാണ്. എന്നാൽ അത് സംബന്ധിച്ച് ഏറെ വിശദമായ പഠനങ്ങൾ നടന്നിട്ടുണ്ട് എന്ന് പറയാനാവില്ല. ഇത് പരിഹരിക്കുന്നതിനുള്ള ഒരു ശ്രമമാണ് *പടനിലങ്ങളിൽ പൊരുതിവീണവർ* എന്ന ഈ പുസ്തകത്തിലൂടെ നടത്തുന്നത്. ഈ സമരപോരാട്ടത്തിന്റെ അടിസ്ഥാനമായി തീർന്ന സാമൂഹ്യചലനങ്ങളെ വിശദമായി പരിചയപ്പെടുത്താനാണ് ഇത് ശ്രമിക്കുന്നത്. ആ സാമൂഹ്യമുന്നേറ്റങ്ങളിൽനിന്ന് എങ്ങനെയാണ് കമ്മ്യൂണിസ്റ്റ് പ്രസ്ഥാനം ഒഞ്ചിയത്ത് വളർന്നതും വികാസം പ്രാപിച്ചതെന്നും ഇതിൽ വ്യക്തമാക്കുന്നു.

ഇന്നത്തെ കേരളം ഈ അവസ്ഥയിൽ എത്തിച്ചേരുന്നതിന് ഇടയാക്കിയ ഘടകങ്ങളെ സംബന്ധിച്ച് പുതിയ തലമുറയ്ക്ക് ഏറെയൊന്നും അറിഞ്ഞുകൊള്ളണമെന്നില്ല. ആ ചരിത്രം അവരെ പഠിപ്പിക്കുക എന്നത് നാടിന്റെ മുന്നോട്ടുപോക്കിന് അനിവാര്യമാണ്. അക്കാലത്തെ പോരാട്ടങ്ങളുടെ ഓർമ പഴയ തലമുറയിൽ ജ്വലിപ്പിക്കുക എന്നതും പ്രധാനപ്പെട്ട കാര്യമാണ്. ഈ രണ്ട് ചരിത്രപരമായ ദൗത്യങ്ങളും നിർവഹിക്കുന്ന തരത്തിലാണ് ഈ പുസ്തകം രൂപകൽപ്പന ചെയ്തിരിക്കുന്നത്.

ഒഞ്ചിയത്തിന്റെ സാമൂഹിക-സാമ്പത്തിക ചുറ്റുപാടുകളെ വിശകലനം ചെയ്തുകൊണ്ടാണ് പുസ്തകം ആരംഭിക്കുന്നത്. പ്രാദേശിക ചരിത്ര രചനയുടെ രീതിയാണ് ഇതിന്റെ ആദ്യഭാഗത്ത് കാണാനാവുന്നത്. സ്ഥല നാമങ്ങളുടെ അടിസ്ഥാനം മനസിലാക്കിക്കൊണ്ട് ചരിത്രത്തെ വായിക്കുന്ന രീതിയും ഇതിൽ അവലംബിക്കുന്നുണ്ട്. ഒഞ്ചിയത്തിന്റെ പേര് തന്നെ രൂപപ്പെട്ടുവന്നതിന്റെ ചരിത്ര പശ്ചാത്തലം ഇതിൽ അന്വേഷണത്തിന് വിധേയമാകുന്നു. ചരിത്രവികാസത്തിന്റെ ഭാഗമായി ജന്മി-കുടിയാൻ ബന്ധം രൂപപ്പെട്ടുവരുന്നതിന്റെ സ്വഭാവത്തെ ഇതിൽ വിശകലനം ചെയ്യുന്നുണ്ട്. ജന്മിത്തത്തിന്റേതായ സാമൂഹ്യഘടന ജനജീവിതത്തെ ഏതൊക്കെ തരത്തിലാണ് ദുരിതത്തിലാഴ്ത്തിയത് എന്ന് അന്നത്തെ ആചാരസമ്പ്രദായങ്ങളെക്കൂടി വിശകലനം ചെയ്തുകൊണ്ട് തുറന്നുകാട്ടുന്നു.

സാമൂഹിക പരിഷ്കരണപ്രസ്ഥാനങ്ങൾ ജന്മിത്തത്തിന്റെ ആചാര സംവിധാനങ്ങളെ എപ്രകാരമാണ് വെല്ലുവിളിച്ചതെന്ന് ഒഞ്ചിയത്തിന്റെ അനുഭവം വെച്ച് വിശകലനം ചെയ്യുന്നു. ഇത്തരം പ്രസ്ഥാനങ്ങൾ എങ്ങനെയാണ് കമ്യൂണിസ്റ്റ് പ്രസ്ഥാനത്തിന്റെ വളർച്ചയ്ക്ക് സഹായിച്ചത് എന്ന കാര്യം ആത്മവിദ്യാസംഘം നടത്തിയ പ്രവർത്തനത്തിന്റെ അനുഭവങ്ങളിലൂടെ വ്യക്തമാക്കുന്നു. ചോമ്പാൽ കേന്ദ്രീകരിച്ചുകൊണ്ട് അന്ന് മിഷണറിമാരുടെ പ്രവർത്തനം ഈ ഭാഗങ്ങളിൽ നടന്നിരുന്നു. അവർ അക്കാലത്ത് സമൂഹത്തിൽ നിർവഹിച്ച ധർമവും അനുഭവിച്ച പ്രതിസന്ധികളും ഇതിൽ അനാവരണം ചെയ്യപ്പെടുന്നു. മിഷണറിമാരുടെ പ്രവർത്തനത്തെ തടസപ്പെടുത്തുന്ന തരത്തിൽ അവരുടെ ഇടയിൽ തന്നെ ഉണ്ടായ ഇടപെടലുകൾ തുറന്നുകാട്ടിക്കൊണ്ട് ചരിത്രത്തെ സംബന്ധിച്ച പുതിയ വെളിച്ചം നൽകുന്നതിന് അത് ഇടയാക്കുന്നുണ്ട്.

കുറുമ്പ്രനാട് താലൂക്കിലെ കമ്യൂണിസ്റ്റുപാർട്ടിയുടെ രൂപീകരണവും അതിന് ഇടയാക്കിയ തൊഴിലാളി-കർഷക സമരങ്ങളെക്കുറിച്ചുള്ള ഏകദേശ വിവരണവും ഇതിലുണ്ട്. ഒഞ്ചിയത്തെ ആദ്യത്തെ കമ്യൂണിസ്റ്റ് സെല്ലിന്റെ രൂപീകരണം, അതിന് നേതൃത്വം കൊടുത്ത നേതാക്കൾ അവരുടെ പ്രവർത്തനശൈലി, അവർക്ക് കമ്യൂണിസ്റ്റ് കേന്ദ്രവുമായുള്ള ബന്ധം തുടങ്ങിയവയെല്ലാം വിശദമായിത്തന്നെ പ്രതിപാദിക്കുന്നുണ്ട്. അക്കാലത്തെ കമ്യൂണിസ്റ്റുപാർട്ടിയുടെ പ്രചാരണത്തിന്റെ സ്വഭാവം, ജനങ്ങളുമായി ഇഴുകിച്ചേർന്നുള്ള പ്രവർത്തനം തുടങ്ങിയവയും നിരവധി സംഭവങ്ങളിലൂടെ അനാവരണം ചെയ്യുന്നു. അക്കാലത്തെ കലാസാംസ്കാരിക മേഖല ഈ പോരാട്ടങ്ങൾക്ക് കരുത്തായതെങ്ങനെ എന്നും ഇതിൽ പറയുന്നുണ്ട്.

വസൂരി തുടങ്ങിയ മാരകമായ രോഗങ്ങൾ ജനങ്ങളെ ദുരിതത്തിന്റെ ആഴക്കടലിൽ ആഴ്ത്തിയപ്പോൾ അവർക്കെല്ലാം ആശ്വാസവുമായി എത്തിയത് കമ്യൂണിസ്റ്റ് വളണ്ടിയർമാരായിരുന്നു. ഗറില്ല പ്രവർത്തനം ഉൾപ്പെടെ സംഘടിപ്പിക്കുന്നതിൽ ഒഞ്ചിയത്തെ സഖാക്കൾ കാണിച്ച

ജാഗ്രത, സഖാക്കൾ തമ്മിലുള്ള ആത്മബന്ധം തുടങ്ങിയവയുടെ ഉദാഹരണങ്ങൾ കമ്യൂണിസ്റ്റ് പ്രസ്ഥാനത്തിന്റെ പൊതുവായ സ്വഭാവത്തെ വിലയിരുത്തുന്നതിന് സഹായിക്കുന്നു.

1948 ഏപ്രിൽ 30–ാം തീയതിയാണ് എം എസ് പിയും സംഘവും ദേശരക്ഷാസേന എന്ന കോൺഗ്രസിന്റെ ഗുണ്ടാപ്പടയും ഒഞ്ചിയത്ത് എത്തിച്ചേർന്നത്. അവിടെ യോഗം ചേരുന്ന കമ്യൂണിസ്റ്റുപാർട്ടിയുടെ കുറുമ്പ്രനാട് താലൂക്ക് കമ്മിറ്റിയുടെ നേതാക്കളെ ഒന്നടങ്കം അറസ്റ്റ് ചെയ്യുകയായിരുന്നു അവരുടെ ലക്ഷ്യം. എന്നാൽ ഇവർ യോഗം ചേരുന്ന സ്ഥലം കാണിച്ചുകൊടുക്കാൻ ആരും തയാറായില്ല. ക്ഷുഭിതരായ എം എസ് പിക്കാർ കർഷകകാരണവരായ പുളിയുള്ളതിൽ ചോയിയെയും മകൻ കണാരനെയും പിടിച്ചുകൊണ്ടുപോയി. ഇവരെ വിട്ടയക്കണമെന്ന് ആവശ്യപ്പെട്ടുകൊണ്ട് തടിച്ചുകൂടിയ ജനങ്ങൾക്ക് നേരെയാണ് വെടിവയ്പുണ്ടായത്. അങ്ങനെയാണ് സഖാക്കൾ രക്തസാക്ഷിത്വം വരിച്ചത്. വെടിയുണ്ട തീർന്നതുകൊണ്ടാണ് കൂടുതൽ സഖാക്കൾ മരണപ്പെടാതെ പോയത്. പൊലീസിന്റെ കിരാതമായ പ്രവർത്തനത്തിന്റെ കൃത്യമായ ചിത്രം ഇതിൽ വരഞ്ഞുവെക്കുന്നുണ്ട്.

ഒഞ്ചിയത്തെ കമ്യൂണിസ്റ്റ് പ്രസ്ഥാനത്തിന് ഒരിക്കലും മറക്കാൻ ആവാത്ത പേരാണ് മണ്ടോടി കണ്ണന്റേത്. ഇവിടെ പ്രസ്ഥാനം കെട്ടിപ്പടുക്കുന്നതിൽ നിർണായകമായ പങ്കാണ് സഖാവ് വഹിച്ചത്. ഒഞ്ചിയം വെടിവെപ്പിനുശേഷം ക്രൂരമായ നരനായാട്ടാണ് പൊലീസും ഗുണ്ടകളും നടത്തിയത്. അവരുടെ പ്രധാനലക്ഷ്യം മണ്ടോടി കണ്ണനെ പിടിക്കുക എന്നതായിരുന്നു. ഇതിനായി ക്രൂരമായ മർദനം അവർ അഴിച്ചുവിട്ടു. ജനങ്ങൾക്ക് ദുരിതങ്ങൾ ഉണ്ടാവരുതെന്ന് കരുതി കണ്ണൻ പൊലീസിന് കീഴടങ്ങി. തുടർന്ന് ഭീകരമർദനത്തിന് ആ സഖാവ് ഇരയായി. അതിനെ തുടർന്ന് സഖാവ് മരണപ്പെട്ടു. മർദനമേറ്റ് തളംകെട്ടിയ രക്തത്തിൽ കൈകൾ മുക്കി ജയിലറയിൽ അരിവാൾ ചുറ്റിക വരച്ച കണ്ണന്റെ ധീരത കമ്യൂണിസ്റ്റ് പ്രസ്ഥാനത്തിന് ഒരിക്കലും മറക്കാനാവാത്തതാണ്.

ഒഞ്ചിയത്തിന്റെ മഹത്തായ പാരമ്പര്യമാണ് ജന്മിത്തത്തിനും സാമ്രാജ്യത്വത്തിനും എതിരായി നടന്ന ഉജ്വല സമരങ്ങൾ. ആ സമരങ്ങളുടെ പാരമ്പര്യം ഏറ്റുവാങ്ങിക്കൊണ്ടാണ് ഒഞ്ചിയത്തെ കമ്യൂണിസ്റ്റ് പ്രസ്ഥാനം വളർന്നത്. ആ മഹത്തായ ത്യാഗത്തിന്റെ പാരമ്പര്യത്തെ മറന്നുകൊണ്ട് ജനങ്ങളെ വഴിതെറ്റിക്കുന്നതിനുള്ള പ്രവർത്തനങ്ങൾ ഈ മണ്ണിൽ നടന്നു എന്നത് വേദനാജനകമായ കാര്യമാണ്. കമ്യൂണിസ്റ്റ് പാരമ്പര്യത്തെ ശത്രുവർഗത്തിന് മുന്നിൽ അടിയറവയ്ക്കാൻ നടത്തിയ പരിശ്രമങ്ങളെ എതിരിട്ടുകൊണ്ടാണ് പാർട്ടി മുന്നോട്ടുപോകുന്നത്. വർത്തമാനകാലത്ത് കമ്യൂണിസ്റ്റുപാർട്ടിയെ കൂടുതൽ ശക്തിപ്പെടുത്താൻ നടത്തുന്ന ഇത്തരം പ്രവർത്തനങ്ങൾക്ക് ഈ പുസ്തകം കരുത്തും പ്രചോദനവുമായിത്തീരും.

ഈ പുസ്തകത്തിന്റെ ആമുഖത്തിൽ ഗ്രന്ഥകർത്താവ് സൂചിപ്പിക്കുന്നതുപോലെ "സ്വയം കത്തിയെരിഞ്ഞ് സുഗന്ധം പരത്തുന്ന ചന്ദനത്തിരികളായി പഴയ ത്യാഗധനർ ഓരോരുത്തരായി മനസിൽ വിങ്ങലായി ഓർമകളുടെ സുഗന്ധമായി മറയുമ്പോൾ അവർക്കുള്ള പിതൃതർപ്പണമായി" ഈ പുസ്തകം മാറുന്നു. ഒഞ്ചിയത്തെ പോരാട്ടങ്ങളെ അന്നത്തെ സാമൂഹിക-സാമ്പത്തിക- രാഷ്ട്രീയ ചുറ്റുപാടുകളുടെ പശ്ചാത്തലത്തിൽ അവതരിപ്പിക്കുന്ന ഈ കൃതി ഒഞ്ചിയത്തിന്റെ മാത്രം ചരിത്രമായി തീരുന്നില്ല. കേരളത്തിന്റെ സാമൂഹികമാറ്റത്തിന്റെ അടയാളം കൂടിയായി മാറുന്നു. ചരിത്രത്തെ പഠിക്കാൻ ശ്രമിക്കുന്ന ഏവർക്കും സഹായകമാകുന്ന പുസ്തകമാണിത്.

എ കെ ജി സെന്റർ
28-11-2011

പിണറായി വിജയൻ

അഭിവാദ്യം

ഈ ചെറുഗ്രന്ഥത്തിൽ ഒരു പ്രദേശത്തിന്റെ സാമൂഹിക ചരിത്രവും കമ്യൂണിസ്റ്റ് പ്രസ്ഥാനത്തിന്റെ ചരിത്രവും ഒന്നിക്കുന്നു. വളരെ വിജ്ഞാന പ്രദമായ രചന. വിശദാംശങ്ങൾ അനുഭവസ്ഥർക്കൊപ്പം മൺമറയുകയും ഒരു വലിയ പ്രക്ഷോഭം അങ്ങനെ പഴയ തലമുറയുടെ മനസിൽപ്പോലും ഒരു നാമമാത്ര സംഭവസ്മരണയായിത്തീരുകയും ചെയ്തിരിക്കുന്നു. പുതിയ തലമുറയ്ക്കാവട്ടെ കാര്യമായി ഈ സംഭവത്തെപ്പറ്റി ഒന്നുംതന്നെ അറിഞ്ഞുകൂടതാനും. പഴയ തലമുറയുടെ ഓർമ പുതുക്കാനും പുതിയ തലമുറയെ പഠിപ്പിക്കാനും പര്യാപ്തമായ ഒരു ചരിത്രരചനയാണിതെന്ന് സഖാവ് പിണറായി അവതാരികയിൽ എടുത്തുപറഞ്ഞിട്ടുണ്ട്. അതിനേക്കാൾ ഉചിതമായി ഈ പുസ്തകത്തിന്റെ പ്രയോജനം സാക്ഷ്യപ്പെടുത്താൻ കഴിയില്ല.

ഇതൊരു പ്രദേശത്തിന്റെ സമഗ്രചരിത്രമല്ലെങ്കിലും പ്രാചീനകാലം തൊട്ടുള്ള ചരിത്രം ചുരുക്കിയാണെങ്കിലും പ്രതിപാദിക്കാനുള്ള ശ്രമം നടത്തിയിട്ടുണ്ട്. സംഭവങ്ങളുടെ സമയവിവരപ്പട്ടിക തയാറാക്കിയാൽ ചരിത്രമായെന്ന സമീപനം തീരെ ഇല്ലാത്ത ഒരു ഗ്രന്ഥമാണിത്. സംഭവങ്ങളെ നാൾവഴിക്കണക്കായി രേഖപ്പെടുത്തുന്ന പതിവുരീതിയിലുള്ള ഒരു പുസ്തകമല്ലെന്നു മാത്രമല്ല, ചരിത്രമെന്നാൽ സാമൂഹികചരിത്രമാണെന്നും മറ്റെന്തും അതിന്റെ വേർപെടുത്താനാവാത്ത വശങ്ങളാണെന്നും ഗ്രന്ഥകാരനു നല്ല ബോധ്യമുണ്ട്. അത് ആവിഷ്കരിക്കേണ്ടത് പ്രക്രിയ വിശകലനം ചെയ്തുകൊണ്ടാവണമെന്നും അറിയാം. അതുകൊണ്ട് കേന്ദ്രപ്രമേയം ഒഞ്ചിയംവെടിവെപ്പും പ്രത്യാഘാതങ്ങളും മറ്റുമാണെങ്കിലും അവയിലേക്കു നയിച്ച കമ്യൂണിസ്റ്റ് പ്രക്ഷോഭത്തിന്റെ സാമൂഹികചരിത്രപശ്ചാത്തലം അനാവരണം ചെയ്യുന്നതിലും ശ്രദ്ധയുണ്ട്. മുഖ്യസംഭവത്തിന്റെയും പ്രത്യാഘാതങ്ങളുടെയും ആവിഷ്കാരംവഴി

ഒരു പ്രദേശത്തെ സാമൂഹിക-സാംസ്കാരിക ജീവിത സാഹചര്യം ചിത്രീകരിക്കുകയും രാഷ്ട്രീയ വികാസപരിണാമഗതി പരിശോധിക്കുകയും ചെയ്യുന്നു. ഒരേസമയം വ്യവസ്ഥിതിയുടെ പ്രാദേശിക സവിശേഷതകളും ദേശാതീത സാമാന്യ ലക്ഷണങ്ങളും മാർഗിയും ദേശിയും പോലെ പരസ്പരപൂരിതങ്ങളായി പരാമർശിക്കപ്പെടുന്നു. നാടുവാഴിത്തം, ജന്മിവ്യവസ്ഥ, ജാതി, അടിമത്തം, മർദനം, ചൂഷണം എന്നിങ്ങനെയുള്ള മാർഗിഘടകങ്ങളും അവയുടെ ദേശിസ്വഭാവങ്ങളും പ്രശംസാർഹമായ മികവോടെ അവതരിപ്പിച്ചിട്ടുണ്ട്.

പ്രാദേശികമായ അവലംബസാമഗ്രികൾ ഉപയോഗിച്ചുകൊണ്ടുള്ള ചരിത്രരചനാ രീതിയാണ് ഗ്രന്ഥകാരൻ സ്വീകരിച്ചിരിക്കുന്നത്. പ്രാദേശിക സാംസ്കാരികത്തനിമ ഒട്ടും ചോർന്നുപോവാതെയുള്ള ചരിത്രരചന. പ്രാദേശിക പാരമ്പര്യത്തെ വാഴ്ത്തുകയോ മഹത്വവൽക്കരിക്കുകയോ ചെയ്യാതെ ഒരു ചെറിയ പ്രദേശത്തിന്റെ സാംസ്കാരികസ്വത്വത്തെ തീക്ഷ്ണമായി ആവിഷ്കരിച്ചിട്ടുണ്ട്. ചൂഷണത്തിനും മർദനത്തിനും എതിരെയുള്ള ചെറുത്തുനിൽപ്പിന്റെ തീക്ഷ്ണത. നിലനിൽപ്പിനുവേണ്ടി കീഴാള സ്ത്രീകളുടെപോലും പ്രതിരോധ തീവ്രത. വടക്കൻപാട്ടിലും തോറ്റംപാട്ടിലും നീറിനിൽക്കുന്ന അവരുടെ ഈറ. സാധാരണ ജനങ്ങളുടെ ദുരിതപൂർണ ജീവിതം ഇത്ര ശക്തമായി ചരിത്രത്തിൽ ആവിഷ്കരിച്ചുകണ്ടിട്ടില്ല. എടുത്തുപറയേണ്ട ഒരു പ്രത്യേകത പതിവു തെളിവു സാമഗ്രികളിൽ ഊന്നാതെയുള്ള പ്രതിപാദനരീതിയാണ്. പതിവു ചരിത്രരചനാ രീതിശാസ്ത്ര നിഷ്കർഷകളെ നിഷ്പ്രഭമാക്കുന്ന മാനവികതയും ജനകീയതയും ആണ് ഈ കൃതിയുടെ കരുത്ത്. തീരെ ദുരഭിമാനം കൊള്ളിക്കാതെയും വർഗബോധം പരമാവധി ശക്തിപ്പെടുത്തിയും ഒഞ്ചിയത്തിന്റെ സാംസ്കാരികമായ വേരാക്കുറുകൾ എടുത്തുകാണിച്ചിരിക്കുന്നു. അതേസമയം ദേശാതീത രാഷ്ട്രീയബോധത്തോടെയും മാനവിക ജാഗ്രതയോടെയും സംഘർഷാത്മക സാമൂഹിക പരിവർത്തന ചരിത്രം നിർധാരണം ചെയ്തിട്ടുമുണ്ട്. സിദ്ധാന്തം മുഴച്ചുനിൽക്കാത്തവിധം മാർക്സിസ്റ്റ് ഉൾക്കാഴ്ച പ്രയോജനപ്പെടുത്തിക്കൊണ്ട് കമ്യൂണിസ്റ്റ് പ്രസ്ഥാനചരിത്രത്തിന്റെ വിലപ്പെട്ട ഒരധ്യായം ഇത്ര ജനകീയമായി അവതരിപ്പിക്കുന്ന മറ്റൊരു മലയാള കൃതി ഞാൻ വായിച്ചിട്ടില്ല.

ഇത് ഒഞ്ചിയക്കാർക്ക് മാത്രം ഓർമപുതുക്കാനും പഠിക്കാനുമുള്ള ഒരു ഗ്രന്ഥമല്ല. കേരളമെങ്ങും ഉള്ളവർക്കുകൂടി അറിയാനും അപഗ്രഥിക്കാനും ഉള്ളതാണ്. ജനകീയ ചരിത്രവും ജനകീയ ചരിത്രരചനാ മാതൃകയും എന്ന നിലയ്ക്ക് ശ്രദ്ധയാകർഷിക്കുന്ന ഒരു കൃതിയാണിത്. ഒരർഥത്തിൽ ഒരു ബദൽ ചരിത്രരചന. ആരെയും പിടിച്ചിരുത്തുന്ന ഈ ബദൽ ചരിത്രാവിഷ്കാരത്തിന് എന്റെ ആത്മബന്ധത്തോടെയുള്ള അഭിവാദ്യങ്ങൾ.

4-03-2012 **രാജൻ ഗുരുക്കൾ**

കോട്ടയം

ആമുഖം

കേരളത്തിലെ കമ്യൂണിസ്റ്റ് പ്രസ്ഥാനത്തിന്റെ കളിത്തൊട്ടിലുകളാണ് വിപ്ലവഗ്രാമങ്ങൾ. 1937 ൽ ജന്മംകൊണ്ട പ്രസ്ഥാനത്തെ പാലൂട്ടി വളർത്തിയ അമ്മഗ്രാമങ്ങൾ കൂടിയാണ് അവ. സഹനത്തിന്റെയും ത്യാഗത്തിന്റെയും ധാർമിക രോഷത്തിന്റെയും കനലുകളടക്കി പ്രസ്ഥാനത്തെ പുത്രനിർവിശേഷം കാത്തുപോരുന്നു ആ രക്തസാക്ഷിഗ്രാമങ്ങൾ- പുന്നപ്ര വയലാർ, കയ്യൂർ, കരിവെള്ളൂർ, മുനയൻകുന്ന്, ഒഞ്ചിയം...

മനുഷ്യചിന്തയോട് ഭൗതികപരമായി സംവദിക്കുന്ന ഒന്നാണ് കമ്യൂണിസം. രക്തസാക്ഷികളും അവരെ പെറ്റുവളർത്തിയ ഗ്രാമങ്ങളും പക്ഷേ നമ്മുടെ വൈകാരികതയുമായാണ് ആദ്യം സംവദിക്കുക. ത്യാഗങ്ങളിൽ വലിയ ത്യാഗമാണ് രക്തസാക്ഷിത്വം എന്നതുകൊണ്ടുകൂടിയാണിത്. കുമാരനാശാന്റെ ഭാഷ കടംകൊണ്ടാൽ "അന്യജീവനുതകി സ്വജീവിതം ധന്യമാക്കിയ വിവേകശാലി"കളാണവർ.

ഒഞ്ചിയം കേരളത്തിലെ കർഷകസമരങ്ങളുടെ ചരിത്രത്തിൽ അധികമൊന്നും ചർച്ചചെയ്യപ്പെടുകയോ പഠിക്കപ്പെടുകയോ ചെയ്തിട്ടില്ലാത്ത ഒരേടാണ്. ജനങ്ങളും പട്ടാളവും തമ്മിലുള്ള ഏറ്റുമുട്ടൽ, അതിനിടയിൽ സംഭവിച്ച ജീവഹാനി എന്ന ലളിതവൽക്കരണത്തിലാണ് ഒഞ്ചിയം സമരത്തെക്കുറിച്ച് ചരിത്രകാരന്മാർ എത്തിച്ചേർന്നിട്ടുള്ളതെന്ന് കാണാം. ഒഞ്ചിയം സമരത്തിന്റെ ചരിത്ര സാമൂഹിക പശ്ചാത്തലം ആഴത്തിൽ പഠിക്കാതെ കലാപത്തെ ഉപരിപ്ലവമായി നോക്കിക്കണ്ടു എന്നതുതന്നെയാണിതിനു കാരണം.

നാൽപ്പതുകൾ കേരളത്തിലെ കമ്യൂണിസ്റ്റ് പ്രസ്ഥാനത്തിന് പരീക്ഷണഘട്ടം കൂടിയായിരുന്നു. വടക്കെ മലബാറിലെ കർഷകഗ്രാമമായ ഒഞ്ചിയം ഇതിന് പ്രത്യക്ഷ നിദർശനമാണ്. നാടുവാഴി –ജന്മിമാടമ്പിത്തം,

അതിന്റെ കൂടെപ്പിറപ്പായ അയിത്തം, വൈദേശികാധിനിവേശം, പട്ടിണി, പകർച്ചവ്യാധികൾ ഇവയ്ക്കെതിരായി ബഹുമുഖ പോരാട്ടമാണ് അവർക്ക് നടത്തേണ്ടിയിരുന്നത്. കാലദേശാതീതമായ ചരിത്ര നൈരന്തര്യമാണ് കമ്യൂണിസ്റ്റ് പ്രസ്ഥാനത്തിനുള്ളത്. അത് അധർമത്തിനെതിരായി മാന വികതയുടെ തീപ്പന്തം ഉയർത്തുന്നു.

ഇന്ത്യൻ ദേശീയതയുടെ നേരവകാശം വാദിക്കുന്ന കോൺഗ്രസാവട്ടെ വൈദേശികാധിനിവേശത്തിനെതിരെ നിലപാടെടുക്കുമ്പോൾത്തന്നെ നാടുവാഴിത്തത്തോട് ഏറെ ഇണങ്ങുന്ന ഒരു വഴുത്ത നിലപാട് കൈക്കൊണ്ടു. പ്രസ്ഥാനത്തിനകത്തെ സോഷ്യലിസ്റ്റ് ചേരിക്കും പിന്നീട് കമ്യൂണിസ്റ്റുകാർക്കുമെതിരെ കടുത്ത നിലപാടും സ്വീകരിച്ചു. ഇത് പിന്നീട് ഭരണമുഷ്കിലും കായികമായ ഉന്മൂലനത്തിലുമെത്തി. ഈയൊരവസ്ഥമൂലം കമ്യൂണിസ്റ്റുകാരന് നേരിടേണ്ടിവന്ന ദുരിതം വിവരണാതീതമായിരുന്നു. പ്രത്യേകിച്ച് വടക്കേ മലബാറിലെ കർഷകഗ്രാമങ്ങളിൽ.

ഒഞ്ചിയം സാമ്രാജ്യത്വ മർദക ഭരണത്തിനെതിരായുള്ള സമരമാണ്. അത് ചൂഷക വിരുദ്ധസമര ചരിത്രമാണ്. വ്യക്തമായ വർഗവീക്ഷണമുള്ള സംഘടിത പ്രസ്ഥാനം സമൂഹത്തിലെ നിരപ്പുകേടിനെതിരെ നടത്തിയ സമരത്തിന്റെ ഭാഗം. എല്ലാറ്റിനുമുപരി മോചന പ്രസ്ഥാനത്തിനു വേണ്ടി അചഞ്ചലരായി നിലകൊണ്ട് ജീവത്യാഗം ചെയ്തവരുടെ വീര ചരിതം. നാൽപ്പതുകളുടെ അവസാനത്തിൽ പത്ത് രണധീരന്മാരാണ് ഇവിടെ കുരുതിപ്പൂക്കളായി മാറിയത്.

പഴയ തലമുറയുടെ സഹനത്തിന്റെയും ത്യാഗത്തിന്റെയും പോരാട്ടങ്ങളുടെയും വീരഗാഥകൾ അത്ഭുതാദരങ്ങളോടെ ഏറ്റുപാടിയവരാണ് എന്നെപ്പോലെയുള്ള പുതുതലമുറ. അത്തരമൊരാൾ ചരിത്രം തേടി ഇറങ്ങി പുറപ്പെടുന്നത് പരിമിതിയെക്കുറിച്ചുള്ള ബോധ്യത്തോടെ തന്നെയാണ്. വിശേഷിച്ചും കമ്യൂണിസ്റ്റുപാർട്ടിയുടെ നാൽപ്പതുകളിലെ ഇരുളാണ്ട ചരിത്രം.

രക്തസാക്ഷിഗ്രാമത്തിൽ ജനിച്ചുവളർന്നതും അവരുടെ പദരേണുക്കൾ പതിഞ്ഞ മണ്ണിലൂടെ നടക്കാനുള്ള ഭാഗ്യം സിദ്ധിച്ചതും ചരിത്ര നിർമിതിക്ക് അധിക യോഗ്യതയല്ല. രുധിരസാഗരം നീന്തിക്കടന്ന ഒഞ്ചിയം സമരസേനാനികളുമായും നെഞ്ചിൽ തീയുണ്ട തുപ്പിയ തോക്കുകളെ തോൽപ്പിച്ച ഇച്ഛാശക്തിയുമായി ജീവിച്ച, ജീവിച്ചിരിക്കുന്ന രക്തസാക്ഷികളുമായും സ്കൂൾ വിദ്യാർഥിയായിരിക്കുമ്പോൾത്തന്നെ ആത്മബന്ധം സ്ഥാപിക്കാനും, അവരുടെ ഓർമച്ചെപ്പുകൾ തുറപ്പിക്കാനും അത് രേഖപ്പെടുത്തിവെക്കാനും കഴിഞ്ഞതിന്റെ പിൻബലം ആത്മവിശ്വാസമായി കൂടെയുണ്ട്.

നാൽപ്പതുകളിലെ പൊലീസ് തേർവാഴ്ചയ്ക്കിടയിൽ നശിപ്പിക്കപ്പെടാതെ കിടന്ന ചരിത്രശേഷിപ്പുകൾ ശേഖരിക്കാൻ അന്ന് എന്തിനെന്നറിയാത്ത ഔത്സുക്യം തോന്നിയപ്പോൾ ഇത്തരത്തിൽ ഒരു പുസ്തക രചനയുടെ വിദൂരസാധ്യതപോലും മനസിലുണ്ടായിരുന്നില്ല എന്നതാണ്

വാസ്തവം. വാതബന്ധനത്താൽ ശരീരത്തിലെ ഓരോ പേശികളും നിശ്ച ലമാകുമ്പോഴും തളരാത്ത മനസുമായി നിലകൊണ്ട ഒഞ്ചിയത്തെ കമ്യൂ ണിസ്റ്റുപാർട്ടിയുടെ എളിയ പ്രവർത്തകനായിരുന്ന എന്റെ അഭിവന്ദ്യപി താവ് പി പി ഗോപാലനാണ് ഇതിൽ എനിക്ക് ആദ്യമാർഗദർശി.

സ്വയം കത്തിയെരിഞ്ഞ് സുഗന്ധം പരത്തുന്ന ചന്ദനത്തിരികളായി പഴയ ത്യാഗധനർ ഓരോരുത്തരായി മനസിൽ വിങ്ങലായി ഓർമകളുടെ സുഗന്ധമായി മറയുമ്പോൾ അവർക്കുള്ള പിതൃതർപ്പണമാണിത്.

നവോത്ഥാന ആശയങ്ങൾ ഉഴുതുമറിച്ചിട്ട മണ്ണിലാണ് ഇവിടെയും കമ്യൂണിസം വേരുറച്ചത്. ദക്ഷിണ കേരളത്തിൽ നവോത്ഥാനത്തിന് നടു നായകത്വം വഹിച്ചത് ശ്രീനാരായണ ദർശനമെങ്കിൽ വടക്കൻ കേരള ത്തിൽ വാഗ്ഭടാനന്ദ ദർശനങ്ങളും പ്രബലമായ സ്വാധീനം ചെലുത്തി. ജർമൻ ബാസൽമിഷന്റെ വിദ്യാഭ്യാസ-ജീവകാരുണ്യ പ്രവർത്തനങ്ങളും സാംസ്കാരിക നവോത്ഥാനത്തിന് നാന്ദികുറിച്ച തലശ്ശേരി ഇല്ലിക്കുന്നും ചോമ്പാലയും കേന്ദ്രീകരിച്ചുള്ള ഹെർമൻ ഗുണ്ടർട്ടിന്റെ സാംസ്കാരിക പ്രവർത്തനവും ഉത്തരകേരളത്തിന് പുതുചൈതന്യം നൽകിയ ചരിത്ര വസ്തുതകളാണ്. തിരുവിതാംകൂറിനെയും കൊച്ചിയെയും അപേക്ഷിച്ച് മലബാർ ബ്രിട്ടീഷുകാരുടെ നേരിട്ടുള്ള നിയന്ത്രണത്തിലായിരുന്നതിനാൽ ബ്രിട്ടീഷ് അധിനിവേശവും ജന്മിത്തത്തിന്റെ കെടുതികളും ജാതീയമായ ഉച്ചനീചത്വങ്ങളും ചേർന്ന വ്യവസ്ഥയോടാണ് കമ്യൂണിസ്റ്റുകാർക്ക് അട രാടേണ്ടിയിരുന്നത്. യുദ്ധക്കെടുതികളും പട്ടിണിയും പകർച്ചവ്യാധിക ളും ചേർന്ന് ജനജീവിതം അക്ഷരാർഥത്തിൽ നിശ്ചലമാക്കപ്പെട്ടിരുന്നു.

പ്രസ്ഥാനത്തിന്റെ പിറവിതൊട്ടേ ഒഞ്ചിയത്തിന്റേത് കമ്യൂണിസ്റ്റ് മന സായിരുന്നു. ഉന്നതരായ നേതാക്കൾക്കുപോലും കനത്ത യു ജി ഷെൽട്ടർ ആയി ഒഞ്ചിയം മാറിയതിന്റെ കാരണവും മറ്റൊന്നല്ല. ജില്ലാ-സംസ്ഥാനതല രഹസ്യ നേതൃയോഗങ്ങൾക്കുപോലും അക്കാലം ഒഞ്ചിയം സാക്ഷ്യം വഹിച്ചിരുന്നു. മയ്യഴിപ്പുഴ അതിരിടുന്ന തൊട്ടടുത്ത അഴിയൂർ ഒട്ടനവധി ദേശീയ പ്രക്ഷോഭങ്ങൾക്ക് സാക്ഷ്യംവഹിച്ച പ്രദേ ശമായിരുന്നു. അവിടത്തെ കോൺഗ്രസുകാർ കമ്യൂണിസ്റ്റ് വിരുദ്ധത മുറുകെ പിടിച്ചു. ചോമ്പാൽ സ്കൂൾ കേന്ദ്രീകരിച്ച് കോൺഗ്രസ് വള ണ്ടിയർമാർ കമ്യൂണിസ്റ്റു വേട്ടയ്ക്കായി കോൺസൻട്രേഷൻ ക്യാമ്പ് നട ത്തിവന്നിരുന്നു. മലബാർ സ്പെഷൽ പൊലീസിന്റെ എല്ലാവിധ ആശീർ വാദവും അവർക്കുണ്ടായിരുന്നു.

ഇന്ത്യയിലെ പട്ടിണിപ്പാവങ്ങളെ സംബന്ധിച്ചിടത്തോളം ദേശീയ സ്വാതന്ത്ര്യം വെളുത്ത സായ്വിൽനിന്നും കറുത്ത സായ്വിലേക്കുള്ള മുടിമാറ്റം മാത്രമായിരുന്നു. സ്വാതന്ത്ര്യപ്രാപ്തി അവരുടെ ജീവിതനില വാരം ഉയർത്തുന്നതിനോ ദുഷിച്ചുനാറിയ വ്യവസ്ഥയിൽ അണുകിട മാറ്റം വരുത്തുന്നതിനോ വഴിമരുന്നിട്ടില്ല. മറിച്ച് സ്വാതന്ത്ര്യാനന്തരവും അവ രുടെ ജീവിതം കെട്ടുകുറ്റിയിൽ കിടന്നു തിരിയുകയാണുണ്ടായത്.

1948 ൽ കൽക്കത്തയിൽ ചേർന്ന 2-ാം കമ്യൂണിസ്റ്റുപാർട്ടി കോൺ

ഗ്രസ് ഏറെ ശ്രദ്ധേയമായിരുന്നു. അതിലെ ചരിത്ര പ്രസിദ്ധമായ കൽക്കത്താ തീസീസ് സ്വതന്ത്രഭാരതത്തിലെ പ്രഥമസർക്കാരിന്റെ സ്വൈരം കെടുത്തി. ആസന്നഭാവിയിൽ കമ്യൂണിസ്റ്റ് വിപ്ലവം സമാഗതമാകുമെന്ന് അധികാരികൾ ഭയപ്പെട്ടു. കമ്യൂണിസ്റ്റുപാർട്ടി നിരോധിക്കപ്പെടുകയും കമ്യൂണിസ്റ്റുകാർ നോട്ടപ്പുള്ളികളാവുകയും ചെയ്തതോടെ പീഡനപർവം അതിന്റെ ഉത്തുംഗതയിലെത്തി. ഈയൊരു ചരിത്ര സാമൂഹിക പശ്ചാത്തലത്തിലൂടെയാണ് ഒഞ്ചിയം മുന്നേറിയത്. സാർവദേശീയമാനമുള്ള കമ്യൂണിസത്തിന്റെ പിൻബലം ഒഞ്ചിയത്തിന്റെ ചരിത്രം ഗ്രാമാതിർത്തികൾ ലംഘിച്ച് പ്രസ്ഥാനത്തിന്റെയും കേരളത്തിന്റെയും ചരിത്രത്തിന്റെ ഭാഗമായി.

പുസ്തക രചനയിൽ സഹകരിച്ചവർ അനവധിയാണ്. അവർ ഓരോരുത്തരുടെയും പേരെടുത്ത് പറയുക വിസ്തരഭയത്താൽ സാധ്യമല്ല. സുഹൃത്തുക്കൾ, സ്ഥാപനങ്ങൾ, പത്രമാനേജുമെന്റുകൾ, ജയിലധികൃതർ എല്ലാവരോടും ഈ അവസരത്തിൽ നന്ദി രേഖപ്പെടുത്തിക്കൊള്ളട്ടെ. എങ്കിലും ചില പേരുകൾ പ്രസ്താവിക്കാതിരിക്കാൻ നിർവാഹമില്ല. പുസ്തക രചനയിൽ സ്നേഹനിർബന്ധം കാണിച്ച സി ഭാസ്കരൻ മാസ്റ്റർ, ടി കെ കുമാരൻ, ബാസൽ ഇവാൻജലിക്കൽ മിഷന്റെ കേരളീയ സുവിശേഷ പ്രവർത്തക ലീലാ ഗിൽബർട്ട്, ജർമൻ ദമ്പതികളായ ജർഹാർഡ്, ഹിൽഗാർഡ് ഫെമിലിലൂട്സ്, സജീവൻ ചോറോട്, നിമിൽ കെ, പി ടി ശ്രീജിത്ത്, രക്തസാക്ഷികളുടെ രേഖാചിത്രം വരച്ച ഹരി, എം പി സുകു, അരുൺബാബു, ഗ്രന്ഥരചനയെ സാമ്പത്തികമായി സഹായിച്ച ടി കെ ഭാസ്കരൻ, എം കെ വസന്തൻ, റഫറൻസ് ഗ്രന്ഥങ്ങൾ ശേഖരിച്ചു തന്ന കെ ബാബു, രാജാറാം തൈപ്പള്ളി, ഫോട്ടോയും ജയിൽരേഖകളും മറ്റും ശേഖരിക്കാൻ സഹായിച്ച അനുരൂപ്, രഥിൻ ചന്ദ്, ജിതേഷ് വി, ലിജേഷ് കെ കെ ഇവരുടെ നിർലോഭ സഹകരണം ആവേശകരമായിരുന്നു. തിരക്കുപിടിച്ച പൊതുപ്രവർത്തനത്തിനിടയിലും സ്നേഹപൂർവം ഈ കൃതിക്ക് അവതാരിക എഴുതിത്തന്ന സഖാവ് പിണറായി വിജയനും വിലപ്പെട്ട മാർഗനിർദേശങ്ങൾ തരികയും ഇതിന് അഭിവാദനം എഴുതി അനുഗ്രഹിക്കുകയും ചെയ്ത ശ്രീ രാജൻ ഗുരുക്കൾക്കും ചിന്ത പബ്ലിഷേഴ്സിനും എന്റെ നിസ്സീമമായ നന്ദി രേഖപ്പെടുത്തുന്നു.

ഇതുമായി സഹകരിച്ച എല്ലാ മഹത്‌വ്യക്തികൾക്കും ഒരിക്കൽക്കൂടി നന്ദി.

ഒഞ്ചിയം **പി പി ഷാജു**

1

ചരിത്രത്തിലൂടെ

ചരിത്രം രേഖപ്പെടുത്തിവെക്കുന്നതിൽ പോയ തലമുറ കാണിച്ച കുറ്റകരമായ അനാസ്ഥ ഒഞ്ചിയത്തിന്റെ പ്രാക്തനചരിത്രത്തിനും ബാധകമാണ്. ഐതിഹ്യങ്ങളും കൽപ്പിതകഥകളും കൂടിപ്പിണഞ്ഞു കിടക്കുന്ന നാടോടി വാങ്മയങ്ങളിലും തലമുറകൾ തലമുറകളിലേക്ക് പകർന്നു നൽകിയ നൂറ്റാണ്ടുകൾ പഴക്കമുള്ള നാടൻപാട്ടുകളിലും ക്ഷേത്രലിഖിതങ്ങളിലും ചരിത്രം കുരുങ്ങിക്കിടക്കുന്നു.

വടക്കേ മലബാറിലെ പ്രബലരായ കടത്തനാട്ട് സ്വരൂപത്തിന്റെ ഉത്ഭവം അഴിയൂരിലാണെന്ന് കരുതപ്പെടുന്നു. ചിറയ്ക്കൽ തമ്പുരാട്ടിയുമായി അഴിയൂരിലെ സ്ഥാനികനായ കണ്ണമ്പള്ളി അടിയോടി പ്രണയബന്ധത്തിലായി, ഇത് ചിറയ്ക്കൽ കോവിലകത്തിന്റെ അപ്രീതി ക്ഷണിച്ചുവരുത്തി. മാനസാന്തരം വന്ന തമ്പുരാൻ കടത്തനാട്ടിന്റെ അധീശ അധികാരം നൽകി നാദാപുരത്തിനു സമീപമുള്ള പുറമേരിയിൽ കോവിലകം പണിതു രാജാവായി സ്വയം അവരോധിച്ചുവത്രെ. ഇവരാണ് വടകര വാഴുന്നവർ എന്ന പേരിൽ അറിയപ്പെട്ടത്. ഈ തമ്പുരാന് മുട്ടുങ്ങലും ഏറാമലയിലും ഒഞ്ചിയത്തെ എടക്കണ്ടിക്കുന്നിലും അവകാശികളും കോവിലകങ്ങളും ഉണ്ടായിരുന്നു. കോവിലകം കാര്യക്കാർ, ദേവസ്വം–പത്തായപ്പുര പാറാളിമാർ തുടങ്ങിയ ഉദ്യോഗസ്ഥന്മാരുടെ സഹായത്തോടെ ഭരണം കാഴ്ച വച്ച് പ്രതാപിയായിത്തീർന്ന തമ്പുരാൻ ആസ്ഥാനം ഇന്നത്തെ കല്ലാച്ചിക്ക് സമീപമുള്ള കുറ്റിപ്പുറത്തേക്ക് മാറ്റി. രാജാവ് കുറ്റിപ്പുറത്തും ഇളമുറത്തമ്പുരാൻ പുറമേരിയും ആസ്ഥാനമാക്കി ഭരണം നടത്തിപ്പോന്നു. അഴിയൂരിലെ കണ്ണമ്പള്ളി തറവാട്ടിൽ നമ്പൂതിരിയെ പ്രതിഷ്ഠിച്ച് അഴിയൂരിന്റെ ദേശവാഴിയാക്കി. തണ്ടറപ്പള്ളി കുറുപ്പിന്റെ അധീനതയിലായിരുന്നു അന്ന് മയ്യഴി. ഫ്രഞ്ച് അധിനിവേശത്തെ തുടർന്ന് അഭിമാനിക

ളായ തണ്ടേറപ്പള്ളിക്കാർ പലായനം ചെയ്തു. കണ്ണമ്പള്ളി തറവാട്ടുകാർക്ക് ചുഴലി സ്വരൂപത്തിലെ ആയഞ്ചേരി തറവാടുമായുണ്ടായ വിവാഹചാർച്ച അവരെ പ്രബലരാക്കി. ഒഞ്ചിയമാകട്ടെ കടത്തനാട്ട് രാജാവിന്റെ സാമന്തനായ എടക്കണ്ടികോവിലകത്ത് തമ്പുരാന്റെ അധീശത്തിലായിരുന്നുതാനും.

മയ്യഴിയിലെത്തിയ ഫ്രഞ്ചുകാർക്ക് വടകര വാഴുന്നവർ കോട്ടയ്ക്കും പാണ്ടികശാലയ്ക്കും സ്ഥലം അനുവദിച്ചതോടെ അധിനിവേശത്തിന്റെ ചരിത്രവും ആരംഭിച്ചു. നൂറ്റാണ്ടുകൾക്ക് മുമ്പുതന്നെ ജനാധിവാസകേന്ദ്രമായിരുന്നു ചോമ്പാൽ. അറബ് സഞ്ചാരികളുടെ രേഖകളിൽ ചുംബയായും ചോമായിയായും ഇത് അറിയപ്പെട്ടു. *കേരളോൽപ്പത്തി*യിൽ പരാമർശിതമാവുന്ന 32 ബ്രാഹ്മണഗ്രാമങ്ങളിൽ പെരിഞ്ചെല്ലൂർ (തളിപ്പറമ്പ്) കഴകത്തിന് അതിരിടുന്നത് ചോമ്പാലയാണ്.

മടപ്പള്ളിയും ഊരാളുങ്കലും ഉൾപ്പെട്ട ഒഞ്ചിയം ഗ്രാമപ്രദേശത്ത് ഏകദേശം 2000 വർഷം മുമ്പുതന്നെ മനുഷ്യവാസം ഉണ്ടായിരുന്നുവെന്നതിന് തെളിവുണ്ട്. വല്ലത്ത് കുന്നിന്റെ തെക്കേച്ചരിവിൽനിന്നും മുട്ടുങ്ങലിലെ കൊയിലോത്ത് പറമ്പ് പരിസരത്തിൽനിന്നും ലഭിച്ച മഹാശിലാസംസ്കാരത്തിന്റെ അവശിഷ്ടങ്ങൾ ഈ പ്രദേശത്തിന്റെ പ്രാചീനതയിലേക്ക് വെളിച്ചംവീശുന്നു. എ ഡി 11–ാം നൂറ്റാണ്ടോടടുപ്പിച്ച് ഒഞ്ചിയം പ്രദേശം ഒരു ബ്രാഹ്മണ ഗ്രാമമായി വളർന്നതായി ചരിത്രം രേഖപ്പെടുത്തുന്നു.

മാഹി (മയ്യഴി) പുഴയുടെ തീരപ്രദേശത്തുള്ള ചേമ്പ്ര സുബ്രഹ്മണ്യ ക്ഷേത്രത്തിൽ കാണുന്ന ശിലാലിഖിതങ്ങൾ ഒഞ്ചിയത്തിന്റെ പ്രാചീനതയിലേക്ക് വെളിച്ചംവീശുന്നു. ഈ ലിഖിതങ്ങൾ രണ്ട് ഗ്രാമങ്ങളിലെ ഊരാളികളെക്കുറിച്ച് പറയുന്നുണ്ട്. ഇതിലൊന്ന് ചേമ്പ്ര ക്ഷേത്രം കേന്ദ്രീകരിച്ചുള്ളതായിരുന്നു. മറ്റേ ഗ്രാമം ഏതാണെന്ന് ലിഖിതങ്ങൾ പഠിച്ച പണ്ഡിതന്മാർക്ക് മനസിലായിരുന്നില്ല. രണ്ടാമത്തെ ഗ്രാമം ഊരാളുങ്കൽ ആയിരുന്നുവെന്ന് ആ പേരു തന്നെ സൂചിപ്പിക്കുന്നുണ്ട്. ഊർ അഥവാ ഗ്രാമം ഭരിക്കുന്നവരുടെ (ഊരാളർമാരുടെ) കോവിലുണ്ടായിരുന്ന സ്ഥലമാണ് ഊരാളുങ്കൽ എന്നറിയപ്പെടുന്നത്. ഒഞ്ചിയം ഭരിച്ചിരുന്ന ഊരാളർ സമിതിയിൽ അഞ്ച് ബ്രാഹ്മണന്മാർ ഉണ്ടായിരുന്നുവെന്ന് ഊഹിക്കാൻ കഴിയും. അന്നൊക്കെ സമിതി അംഗങ്ങൾ 'യോഗ'ക്കാർ 'യോഗാതിരി' എന്നെല്ലാമാണ് അറിയപ്പെട്ടിരുന്നത്. ഇവിടെ അഞ്ച് യോഗക്കാർ അടങ്ങിയ സമിതിയായിരുന്നു ഭരണം നടത്തിയിരുന്നത്. അങ്ങനെ അഞ്ച് യോഗം എന്ന പേര് ലോപിച്ചാണ് ഒഞ്ചിയം എന്ന പേര് ഗ്രാമത്തിന് ലഭിച്ചത്. കേരളത്തിലെ 32 ബ്രാഹ്മണഗ്രാമങ്ങളിൽ 31 എണ്ണവും തിരിച്ചറിഞ്ഞിട്ടുണ്ട്. 'കഴുതനാട്' എന്ന ബ്രാഹ്മണഗ്രാമം മാത്രമാണ് തിരിച്ചറിയാത്തത്. അത് ഒഞ്ചിയം ഗ്രാമമാണെന്ന് ഊഹിക്കാൻ പല തെളിവുകളുമുണ്ടെന്ന് സൂചിപ്പിക്കട്ടെ.[1]

ടിപ്പുസുൽത്താന്റെ പടയോട്ടക്കാലത്ത് ബ്രാഹ്മണർ ഉപേക്ഷിച്ചു പോയി എന്നു വിശ്വസിക്കുന്ന ഒഞ്ചിയത്ത് മൊയിലോത്ത് ക്ഷേത്രാവശിഷ്ടങ്ങളും സ്ഥലനാമങ്ങളും പഴയ 'കഴുതനാടി' നെ അനുസ്മരിപ്പിക്കുന്നുണ്ട്. നഷ്ടപ്രതാപത്തിന്റെ ശേഷിപ്പും പേരാലുകളുടെ തലയെടുപ്പും പേറിനിൽക്കുന്ന വിജയനഗര സാമ്രാജ്യാധിപതി കൃഷ്ണദേവരായരുടെ മൈസൂർ രാജപാത ചോമ്പാലിന്റെ പുരാതനമായ പൈതൃകത്തെ ഓർമപ്പെടുത്തുന്നു. *തുഹ്ഫത്തുൽ മുജാഹിദ്ദീൻ* എന്ന അറബി ഗ്രന്ഥത്തിന്റെ കർത്താവും ഖാതിറിയ്യ ത്വലീക്കത്തിന്റെ സൂഫിവര്യനുമായ ഷെയ്ക്ക് സൈനുദ്ദീൻ മഖ്ദും രണ്ടാമന്റെ പ്രവർത്തനകേന്ദ്രം ചോമ്പാൽ പ്രദേശമായിരുന്നു. വെള്ളിയാങ്കല്ലും ചോമ്പായിയും കേന്ദ്രീകരിച്ച് പറങ്കികൾക്കെതിരെ കുഞ്ഞാലി നയിച്ച യുദ്ധത്തിന് മുസ്ലിങ്ങളെ ആത്മീയമായി സജ്ജമാക്കിയത് സൂഫിവര്യനായ മഖ്ദും രണ്ടാമൻ ആയിരുന്നു. ഇത് ഇവിടത്തെ സാമ്രാജ്യത്വ വിരുദ്ധസമരത്തിന്റെ പാരമ്പര്യം അടയാളപ്പെടുത്തുന്നു.

ഉൽപ്പാദനബന്ധങ്ങൾ ഉൽപ്പാദനോപാധികളുടെ ഉടമസ്ഥതയുമായി ബന്ധപ്പെട്ടിരുന്ന ഒരു കാർഷിക സമൂഹത്തിൽ ഭൂമിയാണ് മുഖ്യജീവനോപാധി. ഭൂമിയുടെ ഉടമസ്ഥരായ ഊരാളർ അഥവാ തളിയാർ കാരാളർക്ക് (മണ്ണിൽ അധ്വാനിക്കുന്നവർ) പാട്ടത്തിന് കൊടുത്തിരുന്നു. ചോമ്പാൽ ഗ്രാമത്തിന്റെ ഭരണ നിർവഹണം അഞ്ച് തളിയാർമാർ ചേർന്നാണ് നിർവഹിച്ചിരുന്നത്. ഈ അഞ്ച് തളിയാർമാർ അഥവാ ചോമ്പാൽ തളി (ചമ്പോളി) യോഗം ചേരുന്ന ആസ്ഥാനത്തെ അഞ്ച് യോഗം എന്നു വിളിച്ചിരുന്നു. ഇതാണ് ഇന്നത്തെ ഒഞ്ചിയം.[2]

കുറ്റിപ്പുറം കോവിലകത്തിന്റെ താവഴിക്കാരായി ഒഞ്ചിയം എടക്കണ്ടി കോവിലകം വാണിരുന്ന തമ്പ്രാക്കൾ സകലവിധ പ്രതാപത്തോടുംകൂടി തങ്ങളുടെ ആധിപത്യം ജനങ്ങളിൽ അടിച്ചേൽപ്പിച്ചിരുന്നു. നാടുവാഴിത്തവും കൂടപ്പിറപ്പായ അയിത്തവും പട്ടിണിയും അക്രമവും എങ്ങും നടമാടി. നാടുവാഴിയുടെ ആശ്രിതരായി ജീവിച്ച സവർണ ഭൂപ്രമാണിമാരും ജന്മിമാരും കുടിയാന്മാരിൽനിന്നും ലക്കും ലഗാനുമില്ലാതെ ഭീമമായ പാട്ടം പിരിച്ചു. കർഷകരും കുടിയാന്മാരുമാകട്ടെ അടിമകളായി കഴിയാൻ വിധിക്കപ്പെട്ട ഏഴകളായിമാറി. തമ്പുരാന്റെ ഇംഗിതത്തിനൊത്തു ജീവിക്കാൻ കൂട്ടാക്കാത്തവർക്കുള്ള ശിക്ഷ കടുത്തതും ഭീതിദവുമായിരുന്നു. സ്വേച്ഛാധിപതികളെ ചോദ്യം ചെയ്ത ധീരന്മാർ അന്നും ഒഞ്ചിയത്തുണ്ടായിരുന്നു.

"തച്ചോളി ഒതേനന്റെ കൂട്ടുകാരൻ
ഒഞ്ചിയത്തിടക്കണ്ടിക്കോരനോട്
പടകൂട്ടാനാവില്ല പള്ളൂരോർക്കും
ചതികണ്ടാൽ കലികൊള്ളും കുഞ്ഞിക്കോരൻ"

സവർണ സ്ത്രീകളുടെ അവസ്ഥ തന്നെ നോക്കുക

"കുത്തുമുലയും കുറുങ്കാലും കണ്ടിറ്റ്
പള്ളൂരുള്ളോറെന്നെ കൊണ്ടോയിന്
ഒന്നു പെറ്റെന്റെ വയറൊഴിഞ്ഞപ്പം
പള്ളൂരുള്ളോറെന്നെ തള്ള്യൂട്ടിന്"

സ്ത്രീകൾക്കു നേരെയുള്ള അതിക്രമങ്ങളും ഗർഭച്ഛിദ്രങ്ങളും ദുർമരണങ്ങളും എങ്ങും നടമാടി. ഗർഭച്ഛിദ്രം തൊഴിലാക്കിയ ദുർവൃത്തരായ വൈദ്യന്മാർ ജന്മിഗൃഹങ്ങളെ ആശ്രയിച്ചു സമൃദ്ധമായ ജീവിതം നയിച്ചു.

എടക്കണ്ടിക്കുന്ന്, വല്ലത്തുകുന്ന്, മാവിലക്കുന്ന്, മലോൽകുന്ന്, കണ്ണാടിക്കുന്ന് എന്നീ കുന്നുകളാലും താഴ്‌വാരങ്ങളാലും വിശാലമായ വയലേലകളാലും നീണ്ട കടൽപ്പരപ്പാലും സമൃദ്ധമായ ഭൂഘടനയാണ് ഒഞ്ചിയത്തിന്റേത്. പ്രധാനമായും അഞ്ച് വയൽ പ്രദേശങ്ങളാണ് ഇവിടെ ഉള്ളത്. ചുഴലിപ്പുറം, ഓർക്കാട്ടേരി മണപ്പുറം വഴി കളിയംവെള്ളിപ്പുഴവരെയുള്ള വെള്ളക്കൂടുതലുള്ള വയൽ പ്രദേശത്തും മൂഴിക്കൽ മുതൽ തോട്ടുങ്ങൽ വരെയുള്ള വയലേലകളിലും ഒരുപുകിൽ കൃഷിചെയ്തു. മഴക്കാലത്ത് കിഴക്കൻ മലഞ്ചെരിവുകളിൽനിന്ന് മത്സ്യങ്ങൾ സമൃദ്ധമായി ഇവിടെ ഒഴുകിയെത്തി. ചാത്യത്ത് താഴമുതൽ മണപ്പുറം വരെ പ്രായേണ വെള്ളം കുറഞ്ഞ വയലുകളിൽ കർഷകർ ഒരുപുകിൽ കൃഷി ചെയ്തു. മണപ്പുറത്ത് ഇരുവയലുകളുടെയും സംഗമസ്ഥാനം വിളക്കുമാടം എന്നറിയപ്പെട്ടു. ഒഞ്ചിയത്തെ കണ്ണായ വയലത്രെ കണ്ണൂക്കരയിലെ കണ്ണുവയൽ. അറബി കടലോരത്തെ പ്രസിദ്ധമായ അറയ്ക്കൽ ക്ഷേത്രത്തിന് കിഴക്കോട്ടുള്ള വെള്ളക്കൂടുതലുള്ള പ്രദേശങ്ങളിൽ അതിജീവനശേഷിയുള്ള 'കുട്ടികണ്ടപ്പൻ' എന്ന നെല്ലിനമാണ് കൃഷിചെയ്തിരുന്നത്. കുഞ്ഞിവിത്ത്, ആര്യൻ, വെളുത്താൻ, മുണ്ടോൻ, കുട്ടാടൻ, ഓക്കതൊണ്ണൂറാൻ എന്നീ വിത്തിനങ്ങളും നാളും പക്കവും നോക്കി കർഷകർ കൃഷി ചെയ്തു. കൊയ്ത്തൊഴിയുമ്പോൾ ധാന്യങ്ങളാലും പച്ചക്കറികളാലും ഒഞ്ചിയത്തെ വയലുകൾ സമൃദ്ധമായി. ഈ ഗ്രാമീണ കാർഷിക ജീവിതരീതിയിൽ നാടൻപാട്ടുകൾ സാംസ്കാരിക ജീവിതത്തിന് ചടുലതയേകി.

എല്ലാ അത്യാചാരങ്ങളും നിശ്ശബ്ദം സഹിച്ച ഒഞ്ചിയത്തെ പിരിയോലപ്പെണ്ണുങ്ങൾ ഞാറു നടുമ്പോഴും കൊയ്യുമ്പോഴും തങ്ങളുടെ പ്രതിഷേധം കടലും കരനാടുവാണ നാടുവാഴിച്ചയോട് ഒറ്റയ്ക്ക് പൊരുതി മൃത്യുപൂകിയ പൂമാതൈ പൊന്നമ്മയുടെ പാട്ടിലൂടെ നീട്ടിയും കുറുക്കിയും ചേലൊപ്പിച്ചും പാടി.

"ചുടുചൂടറിക്കുന്ന തീവെയിലത്ത്
ഓലമുറിക്കേണ്ട കെട്ടണ്ടെടോ
നിന്നെ ചുടുവെയിലിൽ കാണുന്നേരം
നെഞ്ചും കരിമ്പാടകത്തിയെനക്ക്
തണലത്തിരിക്കെടോ പൂമാതൈയേ..."

തമ്പുരാനോട്

“പകരം പറഞ്ഞല്ലോ പൂമാതൈയോ
അടിയാളെതൊരമല്ലേ നാടുവായിച്ചേ
പുലുവരായി പിറന്നാലോളീ
തീയും ചുടുവെയിലറിയുല്ലേലോ
മഞ്ഞും മഴയും തയക്കം പോളി”

“ഉടലെന്താ പൂമാതൈ കൊന്നപ്പൂവ്
മനമെന്താ പൂമാതൈ പാറക്കല്ല്
ഏയര പ്പൂതുക്കണ്ടം ആവിക്കണ്ടം
നിനക്കു തുണയെടീ പുലുവപ്പെണ്ണേ
എന്തിലുമയങ്ങേശന്റെ പൂമാതൈയേ...”

“ഒന്നിലും മയങ്ങേശല്ലേ നാടുവായിച്ചേ
തന്റേ ചേഛ പോയീനേ നാടുവായിച്ചേ”

ഇതുകേട്ട്,

“ കടലുംകരനാടുവാണ നാടുവായിച്ച
കരിങ്കണ്ണുരുട്ടിത്തുറിക്കുന്നുണ്ടേ
കരിന്തുട രോമം വിറപ്പിക്കുന്നേ
വായിലെയരിമണിപ്പല്ലുകൊണ്ട്
അരിപൊരിവറക്കുന്നേ നാടുവായിച്ചേ”

“തരുവൻ പകരം ഞാൻ പൂമാതൈയേ..”

“വാങ്ങാം പകരം ഞാൻ നാടുവായിച്ചേ..”

“കൊല്ലാതെ കൊല്ലുംഞാൻ പൂമാതൈയേ...”

“കൊല്ലുമ്പം കാണും ഞാൻ നാടുവായിച്ചേ..”

“നീയെന്തറിഞ്ഞെന്നെ പൂമാതൈയേ...”

“എനക്ക് തിരിഞ്ഞിനേ നാടുവായിച്ചേ..”

“തീയിലുരുക്കും ഇന്ന പൂമാതൈയേ..”

“മഞ്ഞത്ത് പാറക്കും നാടുവായിച്ചേ...”

“വാക്കാണം വേണ്ടെന്റെ പൂമാതൈയേ...”

“തന്ത്രം കളിവേണ്ട നാടുവായിച്ചേ...”

തമ്പുരാന്റെ കാമഭ്രാന്തിനും തന്ത്രം കളിക്കും വഴങ്ങാത്തതിനാൽ മുക്കുറ്റിമുക്കണ്ണൻ പന്തംകൊണ്ട് തലയും മുലയും കരിക്കപ്പെട്ട് തല കൊത്തിയ പാമ്പ് പുളയും പോലെ പിടയുന്ന പൂമാതൈ തമ്പുരാനെ,

“അയ്യോ കരിങ്കണ്ണാ നാടുവായിച്ചേ
കത്തിയ തലകൊണ്ടും പൂമുലകൊണ്ടും
കൂത്താടാൻ പോരുന്നോ ചോരക്കണ്ണാ...” എന്ന് വിളിക്കുമ്പോൾ

അജ്ഞാതനാമാവായ കവി സ്ത്രീകളുടെ സ്വത്വബോധം തന്നെയാണ് ഉയർത്തിപ്പിടിക്കുന്നത്.

അധ്വാനം അക്കാലത്ത് തെല്ലും വിലമതിക്കപ്പെട്ടിരുന്നില്ല.

“ നേരം പോയ് നേരം പോയ് പൂക്കൈത മറപറ്റി
കുന്നാംകോഴി കുളക്കോഴി തത്തിത്തത്തി ചാടുന്നേ
നേരംപോയ നേരത്തും കൊല്ലാക്കൊല കൊല്ലണിയോ
അരത്തൊണ്ട് കള്ളും തന്ന് കൊല്ലാക്കൊല കൊല്ലണിയോ
അരമുറി കരിക്കും തന്ന് കൊല്ലാക്കൊല കൊല്ലണിയോ
ഏനാട ചെല്ലുമ്പം ഊടില്ലാ മൂടില്ലാ...
ഏനാട ചെന്നേപ്പിന്നെ കെട്ടാപ്പുര കെട്ടിച്ചേ
ഏനാട ചെന്നേപ്പിന്നെ വെട്ടാക്കുളം വെട്ടിച്ചേ
ഏനാട ചെന്നേപ്പിന്നെ കൊത്താക്കണ്ടം കൊത്തിച്ചേ
നേരംപോയാനേരത്തും കൊല്ലാക്കൊല കൊല്ലണിയോ...”

അടിയാളന്മാരുടെ അവസ്ഥയുടെ നഖചിത്രം ഈ സംഭാഷണഗാനത്തിലുണ്ട്.

“ഊയിപടച്ചോനേ തമ്പിരാനേ
നാരായണാദൈവം തമ്പിരാനേ
ഉമ്മളെ തമ്പാന്റെ നെല്ലും പുല്ലും
വേലിക്കും മോളില് വെളഞ്ഞോണ്ടാല്
എന്ത് കൊണം പെണ്ണേ പൂലുവത്തീ....?”

“ഉമ്മളെ തമ്പാന്റെ നെല്ലും പുല്ലും
വേലിക്കും മോളില് വെളഞ്ഞോണ്ടാല്
ഓണത്തിനുച്ചക്കും പുത്തരിക്കും
എച്ചിലിലച്ചോറും പച്ചമോരും
വറത്തിട്ട കൂട്ടേട്ടനും പായസവും
നാനായിനെല്ലുമാ താപ്പിടിയും
ഉമ്മക്കും കിട്ടേല്ലേ പൂലുവനേ....”

“അയിനെത്തര അടി പൊറം താങ്ങണോന്നും
അയിനെത്തര ചേറ് കുടിക്കണോന്നും
അയിനെത്തര കാല് പിടിക്കണോന്നും
ഓറത്ത് നോക്കീനോ പൂലുവത്തീ....”

“തലയിലെഴുത്തല്ലേ പൂലുവനേ....
തലയിലെഴുത്തുണ്ടോ മാന്ത്യാപ്പോന്ന്..”

ഈ തലയിലെഴുത്ത് മാന്തിപ്പോക്കാൻ വിവേകത്തിന്റെ ചാലകശക്തിയായത് കമ്യൂണിസ്റ്റ് പ്രത്യയശാസ്ത്രവും പ്രസ്ഥാനവുമായിരുന്നു.

നാടുവാഴിക്ക് കീഴിൽ തടിച്ചുകൊഴുത്ത ജന്മികാര്യസ്ഥന്മാർ നാടുവാഴികളെ തെല്ലും വിലവക്കാതെ സ്വയം ചക്രവർത്തിമാരായി. മാനിച്ചും അപമാനിച്ചും ചത്തും കൊന്നും അവർ ഭൂമി വെട്ടിപ്പിടിക്കാൻ തുടങ്ങി. കടത്തനാട്ടിലെ കളരിസംഘങ്ങൾ അവർക്ക് കായികമായ ബലം നൽകി.

ഐതിഹ്യങ്ങളിൽ പോലും പരാമർശിതരായ ജ്യോതിഷ-ഗണിതജ്ഞന്മാരും സംഗീതജ്ഞന്മാരും പിറന്ന എടക്കണ്ടികോവിലകത്തിന്റെ അധീശത്വം ദുർബലപ്പെട്ടുതുടങ്ങി. പ്രബലനായിത്തീർന്ന പുതിയെടുത്ത് ചിണ്ടക്കുറുപ്പ് എടക്കണ്ടികോവിലകം അടക്കം വലിയഭാഗം ഭൂമി അയലിട്ട് കെട്ടി അതിരിട്ട് കൗപീനം തൂക്കിയിട്ടെന്നും തമ്പുരാന് കുറ്റിപ്പുറത്തേക്ക് പോകണമെങ്കിൽ ഒന്നുകിൽ കൗപീനത്തിലൂടെ നൂണ്ട് അപമാനിതനായി പോകണം അല്ലെങ്കിൽ ചിണ്ടക്കുറുപ്പുമായി ഏറ്റുമുട്ടണം എന്നും ഉള്ള അവസ്ഥ വന്നു. അഭിമാനിയായ തമ്പുരാൻ തന്റെ തട്ടകം മുഴുവൻ ചിണ്ടക്കുറുപ്പിനു വിട്ടുകൊടുത്തു. ഒഞ്ചിയത്തിന്റെ ഒരുഭാഗം പുതിയെടുത്തുവകയിൽ വന്നുചേർന്നത് ഇങ്ങനെയാണത്രെ.

തൊട്ടുകൂടാത്തവർ തീണ്ടിക്കൂടാത്തവർ....

"നാൽക്കാലികളെക്കാളും താഴെയാണോ
ഇക്കാണും മാനുഷസോദരന്മാർ
ഇക്കാലത്തിരുപതാം നൂറ്റാണ്ടിലുമിതു
നീക്കാറായില്ലല്ലോ യോഗപ്പെണ്ണേ!
എന്തൊരാൾക്കാരാണ് നിങ്ങൾ ജ്ഞാനപ്പെണ്ണേ!"

ജാതിക്കുമ്മി, പണ്ഡിറ്റ് കെ പി കറുപ്പൻ

ജന്മി-നാടുവാഴിത്ത വിരുദ്ധ സമരചരിത്രം അതിന്റെ പൂർണതയിലേക്ക് വഴിതുറക്കാൻ ആ വ്യവസ്ഥയുടെ കെടുതികൾ കുറഞ്ഞൊന്ന് പരാമർശിക്കേണ്ടിയിരിക്കുന്നു. പഴന്തമിഴ് കൃതികളിൽ തൊഴിലിനെ അടിസ്ഥാനമാക്കി ചില വിഭാഗങ്ങൾ നിലനിന്നിരുന്നതല്ലാതെ പ്രാചീന കേരളത്തിൽ ജാതിയും അയിത്തവും നിലനിന്നതായി ചരിത്രഗവേഷകർ കണ്ടെത്തിയിട്ടില്ല.

നൂതനമായ സംസ്കാരവും സമ്പന്നമായ ഒരു ഭാഷയുമായി ഇന്ത്യയിലെത്തിച്ചേർന്ന മെഡിറ്ററേനിയൻ വംശജരായ ആര്യന്മാരിൽ തുടങ്ങുന്നു ജാതീയതയുടെ രാസപരിണാമങ്ങൾ. ഉത്തരേന്ത്യയിൽ തങ്ങളുടെ അധീശാധിപത്യം ഉറപ്പിച്ചതിനുശേഷമാണ് അവർ ദക്ഷിണേന്ത്യയിലും കേരളത്തിലും പ്രവേശിക്കുന്നത്. പ്രായേണ ഉൽപ്പതിഷ്ണുക്കളായ ബുദ്ധജൈനന്മാരോട് ഏറ്റുമുട്ടിയാണ് അവർ സ്വമതം സ്ഥാപിച്ചത്. കാർഷിക സംസ്കൃതിയിൽ അധിഷ്ഠിതമായ മെച്ചപ്പെട്ട ജീവിതം നയിച്ചിരുന്ന ദ്രാവിഡരുമായി ബൗദ്ധികവും ആത്മീയവുമായ സംഘർഷത്തിലേർപ്പെട്ട് അവരിൽ മാനസികമായ അടിമത്തവും തങ്ങളുടെ അധീശത്വവും അടിച്ചേൽപ്പിക്കുന്നതിൽ അവർ വിജയിച്ചു.

ചേരചോള യുദ്ധകാലത്തും അതിനുമുമ്പും ക്ഷേത്രങ്ങളിലേക്ക് 'ധനികവർത്തകന്മാർ' സംഭാവന ചെയ്തിരുന്ന ഭൂസ്വത്തുക്കൾ ക്ഷേത്ര ഊരാളന്മാരായിരുന്ന നമ്പൂതിരിമാർ ഈ യുദ്ധ പരിതഃസ്ഥിതിയിൽ കവർന്നെടുത്ത് സ്വായത്തമാക്കുകയും അങ്ങനെ കേരളത്തിൽ ജന്മിസമ്പ്രദായം അരങ്ങേറുകയും ചെയ്തു.[3]

ദേവസ്വംഭൂമികൾ ബ്രഹ്മസ്വങ്ങളാക്കി കവർന്നെടുത്ത് നമ്പൂതിരിമാർ ജന്മികളായി.

സമൂഹത്തിലെ പല തട്ടുകളിലുള്ള അവകാശങ്ങളെ നിലനിർത്തുന്ന വിധത്തിൽ ശുദ്ധിയുടെയും അശുദ്ധിയുടെയും സങ്കൽപ്പങ്ങൾ വളർത്തിയത് ജാതിവ്യവസ്ഥയുടെ രൂപീകരണത്തിന്റെ പ്രധാന ഘടകമാണ്. ഗോത്രവ്യവസ്ഥയുടെ ഭാഗമായിരുന്ന ശുദ്ധിയെയും അശുദ്ധിയെയും സമൂഹ നിയന്ത്രണത്തിനുള്ള ഘടകങ്ങളായി മാറ്റിയത് നമ്പൂതിരിമാരായിരുന്നു. *ശാങ്കരസ്മൃതി*യനുസരിച്ചുള്ള അനാചാരങ്ങൾ പ്രധാനപ്പെട്ട സാമൂഹ്യ നിയമസംഹിതയാണ്. നമ്പൂതിരിമാർ ആചരിക്കേണ്ട വിശുദ്ധിസങ്കൽപ്പങ്ങൾ പലതും പ്രാദേശികമായ ആചാരങ്ങളിൽ നിന്നു ഉടലെടുത്തതാണെന്ന് വ്യക്തമാണ്. ജാതികൾ തമ്മിലുള്ള ബന്ധങ്ങളിൽ പ്രധാനം തീണ്ടാപ്പാടിന്റെ ആശയമായിരുന്നു. സമൂഹത്തിലെ വിവിധ വിഭാഗങ്ങളുടെ പദവിയനുസരിച്ച് നമ്പൂതിരിമാർ തങ്ങൾക്കുണ്ടാകുന്ന അശുദ്ധിയുടെ സ്വഭാവം നിർണയിച്ചു. അങ്ങനെ ക്ഷത്രിയൻ 12 അടി, നായർക്ക് 24 അടി, കമ്മാളൻ 36 അടി, ഈഴവൻ 48 അടി, പറയൻ 60 ഇങ്ങനെ ഓരോ വിഭാഗത്തിനും തീണ്ടാപ്പാടുണ്ടായി.[4]

ആദികാലത്ത് തൊഴിലടിസ്ഥാനത്തിൽ വിഭജിക്കപ്പെട്ട വിഭാഗം ജാതിയായി രൂപാന്തരപ്പെട്ടതോടെ കർഷകരും മറ്റു കുലത്തൊഴിലുകളിൽ ഏർപ്പെട്ടിരിക്കുന്നവരെല്ലാം തന്നെ അധഃകൃതരാക്കപ്പെട്ടു. ഭൂമിയോടൊപ്പം വിറ്റു മാറാവുന്ന ജംഗമവസ്തുക്കളായി അവർ മാറി. വിദേശികളായ ചരിത്രകാരന്മാരും സഞ്ചാരികളും രേഖപ്പെടുത്തിവെച്ച കുറിപ്പുകളിൽ പ്രാചീനമായ ജീവിതരീതിയുടെ അകംപുറം കാഴ്ചകൾ കാണാം.

വാർഡ് ആന്റ് കോർണറുടെ സർവെ മെമ്മോയറിൽ അധഃകൃതരുടെ ശോച്യാവസ്ഥ പരാമർശിതമാവുന്നുണ്ട്.

> പട്ടിക്കൂടുകളേക്കാൾ വലിപ്പമില്ലാത്ത ഹീനമായ കൂരകളിലാണു താഴ്ന്ന ജാതിക്കാർ താമസിച്ചിരുന്നത്. കാറ്റും മഴയും പ്രതിരോധിക്കാൻ മിക്കപ്പോഴും കൂരകൾക്ക് കഴിയാറില്ല. മേൽജാതിക്കാർ പ്ലേഗു രോഗത്തെ പോലെ അറപ്പോടും വെറുപ്പോടും ഭയത്തോടും കൂടി വർജിക്കുന്നവയായിരുന്നു പുലയരുടെ പാർപ്പിടങ്ങൾ.

സാമൂതിരിയുടെ സദസിന്റെ രീതി ബാർബോസ വിവരിക്കുന്നതു നോക്കുക:

> ഈ കോഴിക്കോട്ട് രാജാവിന് ഒരു നടപടിയുണ്ട്. രാജാവ് ഉപവിഷ്ടനായിരിക്കുമ്പോൾ പരിചാരകർ തൊട്ടുനിന്ന് കാലും ശരീരവും സദാ ഉഴിഞ്ഞുകൊണ്ടിരിക്കും. ഒരു പരിചാരക ബാലൻ വെറ്റില നിറച്ച ഒരു മുണ്ട് ചുമലിൽ കൊരുത്ത് താങ്ങിപ്പിടിച്ചുകൊണ്ട് കൂടെക്കൂടെ രാജാവിന് വെറ്റില തെറുത്ത് കൊടുത്തുകൊണ്ടിരിക്കുകയും ചെയ്യും. മറ്റൊരു പരിചാരക ബാലൻ രാജാവിന് കൂടെക്കൂടെ തുപ്പാനും വായ വൃത്തിയാക്കാനും കോളാമ്പി കൈയിലേന്തി അടുത്തുതന്നെയുണ്ടാവും. അങ്ങനെ രാജാവ് നിരന്തരം വെറ്റില ചവച്ചുകൊണ്ടേയിരിക്കും.

ശിക്ഷാവിധി എല്ലാവർക്കും ഒരേ രീതിയിലായിരുന്നില്ല. പ്രഭുക്കന്മാർക്കും നമ്പൂതിരിമാർക്കും തടവും അടിശിക്ഷയും കൽപ്പിക്കാറില്ല. നമ്പൂതിരിമാർക്കും സ്ത്രീകൾക്കും കൊലശിക്ഷയുമില്ല. ഒരു നായർ താഴ്ന്ന ജാതിക്കാരനെ കൊന്നാൽ ആദ്യത്തെ തവണ പിഴ കൽപ്പിക്കയേയുള്ളൂ. അശാസ്ത്രീയവും ആഭാസകരവുമായ സത്യപരീക്ഷ സാധാരണമായിരുന്നു.

ജലപരീക്ഷ: മുതലയുള്ള കുളത്തിൽ കുറ്റവാളിയെ വിട്ട് അയാളെ മുതല പിടിക്കാതിരുന്നെങ്കിൽ നിരപരാധിയെന്നു വിധിക്കുക. വൈശ്യ വിഭാഗത്തിനുള്ള സത്യപരീക്ഷയാണിത്.

വിഷപരീക്ഷ: ശൂദ്രർക്ക് വേണ്ടിയുള്ള സത്യപരീക്ഷയാണിത്. മൂന്ന് നെല്ലിടപാഷാണം 32 ഇരട്ടി നെയ്യിൽ സേവിക്കുക. അല്ലെങ്കിൽ വിഷപ്പാമ്പിനെ നിക്ഷേപിച്ച മൺകുടത്തിൽ കൈ കടത്തിക്കുക.

അഗ്നിപരീക്ഷ: പ്രധാനമായും ക്ഷത്രിയർക്കുള്ളതാണിത്. തിളയ്ക്കുന്ന നെയ്യിൽ കൈമുക്കിക്കുന്നതാണ് ഇതിന്റെ രീതി. ശുചീന്ദ്രം ക്ഷേത്രത്തിൽ ഇത്തരത്തിലുള്ള ശിക്ഷാരീതി നടപ്പിലാക്കപ്പെട്ടിരുന്നു.

തൂക്കുപരീക്ഷ: ബ്രാഹ്മണർക്കു മാത്രമായുള്ള പരീക്ഷയാണിത്. ആദ്യം തുലാസിൽ തൂക്കിയതിനു ശേഷം കുറ്റകൃത്യം എഴുതിയതും ചേർത്ത് രണ്ടാമതും തൂക്കി നോക്കുക.[5]

തടവുശിക്ഷ, അംഗഭംഗം വരുത്തൽ, വധം (വെട്ടിക്കൊല, കഴുവേറ്റൽ, വെടിവെപ്പ്) തീയിലിട്ട് ചുട്ടുകരിക്കുക, തിളയ്ക്കുന്ന എണ്ണയിലിട്ട് പൊരിക്കുക, കഷ്ണം കഷ്ണങ്ങളാക്കി വെട്ടി നുറുക്കുക, കഴുത്തിൽ മൺകുടം കെട്ടി വെള്ളത്തിൽ താഴ്ത്തൽ, പുലിക്കൂട്ടിലിടൽ എന്നിവയായിരുന്നു ശിക്ഷാവിധികൾ. കരക്കുടിശ്ശിക വീഴ്ചവരുത്തുന്നവരെയും ആടുമോഷ്ടാക്കളെയും മർദിക്കാൻ മുക്കാലികൾ ജന്മിഗൃഹത്തോട് ചേർന്ന് സ്ഥാപിക്കപ്പെട്ടിരുന്നു. ചോണനുറുമ്പിനെ വിട്ടു കടിപ്പിക്കലായിരുന്നു കോഴിമോഷ്ടാക്കൾക്കുള്ള ശിക്ഷ.

വാളിന്റെ പ്രയോഗമൊഴിച്ചുള്ള തൊഴിലുകളെ പുച്ഛിച്ചു തള്ളുന്നവരായി കാമോയൻസും രാജാക്കന്മാരുടെ കണ്ണും കയ്യും കൽപ്പനകളുമായി

ലോഗനും ചൂണ്ടിക്കാണിച്ച നായന്മാരെ ആശ്രയിച്ചാണ് ഭരണചക്രം കറങ്ങിയിരുന്നത്.

> നായന്മാർ ഏറ്റവും കുലീനന്മാരായിട്ടുള്ളവരാണ്. അവർക്ക് നാട്ടിൽ ശ്രേഷ്ഠതയുണ്ട്. താഴെ ജാതിക്കാരുമായി കൂടി കഴിയുകയില്ല. തങ്ങൾ ശ്രേഷ്ഠന്മാരാണെന്ന ബോധ്യം അവർക്കുതന്നെയുണ്ട്. മറ്റ് നായന്മാരുടെ വീടുകളിലല്ലാതെ ഭക്ഷണം കഴിക്കുകയും ജലപാനം ചെയ്യുകയുമില്ല. അവർ പുറത്തിറങ്ങി സഞ്ചരിക്കുമ്പോൾ കൃഷിക്കാർ (താഴ്ന്ന ജാതിക്കാർ) തീണ്ടാതെ വഴിമാറുന്നതിന് വേണ്ടി വിളിയാട്ടിക്കൊണ്ടിരിക്കും. അവർ അങ്ങനെ വഴിമാറിക്കൊടുക്കുന്നു. വഴിമാറാത്തപക്ഷം നായർ അവരെ കൊല്ലുന്നത് കുറ്റകരമല്ല. ഏതെങ്കിലും ഒരു സാധാരണക്കാരൻ ഒരു നായർ സ്ത്രീയെ നിർഭാഗ്യവശാൽ തീണ്ടിപ്പോയാൽ ആ സ്ത്രീയെയും തീണ്ടിയവനെയും അവന്റെ കുടുംബാംഗങ്ങളെയും യുവതിയുടെ ബന്ധുക്കൾ തൽക്ഷണം കൊന്നുകളയുന്നു.
> (ബാർബോസ).

സവർണ മൃഗമായി കണക്കാക്കപ്പെട്ട പശുവിനെ വളർത്താൻ താഴ്ന്ന ജാതിക്കാർക്ക് അനുവാദമുണ്ടായിരുന്നില്ല. പുലയർക്ക് ചതുപ്പിലും ചെളിയിലും പുതഞ്ഞുകിടന്ന് വളരുന്ന എരുമയെ വളർത്താം. പക്ഷെ അവർക്ക് എരുമപ്പാൽ നിഷിദ്ധമായിരുന്നു. പുലയനെയും പുലയിയെയും ആടുമാടുകളെപ്പോലെ വിൽക്കുകയോ കൈമാറ്റം ചെയ്യപ്പെടുകയോ ചെയ്തിരുന്നു. ഒരു കൈമാറ്റക്കരണത്തിൽ 'ഈ ആൾ വിക്കിൽവെലക്, കെട്ടുകിൽ കെട്ട്മാറും, കൊല്ലുകിൽ കൊലക്കമാറും, തലെയും കുലെയും അടക്ക'മായി അധികാരപ്പെടുത്തിയിട്ടുണ്ട്.

Native life in Travancore എന്ന പുസ്തകത്തിൽ ബാർത്തലോമറവ: മറ്റീറിനെ ഉദ്ധരിക്കുന്നു.

> ഒരു നായരുടെ പുരയിടത്തിൽനിന്ന് മൂന്ന് തേങ്ങ മോഷ്ടിച്ചതിന് ചാന്നാർജാതിയിൽപ്പെട്ട ഒരാളെ തൂക്കിക്കൊന്നിട്ടിരിക്കുന്നത് കൊല്ലത്ത് വെച്ച് ഞാൻ കാണുകയുണ്ടായി. (തൊണ്ടിസാധനം മൂന്ന് തേങ്ങ) മറ്റുള്ളവർക്ക് നല്ല താക്കീതായിരിക്കുന്നതിനു വേണ്ടി അവന്റെ കഴുത്തിൽ തൂക്കിയിരുന്നു.

കുറ്റവാളിയുടെ ആസനഭാഗത്ത് പിൻവശത്തായി ഒരു പിളർപ്പ് ഉണ്ടാക്കിയിട്ട് അതിലൂടെ ഒരു ഇരുമ്പുപാര കയറ്റുന്നു. ഈ പാര പ്രധാന ഞരമ്പുകൾ, പ്രധാന ആന്തരാവയവങ്ങൾ തുടങ്ങിയവയെ ഭേദിക്കാതിരിക്കാൻ പാരയുടെ കയറ്റഗതി വിരൽകൊണ്ട് തടഞ്ഞുതിട്ടപ്പെടുത്തി ക്രമീകരിച്ച് അതിന്റെ അഗ്രം കഴുത്തിനടുത്തോ ചുമൽഭാഗത്തോ

പുറത്തുകൊണ്ടുവരുന്നു. അതിനു ശേഷം ഈ ഇരുമ്പുപാരയുടെ അറ്റങ്ങൾ രണ്ടും കുഴിച്ചു നിർത്തിയിരിക്കുന്ന ഒരു മരക്കുറ്റിയോട് ചേർത്ത് കെട്ടുന്നു. അങ്ങനെ കുറ്റവാളി ഒരുവശത്തു ശരീരത്തിലൂടെ കടത്തിയിരിക്കുന്ന ഇരുമ്പുപാരയാലും മറുവശത്ത് അയാളുടെ കാലുകൾ കഷ്ടിച്ച് സ്പർശിക്കുമാറ് ഉയരത്തിൽ കാൽച്ചുവട്ടിൽ വെച്ചിട്ടുള്ള ബഞ്ചിനാലും നെട്ടനെ ഉയർത്തി നിർത്തപ്പെടുന്നു. ദാഹവിവശനായി പക്ഷെ വെള്ളം നിരസിക്കപ്പെട്ട്, പ്രാണികളാൽ മുറിപ്പാടുകൾ പൊതിയപ്പെട്ട് പക്ഷെ, അവയെ അകറ്റാൻ പഴുതില്ലാതെ, തുള്ളിത്തുള്ളിയായി വാർന്നവസാനിക്കുന്ന അയാളുടെ ജീവൻ ചില കേസുകളിൽ മൂന്ന് ദിവസം വരെ നീണ്ടു നിൽക്കാറുണ്ട്. ഒരു മഴവരുന്നത്, അതുമൂലം മുറിവുകൾ വേഗം പഴുത്ത് വേഗം ജീവൻ ഒടുങ്ങിക്കിട്ടും എന്നതിനാൽ ഏറ്റവും വലിയ ഈശ്വരാനുഗ്രഹമായി കരുതപ്പെടുന്നു.[6]

ചാതുർവർണ്യ വ്യവസ്ഥയുടെ തലതൊട്ടപ്പന്മാരായ നമ്പൂതിരിമാർ പൗരോഹിത്യം സ്വീകരിച്ചു കുലീനരായി വിരാജിച്ചു. ബ്രഹ്മഹത്യാ പാപഭയവും ബ്രാഹ്മണോച്ഛിഷ്ടം കഴിച്ചാലുണ്ടാകുന്ന പുണ്യവും ബ്രാഹ്മണഭക്തിയും ജനങ്ങൾ മനസാ സ്വീകരിച്ചു. ഫ്യൂഡൽ വ്യവസ്ഥയുടെ കെട്ടുപാടുകൾ പൊട്ടിപ്പോകാതിരിക്കാൻ തക്കവണ്ണം ജാതിശ്രേണികളെ നമ്പൂതിരിമാർ സമർഥമായി ഉപയോഗിച്ചു.

അയ്യങ്കാളി: കറുത്തവരുടെ വിമോചകൻ എന്ന ലേഖനത്തിൽ കുന്നുകുഴി എസ് മണി ഇപ്രകാരം രേഖപ്പെടുത്തുന്നു: 19–ാം നൂറ്റാണ്ടിന്റെ ആദ്യപകുതിയിൽ കേരളത്തിൽ പുലയനെയും പറയനെയും നുകത്തിൽ കാളയ്ക്കൊപ്പം ഉഴുവാനുപയോഗിച്ചിരുന്നു. കഴുത്തിൽ കയറിട്ടു മുറുക്കി കൈകളിലും കാലുകളിലും ചങ്ങലയുമിട്ട് സ്ത്രീകളെയും പുരുഷന്മാരെയും കുട്ടികളെയും മൃഗങ്ങളെപ്പോലെയാണ് സവർണജന്മിമാർ വിലപേശി വിറ്റത്. തിരുവിതാംകൂർ സർക്കാർപോലും സർക്കാർവക അടിമകളെ വാടകയ്ക്ക് കൊടുത്തിരുന്നു. ചങ്ങനാശ്ശേരി അടിമച്ചന്തയിൽ ഒരു പുലയൻഅടിമയുടെ വില ആറ് ചക്രവും സ്ത്രീഅടിമയുടെ വില നാല് ചക്രവുമാണെന്ന് രേഖപ്പെടുത്തിയിട്ടുണ്ട്. പത്തു വയസിനു താഴെ ഒരാൺകുട്ടിയുടെ വില 3 ക 8 ണയായിരുന്നു. പത്തു മാസം പ്രായമായ ഒരു കുട്ടിയെ 1841–ൽ നടന്ന ഒരു കോടതിലേലത്തിൽ 1 ക 10 ണ 6 പൈ വിറ്റിട്ടുണ്ട്.

അയ്യൻകാളി

1800 കാലഘട്ടത്തിൽ ആരോഗ്യമുള്ള പുലയരിലെ കർഷകനും കർഷകസ്ത്രീക്കും രണ്ട് ഇടങ്ങഴി നെല്ലും കുട്ടികൾക്കും വൃദ്ധർക്കും ഒരിടങ്ങഴിയും ആഴ്ചക്കൂലിയായി നൽകിയിരുന്നതായി ഫ്രാൻസിസ് ബുക്കാനൻ രേഖപ്പെടുത്തുന്നു.

വിഭവങ്ങളുടെ കൊള്ളക്കൊടുക്കലുകളെ ആധാരമാക്കി രൂപപ്പെട്ട സാമൂഹ്യബന്ധങ്ങളുടെ നൈരന്തര്യം രാജൻഗുരുക്കളും രാഘവവാരിയരും ചേർന്നെഴുതിയ *കേരളചരിത്ര*ത്തിൽ വിശദമായി പ്രതിപാദിക്കുന്നുണ്ട്.

> ഉൽപ്പാദന പ്രക്രിയയിൽ പങ്കാളികളാകുന്ന കൂട്ടായ്മകൾ തമ്മിൽ ആവശ്യത്തിനൊത്ത് ഓരോതരം തൊഴിൽ ബന്ധങ്ങൾ രൂപപ്പെടുന്നുണ്ട്. ഈ ബന്ധങ്ങൾ ഉൽപ്പാദനോപാധികളോടും ഉൽപ്പന്നങ്ങളോടും ഉള്ള അവകാശത്തിന്റെ രൂപത്തിലാണ് പ്രകടീഭവിക്കുന്നത്. വിഭവങ്ങളുടെ വിതരണം ഈ അവകാശങ്ങൾക്കനുസരിച്ചായിരിക്കും. ഇത്തരം ബന്ധങ്ങളുടെ ആകെത്തുകയാണ് സാമൂഹ്യബന്ധങ്ങൾ. കേരളീയ സമൂഹത്തിൽ ഊരാളരും കാരാളരും ഇടത്തട്ടുകാരും തൊഴിൽക്കൂട്ടായ്മകളും എല്ലാം ചേർന്ന് ഒരു ബന്ധവ്യവസ്ഥ രൂപപ്പെടുന്നു. സാമൂഹ്യബന്ധങ്ങളുടെ ഈ വ്യവസ്ഥതന്നെയാണല്ലോ സമകാല സാമൂഹ്യവ്യവസ്ഥയും. ഈ ബന്ധങ്ങളുടെ വ്യക്തമായ ഒരു ചിത്രം ഇക്കാലത്തെ കേരളീയ ലിഖിതങ്ങളിൽനിന്ന് തെളിഞ്ഞുവരുന്നുണ്ട്. സമൂഹത്തിന്റെ അടിത്തട്ടിലെ അടിയായ്മ മുതൽ മുകളിലേക്ക് ക്രമത്തിൽ പറഞ്ഞാൽ കുടികളുടെ കുടിയായ്മയും കാരാളരുടെ കാരാണ്മയും ഇടത്തട്ടുകാരുടെ ഇടയീടുകളും സർവോപരി ഉടമ വിഭാഗങ്ങളുടെ ഉടമ അഥവാ ഊരാണ്മയുമാണ് രേഖകളിൽനിന്ന് തെളിഞ്ഞുവരുന്ന അവകാശങ്ങൾ. ഇവ അടിമുതൽ മുടിയോളം ഓരോ കടമകൾ വഴി സുദൃഢമായി ബന്ധപ്പെട്ടിരുന്നതായി കാണുന്നു. 'കടമ' യുടെ സാങ്കേതികാർഥം ദേവനോ പെരുമാൾക്കോ നാടുവാഴിക്കോ ഉള്ള വിഹിതം എന്നാണ്. ഈ വിഹിതത്തോടൊപ്പം മറ്റുള്ള സൈനികവും സൈനികേതരവുമായ എല്ലാ ബാധ്യതകളും പെടും. ഇങ്ങനെയുള്ള നിയതമായ സന്ദർഭങ്ങൾക്കു പുറമെ എല്ലാ വിഭാഗങ്ങൾക്കുമുള്ള പരസ്പര ബാധ്യതകളെ സൂചിപ്പിക്കുന്ന സമയത്തും 'കടമ' എന്ന പദം ഉപയോഗിക്കാവുന്നതാണ്. അടിയാരുടെ കടമ നിരന്തരം ഉൽപ്പാദന വൃത്തിയിൽ മുഴുകുക തന്നെ.[7]

തങ്ങളുടെ ഭോഗലാലസതയ്ക്ക് കൂട്ടുനിൽക്കാത്തവരെ നമ്പൂതിരിമാർ അധഃകൃതരാക്കി അകറ്റിനിർത്തി. നമ്പൂതിരിമാർക്ക് നായർ സ്ത്രീകളുമായുള്ള സംബന്ധ കാര്യത്തിൽ മരുമക്കത്തായ ദായക്രമം അവർ സമർഥമായി ചൂഷണം ചെയ്തു.

ഈവക സംബന്ധങ്ങളിൽ നിന്നുണ്ടാകുന്ന സന്താനങ്ങളൊക്കെയും നായ്ക്കുട്ടികൾ പോലെയാണ്. അതായത് നായ്ക്കൾക്കു മക്കളുണ്ടായാൽ ആ സന്താനങ്ങളായ നായ്ക്കുട്ടികൾ തങ്ങളുടെ അച്ഛനായിരിക്കുന്ന നായയുടെ അടുക്കലേക്ക് ചെല്ലുമ്പോൾ നായ ഭയപ്പെട്ട് ഓടിക്കളയുന്നു. ഇപ്രകാരം തന്നെ ബ്രാഹ്മണർ എന്നഭിമാനിച്ചുവരുന്നവർക്ക് മരുമക്കത്തായക്കാരിൽ സന്താനം ഉണ്ടായാൽ ആ സന്താനങ്ങൾ തങ്ങളുടെ ഏറ്റവും പ്രിയപ്പെട്ടിരിക്കുന്ന അച്ഛന്റെ അടുത്തേക്ക് പാഞ്ഞ് ചെല്ലുമ്പോൾ ആ ദുഷ്ടനായ അച്ഛൻ യാതൊരു പുത്രവാത്സല്യമാകട്ടെ..... തന്റെ പുത്രനാണെന്നുള്ള സ്നേഹമാകട്ടെ കൂടാതെ തന്നെ ഈ കുട്ടി തൊട്ടാൽ തന്റെ ബ്രാഹ്മണനെന്നുള്ള ജാത്യാഭിമാനത്തിന് കുറച്ചിൽ വന്നേക്കും എന്ന് കരുതി മുൻപറഞ്ഞ നായയെപ്പോലെ ഓടിപ്പോകുന്നു. നായ്ക്കുട്ടികളെ പ്രസവിച്ചുള്ള തള്ളയായ പട്ടിയാണ് സ്നേഹിച്ചും ലാളിച്ചും രക്ഷിച്ചും വളർത്തിവരുന്നത്. ഇതുപ്രകാരം തന്നെ മരുമക്കത്തായ സ്ത്രീകളിൽ ബ്രാഹ്മണ ബീജത്തിലുണ്ടാകുന്ന സന്താനങ്ങളെ അവരെ പ്രസവിച്ച തള്ളമാരാണ് ലാളിച്ചും രക്ഷിച്ചും കൊണ്ടുനടക്കുന്നത്.[8]

ജാതിവ്യവസ്ഥയും അയിത്തവും ഭാഷയേയും സ്വാധീനിച്ചു.

നമ്പൂതിരിയോട് സംസാരിക്കുന്ന നായരുടെ ഭാഷയിൽ 'ഞാൻ' എന്ന പദം ഇല്ല. അടിയൻ എന്ന പദം മാത്രമേയുള്ളു. നമ്പൂതിരിയുടെ മുമ്പിലുള്ള 'നായർ' താമസിക്കുന്നത് 'വീട്ടി'ൽ അല്ല 'കുപ്പാട്ടിൽ' ആണ്. നായർ യാതൊന്നും കുടിക്കുന്നില്ല. എല്ലാം 'മോന്തു'കയാണ് നടപടി. അവർ തിന്നുന്നത് അരിയല്ല 'കല്ലരി'യാണ്. അവരുടെ കയ്യിലുള്ള പണം ഉറുപ്പികയല്ല ചെമ്പുതുട്ട് ആണ്. അവർ ഉടുക്കുന്നത് തുണിയല്ല 'പഴന്തുണി'യാണ്. അവർ കുളിച്ചിട്ടല്ല ദേഹവിശുദ്ധിവരുത്തുന്നത് 'നനഞ്ഞി'ട്ടാണ്. നായർക്ക് പൊതുവായുള്ള ഭക്ഷണം ഇല്ല; കരിക്കാടിയേ ഉള്ളു. അവർ വിശ്രമിക്കുന്നത് കിടന്നിട്ടല്ല നടുനിവർത്തിയിട്ടാണ്. അഥവാ ചിന്തിക്കുകയാണെങ്കിൽ അത് മനസ്സുകൊണ്ടല്ല പഴമനസ്സുകൊണ്ടാണ്. അതേസമയത്ത് മനയ്ക്കലെ കുളത്തിൽ നീരാടി അമൃതേത്തും കഴിഞ്ഞ് പള്ളിക്കുറുപ്പ് കൊള്ളുന്നത് തിരുമനസ്സുകൊണ്ടാണ്. ജാതിശ്രേണിയുടെ പടവുകൾ ഓരോന്നും താഴുന്തോറും തീണ്ടാപ്പാട് അകലങ്ങൾ മാത്രമല്ല പ്രയോഗക്ഷമങ്ങളായ സാമാന്യനാമങ്ങളും അഭിസംബോധന പദങ്ങളും പദങ്ങൾ ഉച്ചരിക്കേണ്ട രീതിയും ഉച്ചാരണ ശബ്ദവും യഥാക്രമം വികലവും ബീഭത്സവും മൃഗശബ്ദപരവുമായി പടിപടിയായി അധഃപതിച്ചുകൊണ്ടിരിക്കുന്നു.[9]

ജാതിഘടന അധ്വാനിക്കാതെ ജീവിക്കാനുള്ള സവർണരുടെ ഉപാധിയായി മാറി. ജാതിശ്രേണിയിലെ ഓരോ വിഭാഗങ്ങളിൽ നിന്നുമുള്ള നികുതികൾ രാജഭണ്ഡാരത്തിന് മുതൽക്കൂട്ടായി.

ആളുകളെ അടിമകൊടുത്തതിനുള്ള തലപ്പണം, മുലപ്പണം, തെങ്ങിൽ കയറാൻ ഈഴവർ കൊടുക്കേണ്ട തളക്കാണം, ഏണിക്കാ

ണം, ആനയെ മേയ്ക്കാൻ അനുവാദത്തിനുള്ള പണം, തമ്പുരാന്റെ അനുവാദമില്ലാതെ ആർക്കും മേൽമീശ വെച്ചുകൂടാ. അനുവാദം വാങ്ങുന്നതിന് കാഴ്ചവേണം. അതുപോലെത്തന്നെ കീഴ്ജാതിക്കാർക്ക് തലയിൽ ഉറുമാൽ കെട്ടുന്നതിനും വിരലുകളിൽ മോതിരം ഇടുന്നതിനും പുര ഓട് മേയുന്നതിനും മറ്റ് സ്വർണങ്ങൾ കൊണ്ടുള്ള ആഭരണങ്ങൾ ധരിക്കുന്നതിനും കൽപ്പന വേണം. ഇതിനു കാഴ്ചയുമുണ്ട്.[10]

ക്ഷുരകനുണ്ടാക്കുന്ന അയിത്തം കുളിച്ചാൽ തീരുമായിരുന്നു. വെളുത്തേടൻ അലക്കിക്കൊണ്ടുവരുന്ന വസ്ത്രത്തിന് അശുദ്ധിയില്ല. പ്രസവസമയത്ത് സാധാരണ കുട്ടികളെ എടുക്കുക മലയൻ, മുന്നൂറ്റൻ, വേലൻ എന്നീ വിഭാഗങ്ങളിലെ സ്ത്രീകളായിരിക്കും. കുട്ടികളെ എടുത്ത് കുളിപ്പിച്ചു കിടത്തുമ്പോൾ

> വേലത്തിയെയും (മലയിയെയും) പെറ്റമ്മയെയും ഉണ്ടാക്കിയ അച്ഛനെയും കാരണവനെയും ഗുരുനാഥനെയും ചങ്ങാതിയെയും പറയിപ്പിക്കരുത് എന്നും വിശ്വസിച്ചോനെ ചതിക്കരുത് ചതിച്ചോനെ വിശ്വസിക്കരുത് എന്നും പറഞ്ഞുകൊണ്ട് ആ സ്ത്രീ സ്വന്തം കൈകൊണ്ട് ആ കുഞ്ഞിന് വെള്ളം കൊടുക്കുന്നു.

അധഃകൃതരായ വണ്ണാത്തി അലക്കിക്കൊണ്ടുവരുന്ന തുണി പരിശുദ്ധിയുടെ പ്രതീകമായിരുന്നു. മരിച്ചാൽ, പ്രസവിച്ചാൽ ഉണ്ടാകുന്ന അശുദ്ധി അലക്കിക്കൊണ്ടുവരുന്ന ഈ 'മാറ്റ്' തുണിയിലൂടെ മാറ്റാം. പെൺകുട്ടികൾ ഋതുമതി ആയാൽ നടത്തിയിരുന്ന തിരണ്ട് കല്ല്യാണത്തിനും മാറ്റ് നിർബന്ധമായിരുന്നു. മരിച്ചാൽ രണ്ട് ആഴ്ച നിലനിൽക്കുന്ന അശുദ്ധിപുല (പൊല) യും ജനിച്ചാലുള്ള അശുദ്ധി വാലായ്മയും ആയിരുന്നു. നായർ മരിച്ചാലുള്ള പൊല മാരാരുടെ പുണ്യാഹം തളിയോടെ തീരുന്നു. കാവുതീയനോ വണ്ണാനോ കൊണ്ടുവരുന്ന മാറ്റ്തുണി മുറ്റത്ത് വിരിച്ച് മരിച്ചുപോയ തീയന്റെ ചാർച്ചക്കാർ അതിൽ കയറിനിന്ന് പുണ്യാഹം തളിക്കപ്പെടുന്നതോടെ തീയരും പൊല തീർന്ന് ശുദ്ധരാവുന്നു. സകലരേയും പുണ്യാഹം തളിക്കുന്ന നമ്പൂതിരിമാർക്കുപോലും പുലതീർന്ന് പുറത്തിറങ്ങാൻ വണ്ണാത്തിമാറ്റ് നിർബന്ധമായിരുന്നു. മാറ്റ് കീറത്തുണിയാണെങ്കിലും വിളക്കും നിറനാഴിയും വെച്ച് ആചാരത്തോടെയാണ് എതിരേൽക്കുക.

ഈ മാറ്റ് ശക്തമായൊരു സാമൂഹിക പദവിയുടെ ചിഹ്നമാണ്. അതുകൊണ്ടുതന്നെ മാറ്റ് നിഷേധം ഭീഷണിയിലേക്ക് നയിക്കുന്ന ശക്തമായ ഒരു സാമൂഹികദ്രോഹമാണ്. വ്യക്തിയുടെയോ സമുദായത്തിന്റെയോ സ്വാതന്ത്ര്യത്തിന് വിലങ്ങുതടിയായി വർത്തിച്ച ഈ അനാചാരങ്ങൾ നാടുവാഴികളുടെ തുറുപ്പുശീട്ടുകളായി. നാടുവാഴികളുടെ ഹിതത്തിനെതിരായി പ്രവർത്തിക്കുന്നവർക്കുള്ള കനത്ത ശിക്ഷകളിലൊന്നായി ഈ മാറ്റ്വിലക്കൽ.[11]

ശിക്ഷാവിധികൾ നടപ്പിലാക്കുന്നതിനും ആഭിചാര കർമങ്ങൾ നടത്തുന്നതിനുമുള്ള ചുമതല ഹരിജനങ്ങൾക്ക് നൽകിയിരുന്നു. പട്ടിണിപ്പാവങ്ങളെ ഒരുനാൾ അംഗീകരിച്ച് പലനാൾ അടിമത്തത്തിലാക്കുന്ന ഫ്യൂഡൽ പ്രത്യയശാസ്ത്രമാണ് ഇതിനു പിന്നിലും. സർക്കാരിന്റെയും സവർണരുടെയും ക്ഷേത്രങ്ങളിൽ ആരാധന നടത്താനോ ക്ഷേത്ര പരിസരത്തുകൂടെ നടക്കാനോ ഉള്ള സ്വാതന്ത്ര്യം പോലും അവർക്ക് നിഷേധിക്കപ്പെട്ടിരുന്നു.

ചിറയിൻകീഴിനു സമീപം ഒരു സർക്കാർ പള്ളിക്കൂടം സ്ഥാപിച്ചിരുന്നു. എല്ലാ കുട്ടികൾക്കും അവിടെ പ്രവേശനം അനുവദിച്ചിരുന്നു. നായർ കുട്ടികളെ കൂടാതെ ആറ് ഈഴവകുട്ടികളും അവിടെ ചേർക്കപ്പെട്ടു. അപ്പോൾ നേരത്തെ ചേർന്ന നായർകുട്ടികൾ പള്ളിക്കൂടം വിട്ടുപോയി. കുറെ കഴിഞ്ഞപ്പോൾ രണ്ട് പുലയക്കുട്ടികളെ ആ പള്ളിക്കൂടത്തിൽ ചേർത്തു. അപ്പോൾ ഈഴവകുട്ടികളും പള്ളിക്കൂടം വിട്ടുപോയി. അങ്ങനെ ആ പള്ളിക്കൂടത്തിൽ രണ്ട് പുലയക്കുട്ടികൾ മാത്രം അവശേഷിച്ചു. പിന്നെ ആ പള്ളിക്കൂടം നിർത്തലാക്കി.[12]

ഇങ്ങനെ ഓരോരുത്തരും തങ്ങൾക്കനുവദിച്ചു കിട്ടിയ ജാതി മാഹാത്മ്യം പരസ്പരം അയിത്താചരണത്തിനായി ഉപയോഗിച്ചുപോന്നു.

പെൺകുട്ടി ഋതുവായി ഒരാഴ്ചയ്ക്കകം ബന്ധുക്കളെയും തൊട്ടയൽക്കാരേയും വിളിച്ചുവരുത്തി കടംകൊണ്ടായാലും തിരണ്ട് കല്ല്യാണം നടത്തേണ്ടത് ഓരോ കുടുംബക്കാരും അഭിമാനമായി കരുതിയിരുന്നു. ചടങ്ങിൽ നിറനാഴിയും നിലവിളക്കും നാളികേരവും മറ്റും വെച്ച് പ്രത്യേക പൂജയുണ്ട്. പൂജയ്ക്കു ശേഷം പെണ്ണ് നടുമുറ്റത്ത് വെച്ച തേങ്ങ കൊടുവാളുകൊണ്ട് കൊത്തിയുടയ്ക്കണം. തുടർന്ന് സ്ത്രീകൾ പരിവാരസമേതം പെണ്ണിനെ തിരണ്ടുകുളിക്കായുള്ള പ്രത്യേക കുളത്തിലേക്ക് ആനയിക്കും. പെണ്ണിന്റെ ആങ്ങളയോ അടുത്ത ബന്ധുവോ ഒരു അലകിൻ കോലോ കമ്പോ കുളത്തിൽ കുത്തിവെക്കും. പെണ്ണ് മുങ്ങി അതെടുക്കുന്നതോടെ തിരണ്ടുകുളി ആചാരം തീരും. സദ്യയോടെ തിരണ്ട് കല്ല്യാണ അടിയന്തിരം സമാപിക്കും. കമ്യൂണിസ്റ്റ് പാർട്ടി പ്രവർത്തകർ തങ്ങളുടെ വീടുകളിൽ ഇത്തരം ആചാരങ്ങൾ വേണ്ടെന്ന് വെച്ചു. തുടർന്ന് എല്ലാവരും ഇത്തരം ആചാരങ്ങൾ ഒഴിവാക്കി. ജീവശാസ്ത്രപരമായ കാരണങ്ങളാൽ സ്ത്രീകൾക്ക് പതിത്വം കൽപ്പിക്കുന്ന പ്രവണതയ്ക്ക് ഇതോടെ അയവുവന്നു.

ജനങ്ങളിൽ അന്ധവിശ്വാസം പരത്തി കാലാകാലം അവരെ ചൊൽപ്പടിക്കുനിർത്താനുള്ള ബോധപൂർവമായ പരിശ്രമവും പലതരത്തിലുള്ള ആഭിചാരകർമങ്ങളും പല ദേശങ്ങളിൽ പല രൂപത്തിൽ ജന്മിമാർ അനുവർത്തിച്ചുപോന്നിരുന്നു.

'തോല് തൂക്കൽ' എന്ന ആഭിചാരകർമം അത്തരത്തിലുള്ള ഒന്നാണ്. കൃഷിക്കാർ നട്ടുനനച്ച് ഓമനിച്ചു വളർത്തി നൂറുമേനി വിളയിച്ച

കൃഷിയിടങ്ങളിൽ എല്ലായിടത്തും ഒരേസമയത്ത് കണ്ണെത്തിക്കാൻ ജന്മിക്കു കഴിഞ്ഞെന്നു വരില്ല. തോല് തൂക്കലിലൂടെ ആ കുറവ് ജന്മി നികത്തുന്നു. ഈ ആഭിചാരകർമം ജാതിശ്രേണിയിലെ എത്ര താഴേക്കിടയിലുള്ളവർ ചെയ്യുന്നുവോ അത്രയും വീര്യം കൂടും. ഒരു ജന്മിയുടെ തൊടിയിൽ കണ്ണായ സ്ഥലത്ത് തോല് തൂക്കിയെന്നിരിക്കട്ടെ. ആ തൊടിയുടെ അരികെ പോകാൻ ജനം ഭയപ്പെടും. സമൃദ്ധമായ് കായ്ച്ചു നിൽക്കുന്ന മാവിലോ പ്ലാവിലോ തോല് തൂക്കിയിട്ടിരിക്കുകയാണെങ്കിൽ അതിലെ ഫലങ്ങൾ ചീഞ്ഞളിഞ്ഞ് പോയാലും ഒരു കൊടുംപട്ടിണിക്കാരനും കൈവെക്കാൻ ധൈര്യപ്പെടില്ല. തോല് തൂക്കുന്നവർക്ക് മാത്രമേ അതെടുത്ത് മാറ്റാനുള്ള അധികാരമുള്ളൂ. ഒഞ്ചിയത്തെ പുറമ്പോക്ക് സ്ഥലങ്ങളിലും പൊതു ഇടങ്ങളിലും ഇത്തരം ആഭിചാരകർമങ്ങൾക്ക് നിയുക്തനായിരുന്ന ആളാണ് കിഴക്കേ തറോൽ പൊക്കൻ. പലപ്പോഴും താൻ തൂക്കിയ അന്ധവിശ്വാസത്തിന്റെ തോൽ ജനങ്ങളെ പട്ടിണിക്കിട്ട് കൊല്ലുമ്പോൾ അദ്ദേഹം തന്നെ എടുത്തു മാറ്റിയിരുന്നു.

ഒഞ്ചിയത്ത് ഇടവലത്ത് വാഴുന്നവരുടെ കൃഷികാര്യസ്ഥനായിരുന്നു വടക്കയിൽ പൊക്കായി. സമർഥനും കാർഷികവൃത്തിയിൽ നിപുണനുമായിരുന്ന അദ്ദേഹം ജന്മിത്വത്തിന്റെ ധിക്കാരങ്ങളെ തട്ടിന് മറുതട്ടായി ചോദ്യം ചെയ്തിരുന്നു. താൻ നട്ടുനനയ്ക്കുന്ന തൊടിയിൽനിന്നും സ്വന്തം ആവശ്യത്തിലേക്കും പാവങ്ങൾക്ക് വിതരണം ചെയ്യാനുമായി പൊക്കായി കുറേശ്ശെ വിളവെടുത്തിരുന്നു. ഇതറിയാമായിരുന്നിട്ടും തന്റെ കാർഷിക സമൃദ്ധിയുടെ ആണിക്കല്ല് ഈ കാര്യസ്ഥനാണെന്നതിനാൽ നാടുവാഴി കാര്യസ്ഥനെ തള്ളാനും കൊള്ളാനുമാവാത്ത ധർമസങ്കടത്തിലായി.

തന്റെ തൊടിയിൽനിന്നും കാർഷികവിളകൾ നഷ്ടപ്പെടുന്നതിനാൽ ആഭിചാര പ്രതിക്രിയ ചെയ്യാൻ തന്നെ ജന്മി തീരുമാനിച്ചു. കർമങ്ങൾക്കായി ഓർക്കാട്ടേരി മണപ്പുറത്തെ ചാറ്റുകുളം വയലോരത്ത് താമസിച്ചിരുന്ന പുലുവ മൂപ്പനെ വിളിച്ചുവരുത്താൻ ചട്ടംകെട്ടി. അതിന് നിയുക്തനായത് പൊക്കായിതന്നെ. മൂപ്പന് തറവാട്ടിന്റെ പടിക്കു പുറത്ത് മാത്രമേ പ്രവേശിക്കാനനുമതിയുള്ളൂ. ജന്മിക്ക് മൂപ്പനോട് പറയാനുള്ള കാര്യങ്ങൾ കാര്യസ്ഥൻ കേട്ട് അത് ചെന്ന് മൂപ്പനോട് പറയണം. മൂപ്പൻ പറയുന്ന കാര്യങ്ങൾ മുറ്റത്തെത്തി കാര്യസ്ഥൻ ജന്മിയോട് ഉണർത്തിക്കണം ഇതാണ് രീതി. തലമുറകളായി തങ്ങൾ യഥേഷ്ടം പെരുമാറുന്ന തൊടിയിൽ തോല് തൂക്കുന്നതിൽ മുക്കാലേ അരക്കാൽ ഏനക്കേട് പൊക്കായിക്കുമുണ്ട്. നാളും പക്കവും നോക്കി പുലയമൂപ്പൻ ജന്മിയുടെ നടവരമ്പിലെത്തി വിളിയാട്ടി.

വാഴുന്നോർ ആഭിചാരകർമങ്ങൾക്ക് വേണ്ടുന്ന വസ്തുക്കൾ എന്താണെന്നു ചോദിച്ചുവരാൻ പൊക്കായിയെ അയച്ചു.

പുലുവ മൂപ്പനുമായുള്ള 'തീയ്യനകലം' പാലിച്ച് കാര്യങ്ങൾ അന്വേഷിച്ചറിഞ്ഞ് കാര്യസ്ഥൻ ജന്മിയെ ബോധ്യപ്പെടുത്തി.

മൂപ്പനുള്ള പ്രതിഫലം എന്തെന്നറിയാൻ കാര്യസ്ഥനെ വാഴുന്നോർ വീണ്ടുമയച്ചു.

"അടിയന് കൂലിയൊന്നും മാണ്ടോളീ.. തമ്പ്രാൻ കൽപ്പിച്ച് എന്തെങ്കിലും തന്നാൽ അതുമതി" – മൂപ്പൻ വിനയത്തോടെ പറഞ്ഞു.

കാര്യസ്ഥൻ മുറ്റത്തെത്തി ഒന്നും ഉരിയാടാതെ വിഷണ്ണനായി തല താഴ്ത്തി നിന്നു.

എന്താണ് പ്രതിഫലം? ജന്മി ആരാഞ്ഞു.

തിരുവുള്ളക്കേട് തോന്നരുത്. ഏമാന്റെ കയ്യിൽ പണമില്ലെങ്കിൽ അക്കാര്യം ഒരു ഓലയിൽ എഴുതിത്തന്നാൽ അതു മതി... എന്നാ മൂപ്പൻ പറഞ്ഞത്. കാര്യസ്ഥൻ കപടനാടകമാടി.

തന്റെ അഭിമാനത്തെ ചോദ്യം ചെയ്യുന്ന വർത്തമാനം കേട്ട് കോപിഷ്ഠനായ നാടുവാഴി കാര്യസ്ഥനെ ആട്ടിയോടിച്ചു. കാര്യസ്ഥനാകട്ടെ അയിത്തത്തിന്റെ കൃത്യമായ അകലം പാലിച്ച് മൂപ്പനെയും ഓടിച്ചു. തോല് തൂക്കൽ ഒഴിവാക്കാനുള്ള കാര്യസ്ഥന്റെ തന്ത്രം വിജയം കണ്ടു.

2

കള്ളപ്പറയും ചെറുനാഴിയും

ദേശീയ സ്വാതന്ത്ര്യസമര പ്രസ്ഥാനം അതിന്റെ ആദ്യ നാളുകളിൽ അയിത്തം തുടങ്ങിയ അനാചാരങ്ങളെക്കുറിച്ച് തികഞ്ഞ മൗനം അവലംബിച്ചു. സ്വാതന്ത്ര്യം എന്ന ഏക അജണ്ട മുന്നോട്ടുവെച്ച അവർ സാമൂഹ്യക്ഷേമ പ്രവർത്തനങ്ങൾ കണ്ടില്ലെന്ന് നടിച്ചു. ക്ഷേമ പ്രവർത്തനങ്ങൾ അജണ്ടയാക്കിയാൽ എ ഐ സി സി സമ്മേളന പന്തലിന് (1895 പൂന) തീവെക്കുമെന്നു പോലും ശ്രീധർമിത്തൽദാത്ത ഭീഷണിപ്പെടുത്തുകയുണ്ടായത്രെ. സാഹചര്യസമ്മർദം നിമിത്തം 1922 ൽ ബർദോളിയിൽ വെച്ച് കോൺഗ്രസിന് അയിത്തത്തിനെതിരായ പ്രമേയം പാസാക്കേണ്ടി വന്നു. സഞ്ചാരസ്വാതന്ത്ര്യത്തിനും ക്ഷേത്രപ്രവേശനത്തിനും വേണ്ടി നടന്ന വൈക്കം, ഗുരുവായൂർ, പാലിയം സത്യഗ്രഹസമരങ്ങൾ അയിത്തത്തിനെതിരെ സമൂഹ മനഃസാക്ഷി ഉയർത്തുന്നതിനുള്ള ജനകീയ സമരങ്ങളായി. ജാതീയവും മതപരവുമായ ഉച്ചനീചത്വങ്ങളും അന്ധവിശ്വാസങ്ങളും അവസാനിപ്പിക്കാനുള്ള സമരങ്ങളിലെ മുന്നണിപ്പോരാളികൾ ഭൗതികവാദികളായ കമ്യൂണിസ്റ്റുകാരായിരുന്നു. ഇത്തരം പ്രക്ഷോഭങ്ങൾക്ക് ശക്തമായ നേതൃത്വം നൽകുക വഴി ഇതിന്റെ നേരവകാശികൾ കമ്യൂണിസ്റ്റുകാരായി തീർന്നു.

1793 ലാണ് ബ്രിട്ടീഷ് മലബാർ നിലവിൽവന്നത്. മൂന്നാം മൈസൂർ യുദ്ധത്തോടെ 1792 ലെ ശ്രീരംഗപട്ടണം സന്ധിയനുസരിച്ച് വയനാട് ഒഴികെയുള്ള പ്രദേശം ടിപ്പുസുൽത്താൻ ഇംഗ്ലീഷ് ഈസ്റ്റിന്ത്യാകമ്പനിക്ക് വിട്ടുകൊടുത്തതോടെയാണിത്. 1805 ൽ വീരപഴശ്ശി വെടിയേറ്റ് മരിച്ചതോടെ മലബാർ പൂർണമായും ബ്രിട്ടീഷ് അധിനിവേശത്തിൻകീഴിലായി. ബ്രിട്ടീഷുകാരുടെ പുതിയ നികുതി വ്യവസ്ഥകളും ജന്മിപ്രീണനവും ജനങ്ങളെ അസംതൃപ്തരാക്കി. പാട്ടം കൂട്ടാനും പിരിച്ചുവിടാനും കുടി

യൊഴിപ്പിക്കാനും ബ്രിട്ടീഷ് കോടതി തുണനിന്നു. ഇത് ജനങ്ങളിൽ അസ്വസ്ഥത പടർത്തി, കലാപങ്ങളിലേക്ക് നയിച്ചു. ബ്രിട്ടീഷ് ഉദ്യോഗസ്ഥർ ഇതിനുള്ള കാരണങ്ങൾ മതഭ്രാന്തിന്റെ വരവിൽ എഴുതിച്ചേർക്കുകയാണുണ്ടായത്.

മലബാറിലെ കർഷകരുടെ അടിസ്ഥാനപ്രശ്നങ്ങളെ കുറിച്ച് ആദ്യമായി ശാസ്ത്രീയപഠനം നടത്തി റിപ്പോർട്ട് സമർപ്പിച്ചത് വില്യം ലോഗനാണ്. സാമ്രാജ്യത്വ ഭരണകൂടത്തിന്റെ ഉദ്യോഗസ്ഥനായിരുന്നിട്ടും ജനകീയനായ കലക്ടറായിട്ടാണ് അദ്ദേഹം അറിയപ്പെട്ടത്. മലബാർ കലാപത്തിന്റെ പശ്ചാത്തലത്തിൽ 1881 ഫിബ്രുവരി 5 ന് സ്പെഷ്യൽ കമ്മീഷണറായി നിയുക്തനായ വില്യം ലോഗൻ കൃഷിഭൂമി കർഷകന് അവകാശപ്പെട്ടതാണെന്ന് റിപ്പോർട്ട് എഴുതി. ജന്മിമാരുടെ പരമാധികാരത്തിൻ കീഴിൽ കർഷകർ അസംതൃപ്തരാണെന്നും കർഷകരുടെയും കുടിയാന്മാരുടെയും ദുരിതങ്ങൾ പരിഹരിക്കാൻ നിയമനിർമാണം നടത്തണമെന്നും ആവശ്യപ്പെട്ടു. ജന്മിമാരും മണ്ണിൽ പണിയെടുക്കുന്ന ജനവിഭാഗങ്ങളും തമ്മിൽ നിലവിലുണ്ടായിരുന്ന യഥാർഥ ബന്ധങ്ങളെപ്പറ്റി ബ്രിട്ടീഷധികാരികളും കോടതിയും ശരിയായി മനസിലാക്കിയിരുന്നില്ല എന്നും ലോഗൻ പ്രസ്താവിച്ചു. ലോഗന്റെ വസ്തുനിഷ്ഠമായ ഈ പ്രസ്താവം അദ്ദേഹത്തിന്റെ സ്ഥലംമാറ്റത്തിലും തുടർന്ന് ജോലിയിൽ നിന്നുള്ള രാജിയിലുമാണ് കലാശിച്ചത്.

കർഷകസംഘത്തിന്റെ രൂപീകരണവും പ്രവർത്തനങ്ങളും കേരള ചരിത്രത്തിൽ സമൂലമായ പരിവർത്തനത്തിന് വഴിമരുന്നിട്ടു. 1935 ഡിസംബറിൽ മീറത്തിൽ ചേർന്ന കോൺഗ്രസ് സോഷ്യലിസ്റ്റ് പാർട്ടി തീരുമാനപ്രകാരം 1936 ലാണ് അഖിലേന്ത്യാ കിസാൻസഭ രൂപീകൃതമാവുന്നത്.

1935 ജൂലായ് മാസത്തിൽ പഴയ ചിറയ്ക്കൽ താലൂക്കിലെ (ഇന്നത്തെ തളിപ്പറമ്പ് താലൂക്ക്) കൊളച്ചേരി അംശത്തിലെ നണിയൂരിലുള്ള വിഷ്ണുഭാരതീയന്റെ ഭാരതീയ മന്ദിരത്തിൽ വെച്ച് വി എം വിഷ്ണുഭാരതീയൻ പ്രസിഡണ്ടും കെ എ കേരളീയൻ സെക്രട്ടറിയുമായി കൊളച്ചേരി കർഷകസംഘം രൂപീകരിക്കുകയും ചെയ്തു. അങ്ങനെ കേരളത്തിൽ ആദ്യമായി കർഷകസംഘം ഉടലെടുത്തു.[13]

1935 ൽ തന്നെ പഴയ കുറുമ്പ്രനാട് താലൂക്കിന്റെ (ഇന്നത്തെ വടകര കൊയിലാണ്ടി താലൂക്കുകൾ) കിഴക്കൻ പ്രദേശമായ നരിപ്പറ്റ, മൊകേരി എന്നീ സ്ഥലങ്ങളിലും കർഷകസംഘം രൂപീകരിച്ച് പ്രവർത്തിച്ചിരുന്നു. എം കെ കേളു, എം ഗോപാലക്കുറുപ്പ് എന്നീ നേതാക്കന്മാരുടെ നേതൃത്വത്തിൽ കുറുമ്പ്രനാട് താലൂക്കിൽ വളർന്നു വന്ന കർഷക പ്രസ്ഥാനത്തിന്റെ ആദ്യത്തെ താലൂക്ക് സമ്മേളനം വട്ടോളി വെച്ച് (കുന്നുമ്മൽ ബ്ലോക്ക്) ഇ എം എസിന്റെ അധ്യക്ഷതയിലാണ് ചേർന്നത്. സ. കൃഷ്ണപിള്ള പങ്കെടുത്ത് നേതൃത്വനിർദേശങ്ങൾ നൽകിയിരുന്നു. പിന്നത്തെ സർവോദയ നേതാവായ കെ കേളപ്പനാണ് സമ്മേളനത്തിൽ പതാക ഉയർത്തിയത്. ആ സമ്മേളനത്തിൽ വെച്ച് ടി സി നാരായണ

കുറുപ്പ് അധ്യക്ഷനായും എം ഗോപാലക്കുറുപ്പ് സെക്രട്ടറിയായും കുറുമ്പ്രനാട് താലൂക്ക് കർഷകസംഘം രൂപീകരിച്ചു.

ഇ എം എസ് നമ്പൂതിരിപ്പാട്

1938 ഡിസംബർ 8 ന് ടി എസ് തിരുമുമ്പിന്റെ നേതൃത്വത്തിൽ മലബാർ കർഷക സംഘം ജില്ലാ കലക്ടർക്ക് സമർപ്പിച്ച മെമ്മോറാണ്ടം ചൂഷണത്തിന്റെ വ്യാപ്തി വ്യക്തമാക്കും. തൃക്കരിപ്പൂരിലെ ഒളവറയിൽനിന്ന് മംഗലാപുരം വരെ പദയാത്ര നടത്തിയാണ് മെമ്മോറാണ്ടം സമർപ്പിച്ചത്.

1. കുടിയാന് സ്ഥിരാവകാശം സാധൂകരിക്കുന്ന നിയമം പ്രാബല്യത്തിലില്ല.
2. ഒരു സ്ഥലത്തിന്റെ മീതെയുള്ള തങ്ങളുടെ അവകാശം കാണിക്കുന്ന യാതൊരു രേഖയും അവർക്ക് കൊടുത്തിരുന്നില്ല.
3. ജന്മിക്ക് വാരം കൊടുത്താൽ അതിന് രശീത് കൊടുത്തിരുന്നില്ല.
4. നിയമവിധേയമല്ലാത്ത പിരിവുകളായ വാശി, നുരി, മുക്കാൽ ശീലക്കാശ്, പൊലി, വെച്ചുകാണൽ മുതലായവ ജന്മിമാർ പിരിച്ചെടുത്തു.
5. പൊളിച്ചെഴുത്ത്, വെറുമ്പാട്ടത്തിൽ അഥവാ ചാലഗണി അവകാശ പ്രകാരം ഒരു കുടിയാന്റെ കൃഷിഭൂമി നിശ്ചിത അവധിക്കുശേഷം പൊളിച്ചെഴുത്തിന് അഥവാ പുതുക്കുന്നതിന് വിധേയമാണ്. ഇങ്ങനെ പുതുക്കുമ്പോൾ ജന്മിക്ക് കൂടുതൽ ശീലക്കാശ് അഥവാ മാനുഷം കൊടുക്കുന്ന കുടിയാന് ഭൂമി കൊടുക്കാവുന്നതാണ്.
6. കൃത്യമായ തോതിൽ പാട്ടം നിശ്ചയിക്കുന്ന സമ്പ്രദായം നിലവിലില്ല. അത് ഓരോ ജന്മിയെ സംബന്ധിച്ചും കുടിയാനെ സംബന്ധിച്ചും വ്യത്യസ്തമാണ്. ആയതിനാൽ ഓരോ ഇനത്തിലും മര്യാദപ്പാട്ടം നിശ്ചയിക്കേണ്ടത് ഒരാവശ്യമാണ്.
7. സാധാരണ ജന്മിമാർ കുടിയാനിൽനിന്നും മുൻകൂറായി ഒരു സംഖ്യ മാനുഷമായും കൊഴുക്കാണമായും ആവശ്യപ്പെട്ടു. ആയതിനാൽ ഇതിനു പണമില്ലാത്തവർക്ക് ഭൂമി കിട്ടുന്നതിന് സന്ദർഭമുണ്ടായിട്ടില്ല.
8. നാട്ടുമര്യാദ പ്രകാരമുള്ള ഉത്സവക്കാഴ്ചകൾ മറ്റൊരു നിയമവിധേയമല്ലാത്ത പിരിവാണ്. ഇത് അടിയായ്മയുടെ പിരിവ്

ആയിരുന്നു. ജന്മിയുടെ വീട്ടിൽ ഉത്സവമോ ആഘോഷമോ നടക്കുമ്പോൾ ചില സമ്മാനങ്ങൾ ജന്മിക്ക് കൊടുക്കുവാൻ കുടിയാൻ ബാധ്യസ്ഥനാവുന്നു.

9. ഈ ജന്മിമാർ വർഗീയത ശക്തിപ്പെടുത്തുകയും ഒരു ജാതിക്കെതിരെ മറ്റൊരു ജാതിയെക്കൊണ്ട് കളിപ്പിക്കുകയും ചെയ്യുന്നു.
10. കുരുമുളക് കൃഷിയെ സംബന്ധിച്ച് ഓരോ നാലുകൊല്ലത്തിനുശേഷവും അഞ്ചാം കൊല്ലത്തിൽ ജന്മി മുഴുവൻ പത്തിന് രണ്ടെടുക്കുന്നതാണ് പതിവ്.[14]

താങ്ങാനരുതാത്ത വാരം, പാട്ടം, കടം, നികുതി, വിളനഷ്ടം, സാധനങ്ങളുടെ വിലയിടിവ് തുടങ്ങിയ മഹാമാരികൾ നമ്മുടെ നാട്ടിലെ പാവപ്പെട്ട കൃഷിക്കാരെ പിടികൂടിയിട്ട് കാലം വളരെയായിരിക്കുന്നു. വാശി, നുരി, കൂലി, പൊലി, മുക്കാൽ, ശീലക്കാശ്, അടിയന്തിരപ്പണം, തകരപ്പണം, കുളിപ്പണം, കാലിപ്പണം, തിരുമുൽക്കാഴ്ച എന്നിങ്ങനെ പലതും (ഇതിൽ ചിലതേ ചിലേടങ്ങളിൽ നടപ്പുള്ളൂ) കർഷകരെ ഞെക്കിഞെരുക്കുന്നു. ജന്മിക്ക് ശീലക്കേടായാലും സന്തോഷമായാലും തിടുക്കം നേരിട്ടാലും അടിയന്തിരം, ജനനം, മരണം, ശ്രാദ്ധം, വിരുന്ന്, പിറന്നാൾ, ഒരിക്കൽ വ്രതം, വിശേഷദിവസം ഇങ്ങനെ എന്തുവന്നാലും കൃഷിക്കാരനു തന്നെ നഷ്ടം. കർഷകർ ജന്മിത്വത്തിന്റെ അടിമകളാണ്. അവരുടെ കാലുകൾ ചങ്ങലയ്ക്കുള്ളിലാണെന്ന് പ്രത്യക്ഷത്തിൽ കാണാൻ കഴിയില്ല. എന്നാൽ കർഷകർ ഇരുമ്പുചങ്ങലയെക്കാൾ ഭയങ്കരമായ നിയമച്ചങ്ങലകളിൽ ബന്ധിക്കപ്പെട്ടിരിക്കുന്നു. ജന്മിത്വവും അതിന്റെ നെടും തൂണായ സാമ്രാജ്യാധിപത്യവും അവരെ പിഴിഞ്ഞെടുക്കുന്നു.[15]

മലബാറിലെ പ്രബലരായ നാടുവാഴികൾ നീലേശ്വരം രാജാ, ചിറക്കൽ രാജ, കടത്തനാട്ട് രാജ, കോട്ടയം രാജ, അറക്കൽ രാജ, കരുമാരത്ത് നമ്പൂതിരി, കുറുമാത്തൂർ നമ്പൂതിരി, വേങ്ങയിൽ നായനാർ, കൂടാളി നമ്പ്യാർ, കാരക്കാട്ടിടം നായനാർ, കല്ല്യാട്ട് യശമാൻ, താഴക്കാട്ട് മന, കതകത്തിടം, പുനാട് കുഞ്ഞിമായൻഹാജി എന്നിവരായിരുന്നു.

കുടിയാന്മാർ അനുഭവിച്ച കെടുതികൾ *കേരളത്തിലെ കർഷകപ്രസ്ഥാന*ത്തിൽ പരാമർശിതമാവുന്നുണ്ട്.

> *വാശി:* പത്തു പറ അളക്കുമ്പോൾ മൂന്നു പറ കൂടുതൽ അളക്കണം. ഇത് നെല്ലിന്റെ കൂടുതൽ ഉണക്കത്തിൽ കുറവ് വരാതിരിക്കാനാവണം.
>
> *നുരി:* ഓരോ പത്തു പറ അളക്കുമ്പോഴും രണ്ടും കയ്യും കൂട്ടി കൃഷിക്കാരന്റെ നെല്ലിൽനിന്ന് പ്രത്യേകമായി വാരി വെക്കണം. എല്ലാം അളന്നു കഴിഞ്ഞാൽ അതു ജന്മിക്കെടുക്കാം. അളവിന്റെ കണക്ക് തെറ്റാതിരിക്കാനാണ് ഇങ്ങനെ നുരിവെക്കുന്നത് എന്നാണ് പറയുക.

വെച്ചുകാണലും തിരുമുൽക്കാഴ്ചയും: ഓണം, വിഷു, പെരുന്നാൾ തുടങ്ങിയ വിശേഷദിവസങ്ങളിലും ജന്മിയുടെ വീട്ടിൽ പ്രസവം, മരണം, വയസറിയിക്കൽ എന്നിവ നടന്നാലും അയാൾക്ക് വാഴക്കുല, പച്ചക്കറികൾ, തൈര് , മോര്, പാല് എന്നിവ കാഴ്ചവെക്കണം. ജന്മി മുസ്ലീമാണെങ്കിൽ പുത്തൻകലത്തിൽ പഞ്ചസാരയും നെയ്യും എത്തിക്കണം. പുറമെ കോഴിയും മൂരിക്കുട്ടനും. ജന്മിയെ മുഖം കാണിക്കാൻ വെറ്റിലയിൽ അടയ്ക്കയും പണവും വെച്ച് കാണണം. ഓരോ ജാതിക്കാരും അവരവരുടേതായ കുലത്തൊഴിലിന്റെ അടിസ്ഥാനത്തിൽ സാധനങ്ങൾ വെച്ചുകാണണം.

കള്ളപ്പറ: വാരം അളക്കാൻ പ്രത്യേക പറയുണ്ട്. സാധാരണ പറയേക്കാൾ രണ്ടിരട്ടി വലിപ്പമുള്ള പറ. അതുകൊണ്ടാണ് കൃഷിക്കാർ അതിനെ കള്ളപ്പറ എന്നു വിളിക്കുന്നത്.

കുറ്റിക്കാണം: പുനം കൃഷിക്കും മറ്റും ഉപയോഗിക്കുന്ന സ്ഥലത്തെ മരങ്ങളോ മുളകളോ മുറിച്ചെടുക്കപ്പെട്ടാൽ അതിന്റെ കുറ്റി കണക്കാക്കി പണം കൊടുക്കുന്നതിനെയാണ് കുറ്റിക്കാണം എന്നു പറയുന്നത്.

പൊളിച്ചെഴുത്ത്: പന്ത്രണ്ട് വർഷത്തിലൊരിക്കൽ നിലവിലുള്ള കരാർ പുതുക്കണമെന്നാണ് വ്യവസ്ഥ. പക്ഷെ പലപ്പോഴും അതിനു മുമ്പായി കരാർ പുതുക്കാൻ കൃഷിക്കാർ നിർബന്ധിതരായിത്തീരും. അതിനെയാണ് പൊളിച്ചെഴുത്ത് എന്ന് പറയുന്നത്. അങ്ങനെ പൊളിച്ചെഴുത്ത് നടത്തുമ്പോൾ കൃഷിക്കാർക്ക് തങ്ങളുടെ സ്വത്ത് തന്നെ നഷ്ടപ്പെടാൻ ഇടയാകുന്നു.

കങ്കാണി: തന്റെ കൃഷിസ്ഥലത്തുനിന്നു താൻ തന്നെ നട്ടുനനച്ചുണ്ടാക്കിയ വിളവ് പറിച്ചെടുക്കണമെങ്കിൽ ജന്മിയുടെ മുൻകൂട്ടിയുള്ള അനുവാദം വാങ്ങണം. അതിന് കൊടുക്കുന്ന പണത്തിനാണ് കങ്കാണിപ്പണം എന്നു പറയുന്നത്.

പൊലി: പാട്ടബാക്കിയുടെ മീതെയുള്ള പലിശയാണ്.[16]

ജന്മിമാരുടെ കർഷകദ്രോഹ നടപടികൾ ഇത്തരം അക്രമപ്പിരിവുകളിൽ മാത്രം ഒതുങ്ങിനിന്നില്ല. ജന്മിവർഗത്തിന്റെ നേർത്ത അപ്രീതിക്ക് പാത്രമാവുന്നവർക്ക് കൂടി കടുത്ത ശിക്ഷകളാണ് കൽപ്പിക്കപ്പെട്ടിരുന്നത്. കല്ല്യാട്ട് യശമാനന്റെ വകയായി ഇരിക്കൂറിനടുത്തുള്ള പഴശ്ശായിക്കുണ്ടവും കാരക്കാട്ടിടം നായനാരുടെ വക ശ്രീകണ്ഠപുരത്തിനടുത്തുള്ള ഓടത്തുപാലവും കുപ്രസിദ്ധമാണ്. നൂറു കണക്കിന് നിരപരാധികളെ കഴുവേറ്റുകയും കൊല്ലാക്കൊല ചെയ്യുകയും ചെയ്ത പ്രദേശമാണിത്.

കുറുമ്പ്രനാട് താലൂക്കിൽ കടത്തനാട്, കുറുമ്പ്രനാട് രാജാക്കന്മാരുടെ മധ്യവർത്തികളായ കൂത്താളിനായർ, ഗോശാലക്കൽ നായർ, വാളൂരിനായർ, പടവെട്ടിനായർ, കൽപ്പത്തൂർ ഇടം, മങ്കുറ്റിലോർ, ചമ്രവട്ടത്ത് നമ്പ്യാർ, കോണത്ത് അടിയോടി എന്നീ ജന്മിമാർ പ്രബലരും കർഷകദ്രോഹത്തിന് കുപ്രസിദ്ധരുമായിരുന്നു.

കമ്യൂണിസ്റ്റ്–കർഷകപ്രസ്ഥാനങ്ങൾ വേരുറയ്ക്കും മുമ്പ് അങ്ങിങ്ങ് ഒറ്റപ്പെട്ട ചെറുത്തുനിൽപ്പുകളും ഉണ്ടായിട്ടുണ്ട്. ചിറയ്ക്കൽ താലൂക്കിലെ കുടിയാന്മാരായ വണ്ണത്താൻരാമനും കൊടിലോൻ രാമനും നടത്തിയ ചെറുത്തുനിൽപ്പ് കർഷകസമരചരിത്രത്തിൽ അവിസ്മരണീയമാണ്.

> ഞങ്ങളുടെ വീട്ടിലെ സ്ത്രീകളെ അപമാനിച്ചാൽ നിങ്ങളെ സ്ത്രീകളെയും വെറുതെ വിടില്ല–നായനാരുടെ മുഖത്ത് നോക്കി ആക്രോശിച്ച രാമനെ ചതിപ്പെടുത്തി ആശുപത്രിയിലാക്കി ഡോക്ടറെ സ്വാധീനിച്ച് കാലിന്റെ സ്വാധീനം നഷ്ടപ്പെടുത്തിയത്രെ. കൊടിലോൻ രാമനെ വയലിൽ കന്നുപൂട്ടിക്കൊണ്ടിരിക്കുമ്പോൾ തലയ്ക്ക് കല്ലിടിച്ചു കൊന്നു. കാളകുത്തി കൊന്നതാണെന്ന വിധിയോടെ കേസും അവസാനിപ്പിച്ചു.[17]

പ്രാദേശിക ഭേദമനുസരിച്ച് ശിക്ഷാവിധികൾ വ്യത്യാസപ്പെട്ടിരുന്നു. മനുഷ്യരെയും, ആന, പശു, ആട്, കോഴി എന്നിവയേയും കടത്തനാട്ടിലെ തറവാട്ടമ്പലങ്ങളിൽ കുരുതിതർപ്പണത്തിനായി ഉപയോഗിച്ചിരുന്നതായി പറയപ്പെടുന്നു. കുറ്റാരോപിതരായിരുന്നു കുരുതിതർപ്പണത്തിന് വിധേയരായിരുന്നത്. ഈ ബലിതർപ്പണത്തിന് അധികാരമുള്ളവർ അഞ്ച് കുറ്റം ചെയ്യാൻ അർഹതയുള്ളവർ അഞ്ഞൂറ്റാന്മാരെന്നും മൂന്നു കുറ്റം ചെയ്യാൻ അർഹതയുള്ളവർ മുന്നൂറ്റാൻ എന്നും അറിയപ്പെട്ടു. ക്ഷേത്രങ്ങളിലും മുണ്ട്യറകളിലും തെയ്യംകെട്ടാൻ അധികാരപ്പെട്ടവരാണിവർ.

കടത്തനാട്ടിലെ പല ജന്മിഗൃഹങ്ങളിലും അടിയാളരെ പുകച്ചുകൊല്ലാനുള്ള പുകയറ ഉണ്ടായിരുന്നു. അഞ്ചടി നീളം വീതി ഉയരം കണക്കാക്കി ചെങ്കല്ലിൽ തീർക്കുന്നവയായിരുന്നു പുകയറകൾ. ഭൂമിക്കടിയിലും പുറത്തും പുകയറകൾ തീർത്തിരുന്നു. കുറ്റമാരോപിക്കപ്പെടുന്നവരെ ഒരുവട്ടം പുകച്ച്; കൊല്ലാതെ പുറത്തെടുത്ത് അവരുടെ സ്വത്തും പണവും ജന്മിമാർ പിടുങ്ങിയിരുന്നു. വഴങ്ങാത്തവരെ മാത്രമെ കൊലയ്ക്ക് കൊടുത്തിരുന്നുള്ളൂ. കമ്യൂണിസ്റ്റ് പാർട്ടിയുടെ കുറുമ്പ്രനാട് താലൂക്ക് കമ്മിറ്റി അംഗവും ഒഞ്ചിയം സമരത്തിൽ സജീവ സാന്നിധ്യവുമായിരുന്നു പി ആർ നമ്പ്യാർ (രാമുണ്ണി). ജന്മിയായിരുന്ന ചിറ്റാരത്ത് ഒതയോത്ത് ഗോവിന്ദൻ നമ്പ്യാരുടെയും എടച്ചേരിയിലെ നല്ലൂർ തറവാട്ടിലെ ഉമ്മുമ്മയുടെയും മകനായി ജനിച്ച അദ്ദേഹത്തിന്റെ തറവാട്ടിലെ പുകയറ കുപ്രസിദ്ധമായിരുന്നു.[18]

പി ആർ നമ്പ്യാർ

ഒഞ്ചിയത്ത് പുതിയെടുത്ത് തറവാട്ടിലും ഇത്തരത്തിലുള്ള പുകയറ ഉണ്ടായിരുന്നു. പുരാതനമായ ക്ഷേത്രാവശിഷ്ടങ്ങളും ദുരൂഹമായ കല്ലറകളും കാണപ്പെടുന്ന ഒഞ്ചിയത്ത് മൊയിലോത്ത് ക്ഷേത്ര പരിസരത്തിലുള്ള കഴുകുപുരയിൽ ഒട്ടനവധി മനുഷ്യർ ഹോമിക്കപ്പെട്ടിരുന്നുവത്രെ. ചൂഷണാധിഷ്ഠിതമായ വ്യവസ്ഥ പുലർത്തിപ്പോന്നിരുന്ന ജന്മിതറവാടുകളിലെ പുതുതലമുറ പോലും അതിലെ ആന്തരിക വൈരുധ്യത്താൽ പാരമ്പര്യ ചങ്ങല പൊട്ടിച്ചെറിയാൻ തുടങ്ങി.

സോഷ്യലിസ്റ്റ് പാർട്ടിയുടെയും കർഷകസംഘത്തിന്റെയും പ്രവർത്തനങ്ങളാണ് കേരളത്തിലെ കമ്യൂണിസ്റ്റ് പ്രസ്ഥാനത്തിന് കരുത്തുറ്റ അസ്ഥിവാരമിട്ടത്. ചെറിയ ചെറിയ സെല്ലുകളായി ഓരോ ഇടങ്ങളിൽ രൂപീകരിക്കപ്പെട്ട പാർട്ടി ഘടകങ്ങൾക്ക് ഏകശിലാരൂപം കൈവരുന്നത് 1939 ഡിസംബറിലെ പിണറായി പാറപ്പുറം സമ്മേളനത്തോടെയാണ്.

അക്രമനികുതികളിലൂടെയും മർദനമുറകളിലൂടെയും കർഷകരുടെയും അടിയാളരുടെയും ജീവനെ പിണമായി തള്ളിയ കോട്ടയം കോവിലകത്തുള്ള തമ്പുരാന്റെ നാട്ടിൽ, വിദേശ വസ്ത്രബഹിഷ്കരണം തുടങ്ങി സാമ്രാജ്യത്വ വിരുദ്ധ പ്രക്ഷോഭങ്ങളാൽ പ്രകമ്പനംകൊണ്ട പിണറായിയിൽ കമ്യൂണിസ്റ്റ് പാർട്ടി ഉദയംകൊണ്ടത് ചരിത്രത്തിലെ ആകസ്മികതയായിരിക്കാം.

3

ക്ഷണമെഴുന്നേൽപ്പിൻ അനീതിയോടെതിർപ്പിൻ

കേരളീയ സാമൂഹ്യ നഭോമണ്ഡലത്തിൽ കൊടുങ്കാറ്റ് വിതച്ച നവോത്ഥാനത്തിന്റെ ആദ്യ അലയൊലി മുഴങ്ങിയത് തെക്കൻ തിരുവിതാംകൂറിലാണ്. മുത്തുക്കുട്ടിസ്വാമികൾ എന്ന വൈകുണ്ഠസ്വാമികൾ 1936 ൽ 'സമതസമാജം' സ്ഥാപിച്ച് രംഗത്തുവന്നതോടെയാണിത്. ശ്രീനാരായണന്റെ ഈഴവശിവപ്രതിഷ്ഠയ്ക്കും കണ്ണാടി പ്രതിഷ്ഠയ്ക്കും ദശകങ്ങൾ മുമ്പേ സമതസമാജം നടത്തിയ കണ്ണാടി പ്രതിഷ്ഠ പക്ഷേ ചരിത്രത്തിൽ വിസ്മൃതമായി.

സ്വസമുദായത്തെ ജാത്യാചാരങ്ങളിൽനിന്ന് സംരക്ഷിക്കാൻ തുനിഞ്ഞിറങ്ങിയവർ ആത്യന്തികമായി മാനവികമായ കാഴ്ചപ്പാട് തന്നെയാണ് സ്വീകരിച്ചത്. വി ടി ഭട്ടതിരിപ്പാട്, സഹോദരൻ അയ്യപ്പൻ, മന്നം, അയ്യങ്കാളി, ചട്ടമ്പിസ്വാമികൾ ഇവരെല്ലാം സമൂഹത്തിനു നേരെ കണ്ണും മനസ്സും തുറന്നുവെച്ചു. നവോത്ഥാനത്തിൽനിന്നും ഊർജം ഉൾക്കൊണ്ട ചിലർ പൂണൂല് പൊട്ടിച്ചു. ജാതിപ്പേരുകളും ജാതിക്കുടുമകളും നീക്കം ചെയ്തു. മറയ്ക്കുടക്കുള്ളിലെ മഹാനരകത്തിൽനിന്നും അടുക്കളയിൽനിന്നും സ്ത്രീകൾ അരങ്ങത്തെത്തി. നമ്പൂതിരി യോഗക്ഷേമ സഭയിലൂടെ 'നമ്പൂതിരിയെ മനുഷ്യ'നാക്കാൻ പുറപ്പെട്ട ഇ എം എസ് ചരിത്രത്തിലെ സൂര്യതേജസായി. ജനശ്രദ്ധ പിടിച്ചുപറ്റുന്ന മുദ്രാവാക്യങ്ങൾ എങ്ങും ഉയർന്നുവന്നു. ശ്രീനാരായണ ഗുരു മുന്നോട്ട് വെച്ച "ഒരു ജാതി ഒരു മതം ഒരു ദൈവം മനുഷ്യന്.." കേരളീയ സമൂഹത്തിൽ സർവാതിശായിയായി പ്രതിധ്വനിച്ചു. ജാതിഭേദം മതദ്വേഷം ഏതുമില്ലാതെ സർവരും സോദരത്വേന വാഴുന്ന മാതൃകാസ്ഥാനത്തിനായി ജനം വെമ്പൽകൊണ്ടു. തൊട്ടുകൂടാത്തവരും തീണ്ടിക്കൂടാത്തവരും ദൃഷ്ടിയിൽപെട്ടാലും ദോഷമുള്ളവരായി ജന്മിപത്തായം നിറയ്ക്കാൻ ഉഴാനും നടാനും കറ്റകൊയ്യാനും

മെതിക്കാനുമായി മാത്രം വിധിക്കപ്പെട്ട 'ഇരുകാലി മൃഗങ്ങൾ' ആവേശം കൊണ്ടു. ഇതിന്റെ അനുരണനങ്ങൾ ഉത്തരകേരളത്തിലുമുണ്ടായി.

"ക്ഷണമെഴുന്നേൽപ്പിൻ അനീതിയോടെതിർപ്പിൻ" എന്ന ആഹ്വാനവുമായി ഇരുകാലിൽ നടന്ന കൊടുങ്കാറ്റായി മാറിയ വാഗ്ഭടാനന്ദഗുരുവിന്റെ പ്രവർത്തനമണ്ഡലം മലബാറായിരുന്നു. സാമൂഹ്യ സാംസ്കാരിക രാഷ്ട്രീയ മേഖലകളിൽ വാഗ്ഭടാനന്ദന്റെയും അദ്ദേഹം രൂപംനൽകിയ ആത്മവിദ്യാസംഘത്തിന്റെയും പ്രവർത്തനങ്ങൾ വലിയ ചലനം സൃഷ്ടിച്ചു. ഒഞ്ചിയത്തെ കാരക്കാട് അതിന്റെ കേന്ദ്രബിന്ദുവായത് യാദൃച്ഛികമായിരിക്കാം. നവോത്ഥാന ചിന്തകൾ ഫലഭൂയിഷ്ഠമാക്കിയ മണ്ണിലാണ് കമ്യൂണിസ്റ്റ് ദർശനങ്ങൾ വേരുറച്ചത്. നവോത്ഥാനത്തിന്റെ ദീപശിഖ ഏറ്റുപിടിച്ച കമ്യൂണിസ്റ്റുകാരെയും ഈ അദ്വൈതിയിലെ ഉൽപ്പതിഷ്ണുത്വം ഗണ്യമായി സ്വാധീനിച്ചു.

വടക്കേ മലബാറിലെ പാട്യത്ത് വയലേരി ചീരുവമ്മയുടേയും സംസ്കൃത വിശാരദനും ഉൽപ്പതിഷ്ണുവും കവിയുമായ തേനങ്കണ്ടി വാഴവളപ്പിൽ കോരൻ ഗുരുക്കളുടേയും മകനായി 1885 ഏപ്രിൽ 27 ന് ജനിച്ച കുഞ്ഞിക്കണ്ണന്റെ വാഗ്ഭടാനന്ദ ഗുരുവിലേക്കുള്ള വികാസം കേരളീയ നവോത്ഥാന ചരിത്രത്തിന്റേതുകൂടിയാണ്. ഭൗതിക ദുരിതങ്ങൾക്കുനേരെ കണ്ണടച്ച് അധ്യാത്മികതയുടെ ആകാശവിതാനങ്ങളിൽ സഞ്ചരിച്ച സന്യാസി ആയിരുന്നില്ല വാഗ്ഭടാനന്ദൻ.

> "എന്റെ മതം ഉൽകൃഷ്ടം നിങ്ങൾ എല്ലാവരും ഇങ്ങോട്ടു വരുവിൻ" എന്ന ക്ഷണവും പടിച്ചുപറിയും നടന്നുകൊണ്ടിരിക്കുന്ന കാലംവരെ ഭൂരംഗം പ്രശാന്തമാവുകയില്ല. പ്രത്യുത വിഗ്രഹങ്ങൾക്കും വിനാശങ്ങൾക്കും ലക്ഷ്യമാവുകയേ ഉള്ളൂ. ഞങ്ങളുടെ മതം ഉൽകൃഷ്ടം എന്ന വിശ്വാസത്തെ സ്ഥാപിക്കാൻ ഇനി ആർക്കും ദുഃസാധ്യമാകുന്നു. അതിനുള്ള പരിശ്രമം നാശഹേതുകവുമാകുന്നു. അവരാൽ പ്രസ്താവിക്കപ്പെട്ട ശാശ്വതികങ്ങളായ ധർമാദർശങ്ങൾക്ക് സർവത്ര ഐകരൂപ്യമുണ്ട്. അവയെ അപേക്ഷിച്ചാണ് വഴക്കുകൾ മുഴുവൻ ഉണ്ടായിക്കൊണ്ടിരിക്കുന്നത്. അതുകൊണ്ട് സ്വമതങ്ങളിലുള്ള ധർമാഭാസങ്ങളെയും അനാചാരോപജീവികളായ പുരോഹിതന്മാരുടെ സ്വാർഥ പ്രകടന വ്യാമോഹങ്ങളെയും പ്രതിപദം ഉന്മൂലനം ചെയ്യുവാനും പ്രാപ്യസ്ഥാനം എല്ലാവർക്കും ഒന്നാകുന്നു എന്നും അറിയുവാനും ഇതരന്മാരെ അപ്രകാരം അറിയിക്കുവാനും, അതാത് മതവിശ്വാസികൾ അവിശ്രമം പരിശ്രമിക്കുകയാണ് വേണ്ടത്. പരസ്പരസൗഹാർദം സമാധാനത്തിനും പരസ്പരവൈരം കലഹത്തിനും ഹേതുക്കളാകുന്നു. ഇപ്രകാരമുള്ള വിശ്വാസത്തോടും വിചാര വ്യാപ്തിയോടും സർവമാനവ മൈത്രിയോടും കൂടിയ ഒരു മഹാജനതതിയാകുന്നു ആത്മവിദ്യാസംഘം. അന്ധങ്ങളും ഭ്രാന്തങ്ങളുമായ വിശ്വാസങ്ങളെ ഉച്ചാടനം ചെയ്യുവാനും സത്യങ്ങളും സ്തുത്യങ്ങളുമായ ആചാരങ്ങ

ളിലും വിചാരങ്ങളിലും പദം വിന്യസിക്കുവാനും നമ്മുടെ നാട്ടുകാർക്ക് ഏതന്മാർഗേണ സ്വൽപ്പമെങ്കിലും സൗകര്യപ്പെടുമെന്നു വരികിൽ ഞാൻ ചാരിതാർത്ഥനായി.[19]

ഇതിലൂടെ ദുരാചാരരഹിതമായ നവലോകമാണ് വാഗ്ഭടാനന്ദൻ വിഭാവനം ചെയ്തത്. വേദം, തർക്കശാസ്ത്രം, മറ്റ് ശാസ്ത്രശാഖകളിലെല്ലാം അവഗാഹം നേടിയ ഗുരു സംസ്കൃതാധ്യാപനത്തോടൊപ്പം അന്ധവിശ്വാസ അനാചാരങ്ങൾക്കെതിരെ ഉദ്ബോധനങ്ങളും നടത്തിവന്നു. 1906 ൽ കോഴിക്കോട് കാരപ്പറമ്പിൽ 'തത്വപ്രകാശികാശ്രമം' എന്ന സംസ്കൃതപാഠശാല സ്ഥാപിച്ചു. 1911 ൽ കോഴിക്കോട് കല്ലായിയിൽ രാജയോഗാനന്ദകൗമുദി യോഗശാല സ്ഥാപിച്ചു. വെസ്റ്റ്ഹിൽ, ചെറുവണ്ണൂർ, വടകര, കണ്ണൂർ എന്നിവിടങ്ങളിൽ അദ്ദേഹം ചെയ്ത പ്രസംഗം ധാരാളം അനുചരരെ നേടിക്കൊടുത്തു. ആലത്തൂർ ബ്രഹ്മാനന്ദ ശിവയോഗി അദ്ദേഹത്തിന്റെ അസാമാന്യ വാഗ്വൈഭവം കണ്ട്,

"സരസ്വതീ സദ്ഭടനായി വാക്കിനാൽ
സദസ്സിലാനന്ദ മതീവ ചേർക്കയാൽ
സു 'വാഗ്ഭടാനന്ദ' സംജ്ഞയെ
സുഖേന ജയിക്ക മംഗളം" – വാഗ്ഭടാനന്ദനെന്ന് നാമകരണം ചെയ്തു.

തന്റെ ആശയപ്രചരണാർഥം *അഭിനവകേരളം* എന്ന പേരിൽ പത്രവും *ശിവയോഗി വിലാസം* മാസികയും അദ്ദേഹം പ്രസിദ്ധീകരിച്ചു. മംഗലാപുരം, മദിരാശി, കേരളത്തിലങ്ങോളമിങ്ങോളം അദ്ദേഹം ചെയ്ത പ്രസംഗങ്ങൾ ജനമനസുകളെ ആവേശഭരിതമാക്കി.

"ഉണരുവിൻ അഖിലേശനെ സ്മരിപ്പിൻ
ക്ഷണമെഴുന്നേൽപ്പിൻ അനീതിയൊടെതിർപ്പിൻ"

"ഉത്തിഷ്ഠതാ ജാഗ്രതാ പ്രാപ്യവരാന്നിബോധത–" എന്ന കഠശ്രുതി സൂക്തത്തെ പിൻപറ്റി രചിക്കപ്പെട്ട ഈ സൂക്തമാണ് ആത്മവിദ്യാസംഘത്തിന്റെ മുഖസൂക്തം. വിഗ്രഹാരാധനയെ അതിശക്തമായി എതിർത്തുകൊണ്ട് ആചാര്യർ മുന്നോട്ടുവന്നു. ആര്യസമാജ സ്ഥാപകനായ സ്വാമി ദയാനന്ദ സരസ്വതി വിഗ്രഹാരാധന വേദവിഹിതമല്ലെന്ന് തെളിയിച്ചതും, ഗുരുനാനാക്കും രാജാ റാംമോഹൻറോയിയും കേശവചന്ദ്രസെന്നും വിഗ്രഹാരാധനയെ നിരാകരിച്ചതും എടുത്തുകാട്ടി ആചാര്യർ തന്റെ മതം സ്ഥാപിച്ചു. ഇതിലൂടെ ബ്രാഹ്മണ പൗരോഹിത്യത്തെ തന്നെയാണ് എതിർത്തത്.

വാഗ്ഭടാനന്ദൻ

ശ്രീ നാരായണഗുരു

വേദപാഠ ശ്രവണാദികളിൽ ശൂദ്ര ജാതിക്ക് വിശേഷിച്ചും അവകാശമില്ല. ഉണ്ടെന്നു വിചാരിക്കുന്നതായാൽ ഭ്രാന്ത്, കുഷ്ഠം മുതലായ മഹാവ്യാധികൾ ബാധിക്കും. വേദോച്ചാരണം ചെയ്യുന്ന ശൂദ്രന്റെ നാവു മുറിക്കണം; വേദം ഉച്ചരിക്കുന്നതു കേട്ട ശൂദ്രന്റെ ചെവിയിൽ ഈയം ഉരുക്കി പകരണം. ശൂദ്രന് ധനം സമ്പാദിപ്പാൻ പാടില്ല. ശൂദ്രൻ വിദ്യാഹീനനായും ബ്രാഹ്മണരുടെ അടിമയായും എന്നെന്നും ജീവിച്ചുകൊള്ളണം- സ്മൃതികളിൽ കള്ളപ്രമാണങ്ങൾ എഴുതിച്ചേർത്തു. മാസ്മര വിദ്യയാൽ എന്ന പോലെ കപടവിദ്യാ പ്രകടനത്താൽ ഇങ്ങനെ ശൂദ്രജാതികളുടെ മതിമയക്കിയ ഈ കരുണാനിധികൾ ഭൂദേവന്മാരല്ലെങ്കിലും മനുഷ്യസ്വഭാവമുള്ളവരല്ലെന്നുള്ളത് തീർച്ച തന്നെ.[20]

1914 മെയ് 14-ാം തീയതി ആലുവായിൽ ശ്രീനാരായണ ഗുരുവിന്റെ അധ്യക്ഷതയിൽ ചേർന്ന സമ്മേളനത്തിൽ വാഗ്ഭടാനന്ദഗുരു ശ്രദ്ധേയമായ പ്രഭാഷണം നടത്തി. നാരായണഗുരുവുമായി അദ്ദേഹം നടത്തിയ അഭിമുഖം അദ്ദേഹത്തിന്റെ ദർശനത്തിന്റെ വ്യാപ്തി വ്യക്തമാക്കുന്നു.

വാഗ്ഭടാനന്ദൻ : സ്വാമി അദ്വൈതിയാണല്ലോ. അതുകൊണ്ടാണ് അങ്ങയെ സന്ദർശിക്കണമെന്ന് കുറച്ചു കാലമായി ആഗ്രഹിക്കുന്നത്. അതിനുള്ള ഭാഗ്യം ഇപ്പോഴാണുണ്ടായത്.

ഗുരു : അതെ നാം അദ്വൈതി തന്നെ. ഗുരുക്കളും അദ്വൈതിയല്ലേ അപ്പോൾ നാം ഒന്നാണ്.

വാഗ്ഭടാനന്ദൻ : അങ്ങ് ക്ഷേത്രങ്ങൾ സ്ഥാപിക്കുകയും പ്രതിഷ്ഠ നടത്തുകയും ചെയ്യുന്നുണ്ടല്ലോ. അദ്വൈതവും അതും തമ്മിൽ എങ്ങനെ പൊരുത്തപ്പെടും.

ഗുരു : ജനങ്ങൾ സ്വൈരം തരണ്ടേ? അവർക്ക് ക്ഷേത്രം വേണം. പിന്നെ കുറെ ശുചിത്വമെങ്കിലും ഉണ്ടാകുമല്ലോ എന്ന് നാമും വിചാരിച്ചു.

വാഗ്ഭടാനന്ദൻ : അങ്ങ് ഒരാചാര്യനാണ്. അങ്ങയുടെ സിദ്ധാന്തത്തിന് ജനങ്ങളെ വഴക്കി എടുക്കേണ്ടതല്ലേ?

ഗുരു : നാം ആദ്യകാലത്ത് അവരെ വിളിച്ചു. ആരും വന്നില്ല.

വാഗ്ഭടാനന്ദൻ : അദ്വൈതവും യോഗസിദ്ധാന്തവും ക്ഷേത്രവിശ്വാസവും തമ്മിലൊരു ബന്ധവുമില്ലാത്തതുകൊണ്ട്

ഞങ്ങൾ വിഗ്രഹാരാധനയെ ശക്തിപൂർവം എതിർക്കുന്നവരാണ്.

ഗുരു : നല്ലതാണല്ലോ. നാമും നിങ്ങളുടെ പക്ഷക്കാരനാണ്.

റഷ്യൻ വിപ്ലവത്തിന്റെ വസന്തധ്വനി ലോകമാസകലം അലയടിച്ച 1917 ൽ ആചാര്യൻ ഒഞ്ചിയത്തെ കാരക്കാട്ടിൽ ആത്മവിദ്യാസംഘം രൂപീകരിച്ചു. ജാത്യാചാരങ്ങളുടെ വേലി തകർത്ത് മിശ്രഭോജനം സംഘടിപ്പിച്ചു. മിശ്രവിവാഹം, ക്ഷേത്രധ്വംസനം, പ്രതിമോച്ചാടനം, ബ്ലൗസ് വിപ്ലവം, കുളിസമരം, മദ്യവർജനം എന്നീ സമരമുറകളും ആശയപ്രചരണവും അനാചാരദൂരീകരണവും ലക്ഷ്യം വെച്ചുള്ള പത്രപ്രവർത്തനവും കേരളത്തിലെ ഉൽപ്പതിഷ്ണുകളുടെ ആകെ ശ്രദ്ധ പടിച്ചുപറ്റി. ഇതിൽ പലതും കമ്യൂണിസ്റ്റ്-കർഷക-പുരോഗമന സംഘടനകൾ ഏറ്റെടുത്തു.

ജാതിമത ഭേദമന്യേ പലരും ഗുരുവിന്റെ അനുയായികളാവുകയോ ദർശനങ്ങളിൽ ആകർഷിക്കപ്പെടുകയോ ചെയ്തു. പുല്ലഞ്ചേരി ഇല്ലത്ത് വലിയ മാധവൻ നമ്പൂതിരിപ്പാട് (വടക്കേ മലബാർ) കടത്തനാട്ട് മാധവി അമ്മ, കൈനിക്കര എം പത്മനാഭപ്പിള്ള, നാഗവള്ളി ആർ എസ് കുറുപ്പ്, മാനവേദൻ രാജാവ്, സർവോദയ നേതാവ് ടി വി അനന്തൻ, മയ്യഴി ഗാന്ധി ഐ കെ കുമാരൻ, പാമ്പൻ മാധവൻ, പി ഗോപാലൻ, സി എച്ച് കണാരൻ സുകുമാർ അഴീക്കോട്, ഐ വി ദാസ് തുടങ്ങിയവർ അവരിൽ ചിലരാണ്.

നാരായണ ഗുരുസ്വാമികളെപ്പോലെ അഖില കേരള പ്രശസ്തി കിട്ടിയില്ലെങ്കിലും സമുദായത്തിന്റെ വളർച്ചയെ സാരമായി സഹായിച്ച മറ്റൊരു വ്യക്തിയാണ് വടക്കേ മലബാറിലെ കോട്ടയം താലൂക്കിൽ ജനിച്ച വാഗ്ഭടാനന്ദ ഗുരുദേവൻ. പാണ്ഡിത്യത്തിലും വാഗ്മിത്വത്തിലും നാരായണഗുരുവിനെ പോലും കവച്ചുവെച്ചിരുന്ന അദ്ദേഹം ആദ്യം ബ്രഹ്മസമാജത്തിലൂടെയും പിന്നീട് സ്വന്തമായി സ്ഥാപിച്ച 'ആത്മവിദ്യാസംഘം' മുഖേനയും ജാതിവ്യത്യാസം, മദ്യപാനം മുതലായവയ്ക്കെതിരായി ശക്തിപൂർവം പ്രവർത്തിക്കുകയും സവർണഹിന്ദുക്കളിൽ ചിലരെ പോലും തന്റെ ശിഷ്യരാക്കുകയും ചെയ്തു. വടക്കേ മലബാറിന്റെ സാമൂഹ്യ വളർച്ചയിൽ വളരെ പ്രധാനമായ ഒരു പങ്ക് അദ്ദേഹം വഹിച്ചിട്ടുണ്ടെന്നതിൽ സംശയമില്ല.[21]

അന്തർഗർവങ്ങൾ കൈവിട്ടൊരുമയുമുണർവും
സ്വാത്മസന്നിഷ്ഠമായുള്ളന്തസ്സും ചേർന്നെണീപ്പിൻ
ക്ഷണമിനിയുവലോകങ്ങളെ, നിങ്ങളെല്ലാം
ഹന്ത, സ്വാതന്ത്ര്യ കോലാഹലകളമുരളി മുഴക്കീടുവിൻ!
ജാതിഭേദഭ്രാന്തക്കോട്ടയ്ക്കു തീവെച്ചവനിയിലുപ-
ശാന്തിക്കു ചിന്തിച്ചുകൊൾവിൻ!

തന്റെ ആദർശ സംസ്ഥാപനത്തിന് കവിതയും അദ്ദേഹം സമർഥമായി ഉപയോഗപ്പെടുത്തി.

കമ്യൂണിസ്റ്റ് നേതാവ് അനശ്വര രക്തസാക്ഷി മൊയാരത്ത് ശങ്കരൻ *എന്റെ ജീവിതം* എന്ന ആത്മകഥയിൽ ഇങ്ങനെ രേഖപ്പെടുത്തുന്നു.

> പരേതനായ വാഗ്ഭടാനന്ദ ഗുരുദേവനെ ഞാൻ ആദ്യകാലത്ത് എതിർത്ത് പ്രസംഗിച്ചിട്ടുണ്ടെങ്കിലും അദ്ദേഹമാണ് എന്റെ ക്ഷേത്ര വിശ്വാസത്തെയും പൂർവാചാരപ്രതിപത്തിയെയും കലശലായി പിടിച്ചു മർദിച്ചത്. മലബാറിലും കൊച്ചിയിലും തിരുവിതാംകൂറിലും അസംഖ്യം ശിഷ്യന്മാരെയും പതിനെട്ടിൽപ്പരം ആത്മവിദ്യാമന്ദിര ങ്ങളെയും *ആത്മവിദ്യാകാഹള*മെന്ന ഒരു പത്രത്തെയും ഏർപ്പെ ടുത്തിയ വാഗ്ഭടാനന്ദൻ ഒരു കാൽനൂറ്റാണ്ടുകാലം കേരളത്തിൽ ഒരു 'വിശ്വവിജയി' ആയിരുന്നു. അക്കാലം വാഗ്ഭടാനന്ദന്റെ പേര് കേട്ടാൽ യാഥാസ്ഥിതിക ലോകം ഉറക്കത്തിൽ ഞെട്ടിവിറച്ചിരുന്നു.

1931 ൽ ഗുരുവായൂർ സത്യഗ്രഹസമരത്തെ യാഥാസ്ഥിതിക ബ്രാഹ്മ ണർ നിശിതമായി എതിർത്തപ്പോൾ അതിനെ ദാർശനികമായി പ്രതി രോധിക്കാനുള്ള ഇടപെടലാണ് അദ്ദേഹം രചിച്ച *ഗാന്ധിജിയും ശാസ്ത്ര വ്യാഖ്യാനവും* എന്ന കൃതി. "കുഞ്ഞിക്കണ്ണൻ ഒന്നും ഈ ജന്മത്തിൽ പഠിച്ചതല്ല, പൂർവജന്മത്തിൽ പഠിച്ചവ ഓർക്കാനായി ജനിച്ചതാണ്."- ശ്രീനാരായണ ഗുരുവിന്റെ ഈ പ്രസ്താവന വാഗ്ഭടാനന്ദന്റെ സ്ഫടി കസ്ഫുടമായ ഭാഷയ്ക്കും വിചാരസുന്ദരമായ ആദർശത്തിനും ദേവഗം ഗയെ അതിശയിക്കുന്ന വാഗ്വിലാസത്തിനും അനിതരസാധാരണമായ മേധാശക്തിക്കുമുള്ള അംഗീകാരമത്രെ.

1910 കാലഘട്ടം. മാഹി പുത്തലത്ത് കുട്ടിച്ചാത്തൻ തറയിൽ കയറി നിന്ന് കുഞ്ഞിക്കണ്ണൻ ഗുരുക്കൾ കുട്ടിച്ചാത്തൻ എന്ന ആഭാസദൈവത്തെ വിമർശിച്ചുകൊണ്ട് നടത്തിയ പ്രസംഗം കേൾക്കാനിടയായ കറുപ്പയിൽ കണാരൻ മാസ്റ്ററും കുന്നോത്ത് കുഞ്ഞ്യേക്കു ഗുരുക്കളും അദ്ദേഹത്തെ ഒഞ്ചിയം കാരക്കാട്ടിലേക്ക് ക്ഷണിച്ചു. തുടർന്നു നടന്ന വാദസദസുകളും പ്രസംഗ പരമ്പരയും ആത്മവിദ്യാസംഘത്തിന്റെ പിറവിയിലേക്ക് നയി ച്ചു. സംഘത്തിന്റെ പിറവിക്ക് കാരണഭൂതരായവർ കറുപ്പയിൽ കണാ രൻ മാസ്റ്റർ, കുന്നോത്ത് കുഞ്ഞ്യേക്കു ഗുരുക്കൾ, ധർമധീരൻ കയ്യാല ചെക്കു, വല്ലത്ത് അമ്പുമേസ്ത്രി, അക്കരാൽ ഗോവിന്ദൻ, അഴിക്കകത്ത് ചെക്കോട്ടി, വണ്ണാത്തിക്കണ്ടി കണ്ണൻ, പാലേരി ചന്തമ്മൻ, പാലേരി കുഞ്ഞിരാമൻ, കാട്ടിൽ രാമൻ, തെക്കയിൽ കണ്ണൻ, പി സി രാമൻ ഗുരു ക്കൾ, പൊക്കായി ഗുരുക്കൾ, ചെറിയ പറമ്പത്ത് കണ്ണൻ, കോയന്റെ വളപ്പിൽ ആണ്ടി, മുതിരയിൽ പൊക്കായി, തെക്കെ വണ്ണാത്തിക്കണ്ടി കണ്ണൻ, മണിയോത്ത് ചോയിക്കുട്ടി മാസ്റ്റർ, മാര്യത്ത് ബാപ്പുമാസ്റ്റർ, കയ്യാല കണാരൻ, മീത്തൽ ചോയിക്കുട്ടി മാസ്റ്റർ, സ്രാങ്കിന്റെവിട കണ്ണൻ, പൊന്തയിൽ കണ്ണൻ, മുതിരയിൽ ചന്തമ്മൻ, അഴിക്കകത്ത് ആണ്ടി, അഴി ക്കകത്ത് ബാപ്പു, മീത്തൽ കണാരൻ എന്നിവരും ബന്ധുക്കളുമായിരുന്നു.

വിഗ്രഹഭഞ്ജകനായ വാഗ്ഭടാനന്ദ ഗുരുവിനെതിരെ യാഥാസ്ഥിതിക സമൂഹം അരയും തലയും മുറുക്കി രംഗത്തുവന്നു. വേദോപനിഷത്തുകളുദ്ധരിച്ച് യാഥാസ്ഥിതിക–ജാതിക്കോമരങ്ങളുടെ മൂർധാവിലിടിക്കാൻ അദ്ദേഹം ആഹ്വാനം ചെയ്തു.

"പറയരുടെ അമേധ്യത്തെ വയർ
നിറച്ചു തിന്നുന്ന ശുനകനില്ലത്തു
കയറാം നിർഭയം മനുഷ്യരാം നമു–
ക്കരുതു തീണ്ടുംപോലിതെന്തൊരത്ഭുതം"

"ശുനകന്മാരുടെ മലം ചവിട്ടിയാൽ
അനഘമസ്ഥലം കഴുകിയാൽ മതി
മനുഷ്യരാം നാമൊട്ടടുത്തു പോയെങ്കി–
ലൗന്തം മുങ്ങണം കുളിക്കണം പോലും!"

ഇത്തരം ശ്ലോകങ്ങളും പാക്കനാരുടെ പേരിൽ പ്രസിദ്ധമായ

"നട്ടകല്ലു പേശുമോ നടാത്ത കല്ലു പേശുമോ
ചുട്ടചട്ടിചട്ടുകം കുറിച്ചുവൈ അറിയുമോ".

എന്ന ലോകോക്തികളും ഉദ്ധരിച്ച് അദ്ദേഹം യാഥാസ്ഥിതിക സമൂഹത്തെ കളിയാക്കി.

> ജാതിക്കെതിരായി സന്ധിയില്ലാത്ത ഒരു യോദ്ധാവായിരുന്നു വാഗ്ഭടാനന്ദ ഗുരു. അദ്ദേഹത്തിന്റെ തീക്ഷ്ണ ഭാഷണം കേട്ടാൽ ജാത്യഭിമാനികൾ ലജ്ജിച്ച് തല താഴ്ത്തുകയും ജാതിയെപ്പറ്റി പരസ്യമായി പറയാൻ മടിക്കുകയും ചെയ്യും. ഇത് ഞാൻ നേരിട്ട് അറിഞ്ഞതാണ്. ശാസ്ത്രീയമായ യുക്തിപ്രമാണത്തെ അണിനിരത്തിക്കൊണ്ടുള്ള ആ വാഗ്ധോരണി മനുഷ്യമനസുകളെ സമൂലമായി പരിവർത്തനം ചെയ്യാൻ കഴിവുറ്റതായിരുന്നു.

മുൻ മന്ത്രിയും ഗാന്ധി പീസ് ഫൗണ്ടേഷൻ നേതാവുമായിരുന്ന ജി രാമചന്ദ്രന്റെ പ്രസ്താവം ഇതിനെ സാധൂകരിക്കുന്നു.

> ജനം നിർബാധം തുടർന്നുപോരുന്ന അനാചാരങ്ങളിലെ അടിസ്ഥാനരാഹിത്യം ചൂണ്ടിക്കാട്ടി അവ ഒഴിവാക്കാൻ ഗുരു നേതൃത്വം നൽകി. മലബാറിലെ തീയസമുദായം അനുവർത്തിച്ചുപോന്ന 'എറ്റ്മാറ്റ്' സമ്പ്രദായം ആചാര്യർ നിർത്തലാക്കി. പുല ബാധിച്ച കുടുംബാംഗങ്ങളെ ഏതാനും ദിവസങ്ങൾക്കുശേഷം കാവുതീയൻ കറുകപ്പുല്ല് ഇളനീരിലോ മോരിൻവെള്ളത്തിലോ മുക്കി തളിക്കുന്നു. ഇത് 'എറ്റ്' എന്നറിയപ്പെടുന്നു. ഋതുമതിയായി നാലാം നാളിൽ വണ്ണാത്തിയിൽനിന്നും അലക്കിയ വസ്ത്രം വാങ്ങി ധരിക്കണം –ഇതാണ് 'മാറ്റ്'. ഇവ രണ്ടും ചേർത്ത് 'എറ്റ്മാറ്റ്' എന്നറിയപ്പെട്ടു.

പാലേരി കണാരൻ മാസ്റ്റർ

വിശുദ്ധിയുടെ അടയാളമായി കണക്കാക്കിയ ഇത് അനുവർത്തിക്കാത്തവരെ സമുദായത്തിൽനിന്ന് അകറ്റിനിർത്തുക പതിവായിരുന്നു.

കൊല്ലിനും കൊലയ്ക്കും കുടിയൊഴിപ്പിക്കാനും അധികാരമുള്ള സവർണ ജന്മിഭൂപ്രഭുത്വം ക്രൂരമായ പ്രതിക്രിയകൾ ആരംഭിച്ചു. ആത്മവിദ്യാസംഘാംഗങ്ങളെ സമുദായ ഭ്രഷ്ട് കൽപ്പിച്ച് ഒറ്റപ്പെടുത്തി. കുടിവെള്ളം മുടക്കി, കാവുതീയനെ മുടക്കി ക്ഷൗരം ചെയ്യാനോ മുടിമുറിക്കാനോ മാർഗമില്ലാതാക്കി. വിവാഹങ്ങൾ മുടക്കി. വിവാഹമോചനം നടത്തി. തൊഴിൽ നിഷേധിക്കുകയും വിദ്യാഭ്യാസം മുടക്കുകയും ചെയ്തു. സംഘമാകട്ടെ എറ്റ്മാറ്റ് നിഷേധം, മിശ്രഭോജനം, മിശ്രവിവാഹം, ക്ഷേത്രാരാധനാനിഷേധം ഇവ നിർബാധം നടത്തി.

കമ്യൂണിസ്റ്റ് പാർട്ടിയുടെ കുറുമ്പ്രനാട് താലൂക്ക് സെക്രട്ടറിയും എം എൽ എയുമായിരുന്ന എം കുമാരൻ മാസ്റ്റർ അദ്ദേഹത്തിന്റെ പ്രസിദ്ധീകരിച്ചിട്ടില്ലാത്ത ആത്മകഥ *ഓർമക്കുറിപ്പുകളിൽ* ഇപ്രകാരം രേഖപ്പെടുത്തുന്നു:

> 1933 ൽ ആത്മവിദ്യാസംഘം കാരക്കാട്ട് ഏർപ്പെടുത്തിയ മിശ്രഭോജനത്തിൽ പങ്കെടുത്തു. വി ടി സി പണിക്കരും കുഞ്ഞിക്കേളുക്കുറുപ്പും (കണ്ണങ്കുഴി നാരായണക്കുറുപ്പിന്റെ ജ്യേഷ്ഠൻ) കൂടെ ഉണ്ടായിരുന്നു. നമ്പൂതിരിമാർ മുതൽ പുലയർ വരെയുള്ളവർ ഒന്നിച്ചിരുന്നാണ് ഭക്ഷണം കഴിക്കുക. കറുപ്പയിൽ കണാരൻ മാസ്റ്റർ, ധർമ്മധീരൻ കയ്യാല ചെക്കു (വി ആർ കൃഷ്ണന്റെ അച്ഛൻ) മുതലായവർ സംഘടിപ്പിച്ചത്. കുഞ്ഞിക്കണ്ണൻ ഗുരുക്കൾ (വാഗ്ഭടാനന്ദൻ) നേതാവ് *കാഹളംവാരിക* പ്രസിദ്ധീകരിച്ചു. അയിത്തത്തെയും ജാതിയെയും സവർണമേധാവിത്വത്തെയും തുറന്നടിച്ച് എതിർത്തു. വിഗ്രഹാരാധനയെ എതിർത്തു. ഏകദൈവ വിശ്വാസവും പ്രാർഥനയും മാത്രം.
>
> സാമൂഹ്യ ബഹിഷ്കരണം വന്നു. കാരക്കാട്, നാരായണ നഗരം തുടങ്ങിയ സ്ഥലങ്ങളിൽ ആത്മവിദ്യാസംഘം രൂപീകൃതമായി. ഞാനും ജ്യേഷ്ഠനും (കൃഷ്ണൻ) *കാഹളം* പതിവായി വായിച്ചു. സംഘത്തിൽ അംഗങ്ങളായില്ലെങ്കിലും അനുഭാവികളായി മാറി.

> എന്റെ ജ്യേഷ്ഠ സഹോദരി ലക്ഷ്മിയെ വിവാഹം ചെയ്ത കച്ചേരി പറമ്പത്ത് കണ്ണൻ (ഡി ബോർഡ് മേസ്ത്രി) സഹോദരിയെ വീട്ടിലേക്ക് തിരിച്ചയച്ചു. അമ്മയും ജ്യേഷ്ഠനും വിഷമത്തിലായി ഇതികർത്തവ്യതാമൂഢത. എന്റെ നടപടി സമുദായത്തിനും തറവാട്ടിനും യോജിച്ചതല്ലത്രെ! ജ്യേഷ്ഠത്തി വീട്ടിൽ തന്നെ. എന്നാൽ എന്നെ അമ്മയോ ജ്യേഷ്ഠനോ ശാസിച്ചില്ല. പ്രോത്സാഹനവുമില്ല.

വാഗ്ഭടാനന്ദന്റെ നേതൃത്വത്തിൽ കോഴിക്കോട്ടും മിശ്രഭോജനം സംഘടിപ്പിക്കപ്പെട്ടു. ഹീനജാതിക്കാരുടെ ലക്ഷണമായി ധരിച്ചിരുന്ന കല്ലുമാല പൊട്ടിച്ചെറിയാൻ അദ്ദേഹം പുലയസ്ത്രീകളെ പ്രേരിപ്പിച്ചു.

വിഗ്രഹാരാധനയുടെ നിരർഥകത ബോധ്യപ്പെടുത്താൻ ആത്മവിദ്യാസംഘം പ്രതിമോച്ചാടനം എന്ന പ്രതീകാത്മക പരിപാടി സംഘടിപ്പിച്ചു. വലിയ ഘോഷയാത്രയ്ക്കുള്ള മുന്നൊരുക്കങ്ങൾ നടത്തി. കാരക്കാട് പ്രദേശമാകെ ഉത്സവലഹരി. നാനാദിക്കിൽനിന്നും ആളുകൾ പ്രവഹിച്ചു. അനാചാര രാക്ഷസന്റെ മേദുര ദീർഘകായ പ്രതിമ ഉണ്ടാക്കി ഘോഷയാത്രയായി കടപ്പുറത്തേക്ക് ആനയിച്ചു. ഘോഷയാത്ര കടപ്പുറത്തെത്തിയിട്ടും നൂറുകണക്കിന് ആളുകൾ ചവോക്ക് കാട്ടിൽ പ്രകടനത്തിന് അണിനിരക്കാൻ ബാക്കിനിൽപ്പുണ്ട്. വലിയ പ്രാധാന്യത്തോടെയാണ് അന്ന് പത്രങ്ങൾ വാർത്തറിപ്പോർട്ട് ചെയ്തത്.

സമ്പന്നവും പ്രൗഢവുമായിരുന്നു ഒഞ്ചിയം കാരക്കാട്ടിലെ പാലേരി കുടുംബം. ചന്തമ്മൻ, കുഞ്ഞിരാമൻ, പറമ്പത്ത് പാലേരി ഗോവിന്ദൻ എന്നിവർ പ്രതാപശാലികളും പ്രസിദ്ധരുമായിരുന്നു. പാലേരി തറവാട്ടുകാർ ആത്മവിദ്യാസംഘത്തിൽ ചേർന്നതോടെ പറമ്പത്ത് ക്ഷേത്രത്തിലെ ഉത്സവം മുടങ്ങി. യാഥാസ്ഥിതികർ ഉത്സവം നടത്തുമെന്ന് വെല്ലുവിളിച്ചു. ഈ അവസരം പാലേരി ചന്തമ്മനും ചാപ്പയിൽ കുഞ്ഞ്യേക്കുഗുരുക്കളും കൂടി ക്ഷേത്രത്തിലെ പ്രതിഷ്ഠാവിഗ്രഹം ഇളക്കി എടുത്ത് ശൂലം, വാൾ എന്നിവയോടെ സമീപത്തെ പൊട്ടക്കിണറ്റിൽ നിക്ഷേപിച്ചു. സ്വന്തം വിഗ്രഹം രക്ഷിക്കാൻ കഴിയാത്ത കുട്ടിച്ചാത്തന് ഭക്തരെ രക്ഷിക്കാൻ കഴിയില്ലെന്ന് നാട്ടുകാർ തീർപ്പ് കൽപ്പിച്ചു. വിവാദമായ ഈ സംഭവത്തോടനുബന്ധിച്ച് വാഗ്ഭടാനന്ദൻ പ്രസംഗിക്കാനെത്തി. ക്ഷേത്രവിശ്വാസികൾ ആയുധധാരികളായി യോഗം കലക്കാനെത്തി. എന്നാൽ ഗുരുദേവന്റെ പ്രസംഗം ശ്രവിച്ച അവർ ക്ഷമാപണം നടത്തി സംഘം പ്രവർത്തനങ്ങളിൽ ഭാഗഭാക്കാവുകയാണുണ്ടായത്. ആത്മവിദ്യാ സംഘം നടത്തിയ ഇത്തരം പ്രവർത്തനങ്ങളിൽനിന്ന് ഊർജം സ്വീകരിച്ച് കുറുമ്പ്രനാട്ടിലും പരിസരപ്രദേശങ്ങളിലും പ്രതിമോച്ചാടനവും അന്ധവിശ്വാസദൂരീകരണ പ്രവർത്തനങ്ങളും കമ്യൂണിസ്റ്റുകാർ ഏറ്റെടുത്തു. മണ്ടോടി കണ്ണന്റെയും ഇല്ലത്ത് കണ്ണന്റെയും നേതൃത്വത്തിൽ അന്ധവി

ശ്വാസദൂരീകരണത്തിനായി ഒഞ്ചിയത്ത് നടത്തിയ പോടിച്ചിതെയ്യവും പ്രതിമോച്ചാടനവും വഴിയേ വിശദമാക്കേണ്ടതുണ്ട്.

ആത്മവിദ്യാസംഘത്തിന്റെ പ്രബോധനമുൾക്കൊണ്ടവർ സ്വന്തം വീട്ടുമുറ്റത്തെ തുളസിത്തറകൾ പിഴുതെറിഞ്ഞു. തൊടിയിലെ അരയാൽ ത്തറകൾ ഇളക്കിമാറ്റി. പൂജാമുറികളിലും അമ്പലങ്ങളിലും അന്തിത്തിരി കൊളുത്താതായി.

വസ്ത്രസ്വാതന്ത്ര്യത്തിനുവേണ്ടി സ്ത്രീകൾ നടത്തിയ ചാന്നാർ ലഹള സുവിദിതമാണ്. വാഗ്ഭടാനന്ദൻ കാരക്കാട് കേന്ദ്രീകരിച്ച് തന്റെ പ്രവർത്തനം തുടങ്ങിയ ഘട്ടത്തിൽ സ്ത്രീകൾക്ക് ബ്ലൗസ് നിഷിദ്ധമാ യിരുന്നു. വേണമെങ്കിൽ മാറ് മറയ്ക്കാൻ ഒരു തോർത്താവാം എന്ന നില വന്നു. സവർണരെ കാണുമ്പോൾ അതെടുത്ത് കൈത്തണ്ടയിലിട്ട് ആചാരം ചെയ്യണമെന്നു മാത്രം. വടക്കേ മലബാറിൽ സ്ത്രീകൾ ബ്ലൗസ് ധരിച്ചത് പാലേരി കേളപ്പന്റെ വിവാഹത്തോടനുബന്ധിച്ചായിരുന്നു. ഇരി ങ്ങണ്ണൂരിലെ ഒണക്കൻ വൈദ്യരുടെ മകളായിരുന്നു വധു. ആത്മവിദ്യാ ചാരപ്രകാരം നടന്ന ആദ്യവിവാഹം. വരനെ അനുധാവനം ചെയ്ത എല്ലാ സ്ത്രീകളും ബ്ലൗസ് ധരിച്ചിരുന്നു. പലരും ഓലക്കുടയും പിടിച്ചിരുന്നു. വിവാഹസംഘം പൂക്കോട് എത്തിയപ്പോൾ കാര്യസ്ഥന്മാർ മുഖാന്തരം തമ്പുരാൻ വിവരമറിഞ്ഞു. കാരക്കാട്ടെ പുരോഗാമികളായ ആത്മവിദ്യാ സംഘം പ്രവർത്തകരാണെന്നറിഞ്ഞ തമ്പുരാൻ പ്രതികരിക്കാൻ ഭയ പ്പെട്ടു. ഉൽപ്പതിഷ്ണുവായ കാരക്കാട്ട് തങ്ങൾ വാഗ്ഭടാനന്ദന്റെ ആത്മ മിത്രമായിരുന്നു. കാരക്കാട്ടെ സ്ത്രീകളെ ബ്ലൗസ് ധരിപ്പിക്കാൻ പ്രേരി പ്പിച്ചതിൽ മുസ്ലീം പണ്ഡിതനായ തങ്ങൾക്ക് പങ്കുണ്ട്.

'ഏവരും ബതഹരിക്കു മക്കളാണാവഴിക്ക് സഹജാതർ നാം' എന്ന ഗുരുദേവ പ്രാർഥന സംഘാംഗങ്ങൾ മിശ്രഭോജന ഹാളിൽ വെച്ച് ഹരി ജനങ്ങളുമായി ഒത്തുചേർന്ന് ആലപിച്ചു. ഗാന്ധിജി അധഃകൃതരെ ഹരി ജനങ്ങൾ എന്ന് അഭിസംബോധന ചെയ്യുന്നതിനു മുമ്പുതന്നെയാണി തെന്ന് ഓർക്കണം. മിശ്രഭോജനത്തെ പ്രീതിഭോജനമെന്നാണ് ആചാ ര്യർ വിശേഷിപ്പിച്ചത്. സ്വാതന്ത്ര്യസമര പോരാളികളടക്കം നിരവധിപേർ അന്നത്തെ പ്രീതിഭോജനത്തിനെത്തിയിരുന്നു. സി എച്ച് നാരായണക്കു റുപ്പ്, കെ പി കൃഷ്ണൻ വക്കീൽ, വി പി കുഞ്ഞിരാമക്കുറുപ്പ്, പി ഗോ പാലൻ വക്കീൽ, ആയാടത്തിൽ കേളപ്പൻ, മണ്ടോടി കണ്ണൻ, എം കുമാ രൻ എന്നിവർ അവരിൽ ചിലരാണ്.

ആത്മവിദ്യാസംഘത്തിന്റെ ആഭിമുഖ്യത്തിൽ കോളിളക്കം സൃഷ്ടിച്ച മിശ്രവിവാഹം അരങ്ങേറി. മത്സ്യബന്ധനം ഉപജീവനമാക്കിയ കടലോരത്തെ പ്രതാപശാലികളായ സമുദായമാണ് മുകയർ. പ്രസിദ്ധ മായ അറക്കൽ ക്ഷേത്രാവകാശികളായ അഞ്ചുകുടുംബാംഗങ്ങളുണ്ട്. അവരിൽ പ്രമുഖരായിരുന്നു വടക്കേടത്ത് കുടുംബക്കാർ. അവിടത്തെ ഗോവിന്ദൻ വളഞ്ചിയർ സമുദായത്തിൽപ്പെട്ട മാധിവിടീച്ചറെ കല്ല്യാണം

കഴിക്കാനാഗ്രഹിച്ചു. മുകയസമുദായത്തിന്റെ ക്ഷൗരം നിർവഹിക്കുന്ന സമുദായമാണ് വളഞ്ചിയർമാർ. യാഥാസ്ഥിതികർ ഉറഞ്ഞുതുള്ളി. ക്ഷേത്രകമ്മിറ്റിക്കാരായ കുടുംബാംഗങ്ങൾ കൂടക്കൽ ചന്ദ്രൻ വൈദ്യരുടെ നേതൃത്വത്തിൽ വിവാഹത്തെ എതിർത്തു. കാരക്കാട്ടെ ആത്മവിദ്യാസംഘം ഒന്നടങ്കം ഗോവിന്ദനു പിന്നിൽ അണിനിരന്നു. ഗോവിന്ദന്റെ വീട്ടിൽ വെച്ചു നടന്ന വിവാഹത്തിൽ ആത്മവിദ്യാസംഘം വക മംഗളപത്രവും കൈമാറുകയുണ്ടായി.

ആത്മവിദ്യാസംഘത്തിന്റെ രൂപീകരണത്തിനുശേഷം ഉടുപ്പിയിലെ ദ്വൈതമതാചാര്യന്മാർ മുതൽ കന്യാകുമാരി പര്യന്തമുള്ള പണ്ഡിതരുമായി അദ്വൈത വിഷയത്തിൽ വാഗ്ഭടാനന്ദൻ വാദപ്രതിവാദം നടത്തുകയും പട്ടുംവളയും സ്വീകരിക്കുകയുമുണ്ടായി. അദ്വൈത വേദാന്തമാണ് സത്യമെന്ന വാദത്തെ എതിർത്ത് പരാജയപ്പെടുത്തുന്നവർക്ക് 300 രൂപ പാരിതോഷികം പ്രഖ്യാപിച്ച് പരസ്യം ഉണ്ടായിട്ടുപോലും ഒരു പണ്ഡിതനും അദ്ദേഹത്തെ നേരിടാൻ തയാറായിട്ടില്ല.

പണ്ഡിതവരേണ്യനായ കാവിൽ പി രാമപ്പണിക്കർ, മട്ടന്നൂരില്ലത്ത് മധുസൂദനൻ തങ്ങൾ എന്നിവർ പങ്കെടുത്ത വെള്ളികുളങ്ങരയിലെ വാദസദസ്സ് എന്തുകൊണ്ടും ശ്രദ്ധേയമായിരുന്നു. വാഗ്ഭടാനന്ദഗുരു ജാത്യാചാരങ്ങൾക്കും അന്ധവിശ്വാസങ്ങൾക്കുമെതിരെ സാരഗർഭമായ പ്രസംഗം നടത്തി സമാപിച്ചപ്പോൾ കടത്തനാട്ടിലെ പ്രസിദ്ധ കളരി അഭ്യാസിയായി അറിയപ്പെട്ട കൂറ്റേരി കുറുപ്പ് സ്റ്റേജിന്റെ കിഴക്കുഭാഗത്ത് ചാടിക്കയറി ഇപ്രകാരം പ്രഖ്യാപിച്ചു:

"ഈ തീയ്യ കുഞ്ഞിക്കണ്ണനെ മേലിൽ കുറുമ്പ്രനാട് താലൂക്കിൽ പ്രസംഗിക്കാനനുവദിക്കില്ല." ഈ വാക്ക് കേട്ട് സദസ്സ് വിറങ്ങലിച്ചു. അൽപ്പസമയം കഴിഞ്ഞപ്പോൾ സ്റ്റേജിന്റെ പടിഞ്ഞാറുവശത്ത് ദീർഘകായനും കറുത്ത മുറ്റുള്ള മുടിയുടെ ഉടമയുമായ ഒരു ശുഭ്രവസ്ത്രധാരി ചാടിക്കയറി പ്രഖ്യാപനം നടത്തി:

"ഗുരുദേവർ നാളെ നാലുമണിക്ക് അഴിയൂർ ചുങ്കം സ്കൂൾ മുറ്റത്ത് പ്രസംഗിക്കും. തടയാൻ വരുന്നവരെ പാന്തം പൊളിച്ച് കെട്ടും"- ആർപ്പുവിളിയുമായി ജനക്കൂട്ടം കറുപ്പയിൽ കണാരൻ മാസ്റ്ററെന്ന ആ ധീരനെ ചുമലിലേറ്റി നടന്നു. പിറ്റേന്നുകാലത്ത് അഴിയൂർ അധികാരി കണാരൻ മാസ്റ്ററെ വിളിപ്പിച്ച് ആ യോഗം തടയാൻ ശ്രമിച്ചു. അധികാരിയെ കാണാൻ കൂടെപ്പോയ ചാത്തനോട് കണാരൻ മാസ്റ്റർ

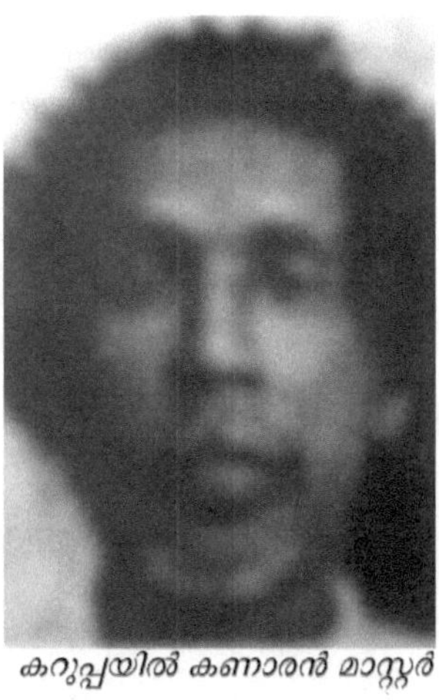

കറുപ്പയിൽ കണാരൻ മാസ്റ്റർ

ധീരമായി പ്രഖ്യാപിച്ചു: "ഒരു കെട്ട് പാന്തം കൂടുതൽ പൊളിക്കാൻ." അഴിയൂർ ചുങ്കം മുതൽ മുക്കാളി വരെ ആ സമ്മേളനത്തിനലങ്കരിച്ചത് പാന്തം (തെങ്ങോലയുടെ തൊലി) കൊണ്ടായിരുന്നു. പ്രസ്തുത യോഗത്തിൽ കണാരൻ മാസ്റ്റർ മറ്റൊരു പ്രഖ്യാപനവും നടത്തി. "ഭാവിയിൽ അഴിയൂർ വില്ലേജിൽ ഒരു തീയനും നായരുടെ പുടവമുറിക്ക് ചൂട്ടുകെട്ടുകയില്ല." ഈ പ്രഖ്യാപനം അക്ഷരംപ്രതി നടപ്പാക്കി.[22]

പ്രമാണിവർഗം പ്രതികാരമായി ഒട്ടനവധി കുടിയാന്മാരെ കുടിയിറക്കി. കണാരൻ മാസ്റ്ററുടെ അഴിയൂരിലെ സ്കൂൾ തള്ളിച്ചു. സമ്പന്നനായിരുന്ന കണാരൻ മാസ്റ്റർ കുടിയിറക്കപ്പെട്ടവരെ സംരക്ഷിച്ചും അവർക്ക് വേണ്ടി കേസ് നടത്തിയും പാപ്പരായി. എങ്കിലും പ്രതിസന്ധികളെ അദ്ദേഹം ധീരമായി നേരിട്ടു.

ടി വി അനന്തൻ, എം ടി കുമാരൻ, ടി വി കുട്ടി തുടങ്ങി ഒട്ടേറെ വാഗ്ഭടാനന്ദ ശിഷ്യന്മാർ സ്വാതന്ത്ര്യസമരത്തിൽ ഭാഗഭാക്കായി. സംഘം ഗാന്ധിജിയുടെ സിവിൽ നിയമലംഘന പ്രസ്ഥാനത്തെ പിന്തുണച്ചു. വാരികയായ *ആത്മവിദ്യാകാഹളം* സ്വാതന്ത്ര്യ പ്രസ്ഥാനത്തെ പിന്താങ്ങി. 'ആരാണ് നിയമധ്വംസകർ' എന്ന തലക്കെട്ടിൽ അദ്ദേഹം എഴുതിയ ലേഖനം ബ്രിട്ടീഷുകാരെ കുപിതരാക്കി. അവർ താക്കീതുനൽകി.

ഒരു കമ്യൂണിസ്റ്റ് ഋഷി എന്ന വിശേഷണത്തിന് തികച്ചും യോഗ്യനാണ് വാഗ്ഭടാനന്ദഗുരു. 1932 ൽ കോമൺവെൽത്തിലെ ഒരു തൊഴിലാളിയെ സായിപ്പ് മർദിച്ചപ്പോൾ, തന്റെ *കാഹളം* പത്രത്തിൽ 'തൊഴിലാളികളുടെ ദുരവസ്ഥ' എന്ന തലക്കെട്ടോടുകൂടി ആചാര്യർ മുഖപ്രസംഗം എഴുതി. ഇതിന് അദ്ദേഹം ജില്ലാ കലക്ടറുടെ ശാസനയ്ക്ക് വിധേയനായി. കർഷക-കമ്യൂണിസ്റ്റ് പ്രസ്ഥാനങ്ങൾക്കു വളക്കൂറുള്ള മണ്ണൊരുക്കിയ പ്രസ്ഥാനമാണ് 1934 ൽ എ വി കുഞ്ഞമ്പു കരിവെള്ളൂരിൽ സ്ഥാപിച്ച 'അഭിനവഭാരത് യുവസംഘം.' അതിന്റെ ഒന്നാം വാർഷികത്തിൽ അധ്യക്ഷത വഹിച്ച് സംസാരിച്ചത് വാഗ്ഭടാനന്ദനായിരുന്നു. 1936 ൽ ഫറോക്ക് ഓട്ടുകമ്പനിയിൽ ഒരു ഹരിജൻ തൊഴിലാളിയെ മുതലാളി അടിച്ചുകൊന്ന സംഭവത്തിൽ പ്രതിഷേധിച്ച് കെ പി ഗോപാലൻ (ആദ്യ കേരള മന്ത്രിസഭയിലെ വ്യവസായമന്ത്രി) നടത്തിയ നിരാഹാര സമരം നാരങ്ങാനീര് നൽകി അവസാനിപ്പിച്ചത് ഗുരുവാണ്. എം ടി കുമാരൻ, വിഷ്ണുഭാരതി, കെ എ കേരളീയൻ എന്നിവർക്കൊപ്പം വേദി പങ്കിട്ട ഗുരു അനീതിക്കും ചൂഷണാധിഷ്ഠിതമായ സാമ്പത്തിക വ്യവസ്ഥയ്ക്കുമെതിരെ ആഞ്ഞടിച്ചു.

> നാലണ സൂക്ഷിക്കുന്നവൻ മറ്റൊരാളെ പട്ടിണികിടത്തുന്നു; അനവധി പണം സൂക്ഷിക്കുന്നവൻ അനവധി ജനങ്ങളെ പട്ടിണി കിടത്തുന്നു. അങ്ങനെ മനുഷ്യന്റെ പൊതുവായുള്ള ആവശ്യത്തിനുള്ള പണം സ്വന്തമായി കൂട്ടിവെക്കുവാൻ ഇവിടെ ആർക്കും അധികാ

> രമില്ല, അവകാശമില്ല. പ്രകൃതിദേവത മനുഷ്യന് അത്യന്താപേക്ഷിതമായ വായുവും വെളിച്ചവും വെള്ളവും ഇവിടെ തുല്യാവകാശത്തോടുകൂടിയാണ് നൽകിയിരിക്കുന്നത്. ഋഷീശ്വരഭാരതത്തിന്റെ സന്ദേശമതാണ്.

വാഗ്ഭടാനന്ദനെ ഉദ്ധരിച്ചുകൊണ്ട് *വാഗ്ഭടാനന്ദ ഗുരുദേവനിൽ* സ്വാമി ബ്രഹ്മവ്രതൻ ഇപ്രകാരം രേഖപ്പെടുത്തുന്നു.

*വാഗ്ഭടാനന്ദ വചനാമൃത*ത്തിന്റെ നാന്ദിയിൽ–

> അനീതിയും അധർമവും അന്ധതയും ഉള്ളേടത്ത് ധീരവിചാരത്തിന്റെ അസിലത ഉയർത്തിയ വാഗ്ഭടാനന്ദ ഗുരുദേവൻ മറ്റെന്നത്തേക്കാളും ഇന്ന് നാട്ടിനും ജനങ്ങൾക്കും സ്മരണീയനായിത്തീർന്നിരിക്കുന്നു. മതം ആചാരജീർണതയും അന്യമത ദ്വേഷത്തിനുള്ള കാട്ടുതീയും ആവുകയും ജാതിക്കൊട്ടാരങ്ങളിലും കോട്ടകളിലും ഏതോ ദുർഭൂതം പോലെ ഭീതിവളർത്തി വിഹരിക്കുകയും ചെയ്യുന്ന ഈ ഘട്ടത്തിൽ മറ്റാരേക്കാളും ഇവിടെ അവതരിക്കേണ്ടത് ആ വാഗ്ഭടാനന്ദനാണ് എന്ന് എന്റെ മനസ്സ് വിഹ്വലതയുടെ ഏകാന്ത ദുസ്സഹതയിൽ എന്നോട് മന്ത്രിക്കുന്നു.

വാഗ്ഭടാനന്ദ ചിന്തകളുടെ കാലിക പ്രസക്തി ഇപ്രകാരം അഴീക്കോട് സാക്ഷ്യപ്പെടുത്തുന്നു. *തത്ത്വമസി* എന്ന വിചാരഗ്രന്ഥം അഴീക്കോട് സമർപ്പിച്ചിരിക്കുന്നത് വാഗ്ഭടാനന്ദന്റെ ദീപ്തസ്മൃതികളിലാണ്.

'കർമ്മ ധീരനായ യോഗി' എന്ന ലേഖനത്തിൽ ഐ വി ദാസ് വാഗ്ഭടാനന്ദന്റെ അന്യാദൃശമായ കർമവൈഭവം വ്യക്തമാക്കുന്നു.

> മനുഷ്യരാശിയെ നന്മയിലേക്ക് നയിക്കാൻ പ്രതിജ്ഞാബദ്ധനായ ഒരു മഹാനായിരുന്നു വാഗ്ഭടാനന്ദ ഗുരുദേവൻ... വാഗ്ഭടാനന്ദന്റെ കർമപ്രഭാവം നിറഞ്ഞുനിൽക്കുന്ന കാലത്താണ് ഈ ലേഖകൻ ജനിച്ചു വളർന്നത്. നന്നേ ചെറുപ്പകാലം മുതൽ തന്നെ ആ മഹാന്റെ പേര് കേൾക്കാൻ കഴിഞ്ഞിരുന്നു. പാട്യവും മൊകേരിയും തൊട്ടടുത്ത് കിടക്കുന്ന രണ്ട് ഗ്രാമങ്ങളാണ്. ഇതിൽ പാട്യമാണ് വാഗ്ഭടാനന്ദ ഗുരുവിന്റെ ജന്മഗ്രാമം. എന്റെ കുട്ടിക്കാലം മുതൽ കേൾക്കാൻ കഴിഞ്ഞ വാഗ്ഭടാനന്ദ കർമങ്ങൾ എന്നെ അദ്ദേഹത്തിന്റെ ആരാധകനാക്കിത്തീർത്തു. ആ വികാരം ഇന്നും ശക്തിയായി നിലനിൽക്കുന്നു. ഈ മാനസികാവസ്ഥയാണ് *നവോത്ഥാനാചാര്യനായ വാഗ്ഭടാനന്ദഗുരു* എന്ന ലഘുഗ്രന്ഥം വായനക്കാർക്ക് സമർപ്പിക്കാൻ പ്രേരകമായത്.
>
> ഐ വി ദാസ് തുടരുന്നു:
>
> ആനുഷംഗികമായി ഒരു കാര്യം പറയട്ടെ. അടിയന്തിരാവസ്ഥക്കാ

> ലത്ത് ഒരുദിവസം ഇ എം എസിന്റെ കൂടെ കണ്ണൂരിൽനിന്നും തിരുവനന്തപുരത്തേക്ക് കാറിൽ യാത്രചെയ്യാനുള്ള ഭാഗ്യം എനിക്കുണ്ടായി. കാർ ഷൊർണ്ണൂരിൽ എത്തിയപ്പോൾ ഇ എം എസ് പറഞ്ഞു: ദാസൻ മാഷേ യുവാവായ കാലത്ത് ഇവിടെ വെച്ച് എനിക്ക് വാഗ്ഭടാനന്ദ ഗുരുവിന്റെ ഉജ്വല പ്രസംഗം കേൾക്കാൻ കഴിഞ്ഞു. അക്ലിഷ്ട മനോഹരവും ശക്തവുമായ ആ പ്രസംഗം എന്റെ മനസിനെ ആകർഷിച്ച ഒന്നായിരുന്നു. എന്റെ തലച്ചോറിലൂടെ ഒരു

വാഗ്ഭടാനന്ദന്റെ വാഗ്മിത്വത്തിന്റെ കാന്തശക്തി വിളംബരം ചെയ്യുന്നു ഇ എം എസിന്റെ ഈ വാക്കുകൾ.

ഓടുന്ന കാലത്തിന് ഒരു മുഴം മുമ്പെ നടന്നവരാണ് ആത്മവിദ്യാസംഘക്കാർ. നവീനാശയങ്ങൾ മുറുകെപ്പിടിച്ചതിന്റെ പേരിൽ എണ്ണമറ്റ പീഡനങ്ങൾ അനുഭവിക്കേണ്ടിവന്ന അവർ സന്യാസിയുടെ നിസ്സംഗത കൈക്കൊള്ളാതെ പ്രായോഗികമായ കർമകുശലത അവലംബിച്ചു. വിദ്യാഭ്യാസം മുടക്കിയപ്പോൾ സ്വന്തമായി വിദ്യാലയങ്ങൾ സ്ഥാപിച്ചു. ക്ഷുരകനെ മുടക്കിയപ്പോൾ ബംഗാളിൽ നിന്നുപോലും ക്ഷൗരക്കത്തികൾ വരുത്തി ക്ഷൗരകർമം പരിശീലിപ്പിച്ചു. അക്കാലത്ത് സ്ഥാപിച്ച ഐക്യനാണയ സംഘമാണ് ഇന്നത്തെ ഊരാളുങ്കൽ സർവീസ് സഹകരണ ബാങ്ക് ആയി മാറിയത്. ഭവനവായ്പാ സഹകരണസംഘത്തിനും ബീജാവാപം ചെയ്തത് ആചാര്യനാണ്. തൊഴിൽ നിഷേധിക്കപ്പെട്ടപ്പോൾ തൊഴിലാളികളെ സംഘടിപ്പിച്ച് ഊരാളുങ്കൽ പ്രവൃത്തിക്കാരുടെ സഹകരണ സംഘത്തിനു രൂപംനൽകി. 1925 മാർച്ച് 24 ന് സൊസൈറ്റിയുടെ ആദ്യ യോഗം ചവോക്ക് തോട്ടത്തിലെ പ്രാർഥനാലയത്തിൽ ചേർന്നു. 16 പേർക്ക് അംഗത്വം നൽകി. പഞ്ചായത്ത് എന്നറിയപ്പെട്ട പ്രഥമ ഡയറക്ടർ ബോർഡ് അംഗങ്ങൾ ചാപ്പയിൽ കുഞ്ഞ്യേക്കു ഗുരുക്കൾ, പുന്നേരി പൊക്കായി, കാട്ടിൽ രാമൻ, മുതിരയിൽ ചെക്കോട്ടി, വണ്ണാത്തിക്കണ്ടി വലിയ കണ്ണൻ ഇവരായിരുന്നു. വലിയ കണ്ണനായിരുന്നു പ്രഥമ സെക്രട്ടറി. ഇന്ത്യൻ സൊസൈറ്റി ആക്ട് അനുസരിച്ച് 1925 ഫെബ്രുവരി 13-ാം തീയതി നമ്പർ 699 ആയി രൂപീകരിച്ച സൊസൈറ്റിയുടെ ആദ്യ പ്രസിഡണ്ട് കുഞ്ഞ്യേക്കു ഗുരുക്കളായിരുന്നു. പാലേരി ചന്തമ്മൻ, ടി കെ ബാപ്പുമാസ്റ്റർ, പാലേരി കണാരൻ മാസ്റ്റർ, പാലേരി രമേശൻ എന്നീ മഹാരഥന്മാരുടെ നേതൃത്വത്തിൻ കീഴിൽ വികാസം പ്രാപിച്ച സൊസൈറ്റി ഇന്ന് ഊരാളുങ്കൽ ലേബർ കോൺട്രാക്ട് സൊസൈറ്റി എന്ന പേരിൽ ഉത്തരോത്തരം വളർന്ന് ഇന്ത്യയിലെ തന്നെ പ്രമുഖ സഹകരണ സ്ഥാപനമായി മാറിയിട്ടുണ്ട്.

1939-ൽ വാഗ്ഭടാനന്ദന്റെ നിര്യാണത്തോടെ ആത്മവിദ്യാസംഘം ദുർബലപ്പെട്ടു തുടങ്ങി. സുശക്തമായ സംഘടനാ സംവിധാനത്തിന്റെ

അഭാവം ദൃശ്യമായി. സംഘത്തിനു പിന്നിൽ സമ്പന്നപ്രമാണിവർഗം ഉണ്ടായിരുന്നില്ല. ബുദ്ധിജീവികൾക്കും പരിഷ്കരണാശയക്കാർക്കും സംഘത്തിന്റെ ജനകീയസ്വഭാവം കാത്തുസൂക്ഷിക്കാനായില്ല. അപ്പോഴേക്കും വാഗ്ഭടാനന്ദനുയർത്തിയ സാമൂഹ്യ പ്രശ്നങ്ങൾ ഏറ്റെടുക്കാൻ സംഘടനാശേഷിയോടെ കമ്യൂണിസ്റ്റ് പ്രസ്ഥാനം മുന്നിട്ടുവന്നിരുന്നു.

ദേശീയ പ്രസ്ഥാനങ്ങളോട് ആഭിമുഖ്യം പുലർത്തി സിവിൽ നിയമലംഘന പ്രസ്ഥാനങ്ങളെ പിന്തുണച്ച്, പ്രവർത്തനങ്ങളിലൂടെയും ലേഖനങ്ങളിലൂടെയും ബ്രിട്ടീഷ് അധിനിവേശശക്തികളെ കുപിതനാക്കിയ ദേശീയവാദിയായും അധഃകൃതരുടെയും തൊഴിലാളികളുടെയും പക്ഷം ചേർന്ന് അവർക്കുവേണ്ടി പോരാടിയ നവോത്ഥാന ശിൽപ്പിയായും ഈ അദ്വൈതിയെ ചരിത്രം രേഖപ്പെടുത്തിവെക്കും.

4

ബാസൽ മിഷനും കുന്നുമ്മൽ മിസ്സിയും

ഹെർമൻ ഗുണ്ടർട്ട്

മതപ്രചരണാർഥം കേരളത്തിലെത്തിച്ചേർന്ന വ്യത്യസ്ത മിഷണറി സംഘങ്ങൾ നമ്മുടെ സാമൂഹ്യ സാഹിത്യ സാംസ്കാരിക മണ്ഡലങ്ങളിൽ നൽകിയ സംഭാവനകൾ കനപ്പെട്ടതാണ്. ഉത്തരകേരളത്തിലെ സാംസ്കാരിക നവോത്ഥാനത്തിന് ചാലകശക്തിയായ ഒന്നാണ് ജർമൻ മിഷണറി സംഘമായ ബാസൽ ഇവാൻജലിക്കൽ മിഷൻ.

തലശ്ശേരി ഇല്ലിക്കുന്നും ചോമ്പാലയും കേന്ദ്രീകരിച്ച് ഹെർമൻ ഗുണ്ടർട്ട് നടത്തിയ വിദ്യാഭ്യാസ പ്രവർത്തനങ്ങൾ, മിഷന്റെ ആരോഗ്യജീവകാരുണ്യ പ്രവർത്തനങ്ങൾ സമീപപ്രദേശങ്ങളിലെല്ലാം നവോന്മേഷം പ്രദാനം ചെയ്തു. 1849 ൽ ആണ് മില്ലർ സായിപ്പ് ചോമ്പാലയിൽ സഭ സ്ഥാപിക്കാനെത്തുന്നത്. മിഷണറിമാർ കടത്തനാട്ട് രാജാവിനെ സമീപിച്ച് ചോമ്പാലിലെ കുന്നുഭൂമി വാങ്ങി പള്ളിയും ആശുപത്രിയും സ്കൂളും ബദാനിയയും (അനാഥമന്ദിരം) പണിയുന്നതിന് മുമ്പേ ഗുണ്ടർട്ട് ചോമ്പാലിൽ വിദ്യാലയം സ്ഥാപിച്ചിരുന്നു. ചോമ്പാലിലെ മന്ദൻ വൈദ്യരും മണ്ടോടി കുങ്കൻ ഗുരുക്കളും അവിടെ അധ്യാപകരായി നിയോഗിക്കപ്പെട്ടു. അവിടെ നാനാജാതി മതസ്ഥരായ വിദ്യാർഥികൾ പ്രവേശിപ്പിക്കപ്പെട്ടു. അയിത്തവും തീണ്ടലും തൊടീലും സ്കൂളുകളിലെങ്കിലും

ഉച്ചാടനം ചെയ്യപ്പെട്ടു. അവിടെ പഠിക്കുന്ന വിദ്യാർഥികൾക്ക് ഉച്ചഭക്ഷണവും പാലും പഴവും ചീസുമെല്ലാം നൽകപ്പെട്ടു. മുഴുപ്പട്ടിണിക്കാരായ അമ്മമാർ തങ്ങളുടെ അരപ്പട്ടിണിക്കാരായ കുഞ്ഞുങ്ങളെ മിഷൻ വിദ്യാലയങ്ങളിൽ ചേർക്കാൻ തുടങ്ങി. കോളറയും വസൂരിയും പിടിപെട്ട് അച്ഛനമ്മമാർ മരണപ്പെട്ട കുഞ്ഞുങ്ങളെ മിഷണറി സ്കൂളുകൾ ഏറ്റെടുത്തു.

ലീല ഗിൽബർട്ട്

അക്കാലത്ത് സമ്പന്ന തറവാടുകൾ കേന്ദ്രീകരിച്ച് നടത്തപ്പെട്ടിരുന്ന നാട്ടെഴുത്ത് പള്ളിക്കൂടങ്ങൾ അഥവാ കുടിപ്പള്ളിക്കൂടങ്ങളിൽ അവർണർക്കും മറ്റ് മതസ്ഥർക്കും പ്രവേശനം നിഷിദ്ധമായിരുന്നു. എല്ലാവർക്കും പ്രവേശനാനുമതി ഉണ്ടായിരുന്ന വിദ്യാലയങ്ങൾ തന്നെ കുട്ടികളെ സംബന്ധിച്ചിടത്തോളം തടവറയായിരുന്നു. കാരണം നാട്ടിടവഴികളിലും തൊടികളിലും അലഞ്ഞ് പല പഴങ്ങളും പറിച്ചുതിന്ന് വിശപ്പടക്കാനുള്ള സ്വാതന്ത്ര്യമാണ് സ്കൂളുകൾ അപഹരിച്ചിരുന്നത്. തരം കിട്ടുമ്പോഴൊക്കെ അവർ വെളിയിൽ ചാടി.

ബൈബിൾ സുവിശേഷഭാഗങ്ങൾ ചോമ്പാൽ ഭാഗങ്ങളിൽ വ്യാപകമായി വിതരണം ചെയ്യപ്പെട്ടു. ഗുണ്ടർട്ടിന്റെ പ്രേരണ നിമിത്തം മണ്ടോടി കുങ്കൻ ഗുരുക്കളും മന്ദൻ വൈദ്യരും കുടുംബസമേതം ക്രിസ്ത്യാനികളായി സ്നാനപ്പെട്ടു. മന്ദൻ വൈദ്യർ പൗൾ എന്നും കുങ്കൻ ഗുരുക്കൾ യാക്കോബ് എന്നും പേര് സ്വീകരിച്ചു. ഹിന്ദുത്വത്തിന്റെ ദുർബലപ്പെട്ട ജാതിച്ചരടുകൾ പൊട്ടിച്ച് പലരും മതപരിവർത്തനം ചെയ്തു. യാഥാസ്ഥിതിക സമൂഹം ഭ്രഷ്ടും തൊഴിൽനിഷേധവും ഊരുവിലക്കുമായി രംഗത്തുവന്നു. മിഷനാകട്ടെ ഇതിനെ നേരിടാൻ വിദ്യാഭ്യാസ പ്രവർത്തനങ്ങൾ വ്യാപകമാക്കുന്നതോടൊപ്പം കൈത്തൊഴിൽ പരിശീലനവും ആരംഭിച്ചു. കണ്ണൂർ, വയനാട്, മഞ്ചേരി, ഫറൂക്ക്, മൂരാട്, തൃശൂർ, പാലക്കാട് എന്നിവിടങ്ങളിലെല്ലാം ബദാനിയകളോ വിദ്യാലയങ്ങളോ ചർച്ചുകളോ തുറക്കപ്പെട്ടു. അവിടങ്ങളിൽ തച്ചുശാസ്ത്രം, തുന്നൽ, പുൽപ്പായ നിർമാണം, നെയ്ത്ത്, വസ്ത്രങ്ങൾ ഡൈ ചെയ്യൽ, മൺപാത്ര നിർമാണം തുടങ്ങി ഒട്ടേറെ കൈത്തൊഴിലുകൾ പരിശീലിപ്പിക്കപ്പെട്ടു. പുതിയറയിലും ഒലവക്കോട്ടും ഓട്ടുകമ്പനികൾ സ്ഥാപിക്കപ്പെട്ടു.

1841 ൽ റവ: ഹബിക് കണ്ണൂരിലെ വർണശ്ശേരിയിൽ ഇംഗ്ലീഷ് സ്കൂൾ സ്ഥാപിക്കുന്നതോടെ മലബാറിന്റെ ചക്രവാളം ഭൂമിയോളം വികസിക്കുകയായിരുന്നു. പെൺകുട്ടികൾക്കുവേണ്ടി ഒറ്റമുറി ക്ലാസായി കാരക്കാട്ട് തുടങ്ങിയ സ്കൂളാണ് പിന്നീട് വടകരയിലെ ബി ഇ എം സ്കൂളായി

ഉയർത്തപ്പെട്ടത്. 1848 ൽ കല്ലായിയിൽ അവർ തുടങ്ങിയ പ്രാഥമിക വിദ്യാലയമാണ് ഇന്നത്തെ മലബാർ ക്രിസ്ത്യൻ കോളേജിന്റെ ബീജരൂപം. ബ്രണ്ണൻ സായ്പ്പിന്റെ സഹായത്തോടെ 1856 ൽ തലശ്ശേരിയിൽ തുടങ്ങിയ വിദ്യാലയം പ്രശസ്തമായ ബ്രണ്ണൻ കോളേജ് ആയി ഉയർന്നു.

1866 ൽ പാലക്കാട്ട് ആരംഭിച്ച സ്കൂൾ വിക്ടോറിയ കോളേജായി മാറി. ഈ വിദ്യായങ്ങളിൽ പഠിച്ചിറങ്ങിയ പലരും ദേശാഭിമാന പ്രചോദിതരും കമ്യൂണിസ്റ്റുകാരുമായി മാറി.

മലയാള പത്രപ്രവർത്തനത്തിന്റെ ചരിത്രം ആരംഭിക്കുന്നത് തലശ്ശേരി ഇല്ലിക്കുന്നിൽ ഗുണ്ടർട്ടിന്റെ ബാസൽ മിഷൻ പ്രസിൽനിന്നും പുറത്തിറങ്ങിയ *രാജ്യസമാചാര*ത്തോടെയാണ്. തുടർന്ന് *പശ്ചിമോദയ*വും പുറത്തിറങ്ങി. സ്വർഗത്തിൽ വെച്ചുപോലും പുതിയ ഭാഷ പഠിക്കാൻ കൊതിച്ച ഈ മറുനാടൻ പാതിരിയെ മലയാളഭാഷാനിഘണ്ടു അടക്കം തയാറാക്കാൻ സഹായിച്ചവരിൽ പ്രമുഖൻ ചോമ്പാലിലെ മന്ദൻ വൈദ്യർ (പൗൾ) ആയിരുന്നു.

ചോമ്പാൽ കുന്നുമ്മലിൽ മിഷണറിമാർ സ്ഥാപിച്ച ബംഗ്ലാവുകളിൽ മേലെ ബംഗ്ലാവ് വീടായും താഴെ ബംഗ്ലാവ് ഡിസ്പൻസറിയുമായാണ് പ്രവർത്തിച്ചിരുന്നത്. കോളറയും വസൂരിയും പടർന്നുപിടിക്കപ്പെട്ട അവസരത്തിൽ മിഷണറിമാർ ഉണർന്നു പ്രവർത്തിച്ചു. വസൂരി ഉണ്ടാകുന്നത് മുജ്ജന്മ പാപത്താലും ദൈവകോപത്താലുമാണെന്ന് വിശ്വസിച്ചവരെ ബോധവൽക്കരിക്കുന്നതിന് മിഷണറിമാരും കമ്യൂണിസ്റ്റുകാരും ഒരുപോലെ പങ്കുവഹിച്ചു. കുന്നുമ്മൽ ഹോസ്പിറ്റലിൽ ചീഫ് നഴ്സായി പ്രവർത്തിച്ച സിസ്റ്റർ എലിസബത്ത് ഫ്രൈസസ് (ഫ്രീഡ) ജന്മം മുഴുവൻ ജീവകാരുണ്യത്തിനായി ഉഴിഞ്ഞുവെച്ച മാന്യവനിതയായിരുന്നു. പ്രസവ ശുശ്രൂഷയ്ക്കും രോഗിപരിചരണത്തിനായും ഒഞ്ചിയം ചോമ്പാൽ പ്രദേശങ്ങളിൽ വീടു വീടാന്തരം കയറിയിറങ്ങിയ അവരെ ജനങ്ങൾ സ്നേഹത്തോടെ 'കുന്നുമ്മൽ മിസ്സി' എന്നാണ് വിളിച്ചിരുന്നത്. ഹോസ്പിറ്റലിലെത്തുന്ന പട്ടിണിപ്പാവങ്ങൾക്ക് അവർ ഗോതമ്പു കഞ്ഞിയും ചീസും പാൽപ്പൊടിയും എണ്ണയും തുണിയുമെല്ലാം വിതരണം ചെയ്തു. ചോമ്പാലിലെ കമ്യൂണിസ്റ്റ് വളണ്ടിയർ സേന രോഗപ്രതിരോധ കുത്തിവയ്പിനായുള്ള ബോധവൽക്കരണം നടത്തുകയും രോഗികളെ ഹോസ്പിറ്റലിലെത്തിക്കുകയും ചെയ്തു. സിസ്റ്റർ ഫ്രീഡയിൽ നിന്നും സ്വീകരിച്ച മരുന്നുകൾ അവർ രോഗികൾക്കായി വിതരണം ചെയ്തു.

തികഞ്ഞ ജീവകാരുണ്യ പ്രവർത്തനം നടത്തിയിരുന്ന അവർ മതപരിവർത്തന ലക്ഷ്യം വിസ്മരിച്ചതായി ആക്ഷേപം വന്നു. അവരുടെ ജനകീയ സാമൂഹ്യ ഇടപെടലുകൾ സഭയ്ക്ക് സ്വീകാര്യമായിരുന്നില്ല. ബ്രിട്ടനും ജർമനിയും കൊമ്പുകോർത്ത ലോകമഹായുദ്ധകാലത്തും സ്വാതന്ത്ര്യാനന്തരവും മിഷണറിമാർ പരീക്ഷണങ്ങളെ നേരിട്ടു. സ്വാതന്ത്ര്യലബ്ധിയെ തുടർന്ന് വൈദേശിക വിരുദ്ധവികാരം ആളിക്കത്തി. സങ്കുചിത വികാരങ്ങൾക്ക് അടിമപ്പെട്ട ചിലരെങ്കിലും സിസ്റ്റർ ഫ്രീഡയടക്കമുള്ള മിഷണറിമാർക്ക് നേരെ തിരിഞ്ഞു. ഫ്രീഡയടക്കമുള്ളവർക്ക് ഒളി

എ കെ ജി

ച്ചു കഴിയേണ്ടിവന്നു.

ചോമ്പാലിലെ കമ്യൂണിസ്റ്റുകാരനും വളണ്ടിയറുമായിരുന്ന ചാത്തൻകണ്ടി ഗോപാലൻ എള്ളെണ്ണയും കരിയും ചേർത്ത മിശ്രിതം തയാറാക്കി സിസ്റ്റർ ഫ്രീഡയ്ക്ക് എത്തിച്ചു കൊടുത്തു. വെളുത്ത തൊലിയിൽ പുരട്ടി അവരെ രക്ഷപ്പെടുത്താനുള്ള എണ്ണക്കൂട്ടായിരുന്നു അത്. ജനങ്ങൾ അവരെ അത്രമേൽ ഇഷ്ടപ്പെട്ടിരുന്നു.

ജയിൽമോചിതനായതിനു ശേഷം എ കെ ജി ഒഞ്ചിയം രക്തസാക്ഷികളുടെ ഭവനങ്ങൾ സന്ദർശിച്ചിരുന്നു. ഒരുനാൾ നെല്ലാച്ചേരി ചെറുവാട്ട് പരിസരത്ത് അദ്ദേഹം ഒരു കുടുംബയോഗത്തിൽ പ്രസംഗിച്ചുകൊണ്ടിരിക്കെ അവിചാരിതമായി സിസ്റ്റർ ഫ്രീഡ അവിടെ എത്തി. സിസ്റ്റർ ഫ്രീഡയെ കണ്ടപാടെ കുടുംബ സദസ്സ് ഒന്നടങ്കം ആദരവ് കാട്ടി. ആ ആദരണീയ വനിതയെക്കുറിച്ച് മനസിലാക്കിയ എ കെ ജി അവരെ സദസിലേക്ക് സ്വീകരിച്ചു. മാതൃകാപരമായ അവരുടെ ജീവകാരുണ്യ പ്രവർത്തനത്തെ അദ്ദേഹം ശ്ലാഘിച്ചു.

മലയാളക്കരയെയും മലയാളികളെയും അങ്ങേയറ്റം സ്നേഹിച്ച സിസ്റ്റർ ഫ്രീഡയെ മിഷൻ പൊടുന്നനെ ജർമനിയിലേക്ക് തിരിച്ചുവിളിച്ചു. ഇവിടെ വെച്ച് മരിക്കണമെന്നാഗ്രഹിച്ച ആ പാവങ്ങളുടെ അമ്മ മനസില്ലാമനസോടെ കപ്പൽ കയറി. ഇന്നാട്ടുകാർക്കായി പല പാരിതോഷികങ്ങളും തുടർന്നും അവർ അയക്കാൻ തുടങ്ങി. സിസ്റ്റർ ഇനിയും തുടരുന്ന ജനകീയ ബന്ധം തടയാൻ മിഷൻ അവരെ വീട്ടുതടങ്കലിലാക്കി. സ്കൂളിൽ പോകാൻ വിലക്കുവന്നു. പള്ളിയിലും ഡിസ്പൻസറിയിലും പോകാൻ മാത്രമേ അവർക്ക് അനുവാദമുണ്ടായിരുന്നുള്ളു. മലയാളക്കരയിലെ തന്റെ പ്രിയപ്പെട്ടവരെയോർത്ത് അവരുടെ സ്വന്തം 'മിസ്സി' എന്റെ മക്കൾ... എന്റെ മക്കൾ... എന്നു വിലപിച്ചുകൊണ്ട് ഉന്മാദിനിയെപ്പോലെ ശിഷ്ടകാലംകഴിച്ചുകൂട്ടി. ആകസ്മികമെന്നു പറയട്ടെ ജീവകാരുണ്യങ്ങളുടെ കേദാരമായിരുന്ന ബാസൽ മിഷന്റെ മുക്കാളിയിലെ ബംഗ്ലാവ് മർദകവീരന്മാരായ എം എസ് പിക്കാരുടെ താവളമായി.

കുറൂളി ചെക്കോനും വലിയ അബ്ദുള്ളയും

കടത്തനാട്ടിലെ മുത്തശ്ശിക്കഥകളിലെ നിറസാന്നിധ്യമാണ് കുറൂളി ചെക്കോനും വലിയ അബ്ദുള്ളയും. കുറൂളി ചെക്കോന്റെ ജന്മദേശം വടകരയ്ക്ക് കിഴക്ക് എടച്ചേരി നാദാപുരം മേഖലയിലാണെന്ന് കരുതപ്പെ

ടുന്നു. അവധൂതനാണ് വലിയ അബ്ദുള്ള. ഇവരുടെ പേരിൽ പൊടിപ്പും തൊങ്ങലും ചാർത്തിയ വീരകഥകൾ വ്യത്യസ്ത രൂപഭാവങ്ങളോടെ പല ടിയത്തും പ്രചരിച്ചിട്ടുണ്ട്. കായംകുളം കൊച്ചുണ്ണിയെപ്പോലെ സോദ്ദേശ്യമായ ചോരണമാണിവർ രണ്ടുപേരും നടത്തിപ്പോന്നത്. അതുകൊണ്ട് തന്നെ വീരാരാധനയോടെയാണ് ജനം ഇവരെ നോക്കിക്കണ്ടത് ഒരു വിഭാഗം സമ്പന്നതയുടെ നിറനിലാവിൽ, ഒരുവിഭാഗം പട്ടിണിയുടെ പടുകുഴിയിൽ ഈ അധർമ വ്യവസ്ഥ ഉച്ചാടനം ചെയ്യാൻ അവർ കണ്ടെത്തിയ മാർഗം പിടിച്ചുപറിയായിരുന്നു. കട്ടമുതലുകൾ ഒന്നൊഴിയാതെ പാവങ്ങൾക്കായി പങ്കുവെക്കപ്പെട്ടു.

കമ്യൂണിസ്റ്റ് കർഷകപ്രസ്ഥാനങ്ങൾ നാട്ടിൽ വേരുറയ്ക്കുന്നതിനു മുമ്പ് അതിക്രമങ്ങളോടും അത്യാചാരങ്ങളോടും ഒറ്റയ്ക്ക് പൊരുതി നാട്ടിൽ സമത്വം സ്ഥാപിക്കാൻ ഇറങ്ങിപ്പുറപ്പെട്ടവരായിരുന്നു രണ്ടുപേരും. വിവാഹത്തിന് കെട്ടുതാലിക്ക് പണമില്ലാതെ കുഴങ്ങുന്നവരുടെ കുടിലിൽ അവർ കണികണ്ടുണരുക പണമോ സ്വർണപ്പതക്കങ്ങളോ ആവും. ചോർന്നൊലിക്കുന്ന വീടുള്ളവർക്ക് കണി പുരകെട്ടിമേയാനുള്ള മെടഞ്ഞ ഓലക്കെട്ടുകളായിരിക്കും. പട്ടിണി കിടക്കുന്നവർക്ക് മുന്നിൽ സമൃദ്ധമായി ധാന്യങ്ങളും കിഴങ്ങുവർഗങ്ങളും ദൈവങ്ങളെപ്പോലെ പ്രത്യക്ഷപ്പെട്ടു. ഈ ചെയ്തികളെല്ലാം അസാമാന്യമായ മെയ്ക്കരുത്തും കളരി അഭ്യാസികളുമായ ചെക്കോന്റെയും അബ്ദുള്ളയുടെയും പേരിൽ ചേർക്കപ്പെട്ടു.

ഒരുനാൾ ഒഞ്ചിയത്തെ തായാട്ട് വീട്ടിൽ വെച്ച് കാരണവർ കേളപ്പൻ അടിയോടി 'അറബിത്താൻ കള്ളൻ' എന്നറിയപ്പെട്ട വലിയ അബ്ദുള്ളയെ പിടികൂടി. നനച്ച തുണികൊണ്ട് വരിഞ്ഞു മുറുക്കി പുത്തലത്ത് അധികാരിയുടെ മുമ്പിൽ ഹാജരാക്കി. അധികാരിയുടെ ദണ്ഡനീതിക്കു മുമ്പിൽ വലിയ അബ്ദുള്ളയ്ക്ക് പിന്നീട് എന്തു സംഭവിച്ചു എന്ന് ആർക്കും ഒരു നിശ്ചയവുമില്ല.

ഒഞ്ചിയത്ത് പുതിയെടുത്ത് ക്ഷേത്രഉത്സവം നടക്കുന്ന നാളിൽ കുറൂളി ചെക്കോൻ കച്ചവട പ്രമാണിയുടെ വേഷത്തിൽ അവിടെ എത്തി. അവിടത്ത കാരണവർക്ക് ഒരുവല്ലം വെറ്റില കാഴ്ചവെച്ചു. പുത്തലത്ത് അധികാരിയോട് കണക്ക് ചോദിക്കാനാണ് വരവ്. തിരിച്ചറിയപ്പെട്ടപ്പോൾ പണം വാരിവിതറി ചെക്കോൻ രക്ഷപ്പെട്ടു. ചൂഷണത്തിന് വിധേയരാവുന്ന ആദിവാസികളുടെ ഇടയിൽ പ്രവർത്തിക്കാൻ വയനാടൻ ചെരിവുകളിലെത്തിയ ചെക്കോനെ ശത്രുവാണെന്നു കരുതി ആദിവാസികൾ വിഷഅമ്പെയ്തു കൊല്ലുകയായിരുന്നുവത്രെ. തുടർന്നും ഏറെക്കാലം ചെക്കോൻ 'പ്രഭാവം' നാട്ടിൽ നിലനിന്നു.

1942 ൽ കണ്ണൂക്കരയിൽ ജാപ്പ് വിരുദ്ധ മേളയ്ക്ക് വിപുലമായ ഒരുക്കങ്ങൾ നടക്കുന്നു. നാലായിരത്തിൽപ്പരം ആളുകൾക്ക് സമ്മേളിക്കാനും ഭക്ഷണം കഴിക്കാനുമുള്ള സൗകര്യം ഒരുക്കണം. കമ്യൂണിസ്റ്റുകാരുടെ വീടുകളിൽ നിന്നെല്ലാം ഓലകൾ ശേഖരിച്ചു. താരതമ്യേന സമ്പന്നരായ

മണ്ടോടി തറവാട്ടിൽ വലിയ ഓലപ്പുറം പുരമേയാനായി ഒരുക്കി കൂട്ടി വെച്ചിട്ടുണ്ട്. മെടഞ്ഞ ഓലകൾ അടുക്കിക്കെട്ടി സൂക്ഷിക്കുന്നതിനെ ഓലപ്പുറം വെക്കുക എന്നാണ് പറയുക. പിറ്റേന്ന് പുരകെട്ടിമേയാൻ പണിക്കാരെത്തുമെന്നതിനാൽ കണ്ണന് അമ്മയോട് ഓല ചോദിക്കാൻ മടി. ഈ ഓലകൂടി കിട്ടാതെ പന്തൽ പൂർത്തിയാക്കാനുമാവില്ല. രാത്രിയിൽ അമ്മ അറിയാതെ മണ്ടോടി കണ്ണനും സംഘവും ഓലപ്പുറം അപ്പാടെ എടുത്ത് സമ്മേളനപ്പന്തലിനായി കൊണ്ടുപോയി. പിറ്റേന്ന് പുരകെട്ടിമേയാനെത്തിയ പണിക്കാർ ഓലപ്പുറം കാണാഞ്ഞ് മടങ്ങി. നിഷ്കളങ്കയായ ആ അമ്മ കുറൂളി ചെക്കോന്റെ വൈഭവത്തിൽ അത്ഭുതംകൂറി. സമ്മേളനത്തിന് ശേഷം ഓല തിരിച്ചെത്തിച്ച കണ്ണന് അമ്മയെ കാര്യങ്ങൾ ബോധ്യപ്പെടുത്താൻ ഏറെ പാടുപെടേണ്ടിവന്നു. വെള്ളവും വായുവും പ്രകാശവും പോലെ സമ്പത്തും സമതുലത്വം ചെയ്യപ്പെടണമെന്ന സന്ദേശമാവാം കള്ളരെന്നു മുദ്രചാർത്തപ്പെട്ട ചെക്കോനും അബ്ദുള്ളയും ജനങ്ങൾക്ക് കൈമാറിയിട്ടുണ്ടാവുക.

കൃഷിഭൂമി കൃഷിക്കാരന്....

അമ്പതിനായിരം രൂപ കപ്പം കൊടുത്തുകൊണ്ട് ഹൈദരാലിയുടെ സാമന്തനായി കഴിയേണ്ടിവന്ന കടത്തനാട്ട് രാജാവ് നികുതിഭാരം ജനങ്ങളിൽനിന്ന് വസൂലാക്കാൻ നികുതി പാട്ടവ്യവസ്ഥകൾ കർക്കശമാക്കുകയുണ്ടായി. ഹൈദറിന്റെ ജനറൽ ബൽവന്തറാവുവിന്റെ നികുതി നിർദേശങ്ങൾ രണ്ടാം കടത്തനാട്ട് രാജ ഇളയതമ്പുരാൻ അപ്പാടെ പ്രാവർത്തികമാക്കിയത് നെൽകർഷകരുടെ നടുവൊടിച്ചു. പാട്ടത്തിന്റെ അമ്പത് ശതമാനമായിരുന്നു നികുതി. ആയിരം സേർ നെല്ലിന് നാൽപ്പതു രൂപ. ബ്രിട്ടീഷ് ഈസ്റ്റിന്ത്യാ കമ്പനി മലബാറിന്റെ ഭരണഭാരം ഏറ്റെടുത്തപ്പോഴും സ്ഥിതി മറിച്ചായിരുന്നില്ല.

1930 ൽ മലബാറിലെ 22 ജന്മിമാർ 6,20,120 ഏക്കർ ഭൂമി കൈയടക്കിവെച്ചിരുന്നതായി പ്രകാശ് കാരാട്ട് 'Agrein relation in Malabar' എന്ന തന്റെ ഗവേഷണ പ്രബന്ധത്തിൽ ചൂണ്ടിക്കാണിച്ചിട്ടുണ്ട്.[23]

തകർന്ന മരുമക്കത്തായ കുടുംബം, റയത്തുവാരി സമ്പ്രദായത്തിലെ നികുതിപിരിവ്, അസ്ഥിരമായ കുടിയായ്മകൾ, ജന്മിമാരുടെ അക്രമ പിരിവുകളും മർദനവും, യുദ്ധകാല സാമ്പത്തിക മാന്ദ്യവും തൊഴിലില്ലായ്മയും ജനങ്ങളെ സാമൂഹിക പരിവർത്തനത്തിൽ പങ്കാളിയാക്കിയതായി മലബാറിലെ കർഷക കലാപങ്ങളെക്കുറിച്ച് നടത്തിയ പഠനത്തിൽ ഡോ. കെ കെ എൻ കുറുപ്പ് നിരീക്ഷിക്കുന്നു.

ജന്മിക്കും യഥാർഥ കൃഷിക്കാരനുമിടയിൽ രണ്ടോ മൂന്നോ മധ്യവർത്തികൾ ഉണ്ടാവും, ജാതിയും ജന്മിത്വവും അധ്വാനിക്കാതെ ജീവിക്കാനുള്ള ഉപാധിയായി വർഗസമൂഹത്തിലെ ചൂഷകർ ഉപയോഗപ്പെടുത്തി.

കൃഷിക്കാര്യം നോക്കി നടത്തിയിരുന്ന മൂന്ന് ജാതിക്കാർക്ക് മൂന്ന്

സ്ഥലങ്ങളിലായാണ് ഭക്ഷണം നൽകിയിരുന്നത്. നായർ കാര്യസ്ഥന് കോലായയിൽ പുൽപ്പായയും ഇലയിട്ട് പന്തിയും, തീയർക്ക് വലിയ പാത്രത്തിൽ മുറ്റത്ത് വട്ടക്കഞ്ഞി. മറ്റ് അവർണ ജാതിക്കാർക്ക് പറമ്പിൽ ചെറിയ കുഴികുത്തി വാഴയിലയിൽ കഞ്ഞി.

അവർണജാതിക്കാർപോലും അയിത്തം ആചരിക്കാൻ മിടുക്കുകാട്ടി. ഒഞ്ചിയത്തെ ഒരു തീയപ്രമാണി തന്റെ വയലിൽ പണിയെടുത്തിരുന്ന പുലയയുവാവിന് ഉച്ചക്കഞ്ഞി കൊടുത്തിരുന്നതെങ്ങനെയെന്ന് നോക്കുക:

ഇലയും പ്ലാവിലക്കുമ്പിളുമായി യുവാവ് മുറ്റത്ത് വന്ന് വിളിയാട്ടും. പറമ്പിൽ ചെറിയ കുഴിയെടുത്ത് യുവാവ് തെറ്റാലിയുമായി കാത്ത് നിൽക്കും. ഗൃഹനാഥൻ കഞ്ഞിയുമായി വരുമ്പോൾ കൃഷിക്കാരൻ പിന്നാക്കം മാറും. ഗൃഹനാഥൻ വീട്ടിലേക്ക് കയറിപ്പോകുമ്പോൾ കാക്കയെ ആട്ടാനായി തെറ്റാലി ഉയർത്തിപ്പിടിച്ചു മുന്നോട്ടുവരും. ഗൃഹനാഥൻ വീണ്ടും തൊട്ടുകൂട്ടാനോ പുഴുക്കോ കൊണ്ടുവരികയാണെങ്കിൽ കൃഷിക്കാരൻ വീണ്ടും പിന്നാക്കം പോകണം. ആയിടയ്ക്ക് ഒരുതവണയെങ്കിലും തന്റെ കഞ്ഞി കാക്ക പങ്കുവെക്കാതിരിക്കില്ല. ജന്മിമാരുടെ ഭോഗലാലസതയ്ക്ക് വശപ്പെടാതിരിക്കാൻ ഒരു സ്ത്രീക്കും അവകാശമുണ്ടായിരുന്നില്ല. ഇത്തരം താന്തോന്നിത്തങ്ങൾ കമ്യൂണിസ്റ്റ് പ്രസ്ഥാനത്തിന്റെ ആവിർഭാവത്തോടെ പരക്കെ ചോദ്യം ചെയ്യപ്പെട്ടു.

മലബാറിൽ ബ്രിട്ടീഷ് ഭരണം നിലവിൽ വന്നപ്പോഴും കർഷക സംഘടനകളെ അടിച്ചമർത്താൻ നിയുക്തരായവർ ജന്മിമാരും അവരുടെ കിങ്കരന്മാരുമായിരുന്നു. കോൺഗ്രസുകാരും ജന്മി താൽപ്പര്യത്തിനു അരുനിന്നതോടെ കർഷകർക്ക് ബഹുമുഖമായ ചൂഷണങ്ങളാണ് നേരിടേണ്ടിവന്നത്.

മുട്ടുമറഞ്ഞ് മുണ്ടുടുക്കുന്നതിന് വിലക്ക്, മീശ വെക്കുന്നതിന് വിലക്ക്, ബ്ലൗസ് ധരിക്കുന്നതിന് വിലക്ക്, ചെരിപ്പ് ധരിക്കുന്നതിന് വിലക്ക്, നല്ല വസ്ത്രം ധരിക്കുന്നതിന് വിലക്ക്, പകലന്തിയോളം വേല ചെയ്തെത്തുന്ന കൃഷിക്കാർ ഉടുതുണി കല്ലിൽ തല്ലി അലക്കി വെളുപ്പിച്ച് ഉടുക്കുന്നതിന് വിലക്ക്, കൂലിനെല്ല് വേവിച്ച് വറുത്ത് അമ്മിക്കല്ലിൽ നുറുക്കി ഉമി അടർത്തിയാണ് പാവങ്ങൾ അന്തിക്കഞ്ഞി കുടിച്ചിരുന്നത്. ജന്മിമാർക്ക് അലോസരം ഉണ്ടാകാതിരിക്കാൻ അന്തികഴിഞ്ഞ് നെല്ല് കുത്തുന്നതിനും വിലക്കുണ്ടായിരുന്നു. എങ്ങും ജന്മിത്വത്തിന്റെ ചങ്ങലക്കെട്ടുകൾ...

അധ്വാനത്തിന്റെ മൂല്യവും മഹത്വവും വിലമതിക്കപ്പെടാതിരുന്ന ഒരു കാലഘട്ടത്തിൽ തങ്ങളുടെ അധ്വാനത്തിനും അവകാശങ്ങൾക്കും കണക്കു പറയാൻ കർഷകരെയും തൊഴിലാളികളെയും പ്രേരിപ്പിച്ചത് കമ്യൂണിസ്റ്റ്–കർഷക പ്രസ്ഥാനങ്ങളാണ്. കൂലിനെല്ല് നിശ്ചയപ്പെടുത്തിയിരുന്നെങ്കിലും അധ്വാനത്തിന് സമയക്ലിപ്തത ഉണ്ടായിരുന്നില്ല. പുലരിതൊട്ട് അന്തിയോളം പണിയെടുത്തിരുന്ന കർഷകർ നിലാവുള്ള രാത്രികളിൽ വയലേലകളിൽ കട്ടതല്ലി കൂലിയില്ലാ വേല ചെയ്യാൻ വിധിക്ക

പ്പെട്ടവരായിരുന്നു. കമ്യൂണിസ്റ്റ് പാർട്ടി അധ്വാനത്തിനുള്ള സമയം നിജപ്പെടുത്തുകയും പണിക്കിറങ്ങാനുള്ള കൃത്യസമയത്ത് വയലിൽ ചെങ്കൊടി ഉയർത്തുകയും അവസാനിപ്പിക്കാനുള്ള സമയത്ത് കൊടി താഴ്ത്തുകയും ചെയ്തതോടെ കൃഷിക്കാരുടെ അധ്വാനഭാരം ലഘൂകരിക്കപ്പെട്ടു.

കുടിലിൽ വിശന്നു കരയുന്ന മക്കളെയോർത്ത് മുലപ്പാല് ചുരത്തുമ്പോൾ

"തമ്പാൻ കുട്ടീന തൊട്ടിലിലിലാട്ടേണം

മറ്റുള്ള പിള്ളേര ചക്കിലിട്ടാട്ടേണം..." എന്ന് നാട്ടിപ്പാട്ട് പാടിയ അമ്മമാർക്ക് നടുനിവർത്താനും അവരുടെ പ്രിയപ്പെട്ട 'മുട്ടിക്കണ്ടെ'ങ്ങൾക്ക് അമ്മിഞ്ഞപ്പാൽ കൊടുക്കാനും സമയം അനുവദിച്ചുകിട്ടി.

ശിക്ഷാവിധികൾ പ്രഖ്യാപിക്കാനും അവ നടപ്പിലാക്കാനും അധികാരമുള്ള ജന്മിത്വത്തിന്റെ കാടൻനീതിയെ ചോദ്യം ചെയ്ത് കർഷകസംഘം രംഗത്തെത്തിയതോടെ അവരുടെ എതിർപ്പിന്റെ കുന്തമുന പ്രവർത്തകർക്കു നേരെ തിരിഞ്ഞു. വിരോധമുള്ളവരുടെ പേരിൽ നിർദാക്ഷിണ്യം കള്ളക്കേസ് ചുമത്തപ്പെട്ടു. കർഷകരെ രാവിലെ പിടിച്ചുകൊണ്ടു പോയി വൈകുന്നേരം വരെ പണിയെടുപ്പിച്ച് വിടുക, നഗ്നരാക്കി നിർത്തുക, എണ്ണതേച്ച് വെയിലത്ത് നിർത്തുക, കേസ് നടത്തിച്ച് സാമ്പത്തികഭദ്രത തകർക്കുക തുടങ്ങിയ നടപടികൾ സാർവത്രികമായി.

കർഷകസംഘം ബുദ്ധിപൂർവം ഇടപെട്ട് പല ജന്മിമാരുടെയും അക്രമങ്ങൾ നിയമത്തിനു മുന്നിലെത്തിച്ചു. കൃഷിക്കുവേണ്ടി കാട് വെട്ടിത്തെളിയിക്കുന്നതിനായി വസൂലാക്കിയ കത്തിയാപ്പണം എന്ന അക്രമപ്പിരിവിന് തളിപ്പറമ്പിലെ കോട്ടൂരെശമാൻ സർക്കാർ രശീത് കൊടുത്തു. കർഷകസംഘം രശീത് ശേഖരിച്ചു പ്രക്ഷോഭം നടത്തി. കോട്ടൂരെശമാൻ അറസ്റ്റ് ചെയ്യപ്പെട്ടു.

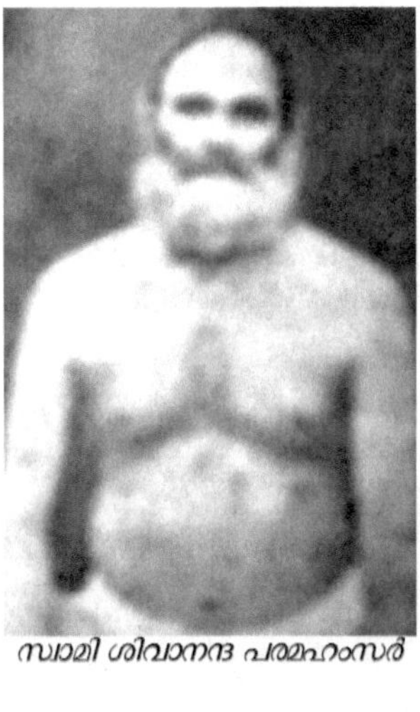
സ്വാമി ശിവാനന്ദ പരമഹംസർ

അയിത്തവിരുദ്ധ സമരം കുറുമ്പ്രനാട്ടിലെങ്ങും ശക്തിപ്പെട്ടു. ദേവസ്വം ക്ഷേത്രങ്ങളിലും സ്വകാര്യ ക്ഷേത്രങ്ങളിലും കുളിച്ചുതൊഴാനുള്ള സ്വാതന്ത്ര്യത്തിനായി അവർണരും സവർണരും ഒരുമിച്ചുള്ള സമരങ്ങൾ പ്രത്യക്ഷ്യപ്പെട്ടു. ജന്മിത്തിരുമേനിയായിരുന്ന കാട്ടുമാടത്തിനെതിരെ 'കാട്ടുമാടം കുറുമ്പ്രനാട് വിടുക' എന്ന മുദ്രാവാക്യം ഉയർന്നു. കൃഷ്ണൻ നമ്പ്യാർ എന്ന സിദ്ധസമാജ സ്ഥാപകൻ ശിവാനന്ദ പരമഹംസരെയും സഹപ്രവർത്തകരെയും ലോകനാർകാവ് ചിറയിൽ കുളിച്ചതിന്റെ പേരിൽ അടിച്ചോടിച്ചു. കീഴൽ കുളിസമരം, മൊകേരി കുളിസമരം ഇങ്ങനെ കുളി

വ്യാപകമായ ഒരു സമരായുധമായി മാറി. ഒഞ്ചിയത്തും പരിസരങ്ങളിലെങ്ങും നാനാജാതികൾ ഒരു കുടുംബാംഗങ്ങളെപ്പോലെ ഒന്നിച്ച് മുങ്ങിപ്പൊങ്ങി ക്ഷേത്രക്കുളത്തിൽ ചാടിമദിച്ചു. കോൺഗ്രസിന്റെ ചരിത്രപ്രസിദ്ധമായ വടകര സമ്മേളനത്തിൽ പോലും സവർണർക്ക് പ്രത്യേകമായി പരവന്തല ക്ഷേത്രത്തിലെ ഊട്ടുപുരയിൽ ഭക്ഷണം ഏർപ്പാട് ചെയ്തത് അയിത്താചരണത്തിന്റെ രൂക്ഷത ഓർമപ്പെടുത്തുന്നതാണ്. മൊയാരത്ത് ശങ്കരൻ ഇതിൽ തനിക്കുള്ള ശക്തമായ അഭിപ്രായ വ്യത്യാസം രേഖപ്പെടുത്തുകയുണ്ടായി. നിരവധി പ്രക്ഷോഭണങ്ങളുടെ ഫലമായി ലോകനാർകാവ് ക്ഷേത്രം 1946 നവംബറിൽ മദ്രാസ് മുഖ്യമന്ത്രി ടി പ്രകാശം എല്ലാവർക്കുമായി തുറന്നുകൊടുത്തു. വൈക്കം ഗുരുവായൂർ സത്യഗ്രഹങ്ങളിൽ പോലും അഹിന്ദുക്കളുടെ സഹായം സ്വീകരിക്കുന്നതിനെ ഗാന്ധിജിയും കോൺഗ്രസും എതിർത്തിരുന്നു എന്ന കാര്യം ഇത്തരുണത്തിൽ ഓർമിക്കപ്പെടേണ്ടതാണ്.

1920 കളിൽ നിലവിലുണ്ടായിരുന്ന മേൽച്ചാർത്ത് സമ്പ്രദായം ഒഞ്ചിയത്തുമുണ്ടായിരുന്നു. ജന്മിയിൽനിന്നും ഒരു സ്ഥലം കാശുകൊടുത്ത് വാങ്ങുക. പുറപ്പാടും ചില്ലറയും നിശ്ചയിക്കുക. വാങ്ങിയ കുടിയാൻ ദേഹണ്ഡം ചെയ്ത് അത് ഫലഭൂയിഷ്ഠമാക്കുക. അനുഭവമെത്താറാകുമ്പോൾ ജന്മി അത് മറ്റൊരാൾക്ക് ചാർത്തിക്കൊടുക്കുക. മേൽച്ചാർത്ത് വാങ്ങിയ ആൾ കേസുകൊടുത്ത് കുടിയാനെ ഒഴിപ്പിക്കുക ഇതാണ് മേൽച്ചാർത്ത് സമ്പ്രദായം.

മേൽച്ചാർത്ത് സമ്പ്രദായം നിയമം മൂലം കാലഹരണപ്പെട്ടെങ്കിലും കൈവശക്കാരന് ഒരിക്കലും സ്ഥിരാവകാശം ഉണ്ടായിരുന്നില്ല. 12 വർഷം കഴിയുമ്പോൾ കൃഷിനിലമായാലും പറമ്പായാലും പൊളിച്ച് ചാർത്ത് കഴിക്കണം. അപ്പോഴെല്ലാം പാട്ടവും ചില്ലറയും വർധിപ്പിക്കും. പാട്ടം കൊടുത്ത് മുടിയുന്ന കൃഷിക്കാരന് എന്നും പട്ടിണിതന്നെ. നെൽകൃഷിയാണെങ്കിൽ കാലാവസ്ഥ കെടുതി വന്നാൽ പാട്ടം കൊടുക്കാൻ കഴിയില്ല. അപ്പോൾ പാട്ടബാക്കി ഒഴിപ്പിക്കാം. കൊടുത്ത പാട്ടത്തിന് (പുറപ്പാട്) പല ജന്മിമാരും ശീട്ട് കൊടുക്കില്ല. പാട്ടം കൊടുത്താലും കൃഷിക്കാരന് രക്ഷയില്ല. കൊടുത്ത പാട്ടത്തിന് കേസ് കൊടുത്ത് ഒഴിപ്പിക്കും.

എടക്കണ്ടി കോവിലകം, തട്ടോളി കാഞ്ഞിരാടൻ പണിക്കന്മാർ, മാവട്ടം കുറുപ്പന്മാർ, പുതിയെടുത്ത്, രാമത്ത്, ഇല്ലത്ത്, തറോൽ, മീത്തലെ പാലയാട്ട്, പുത്തലത്ത് എന്നീ കുടുംബങ്ങൾ പ്രബലരായ ജന്മിമാരായിരുന്നില്ലെങ്കിലും പലർക്കും അക്കാലത്തെ മജിസ്ട്രേട്ട് പദവി സിദ്ധിച്ചിരുന്നു. തങ്ങൾക്ക് കൈവന്ന അധികാരമുപയോഗിച്ച് അവർ ജനങ്ങളെ അടക്കി ഭരിച്ചു.

പാട്ടം, നികുതികൾക്കു പുറമെ ഓണത്തിനും വിഷുവിനും അവർ കുടിയിരുപ്പ് കൊടുക്കേണ്ടിയിരുന്നു. വെട്ടിമെടഞ്ഞ ഓല, തേങ്ങ, കർക്കിടക വാവിന് ഉണ്ട, തുലാപ്പത്തിന് അവില്, ഓണത്തിന് നേത്രക്കുല, ഒരു കുറ്റി പശുവിൻ നെയ്യ് എന്നിങ്ങനെയുള്ള ചില്ലറകൾ കൊടുക്കാൻ

അവർ നിർബന്ധിക്കപ്പെട്ടിരുന്നു. ഇതിനെല്ലാം പുറമെ ജന്മിത്തറവാടുകളിലെ സന്തോഷത്തിലും സന്താപത്തിലും പങ്ക് ചേരാൻ കെട്ടുകാഴ്ചകൾ വേറെയും.

ചില ജന്മികുടുംബാംഗങ്ങളും ജന്മിത്തറവാടുകളിലെ ചെറുപ്പക്കാരും കമ്യൂണിസ്റ്റ് പ്രത്യയശാസ്ത്രത്തിൽ ആകൃഷ്ടരായി. ചെറിയത്ത് കുങ്കൻ പണിക്കർ ജന്മിത്വത്തിനെതിരെ കൃഷിക്കാരെ സംഘടിപ്പിച്ചു. പുതിയെടുത്ത് പൊയിൽ കുമാരക്കുറുപ്പ് കൃഷിക്കാരുടെ മക്കൾക്കും പെൺകുട്ടികൾക്കും വിദ്യാഭ്യാസം നൽകി. പട്ടറത്ത് കണ്ണക്കുറുപ്പ് കർഷകമിത്രമായി നിലകൊണ്ടു. കെ പി സി സി മെമ്പറായിരുന്ന എം ആർ നാരായണക്കുറുപ്പ് ജന്മിത്വത്തിന്റെ കെട്ടുപാടുകളെല്ലാം പൊട്ടിച്ചെറിഞ്ഞ് തൊഴിലാളിവർഗത്തിന്റെ ദത്തുപുത്രനായി. വി കണ്ണക്കുറുപ്പ്, എം പി കുഞ്ഞിരാമക്കുറുപ്പ്, പി ബാലൻ മാസ്റ്റർ, വി പി നാരയണൻ അടിയോടി തുടങ്ങിയവരെല്ലാം തൊഴിലാളിവർഗത്തിന്റെ പക്ഷത്ത് അണിനിരന്നപ്പോൾ ഒഞ്ചിയത്തെ കമ്യൂണിസ്റ്റ് പ്രസ്ഥാനത്തിന് കരുത്ത് കൈവന്നു.

കർഷകസംഘം ഉയർത്തിയ ജന്മിത്വം അവസാനിപ്പിക്കുക, ജന്മിത്വം കുഴിച്ചുമൂടുക, ജന്മിത്വം അറബിക്കടലിൽ, പാട്ടം വാരം കൊടുക്കരുത്, കൃഷിഭൂമി കൃഷിക്കാരന് എന്നീ മുദ്രാവാക്യങ്ങൾ പട്ടിണിപ്പാവങ്ങൾ നെഞ്ചോട് ചേർത്തുപിടിച്ചു. 1931 ൽ കറാച്ചിയിൽ വെച്ച് 'കൃഷിഭൂമി കൃഷിക്കാരന്' എന്ന മുദ്രാവാക്യം ഉയർത്താൻ കോൺഗ്രസ് നിർബന്ധിക്കപ്പെട്ടെങ്കിലും സ്വാതന്ത്ര്യത്തിനു മുമ്പും പിമ്പും ഈ മുദ്രാവാക്യം കോൺഗ്രസിന്റെ പരണത്തുതന്നെ കിടക്കുകയായിരുന്നു. കമ്യൂണിസ്റ്റ് കർഷക പ്രസ്ഥാനങ്ങൾ ജനങ്ങളുടെ പ്രശ്നങ്ങളോട് രക്തസാഹോദര്യം പുലർത്തുന്ന ഇത്തരം മുദ്രാവാക്യങ്ങൾ ഉയർത്തുക മാത്രമല്ല സ്വാതന്ത്ര്യാനന്തരം കൈവന്ന അധികാരത്തിന്റെ പിൻബലത്തിൽ പ്രാവർത്തികമാക്കുകയും ചെയ്തു.

5

കാർഷിക വിപ്ലവം നാൾവഴികൾ

പി കൃഷ്ണപിള്ള

സ്വാമി സഹജാനന്ദ സരസ്വതി, കാര്യാനന്ദശർമ്മ, ഇന്ദുലാൽയജ്ഞിക്ക്, മുസഫർ അഹമ്മദ്, ആചാര്യ നരേന്ദ്രദേവ്, രാഹുൽ സാംകൃത്യായൻ എന്നിവരുടെ ആഭിമുഖ്യത്തിൽ 1936 ൽ ലക്നൗ കോൺഗ്രസിൽ വെച്ചാണ് കിസാൻസഭ രൂപീകൃതമായത്. ചൂഷണ മോചനം, രാഷ്ട്രീയ സാമ്പത്തിക അധികാരം ഇവയാണ് സഭ ലക്ഷ്യം വെച്ചത്.

ഇതിൽനിന്നും ഊർജം ഉൾക്കൊണ്ട് കേളുഏട്ടൻ, എം കുമാരൻ മാസ്റ്റർ, പി പി ശങ്കരൻ എന്നിവർ മുൻകൈ എടുത്ത് 1936 ൽ മൊകേരി വട്ടോളിയിൽ കുറുമ്പ്രനാട് കർഷകസമ്മേളനം വിളിച്ചുകൂട്ടി. ഉണിയാർകണ്ടി പ്രൈമറി സ്കൂളിൽ പി കൃഷ്ണപ്പിള്ള ചെങ്കൊടിയും കെ കേളപ്പൻ ദേശീയപതാകയും ഉയർത്തി. ഇ എം എസും വിഷ്ണുഭാരതീയനും സമ്മേളനത്തിൽ പങ്കെടുത്തിരുന്നു. ടി സി നാരായണക്കുറുപ്പ് സെക്രട്ടറിയും എം ഗോപാലക്കുറുപ്പ് പ്രസിഡണ്ടുമായി താലൂക്ക്തല കമ്മിറ്റി നിലവിൽ വന്നു. 1935 ൽ വിഷ്ണുഭാരതീയൻ പ്രസിഡണ്ടും കെ എ കേരളീയൻ സെക്രട്ടറിയുമായി രൂപംകൊണ്ട കർഷകസംഘത്തിന്റെ സംഘടനാ രൂപവും നിയമാവലികളുമാണ് കുറുമ്പ്രനാട് സംഘം മാതൃകയാക്കിയത്. വാരം പത്തിനൊന്ന് എന്ന മുദ്രാവാക്യം അവിടെ ഉയർന്നുവന്നു.

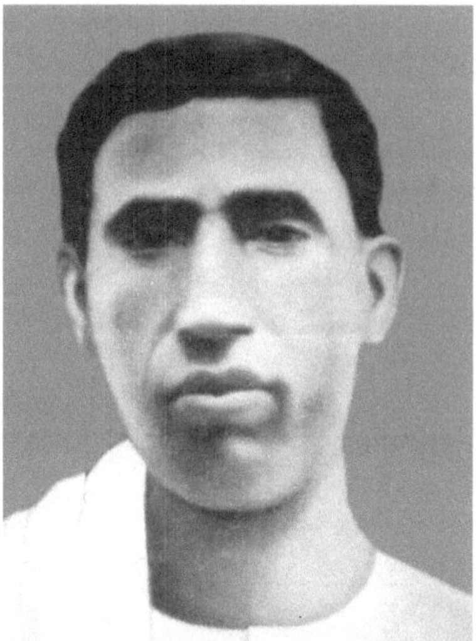
മൊയാരത്ത് ശങ്കരൻ

കർഷകസംഘം ഇത്തരത്തിൽ ഒരു സംഘടിത രൂപം കൈവരിക്കുന്നതിനു മുമ്പും കുറുമ്പ്രനാട്ടിൽ കർഷകകൂട്ടായ്മ സംഘടിപ്പിക്കപ്പെട്ടിരുന്നു.

വെറുമ്പാട്ടക്കാരുടെ ആവശ്യങ്ങൾ ഉന്നയിച്ചുകൊണ്ട് പഴയ കുറുമ്പ്രനാട് താലൂക്കിൽ ഉജ്വലമായൊരു പ്രക്ഷോഭം നടക്കുകായായാണെന്ന വസ്തുത ശ്രദ്ധേയമാണ്. മൊയാരത്ത് ശങ്കരനും കെ വി കൃഷ്ണനുമായിരുന്നു പ്രസ്തുത പ്രക്ഷോഭം സംഘടിപ്പിച്ചത്. 1924 ൽ വടകരയ്ക്കടുത്ത് പുതുപ്പണത്ത് വെച്ച് ഗംഭീരമായൊരു കർഷകസമ്മേളനം നടന്നു. സമ്മേളനത്തിൽ അധ്യക്ഷം വഹിച്ചത് കെ വി റെഡഢി ആയിരുന്നു. ആയിരക്കണക്കിന് വെറുമ്പാട്ടക്കുടിയാന്മാർ അതിൽ പങ്കെടുത്തു. സമ്മേളന തീരുമാനമനുസരിച്ച് ശ്രീമൂലയിൽ കൊറുമ്പൻ എന്ന കർഷക കാരണവരുടെ നേതൃത്വത്തിൽ ആറോളം കർഷകർ മദിരാശിയിലേക്ക് ഒരു ജാഥ പോയി. കുടിയാൻ നിയമം വെറുമ്പാട്ടക്കുടിയാന്മാർക്കുകൂടി ബാധകമാക്കണമെന്നാവശ്യപ്പെട്ടു. ഗവൺമെന്റിനും ശ്രീ. മന്നത്ത് കൃഷ്ണൻ നായർക്കും ജാഥ മെമ്മോറാണ്ടം സമർപ്പിക്കുകയുണ്ടായി.[25]

അക്രമനികുതികൾകൊണ്ട് പൊറുതിമുട്ടിയവരായിരുന്നു മലയോര കർഷകർ. കേളുഏട്ടനും സംഘവും ചെങ്കൊടിയുമേന്തി മലമേടുകളിൽ ചെന്ന് അവരിൽ അവകാശബോധമുണ്ടാക്കി സമരവീര്യം പകർന്നു. സി എച്ച് കണാരന്റെ നേതൃത്വം തലശ്ശേരിയിലും പ്രക്ഷോഭങ്ങൾക്ക് കരുത്തേകി.

1938 ൽ കുറുമ്പ്രനാട് താലൂക്കിന്റെ മലയോര പ്രദേശമായ കുറ്റ്യാടി ഭാഗങ്ങളിൽ പുനം കൃഷിക്കാരുടെ അടിയന്തിരാവശ്യങ്ങൾക്കുവേണ്ടിയുള്ള പ്രക്ഷോഭം വളർന്നു. എം കെ കേളുവിന്റെ നേതൃത്വത്തിൽ 19 ദിവസം തുടർച്ചയായ സമരം ആ മലയിൽ നടന്നു. നെല്ല് പാട്ടം പത്തിന് ഒന്ന് എന്ന് നിശ്ചയിച്ചുറപ്പിക്കാൻ സംഘത്തിന് കഴിയുകയും അങ്ങനെ ആ സമരം വമ്പിച്ച വിജയത്തിൽ പര്യവസാനിക്കുകയും ചെയ്തു. 1939 കുറുമ്പ്രനാട് താലൂക്കിൽ തന്നെ ആ ഭാഗങ്ങളിൽപ്പെട്ട കരിങ്ങാട് മലകളിലും പുനം കൃഷിക്കാരുടെ സമരം വ്യാപിച്ചു. എം കെ കേളു, സി എച്ച് കണാരൻ, എം ഗോപാലക്കുറുപ്പ് എന്നിവരുടെ നേതൃത്വത്തിലാ

യിരുന്നു ആ സമരം നടന്നത്. കുറുമ്പ്രനാട്, മൊകേരി, കൽപ്പത്തൂർ, നരിപ്പറ്റ എന്നിവിടങ്ങളിലെല്ലാം പൊതുയോഗങ്ങൾ സംഘടിപ്പിക്കപ്പെട്ടു.[26]

ജന്മിമാർപോലും കാട് പാട്ടത്തിനാണ് കൊടുത്തിരുന്നത്. ചോദ്യം ചെയ്യുന്നവർക്കെതിരെ കടുത്ത നടപടികൾ സ്വീകരിക്കാൻ തുടങ്ങി. കർഷകസംഘം പാട്ടംകൂടാതെ തരിശുഭൂമി വിട്ടുകൊടുക്കാൻ ജന്മിമാരെ പ്രേരിപ്പിച്ചു. കർഷക പ്രസ്ഥാനവുമായി ബന്ധപ്പെട്ടവരെ പുനം കൊത്തുന്നതിൽനിന്നും വിലക്കി. വിലക്ക് വകവെക്കാതെ കൃഷിക്കാർ ഭൂമി കയ്യേറി കൃഷി ചെയ്തു തുടങ്ങി. ഇത് കമ്യൂണിസ്റ്റതിക്രമമായി ചിത്രീകരിക്കപ്പെട്ടു.

1936, 37 കാലം ആന്ധ്ര, ബീഹാർ, തഞ്ചാവൂർ ഇവിടങ്ങളിലെല്ലാം പട്ടിണിജാഥ നടന്നു. 1936 ജൂലായ് മാസം 2-ാം തീയതി എ കെ ജി ലീഡറായി മലബാറിൽനിന്നും പുറപ്പെട്ട പട്ടിണിജാഥ മലബാറിലെ ഓരോ കർഷകഗ്രാമങ്ങളെയും ആവേശഭരിതമാക്കി. 1937 ൽ കെ എ കേരളീയൻ സെക്രട്ടറിയായി അഖിലമലബാർ കർഷകസംഘം നിലവിൽ വന്നതോടെ കർഷക പ്രക്ഷോഭങ്ങൾക്ക് നിയതമായൊരു രൂപം കൈവന്നു തുടങ്ങി. പകലന്തിയോളം വേലചെയ്ത് സമൃദ്ധമായി പട്ടിണികിടന്നവരായിരുന്നു മലബാറിലെ കുടിയാന്മാർ. 1930-ലെ കുടിയായ്മ നിയമം വെറുമ്പാട്ട കുടിയാന്മാർക്ക് തീരെ രക്ഷനൽകിയിരുന്നില്ല. കൂടുതൽ അവകാശങ്ങൾക്കായി മലബാറിൽ കർഷക പ്രക്ഷോഭം കൊടുമ്പിരിക്കൊണ്ടു. ചിറക്കൽ, കോട്ടയം, കുറുമ്പ്രനാട് താലൂക്കുകളെ 'കൊള്ള ബാധിതപ്രദേശമായി' പ്രഖ്യാപിച്ച് ഗവൺമെന്റ് ജനങ്ങളെ നേരിട്ടു.

മലബാർ കർഷകസമരങ്ങളാൽ പ്രകമ്പനംകൊണ്ട ഈ അവസരം തിരുവിതാംകൂർ സംഘടിത തൊഴിലാളി പ്രക്ഷോഭങ്ങളാൽ മുഖരിതമായി. 1938 ഒക്ടോബർ 19 ന് പി സൈമൺ ആശാൻ ആലപ്പുഴയിൽ ഫാക്ടറി തൊഴിലാളികളുടെ ഐതിഹാസികമായ പണിമുടക്ക് പ്രഖ്യാപിച്ചു. കേരളത്തിലാദ്യമായി ചെങ്കൊടി നിർമിച്ചത് ഇദ്ദേഹമായിരുന്നു. അയ്യായിരത്തിലധികം റെഡ് വളണ്ടിയർമാരുടെ മാർച്ചും അതിശക്തമായ പ്രകടനങ്ങളും ആലപ്പുഴയെ സമരസാഗരമാക്കി. ഒക്ടോബർ 24ന് കൊമ്മാടിയിലെ പ്രകടനത്തിനു നേരെ പൊലീസ് വെടിയുതിർത്ത് രണ്ട് പേരെ കൊന്നു. രക്തരൂക്ഷിതമായ ഈ സമരത്തോടെ തിരുവിതാംകൂർ ഇളകിമറിഞ്ഞു. സമരം വിജയകരമായി പര്യവസാനിച്ചു. മലബാറെന്നോ കൊച്ചിയെന്നോ തിരുവിതാംകൂറെന്നോ ഭേദമില്ലാതെ കർഷകരുടെയും തൊഴിലാളികളുടെയും സമരോത്സുകതയുടേതായ ഒരു ഐക്യകേരളം രൂപപ്പെട്ടു.

1937 ൽ എസ് വി ഘാട്ടെയുടെ സാന്നിധ്യത്തിൽ ഇ എം എസ്, കൃഷ്ണപിള്ള, എൻ സി ശേഖർ, കെ ദാമോദരൻ എന്നിവർ ചേർന്ന് ആദ്യ കമ്യൂണിസ്റ്റ് യൂണിറ്റ് നിലവിൽ വന്നതോടൊപ്പം തന്നെ നാടൊട്ടുക്കും കമ്യൂണിസ്റ്റ് സെല്ലുകൾ രഹസ്യമായി രൂപപ്പെട്ടുകൊണ്ടിരുന്നു.

1938 ഓടെ കർഷകസംഘം വില്ലേജ് പ്രവർത്തകസമിതികൾ വ്യാപകമായി നിലവിൽവന്നു തുടങ്ങി. ഒരുവർഷത്തേക്ക് 2 അണയായിരുന്നു വരിസംഖ്യ. പ്രവർത്തന ഫണ്ടിലേക്കായി പലപ്പോഴും കാർഷികോൽപ്പന്നങ്ങളാണ് സംഘം ശേഖരിച്ചിരുന്നത്. അന്ന് നടന്നിരുന്ന കർഷക പഠന ക്ലാസുകൾ 'പച്ചക്കറി ക്ലാസുകൾ' എന്ന പേരിലാണ് അറിയപ്പെട്ടിരുന്നത്. വയോജന വിദ്യാഭ്യാസത്തിനും സ്ത്രീ കൂട്ടായ്മയ്ക്കും സംഘം അക്കാലത്തേ പ്രാമുഖ്യം കൊടുത്തിരുന്നു.

വിഭക്ത കേരളത്തിലങ്ങോളമിങ്ങോളമുള്ള കമ്യൂണിസ്റ്റുകാരിൽ ആവേശത്തിരയിളക്കിയ ഒന്നായിരുന്നു 1939 ലെ പിണറായി പാറപ്പുറം സമ്മേളനം. കെ പി ഗോപാലന്റെ അധ്യക്ഷതയിൽ ചേർന്ന സമ്മേളനത്തിൽ പി കൃഷ്ണപിള്ളയായിരുന്നു മുഖ്യപ്രമേയം അവതരിപ്പിച്ചത്.

സാമ്രാജ്യത്വത്തിനെതിരെയുള്ള പോരാട്ടത്തിൽ കമ്യൂണിസ്റ്റ് പാർട്ടി മാത്രമാണ് ശരിയായ നയം അവലംബിക്കുന്നത്. ആ പാർട്ടി മാത്രമാണ് രാജ്യത്താകമാനമുള്ള കർഷകരെയും തൊഴിലാളികളെയും സംഘടിപ്പിച്ച് അവകാശ ഐക്യം ഉറപ്പിക്കാനും ശക്തമായ സാമ്രാജ്യത്വവിരോധ പ്രസ്ഥാനം വളർത്തിയെടുക്കാനും ശ്രമിക്കുന്നത്. കോൺഗ്രസും കോൺഗ്രസ് സോഷ്യലിസ്റ്റ് പാർട്ടിയും ജനങ്ങളെ വഞ്ചിക്കുകയാണ്.[27]

1940 ജനുവരി 26–ാം തീയതി മലബാറിൽ മുഴുവൻ 'കമ്യൂണിസ്റ്റ് പാർട്ടി സിന്ദാബാദ്' എന്ന ചുവരെഴുത്ത് നടത്തി പാർട്ടിയുടെ ജനനം വിളംബരം ചെയ്യപ്പെട്ടു.[28]

1936 മാർച്ചിൽ കതിരൂരിൽ കർഷകർ സമ്മേളിച്ച് ഓൾ മലബാർ കർഷകസംഘത്തിന് രൂപംനൽകി മൊയാരത്ത് ശങ്കരൻ കൺവീനറായി കമ്മിറ്റി നിലവിൽ വന്നിരുന്നു. 1937 ൽ വള്ളിക്കാട്ടിൽ മലബാർ കർഷക സമ്മേളനം ചേർന്നു. സംഘടനാ മികവുകൊണ്ടും ജനപങ്കാളിത്തം കൊണ്ടും ശ്രദ്ധേയമായിരുന്നു ഈ സമ്മേളനം. എ കെ ജിയും കെ പി ആറും പങ്കെടുത്ത സമ്മേളനത്തിലുയർത്തിയ പ്ലക്കാർഡിൽ 'ജന്മിത്തം അവസാനിപ്പിക്കണം' എന്നെഴുതിയിരുന്നു. കെ പി ആർ ഇടപെട്ട് ഇത് 'ജന്മിത്തം അവസാനിപ്പിക്കും' എന്ന് തിരുത്തിച്ചു. 1939 ൽ 6000 ൽപ്പരം കൃഷിക്കാർ പങ്കെടുത്ത മഹാസമ്മേളനം ബ്ലാത്തൂരിൽ ചേരുകയുണ്ടായി. മലയോരമെന്നോ തീരദേശമെന്നോ സമതലമെന്നോ ഭേദമില്ലാതെ എല്ലായിടത്തും കർഷകസംഘങ്ങൾ രൂപീകരിക്കപ്പെട്ടു. കമ്യൂണിസ്റ്റ്–കർഷക പ്രസ്ഥാനങ്ങൾ ഏറ്റെടുക്കുന്ന പരിപാടികൾ കണിശതയോടെ പ്രാവർത്തികമാക്കുന്നതിലും പ്രദേശങ്ങളിലെ തനത് പ്രശ്നങ്ങളിലിടപെട്ട് പരിഹാരം കാണുന്നതിലും ഒഞ്ചിയം നിതാന്ത ജാഗ്രത പുലർത്തി.

1942–43 ൽ മലബാറിൽ ഭക്ഷ്യക്ഷാമം കൊടുമ്പിരിക്കൊണ്ടു. മലബാറിൽ മാത്രം 30,000 പേർ കോളറ ബാധിച്ച് മരണപ്പെട്ടു. ടൈഫോയിഡ്, വസൂരി തുടങ്ങിയ മഹാമാരികളും വ്യാപകമായി പ്രത്യക്ഷപ്പെട്ടു. ഇതിനെ പ്രതിരോധിക്കാൻ ശക്തമായ നടപടികളുമായി കർഷക സംഘം മുന്നിട്ടിറങ്ങി.

ഇ കെ നായനാർ

മലബാറിൽ ടി എസ് തിരുമുമ്പ് പ്രസിഡണ്ടായി കേരള പീപ്പിൾസ് റിലീഫ് കമ്മിറ്റി രൂപീകരിക്കപ്പെട്ടു. സംഘത്തിന്റെ നേതൃത്വത്തിൽ വില്ലേജ് തലത്തിലും ദുരിതാശ്വാസ കമ്മിറ്റികൾ നിലവിൽ വന്നു. പൂഞ്ഞാറിൽ വെച്ച് തിരുവിതാംകൂർ കർഷകസംഘം രൂപീകരിക്കപ്പെട്ടതോടെ സംഘത്തിന്റെ പ്രവർത്തനപരിധി കേരളമൊട്ടുക്കും വ്യാപിച്ചു.

1943 മാർച്ച് 23ന് പി സി ജോഷി മലബാർ സന്ദർശനത്തിനായി എത്തിയപ്പോൾ വടകര റെയിൽവെ സ്റ്റേഷനിൽ ഒരു വൻജനാവലി സ്വീകരണം നൽകുകയുണ്ടായി. കോൺഗ്രസുകാർ, ലീഗുകാർ, കമ്യൂണിസ്റ്റുകാർ എല്ലാവരും സ്വീകരണ പരിപാടിയിൽ പങ്കെടുത്തു. എം കെ കേളു ജോഷിയെ ഹാരാർപ്പണം ചെയ്തു. ഒഞ്ചിയത്തുനിന്നും ചുവപ്പ് തൊപ്പിവെച്ച ബാലസംഘം വളണ്ടിയർമാർ സ്വീകരണ പരിപാടിയിൽ പങ്കെടുത്തിരുന്നു. സംഘം പ്രവർത്തകർ പരിപാടിയിൽ സജീവമായി പങ്കുകൊണ്ടു. കുറുമ്പ്രനാട് താലൂക്ക് കമ്മിറ്റി 201 രൂപയുടെ കിഴി പ്രവർത്തന ഫണ്ടിലേക്ക് സംഭാവന ചെയ്തു.

1934 മുതലെ പിരിച്ചുവിടലിനെതിരായി സമരം നടത്തിവരുന്നവരായിരുന്നു കണ്ണൂർ പാപ്പിനിശ്ശേരി ആറോൺ മിൽ തൊഴിലാളികൾ. 1946 ലെ നാവിക ലഹളയെ പിന്തുണച്ച് ഫെബ്രുവരി 26ന് കെ പി സി സി ആഹ്വാനം ചെയ്ത ഹർത്താൽ ആറോൺ മിൽ തൊഴിലാളികൾ ആവേശത്തോടെയാണ് സ്വീകരിച്ചത്. പണിമുടക്കിയ തൊഴിലാളികൾ ഒന്നടങ്കം പിരിച്ചുവിടപ്പെട്ടു. പി കൃഷ്ണപിള്ള, സി കണ്ണൻ, ഇ കെ നായനാർ, കാന്തലോട്ട് കുഞ്ഞമ്പു എന്നിവർ നേതൃത്വം നൽകിയ ഈ സമരത്തിന് ദേശവ്യാപകമായി ഐക്യദാർഢ്യം പ്രഖ്യാപിക്കപ്പെട്ടു. സാമ്പത്തിക പിന്തുണയുമായി കർഷകരും തൊഴിലാളികളും മുന്നിട്ടിറങ്ങി. സമരത്തോട് അനുഭാവം പ്രകടിപ്പിച്ച് പ്രകടനങ്ങൾ നടന്നു. ഒഞ്ചിയത്തെ പ്രസ്ഥാനം ആറോൺ സമരസഹായനിധിയിലേക്ക് പണം സമാഹരിച്ചു നൽകി.

1946 ജനുവരിയിൽ പൊതുജനത്തെ കഴുതയാക്കിക്കൊണ്ട് തിരുവിതാംകൂർ ദിവാൻ 'അമേരിക്കൻ മോഡൽ' ഭരണഘടനാ പരിഷ്കാരം പ്രഖ്യാപിച്ചു. 'അമേരിക്കൻ മോഡൽ അറബിക്കടലിൽ' എന്ന മുദ്രാവാക്യം തിരുവിതാംകൂറിലെങ്ങും മുഴങ്ങി. ഒക്ടോബർ 24 ന് സായുധരായ പട്ടാളത്തോട് തൊഴിലാളികൾ ഏറ്റുമുട്ടി. 700 ലധികം പേർ ജീവ

ത്യാഗം ചെയ്ത പുന്നപ്ര-വയലാർ ഇന്ത്യൻ തൊഴിലാളിവർഗ സമര ചരിത്രത്തിലെ പുളകിതമായ ഒരു അധ്യായമായി. മലബാറിൽ തിരുവിതാംകൂർ സഹായകമ്മിറ്റി (പുന്നപ്ര-വയലാർ) സജീവമായി. കുറുമ്പ്രനാട്ടിലെങ്ങും പുന്നപ്രയിലെ വീരന്മാർക്ക് ഐക്യദാർഢ്യം പ്രഖ്യാപിച്ച് പ്രകടനങ്ങൾ നടന്നു. 1947 ആഗസ്തോടെ ദിവാൻ സർ. സി പി രാമസ്വാമി അയ്യരുടെ ദുർഭരണത്തിന് അറുതിവന്നു.

1946 ഒക്ടോബർ 28 ന് നാവിക ലഹളയോട് ഭരണകൂടം സ്വീകരിച്ച കിരാത നടപടിയിൽ പ്രതിഷേധിച്ച് ഒക്ടോബർ 28 ന് തെരഞ്ഞെടുക്കപ്പെട്ട കമ്യൂണിസ്റ്റ് പാർട്ടി-കർഷക വളണ്ടിയർമാർ വടകര എടോടി കേന്ദ്രീകരിച്ച് പ്രകടനം നടത്തി. ഒഞ്ചിയത്തുനിന്നടക്കം വന്ന 28 ഓളം പേരെ പൊലീസ് അറസ്റ്റുചെയ്തു മർദിച്ചു. പൂഴ്ത്തിവെപ്പും കരിഞ്ചന്തയുംകൊണ്ട് പൊറുതിമുട്ടിയ ജനങ്ങൾ കമ്യൂണിസ്റ്റ് പാർട്ടി ആഹ്വാനമനുസരിച്ച് 1946 ഡിസംബർ 15 ന് വ്യാപകമായി പൂഴ്ത്തിവെപ്പുകാരുടെ കോലം കത്തിച്ചു.

1946 ജൂൺ 29 ന് കോഴിക്കോട് ടൗൺഹാളിൽ മലബാർ കിസാൻ സംഘത്തിന്റെ ആഭിമുഖ്യത്തിൽ മലബാറിലെ പൊതു പ്രവർത്തകരുടെ ഒരു യോഗം ചേർന്നു. ഇ എം എസ് അധ്യക്ഷത വഹിച്ച യോഗം കരിഞ്ചന്ത തടയാനുള്ള നടപടികളെപ്പറ്റി ആലോചിച്ചു. ഇ എം എസും അഡ്വ. ഐ മാധവമേനോനും ചേർന്ന് ഉണ്ടാക്കിയ കരട് കുടിയായ്മ ബിൽ യോഗം ചർച്ച ചെയ്തു. അത് നെല്ല് ജന്മിയുടെ പത്തായപ്പുരയിൽ എത്തുന്നതിനുമുമ്പ് തടയുക, തരിശുഭൂമിയിൽ കൃഷി ചെയ്ത് ഉൽപ്പാദനം വർധിപ്പിക്കുക, ജന്മിമാരും ഗവൺമെന്റും തരിശുനിലം കൃഷിചെയ്യാനായി കർഷകർക്ക് പതിച്ചുകൊടുക്കുക എന്നീ ശുപാർശകൾ അടങ്ങിയതായിരുന്നു. ഇത് നടപ്പാക്കപ്പെടാത്ത പക്ഷം 1946 ഡിസംബർ 14 ന് എല്ലാ തരിശുഭൂമികളിലും കൃഷിക്കാർ കൃഷി ചെയ്യേണ്ടതാണെന്ന് ആഹ്വാനം ചെയ്യപ്പെട്ടു.

“ഡിസംബർ പതിനഞ്ചൊരന്ത്യ
ശാസനമോർമയിരിക്കട്ടെ
കിസാൻ പ്രമേയം പ്രമാണമാണല്ലോ
കൃഷീവലന്മാർക്ക്”

കേരളീയന്റെ ഈ ഈരടിയും

“പാതിരാവിൽ കരിഞ്ചന്ത ലോറി
പാതയിലൂടെ പാഞ്ഞ് പോകുമ്പോൾ
കല്ലും കട്ടയും കൂടിയ റേഷൻ
നെല്ലിൽ നിന്നും അരിപെറുക്കുമ്പോൾ
കൂരിരുട്ടിനെ പേടിച്ചു കത്തും
കൂരമൺവിളക്കിങ്ങനെ പാടി
നാടുമുടിഞ്ഞു കോൺഗ്രസ് ഭരണം
കോമരമാടും ചതി... ചതി...”

മലബാറിലെ എല്ലാ കർഷകമനസുകളും ഏറ്റുവാങ്ങി.

1946 ആഗസ്ത് 5നു കമ്യൂണിസ്റ്റ് പാർട്ടി എടുത്ത തീരുമാനപ്രകാരം ആത്യന്തിക സമരാഹ്വാനം–ആഗസ്ത് പ്രമേയം കർഷക–കമ്യൂണിസ്റ്റ് പ്രവർത്തകരെ ഒട്ടൊന്നുമല്ല ആവേശഭരിതരാക്കിയത്. വൈദേശികാധി കാരം പിടിച്ചെടുക്കാനുള്ള അവസാന സമരത്തിന് തയാറാവാൻ പ്രമേയം കോൺഗ്രസിനോട് ആഹ്വാനംചെയ്തു.

1946 ഒക്ടോബർ 6 കരിഞ്ചന്ത വിരുദ്ധദിനം ആചരിക്കാൻ തീരുമാ നിച്ചതിന്റെ അടിസ്ഥനത്തിൽ മലബാറിൽ വ്യാപകമായി പ്രചരണങ്ങളും പൊതുയോഗങ്ങളും സംഘടിപ്പിക്കപ്പെട്ടു. എങ്ങും കരിങ്കൊടി ഉയർന്നു. ഒഞ്ചിയത്തെ കമ്യൂണിസ്റ്റ് കർഷകസംഘം പ്രവർത്തകർ കടകൾക്കു മുമ്പിൽ കാവലിരുന്നു കരിഞ്ചന്ത തടഞ്ഞ് ഉള്ളതു വിൽപ്പിക്കാനുള്ള തീരു മാനം പ്രാവർത്തികമാക്കി. കണ്ണൂക്കരയിലെ ഗോഡൗൺ പരിസരത്ത് കരിഞ്ചന്ത തടഞ്ഞു.

1946 ഡിസംബർ 20 കരിവെള്ളൂരിൽ പൊലീസും ഗുണ്ടകളും ചേർന്ന് നെല്ല് കടത്തുന്നത് ജനങ്ങൾ തടഞ്ഞു. തില്ലങ്കേരിയിലെ കർഷകമക്കൾ സി വി കുഞ്ഞിരാമൻ നമ്പ്യാർ എന്ന ജന്മിയുടെ വീട്ടിൽ പ്രകടന മായെത്തി നെല്ലു ചോദിച്ചു. കൊടുത്തില്ല. പത്തായം പൊളിച്ച് 300 സേർ നെല്ല് ജനങ്ങൾ പിടിച്ചെടുത്തു. പൊലീസ് വെടിയുതിർത്തു. ചിറയ്ക്കൽ കോവിലകത്തെ രാമവർമ്മ രാജാവ് ഒരുലക്ഷത്തോളം സേർ നെല്ല് കരിവെള്ളൂരിൽനിന്നും കടത്തിക്കൊണ്ടുപോകുന്നത് കർഷകർ പ്രതി രോധിച്ചു. ചിറയ്ക്കൽ താലൂക്കിലെ കർഷകർ കരക്കാട്ടിടം നായനാ രുടെയും കല്യാട്ട് നമ്പ്യാരുടെയും ജനദ്രോഹനടപടികൾക്ക് എതിരെ പ്രക്ഷോഭങ്ങൾ സംഘടിപ്പിക്കാൻ കാവുമ്പായിക്കുന്നിൽ ഒത്തുചേർന്ന പ്പോൾ പൊലീസ് വെടിയുതിർത്തു. കാർഷിക കേരളത്തിന്റെ മുഖച്ഛായ മാറ്റാനുള്ള പരിവർത്തന പ്രക്ഷോഭങ്ങൾക്കിടയിൽ ഒട്ടേറെ കമ്യൂ ണിസ്റ്റുകാർ ജീവത്യാഗം ചെയ്തു.

യുദ്ധാനന്തര ഭക്ഷ്യക്ഷാമം പരിഹരിക്കാൻ വികസനാത്മക സമര ങ്ങൾക്കാണ് കർഷകസംഘം നേതൃത്വം നൽകിയത്. 'ഗ്രോ മോർ ഫുഡ് കാമ്പയിന്റെ' ഭാഗമായി സംഘടിപ്പിക്കപ്പെട്ടതാണ് കൂത്താളി സമരം. കൂത്താളി മൂപ്പിൽനായരുടെ അവസാന സ്ഥാനിവരെ ഭൂമി പുനംകൃഷി ക്കായി നൽകിപ്പോന്നിരുന്നു. അറ്റാൽ അടങ്കൽ നിയമപ്രകാരം ഏറ്റെ ടുത്ത ഭൂമി സർക്കാർ പുനംകൃഷിക്കായി നൽകാൻ കൂട്ടാക്കിയില്ല. 'ചത്താലും ചെത്തും കൂത്താളി' എന്ന മുദ്രാവാക്യമുയർത്തി നടത്ത പ്പെട്ട സമരത്തിൽ ഒരുസംഘം വളണ്ടിയർമാർ ഒഞ്ചിയത്തുനിന്നും പങ്കു കൊണ്ടു. ഐതിഹാസികമായ ഈ സമരത്തിന്റെ ഫലമായി ധാരാളം കർഷകർക്ക് ഭൂമി പതിച്ചുകിട്ടി.

കർഷകസംഘത്തിന്റെ ഒരു സമ്മേളനം ഈയൊരു പശ്ചാത്തല ത്തിൽ ഒഞ്ചിയത്തെ അമ്പലപ്പറമ്പിൽ ചേരുകയുണ്ടായി. പി ആർ നമ്പ്യാർ പങ്കെടുത്ത ആ സമ്മേളനസ്ഥലം പിൽക്കാലത്ത് പി ആർ സ്ക്വ

യർ എന്നാണറിയപ്പെട്ടത്. ഭക്ഷ്യക്ഷാമം പരിഹരിക്കാനുള്ള പ്രായോഗികമായ മാർഗങ്ങളും സമര പരിപാടികളും നേരത്തെ തന്നെ ഒഞ്ചിയത്ത് ആസൂത്രണം ചെയ്യപ്പെട്ടിരുന്നെങ്കിലും കരിഞ്ചന്ത തടയാനും കൂട്ടുകൃഷിയിലേർപ്പെട്ട് വ്യാപകമായി വിള വർധിപ്പിക്കാനും പകർച്ചവ്യാധികൾ നേരിടാനുള്ള സന്നദ്ധപ്രവർത്തനങ്ങൾ ഊർജിതമാക്കാനും തീരുമാനമെടുത്തു.

കരിഞ്ചന്തയ്ക്കും പൂഴ്ത്തിവെപ്പിനുമെതിരെ കൃഷിഭൂമി കൃഷിക്കാരന് ലഭിക്കുന്നതിനുവേണ്ടി വടക്കെ മലബാറിൽ കത്തിപ്പടർന്ന രക്തരൂഷിതമായ കർഷക പ്രക്ഷോഭത്തെ അന്നത്തെ വടക്കെ മലബാർ കലക്ടർ വില്യംസ് 'മലബാറിലെ കാർഷിക വിപ്ലവം' എന്നാണ് വിശേഷിപ്പിച്ചത്.

6

ജാപ്പ് വിരുദ്ധ മേള

സാമ്രാജ്യത്വ-ഫാസിസ്റ്റ് വിരുദ്ധ ചരിത്രത്തിലെ തിളക്കമാർന്ന ഒരു ഏടാണ് കമ്യൂണിസ്റ്റുകാർ നേതൃത്വം കൊടുത്ത ജാപ്പ് വിരുദ്ധ സമരം. ഇന്ത്യയൊട്ടുക്കും വിശേഷിച്ച് മലബാറിൽ ഇത് തീവ്രമായ ജനമുന്നേറ്റത്തിനുള്ള വേദിയായി. 1942 നവംബർ 4 ന് ഇത്തരമൊരു ക്യാമ്പയിൻ ഒഞ്ചിയം കണ്ണൂക്കരയിലും സംഘടിപ്പിക്കപ്പെട്ടു. ഈ സമരത്തിന്റെ സമഗ്രതയ്ക്കായി അൽപ്പം ചരിത്രപശ്ചാത്തലം വിശദമാക്കേണ്ടതുണ്ട്.

1939 ൽ ആരംഭിച്ച രണ്ടാംലോകമഹായുദ്ധത്തിൽ ജർമനി, ഇറ്റലി, ജപ്പാനടങ്ങുന്ന അച്ചുതണ്ട് ശക്തിയും ബ്രിട്ടൻ, ഫ്രാൻസ്, റഷ്യ, ചൈന, യു എസ് എ എന്നിവ ചേർന്ന പഞ്ചമഹാശക്തിയും കൊമ്പുകോർത്തു. ജർമനി– റഷ്യ അനാക്രമണസന്ധി ലംഘിച്ച് ജർമനി റഷ്യയെ ആക്രമിച്ചപ്പോൾ റഷ്യ പഞ്ചമഹാശക്തിയുടെ ഭാഗമാവുകയായിരുന്നു. പ്രത്യക്ഷത്തിൽ റഷ്യയും ബ്രിട്ടനും അച്ചുതണ്ട് ശക്തിക്കെതിരെ വൈരം മറന്നു.

യുദ്ധത്തെ ഫാസിസ്റ്റ് ശക്തിക്കെതിരെയുള്ള പോരാട്ടമായാണ് ഇന്ത്യൻ കമ്യൂണിസ്റ്റ് പാർട്ടി നോക്കിക്കണ്ടത്. ഇത്തരത്തിൽ സാർവദേശീയമായ ഒരു നിലപാട് ഉയർത്തിപ്പിടിച്ചതിന്റെ ഫലമായി 1942 ലെ ക്വിറ്റ് ഇന്ത്യാസമരത്തോട് പാർട്ടി നിസ്സഹകരിച്ചു. യുദ്ധകാലത്ത് പ്രക്ഷോഭണങ്ങളിൽനിന്ന് വിട്ടുനിൽക്കാനും തീരുമാനിച്ചു. ക്വിറ്റ് ഇന്ത്യാ പ്രക്ഷോഭത്തിനിടെ ഗാന്ധിജി, നെഹ്റു, ആസാദ്, പട്ടേൽ തുടങ്ങി പ്രമുഖരെല്ലാം അറസ്റ്റ് ചെയ്യപ്പെട്ടു. സുഭാഷ് ചന്ദ്രബോസ് കൽക്കത്തയിലെ വീട്ടുതടങ്കലിൽനിന്ന് രക്ഷപ്പെട്ട് ജർമനി വഴി ജപ്പാനിലേക്ക് പലായനം ചെയ്തു. ജപ്പാനിൽ റാഷ് ബിഹാരിബോസ് സ്ഥാപിച്ച ആസാദ് ഹിന്ദ് ഫൗജ് എന്ന പ്രസ്ഥാനത്തിന്റെ നേതൃത്വം സുഭാഷ് ചന്ദ്രബോസ് ഏറ്റെടുത്തു. ഈ സംഘടന പിന്നീട് ഐ എൻ എ ആക്കി പരിവർത്തിപ്പിച്ച് ജപ്പാൻ കേന്ദ്രീ

കരിച്ച് അദ്ദേഹം സൈന്യത്തെ സജ്ജമാക്കി. ഇതിനു സുഭാഷിന് ജപ്പാന്റെ പൂർണ പിന്തുണയുമുണ്ട്. ബ്രിട്ടന്റെ ആധിപത്യം തകർക്കാൻ സുഭാഷ് ചന്ദ്രബോസ് കണ്ടെത്തിയ സാഹസിക മാർഗമായിരുന്നു ഇത്. ബ്രിട്ടീഷിന്ത്യക്കെതിരായ സൈനിക നീക്കത്തിൽ മിസോറാം, നാഗാലാന്റ് എന്നിവ പിടിച്ചെടുത്ത് സ്വതന്ത്ര ഗവൺമെന്റ് ഉണ്ടാക്കി. ഫോർവേഡ് ബ്ലോക്ക് എന്ന തീവ്രവാദ സംഘടന ജാപ്പ് ഏജന്റന്മാരായി പ്രവർത്തിച്ചു. അക്കാലത്ത് 'അഞ്ചാംപത്തി'കളെന്നാണ് അവർ പരക്കെ അറിയപ്പെട്ടത്. ജാപ്പ് ജർമൻ റേഡിയോ സ്റ്റേഷനുകൾ ഗാന്ധിജിക്കും പ്രക്ഷോഭങ്ങൾക്കും സ്തുതി പാടി. ഫാസിസ്റ്റ് അച്ചുതണ്ട് ശക്തിയിലെ പ്രബലരായ ജപ്പാനെതിരെ ഇന്ത്യയൊട്ടുക്കും ക്യാമ്പയിനുകൾ സംഘടിപ്പിക്കപ്പെട്ടു. രണ്ടാം ലോകമഹായുദ്ധത്തിൽ ബ്രിട്ടൻ ഇന്ത്യയെ പങ്കാളിയാക്കിയതിൽ പ്രതിഷേധിച്ച് കോൺഗ്രസ് മന്ത്രിസഭകൾ രാജിവെച്ചു. 1940 സപ്തംബർ 15 പ്രതിഷേധദിനമായി ആചരിക്കാൻ കേരള കോൺഗ്രസ് കമ്മിറ്റി തീരുമാനിച്ചു. വ്യാപകമായി പ്രതിഷേധ പരിപാടികൾ സംഘടിപ്പിക്കപ്പെട്ടു. കെ പി ആർ ഗോപാലനെ തൂക്കിക്കൊല്ലാൻ വിധിച്ച മൊറാഴ സംഭവം ഈ ഒരു പശ്ചാത്തലത്തിലാണ് നടന്നത്.

വടക്കേ മലബാറിലെ ചിറയ്ക്കൽ, തലശ്ശേരി താലൂക്കുകളിൽ കർഷകസംഘവും ട്രേഡ് യൂണിയനും സപ്തംബർ 15 വിലനിയന്ത്രണദിനം കൂടിയായി ആചരിക്കുകയായിരുന്നു. മൊറാഴ, മട്ടന്നൂർ, തലശ്ശേരി ഇവിടങ്ങളിൽ കർഷകർക്കു നേരെ പൊലീസ് അകാരണമായി വെടിവെച്ചു. കൂത്തുപറമ്പിൽ കർഷകരെ ഭീകരമായി ലാത്തിച്ചാർജ് ചെയ്തു. മൊറാഴ കേസിലെ പ്രതിയെന്ന നിലയിൽ കെ പി ആർ ഗോപാലന് 500 രൂപ ഇനാം കെട്ടുകയും പിന്നീട് വധശിക്ഷയ്ക്ക് വിധിക്കുകയുമാണ് ഉണ്ടായത്. രാഷ്ട്രീയ കേരളത്തിൽ ഒട്ടേറെ ചലനങ്ങളുണ്ടാക്കുകയും ദേശീയ ശ്രദ്ധ പിടിച്ചുപറ്റുകയും ചെയ്ത സംഭവമായിരുന്നു മൊറാഴ.

> 1942 ലെ ക്വിറ്റ് ഇന്ത്യാ പ്രസ്ഥാനം ദേശാഭിമാനികളിൽ സ്വാതന്ത്ര്യലബ്ധിക്കുള്ള അവസാന സമരമാണെന്ന ബോധം വളർന്നുവന്നതോടൊപ്പം കമ്യൂണിസ്റ്റ് വിരോധവും കത്തിക്കാളി. ജനകീയ യുദ്ധനയവും ഫാസിസ്റ്റ് വിരോധവും സാമ്രാജ്യത്വത്തിനനുകൂലമാണെന്നവർ തെറ്റിദ്ധരിച്ചു. കമ്യൂണിസ്റ്റുകാരെ രാഷ്ട്രീയമായി നേരിടാനാവാതെ വന്നപ്പോഴാണ് കായികമായി നേരിടാൻ തീരുമാനിച്ചത്. ഇരിങ്ങത്ത് വെച്ച് കുറ്റിയിൽ നാരായണനെയും ചോമ്പാൽ വെച്ച് പി പി ശങ്കരനെയും അവർ കയ്യേറ്റം ചെയ്തു. കീഴൂർ ചന്തയിൽ വെച്ചും പേരാമ്പ്രവെച്ചും ഞങ്ങളെ തല്ലിച്ചതച്ചതും കമ്യൂണിസം അവസാനിപ്പിക്കാനാണ്.
>
> 'ഒരടിക്ക് പത്തടി' പി സി ജോഷി നൽകിയ ഈ ആഹ്വാനം തിരിച്ചടിക്കാൻ ഞങ്ങൾക്ക് പ്രചോദനം നൽകി. എവിടെയും കഴിവനുസരിച്ച് തിരിച്ചടിച്ച് തുടങ്ങി. ജാപ്പ്വിരോധ പ്രവർത്തനത്തിനു തയാ

റാക്കിയ വളണ്ടിയർമാരുടെ മനക്കരുത്തും പരിശീലനം ലഭിച്ച ശരീരശേഷിയും പാർട്ടിക്കുവേണ്ടി സർവസ്വവും ത്യജിക്കാനുള്ള ത്യാഗബോധവും ഞങ്ങൾക്ക് വിജയം നേടിത്തന്നു." *ഓർമക്കുറിപ്പിൽ* എം കുമാരൻ മാസ്റ്റർ ഇപ്രകാരം രേഖപ്പെടുത്തുന്നു.

തിരുവിതാംകൂറിലെ ദേശാഭിമാനികളോട് എന്ന തലവാചകത്തോടെ 1942 ഒക്ടോബർ 25-ാം തീയതിയിലെ *ദേശാഭിമാനി*യിൽ കൃഷ്ണപിള്ള എഴുതി:

> നമ്മുടെ നാട് വലിയൊരു ആപത്തിൽ പെടാൻ പോവുകയാണ്. നമ്മുടെ പ്രിയപ്പെട്ട തിരുവിതാംകൂർ കടലിലൂടെയുള്ള ഒരാക്രമണത്തിന് ഇരയാകാൻ ഏതുനിമിഷത്തിലും ഇടയുണ്ട്. ജാപ്പ് കൊള്ളക്കാർ ബർമവരെ എത്തിക്കഴിഞ്ഞു. ജാവ, സുമാത്ര മുതലായ ദ്വീപുകൾ അവർ ആക്രമിച്ചു കീഴടക്കി കഴിഞ്ഞു. ഇന്ത്യയുടെ വടക്കുകിഴക്ക് ഭാഗമായ ആസാമിനെയും തെക്കുഭാഗത്തെ കടൽത്തീര രാജ്യങ്ങളായ ഒറീസ, ആന്ധ്ര, തമിഴ്നാട് എന്നീ പ്രദേശങ്ങളേയും ആക്രമിക്കാനാണ് അവർ ഇപ്പോൾ ഒരുക്ക് കൂട്ടിക്കൊണ്ടിരിക്കുന്നത്. എന്തിനാണ് ഈ ജാപ്പുകൊള്ളക്കാർ നമ്മുടെ മനോഹരമായ മലയാളക്കരയെ ആക്രമിക്കാൻ വരുന്നത്? നമ്മുടെ ശത്രുക്കളായ ബ്രിട്ടീഷ് ഭരണാധികാരികളെ ഇവിടെ നിന്നും തുരത്തിക്കളയാനും നമുക്ക് സ്വാതന്ത്ര്യം തരുവാനുമാണെന്നു ജാപ്പേജന്റുമാർ നാട്ടുകാരുടെ ചെകിട്ടിൽ ഊതിക്കയറ്റുന്നു. ജപ്പാൻ വന്നാൽ തിരുവിതാംകൂറിലെ സ്വേച്ഛാധിപത്യ ഭരണം നശിക്കുമെന്ന് അവർ ജനങ്ങളെ ആശ്വസിപ്പിക്കുന്നു. നിത്യോപയോഗ സാധനങ്ങളുടെ അക്രമമായ വിലക്കയറ്റംകൊണ്ടും പട്ടിണികൊണ്ടും കഷ്ടപ്പെടുന്ന പാവങ്ങളോട് ജപ്പാൻ വന്നാൽ അരിവില കുറയും, പട്ടിണിതീരും എന്നെല്ലാം ഇവർ തട്ടിമൂളിക്കുന്നു. ഇതെല്ലാം പച്ചക്കളവാണ്. അവർ ബ്രിട്ടീഷുകാരെ ആട്ടിയോടിക്കാൻ വിചാരിക്കുന്നത് നമുക്ക് സ്വാതന്ത്ര്യം തരാനല്ല, ബ്രിട്ടീഷുകാരിൽനിന്നും അധികാരം തട്ടിയെടുത്ത് ആ സ്ഥാനത്തിരുന്നു തങ്ങളുടെ ചൂഷണവും കൊള്ളയും നടത്താൻ വേണ്ടിയാണ്. നമ്മുടെ അയൽരാജ്യമായ ദേശീയ ചൈനയെ അടിമയാക്കാൻ വേണ്ടി ഈ കൊള്ളക്കാരുടെ പട്ടാളത്തലവന്മാർ 5 കൊല്ലമായി രാപ്പകലില്ലാതെ പരിശ്രമിച്ചു വരുന്നു. ആയിരക്കണക്കിന് നിരപരാധികളായ ചൈനക്കാരെ ഇവർ നിർദയം ബോംബിട്ടുകൊന്നു. പിടിച്ചടക്കിയ നഗരങ്ങളിലെ ജനങ്ങളെ കാട്ടാളന്മാർകൂടി ചെയ്യാത്ത അക്രമ പ്രവൃത്തികൾക്ക് ഇരയാക്കിയിരിക്കുന്നു. സ്ത്രീകളെ മാനഭംഗം ചെയ്യുക എന്നത് ജാപ്പ് കാട്ടാളന്മാരുടെ ഒരു സാധാരണ വിനോദമാണ്. ജനങ്ങൾക്ക് അത്യാവശ്യമായ സാധനങ്ങൾപോലും പട്ടാളക്കാർ പട്ടാപ്പകൽ കൊള്ളയടിക്കുന്നു. ലോകമേധാവിത്വത്തിനുവേണ്ടി പുറപ്പെട്ടിട്ടുള്ള

ഈ ജാപ്പ് ഫാസിസ്റ്റ് തീവെട്ടിക്കൊള്ളക്കാർ ഒരുഭാഗത്ത് നിന്ന് നമ്മുടെ നേർക്ക് കുതിച്ചു പാഞ്ഞ് വരികയാണെങ്കിൽ, റഷ്യയിലെ ചുവപ്പ് പട്ടാളക്കാരുടെ ധീരമായ ചെറുത്തു നിൽപ്പിനെ തോൽപ്പിക്കാൻ വേണ്ടി സ്റ്റാലിൻഗ്രാഡിനുമേൽ തലതല്ലിച്ചാവുന്ന ജർമൻ നാസി പിശാചുക്കൾ മറുഭാഗത്തുനിന്നും ഇങ്ങോട്ടാക്രമിക്കാൻ ശ്രമിക്കുന്നു. ചൈനയിലേയും റഷ്യയിലേയും പടയാളികളാണ് ഇതേവരെ നമ്മുടെ നാടിനെയും നാട്ടാരെയും ഈ കൊള്ളക്കാരിൽനിന്നും രക്ഷിച്ചത്. ഇനി നാം തന്നെ നമ്മുടെ രാജ്യത്തെ രക്ഷിക്കേണ്ട അവസരമെത്തിയിരിക്കുന്നു.

എ എം കണ്ണൻ

ജാപ്പ് ഫാസിസത്തിന്റെ അധിനിവേശാസക്തി ലോകമഹായുദ്ധത്തിന്റെ ഗതിവിഗതികളിൽ നിഷ്പ്രഭമായെങ്കിലും ജാപ്പ് ഫാസിസത്തിനെതിരായ പ്രക്ഷോഭങ്ങളിൽ കേരളവും ഇളകിമറിഞ്ഞു. 1942 നവംബർ 1ന് ജാപ്പ് ഫാസിസത്തിനെതിരെ അഖിലേന്ത്യാ ഐക്യവാരം ആചരിക്കാൻ കമ്യൂണിസ്റ്റ് പാർട്ടി തീരുമാനിച്ചു. കേരളമൊട്ടുക്കും നടന്ന പ്രകടനങ്ങളിലും പൊതുയോഗങ്ങളിലും ഘോഷയാത്രകളിലും ആബാലവൃദ്ധം അണിചേർന്നു. കൃഷ്ണപിള്ള രേഖപ്പെടുത്തുന്നു: "അന്തിക്കാട്ടെ ഒരു സ്ത്രീ ചെത്തുകത്തി കൊണ്ടെങ്കിലും ഞാൻ ജപ്പാൻകാരനെ കൊല്ലുമെന്ന് ശപഥം ചെയ്തു. കുറുമ്പ്രനാട്ടിലെ രണ്ട് മുസ്ലീം സ്ത്രീകൾ പൊട്ടക്കലം കൊണ്ടെങ്കിലും ജപ്പാൻകാരെ എറിഞ്ഞ് കൊല്ലുമെന്ന് പറഞ്ഞു. കോൺഗ്രസ് നിരോധിക്കപ്പെടുകയും കമ്യൂണിസ്റ്റ് പ്രസ്ഥാനത്തിനുള്ള നിരോധം നീക്കുകയും ചെയ്തതോടെ കമ്യൂണിസ്റ്റുകാർ ബ്രിട്ടീഷുകാർക്ക് അനുകൂലരായി എന്ന പ്രചരണവും വ്യാപകമായി.

വി കണ്ണക്കുറുപ്പ്

ഈയൊരു പശ്ചാത്തലത്തിൽ കുറുമ്പ്രനാട് കേന്ദ്രീകരിച്ച് ഒഞ്ചിയം കണ്ണൂക്കരയിൽ നവംബർ 4 ന് ജാപ്പു വിരുദ്ധ മേള നടത്താൻ വിപുലമായ

ഒരുക്കങ്ങൾ സംഘടിപ്പിക്കപ്പെട്ടു. മണ്ടോടി കണ്ണൻ ചെയർമാനായി സ്വാഗതസംഘം നിലവിൽ വന്നു. എ എം കണ്ണൻ, കെ കെ ചാത്തു, എം ആർ നാരായണക്കുറുപ്പ്, എം എം ചോയിക്കുട്ടി, ചാത്തൻകണ്ടി കുഞ്ഞിക്കണ്ണൻ മാസ്റ്റർ, കോറോത്ത്കണ്ടി കുമാരൻ മാസ്റ്റർ, വി കണ്ണക്കുറുപ്പ് മുതലായവർ സമ്മേളന വിജയത്തിനായി അക്ഷീണം പ്രവർത്തിച്ചു. ഒഞ്ചിയത്തിന്റെ ഓരോ ഇടവഴികളും ചെറുപ്രകടനങ്ങളാൽ മുഖരിതമായി.

'ഉണരൂ ഉണരൂ നാട്ടാരെ...
ഉണർന്നെണീപ്പിൻ സകലരുമൊന്നായ്
അണിചേർന്നീടുക പടയണിയായ്
പടയ്ക്കൊരുങ്ങുക നാട്ടാരേ
പടിക്കലെത്തി ജപ്പാൻസൈന്യം...'

സമ്മേളന സ്ഥലത്ത് 4000ഓളം പേർക്ക് ഇരിക്കാനും ഭക്ഷണം കഴിക്കാനുമുള്ള നെടുമ്പുര കെട്ടണം. സമ്മേളന ഫണ്ടിലേക്ക് ഓല, വെണ്ണീർ, മുട്ട എന്നിവയെല്ലാം പിരിച്ചെടുത്തു. പാർട്ടിയുടെ സാമ്പത്തിക ഞെരുക്കങ്ങൾ വിശദീകരിച്ച മണ്ടോടി കണ്ണന് കക്കുഴിപറമ്പത്ത് മാണിക്കാമ്മ 'കറാമ്പ്' എന്ന പേരിലറിയപ്പെട്ട സ്വർണക്കമ്മൽ ഊരിക്കൊടുത്തു. തുടർന്ന് താഴെ പച്ചിലച്ചേരി മാത കാതിലയും തെക്കയിൽ കുനി മാതു മേൽക്കാതിലയും ഇല്ലത്ത് ചീരു സ്വർണ പാദസരവും സംഭാവന നൽകി. പാർട്ടി മലബാർ ഘടകത്തിന് സ്വന്തമായുണ്ടായിരുന്ന മൈക്ക്സെറ്റാണ് സമ്മേളനത്തിന് ഉപയോഗിച്ചത്.

മൊറാഴ കേസിൽ വധശിക്ഷയ്ക്കു വിധിക്കപ്പെട്ട കെ പി ആർ ഗോപാലന്റെ നാമധേയത്തിലാണ് സമ്മേളന നഗരി അറിയപ്പെട്ടത്. എ കെ ജിയുടെ നേതൃത്വത്തിൽ മദിരാശിയിലേക്കു പോയ പട്ടിണിജാഥാംഗവും ലാത്തിയെയും തൂക്കുമരത്തെയും തോൽപ്പിച്ച വിപ്ലവകാരിയുമായ കെപി ആറിനെ സമ്മേളനത്തിലേക്ക് മണ്ടോടി കണ്ണൻ സ്വാഗതം ചെയ്തപ്പോൾ ആഹ്ലാദ ആദരങ്ങളോടെയാണ് ജനങ്ങൾ അദ്ദേഹത്തെ വരവേറ്റത്. കോറോത്ത് കണ്ടി കുമാരൻ മാസ്റ്റർ വളണ്ടിയർ ക്യാപ്റ്റനായി നിലയുറപ്പിച്ചു. എം കുമാരൻ മാസ്റ്റർ അധ്യക്ഷത വഹിച്ചു. കെ പി ആറിനു പുറമെ എം കെ കേളു ഏട്ടനും പ്രസംഗിച്ചു. കർഷക കാരണവരായ കണ്ണൂർ സ്വദേശി മൂല പൊക്കേട്ടൻ, പി പി ശങ്കരൻ, യു കുഞ്ഞിരാമൻ, പി ആർ നമ്പ്യാർ എന്നിവർ വേദിയിൽ സന്നിഹിതരായിരുന്നു.

കുമാരൻ മാസ്റ്റർ

സാമ്രാജ്യത്വത്തിനെതിരെ, ജന്മിനാടുവാഴിത്ത ചൂഷണത്തിനെതിരെ, അയിത്ത–അനാചാരങ്ങൾക്കെതിരെ, ജനങ്ങളെ പട്ടിണിക്കിടുന്ന യുദ്ധഭ്രാന്തിനെതിരെ, ജാപ്പ് ഫാസിസത്തിനെതിരെ ഗ്രാമീണമായ ഭാഷയിൽ സംവദിച്ച കെ പി ആർ ഇത്തരം സാഹചര്യത്തിൽ കമ്യൂണിസ്റ്റുകാരുടെ ചുമതല എന്താണെന്ന് ബോധ്യപ്പെടുത്താനും പരിശ്രമിച്ചു. യുദ്ധക്കെടുതികളുടെ കാലത്ത് പാവങ്ങളെ പട്ടിണിക്കിട്ട് തടിച്ചുകൊഴുത്തവരുടെ സമ്പത്ത് കണ്ടുകെട്ടുക. മുതലാളിമാരുടെയും ജന്മിമാരുടെയും മേൽ അധികദായനികുതി ചുമത്തി കിട്ടുന്ന പണം കൃഷിക്കും വ്യവസായത്തിനും ഉപയുക്തമാക്കുക. തൊഴിൽ വെട്ടിക്കുറയ്ക്കുന്നത് തടയാൻ നിയമം കൊണ്ടുവരിക, കാർഷിക ഉൽപ്പന്നങ്ങൾക്ക് ന്യായവില ഉറപ്പുവരുത്തുക എന്നീ ആവശ്യങ്ങളാണ് യുദ്ധ–യുദ്ധാനന്തര സാഹചര്യങ്ങളിൽ കമ്യൂണിസ്റ്റ്–കർഷക പ്രസ്ഥാനങ്ങൾ മുന്നോട്ടുവെച്ചത്.

നല്ല നാടൻപാട്ട് കലാകാരൻ കൂടിയായ കെ പി ആർ വേദിയിൽ നാടൻപാട്ടുകൾ ആലപിച്ചു.

"നാങ്കളെ കൊത്ത്യാലും ഒന്നല്ലേ ചോരാ...
താങ്കൾ മുറിഞ്ഞാലും ഒന്നല്ലേ ചോര...."

സദസ്സ് ഒന്നടങ്കം ഏറ്റുപാടി. തുടർന്ന് കോൽക്കളിയും തച്ചോളിക്കളിയും അരങ്ങേറി.

കമ്യൂണിസ്റ്റ് പാർട്ടിയുടെ സംഘടനാ മികവിന്റെയും നിശ്ചയദാർഢ്യത്തിന്റെയും വിജയമായി മാറി കണ്ണൂക്കരയിലെ ജാപ്പ് വിരുദ്ധമേള.

ക്വിറ്റ് ഇന്ത്യാ പ്രക്ഷോഭത്തിൽ കമ്യൂണിസ്റ്റ് പാർട്ടി സ്വീകരിച്ച നിലപാട് നിശിതമായ വിമർശനങ്ങൾക്ക് വിധേയമായി. കമ്യൂണിസ്റ്റുകാരുടെ സോദ്ദേശ്യത തന്നെ ചോദ്യം ചെയ്യപ്പെട്ടു. സോവിയറ്റ് യൂണിയന് സജീവ പങ്കാളിത്തമുള്ള ചേരിയുടെ വിജയം ഇന്ത്യയടക്കം ലോകത്തെങ്ങുമുള്ള അധീന ജനതകളുടെ ഭാവികൂടി നിശ്ചയിക്കുന്ന ഒന്നാണെന്ന് ഇന്ത്യൻ കമ്യൂണിസ്റ്റ് പാർട്ടി അഭിപ്രായപ്പെട്ടു. അതിന്റെ അടിസ്ഥാനത്തിലാണ് അതേവരെ 'സാമ്രാജ്യയുദ്ധ'മായിരുന്ന രണ്ടാംലോകമഹായുദ്ധം 'ജനകീയ യുദ്ധ'മായി മാറി എന്ന് കമ്യൂണിസ്റ്റ് പാർട്ടി വിലയിരുത്തിയത്. സമരത്തിന് നേതൃത്വം നൽകുന്നവരും അതിൽ പങ്കെടുക്കുന്നവരും ഉദ്ദേശിക്കുന്നതെന്തായാലും ക്വിറ്റ് ഇന്ത്യാ സമരത്തിന്റെ ഫലം ഫാസിസ്റ്റ് കോയ്മകൾക്ക് സഹായകമായിരിക്കുമെന്ന് കമ്യൂണിസ്റ്റ് പാർട്ടി വെട്ടിത്തുറന്ന് പറഞ്ഞു. ഫാസിസ്റ്റ് വിരുദ്ധ ശക്തികളുടെ യുദ്ധശ്രമങ്ങൾക്ക് തുരങ്കം വെക്കുന്ന എല്ലാ നീക്കങ്ങളെയും പാർട്ടി നിരുത്സാഹപ്പെടുത്തുമെന്ന് വ്യക്തമാക്കി. ഇതിനെയാണ് ക്വിറ്റ് ഇന്ത്യാ സമരത്തെ കമ്യൂണിസ്റ്റ്കാർ 'പിന്നിൽനിന്നു കുത്തി' എന്ന വിലയിരുത്തലായി പാർട്ടിയുടെ എതിരാളികൾ പറഞ്ഞുപരത്തിയത്. കമ്യൂണിസ്റ്റുകാർക്ക് എതിരെ ക്വിറ്റ് ഇന്ത്യാ സമരകാലത്ത് നടത്തിയ ആരോപണത്തിന്റെ മറുപുറമെന്ന നിലയ്ക്ക് ക്വിറ്റ് ഇന്ത്യാ സമരക്കാർക്ക് എതിരെ കമ്യൂണിസ്റ്റുകാരും ഒരു

ആരോപണം ഉന്നയിച്ചു. 'ബ്രിട്ടീഷ് ഏജന്റുമാരാ'യി പ്രവർത്തിച്ച് സമരത്തെ പിന്നിൽനിന്ന് കുത്തിയെന്ന ആരോപണമാണ് ഒരുവശത്തുനിന്ന് ഉയർത്തുന്നതെങ്കിൽ മറുവശത്ത് യൂറോപ്പിലെ ഇറ്റാലിയൻ, ജർമൻ ഫാസിസത്തിനും ഏഷ്യയിലെ ജാപ്പ് പട്ടാള മേധാവിത്വത്തിനും വിടുപണി ചെയ്തുവെന്ന ആരോപണം ക്വിറ്റ് ഇന്ത്യാ സമരക്കാർക്കെതിരെ കമ്യൂണിസ്റ്റുകാരും ഉയർത്തി. ഇത് രണ്ടിനും വസ്തുനിഷ്ഠമായ അടിസ്ഥാനമില്ലെന്നും, നേരെ മറിച്ച് ഇരുവരും അന്നത്തെ സാഹചര്യത്തിൽ സ്വാഭാവികമായും ഉന്നയിച്ച ആരോപണമായിരുന്നു അതെന്നും പിന്നീട് വ്യക്തമായി.

ക്വിറ്റ് ഇന്ത്യാ സമരക്കാരും സുഭാഷ് ചന്ദ്രബോസിന്റെ സഹപ്രവർത്തകരും പ്രത്യക്ഷത്തിൽ ഫാസിസത്തിന് സഹായകരമായ നിലപാട് എടുത്തുവെങ്കിലും ഉയർന്ന നിലവാരത്തിലുള്ള ദേശാഭിമാനത്തിന്റെയും സാമ്രാജ്യവിരോധത്തിന്റെയും വികാരങ്ങളാണ് അവരെ നയിച്ചതെന്ന് കമ്യൂണിസ്റ്റുകാർപോലും പന്നീട് സമ്മതിച്ചു. നേരെ മറിച്ച് ക്വിറ്റ് ഇന്ത്യാ സമരത്തിന് മുമ്പെന്നപോലെ ആ സമരം നടന്നപ്പോഴും അതിൽ പിന്നീടും സാമ്രാജ്യ വിരോധത്തിന്റെ പതാക ഉയർത്തിപ്പിടിച്ചുകൊണ്ടാണ് കമ്യൂണിസ്റ്റുകാർ സമരത്തെ എതിർത്തതെന്ന് എതിരാളികളും സമ്മതിച്ചു.[29]

യുദ്ധത്തിൽ പഞ്ചമഹാശക്തികളുടെ വിജയം ജാപ്പ് ഫാസിസത്തിന്റെ പരാജയം കൂടിയായിരുന്നു. ആത്യന്തികമായി ജാപ്പ് വിരുദ്ധ പ്രക്ഷോഭം നിറംകെട്ടുപോയി എന്ന് വിലയിരുത്തിയവർ പോലും കമ്യൂണിസ്റ്റുകാരുടെ സാമ്രാജ്യത്വ വിരുദ്ധതയെ ചോദ്യം ചെയ്തില്ല.

7

ആഗസ്ത് വിപ്ലവവും അഴിയൂരും

ബ്രിട്ടീഷുകാരുടെ നേരിട്ടുള്ള ഭരണത്തിൻ കീഴിലായിരുന്ന മലബാറിലെ ദേശീയ പ്രക്ഷോഭങ്ങളുടെ കേന്ദ്രബിന്ദു അഴിയൂരായിരുന്നു. ഇവിടെ നാടുവാഴിത്ത ഇടപെടൽ രൂക്ഷമായിരുന്നില്ല. നവോത്ഥാന ആശയങ്ങളുടെ സ്വാധീനവും ഇംഗ്ലീഷ് വിദ്യാഭ്യാസത്തിന്റെ സാർവത്രികതയും അഴിയൂരിനെ മറ്റ് ദേശങ്ങളിൽനിന്നും വേറിട്ട് നിർത്തി. കെ ശങ്കരവർമ്മ, കുഞ്ഞികൃഷ്ണവർമ്മ തുടങ്ങിയ രാജകുടുംബാംഗങ്ങൾപോലും സാമ്രാജ്യത്വവിരുദ്ധ പ്രക്ഷോഭങ്ങളുടെ പേരിൽ തടവറയ്ക്കുള്ളിലായി. കുടിയൊഴിക്കൽ, അയിത്താചാരണം തുടങ്ങിയ അത്യാചാരങ്ങൾ ഇവിടെ പ്രായേണ കുറഞ്ഞുമിരുന്നു. മറ്റ് പ്രദേശങ്ങളിലേതുപോലെ കോൺഗ്രസ്, സോഷ്യലിസ്റ്റ് പാർട്ടി, കമ്യൂണിസ്റ്റ് പാർട്ടി ഇങ്ങനെയുള്ള രാഷ്ട്രീയ വളർച്ചയുടെ ചാക്രിക പരിണാമം ആദ്യം ഇവിടെ ദൃശ്യമായില്ല. ബ്രിട്ടീഷ് അധിനിവേശത്തോടുള്ള നേർക്കുനേർ പോരാട്ടമാണ് ഇവിടെ അരങ്ങേറിയത്.

ആഗസ്ത് 6, 7, 8 തീയതികളിൽ ചേർന്ന കോൺഗ്രസ് സമിതി ആഗസ്ത് വിപ്ലവ പ്രമേയം പാസാക്കി. 1942 ആഗസ് 9 ന് ഗാന്ധിജിയും നെഹ്റുവും അറസ്റ്റ് ചെയ്യപ്പെട്ടു. നാടെങ്ങും പ്രതിഷേധ പ്രകടനങ്ങൾ നടന്നു. ദേശീയ ഐക്യം സിന്ദാബാദ്, സാമ്രാജ്യത്വം തുലയട്ടെ.... ഇത്തരം മുദ്രാവാക്യങ്ങൾ എങ്ങും മുഴങ്ങി. ഹർത്താൽ, പൊതുയോഗങ്ങൾ, ഘോഷയാത്രകൾ, പണിമുടക്കം, പഠിപ്പുമുടക്കൽ, നിരോധിതസാഹിത്യ വിതരണം തുടങ്ങിയ സമാധാനപരമായ പ്രവർത്തനങ്ങൾ പ്രഖ്യാപിക്കപ്പെട്ടു. അധികാരികൾ അടിച്ചമർത്താൻ ശ്രമം തുടങ്ങി. ജനം അക്രമത്തിന്റെ. പാതയിലേക്ക് തിരിഞ്ഞു.

ആഗസ്ത് വിപ്ലവത്തിനു മുമ്പും അഴിയൂർ ദേശീയ പ്രക്ഷോഭങ്ങ

ളാൽ മുഖരിതമായിരുന്നു. 1922 കാലഘട്ടത്തിലെ ഖാദി പ്രസ്ഥാനം, പയ്യന്നൂർ ഉപ്പുസത്യഗ്രഹജാഥയ്ക്ക് നൽകിയ സ്വീകരണവും ഉപ്പുകുറുക്കലും, മാഹി റെയിൽവെ സ്റ്റേഷൻ കള്ളുഷാപ്പ്, കണ്ടപ്പൻകുണ്ട് കള്ളുഷാപ്പ് ഉപരോധം, നികുതി നിഷേധം, ശനിയൻ സഭാ ബഹിഷ്കരണം എന്നറിയപ്പെട്ട അധ്യാപക സമരം തുടങ്ങിയവയിലെല്ലാം അഴിയൂർ സജീവമായി പങ്കുകൊണ്ടു. നിസ്സഹകരണ പ്രസ്ഥാനം ആരംഭിച്ചതോടെ പലരും ഉന്നതജോലി രാജിവെച്ച് ദേശീയ പ്രസ്ഥാനവുമായി ബന്ധപ്പെട്ടു പ്രവർത്തിച്ചിരുന്നു. മലബാറിൽ ദേശീയ പ്രസ്ഥാനത്തെ നയിച്ചിരുന്നത് സി ശങ്കരൻ നായർ, കെ കേളപ്പൻ, കെ മാധവൻ നായർ, കോഴിപ്പുറത്ത് മാധവ മേനോൻ, കുട്ടിമാളു അമ്മ, കെ പി കേശവമേനോൻ മുതലായവരായിരുന്നു.

ഭഗത്സിംഗ്, രാജ്ഗുരു എന്നിവരെ തൂക്കിലേറ്റിയ പശ്ചാത്തലത്തിൽ വടകരയിൽ ചേർന്ന കോൺഗ്രസ് സമ്മേളനം അഴിയൂരിലും ഒട്ടേറെ പേരെ ദേശീയ പ്രസ്ഥാനത്തിലേക്ക് ആകർഷിക്കുകയുണ്ടായി. മുപ്പതുകളിൽ കോൺഗ്രസുകാരെ സി എസ് പിയെന്നോ കോൺഗ്രസ് എന്നോ വേർതിരിക്കാനാവുമായിരുന്നില്ല. അവർ ഒരേ സമയം രണ്ടിലും പ്രവർത്തിച്ചു. 1935 മെയ് 10 ലെ കോഴിക്കോട് സമ്മേളനത്തോടെയാണ് കോൺഗ്രസിലെ ഇടത് വലത് ആശയസംഘർഷം രൂക്ഷമാകുന്നത്. 1937 ൽ കണ്ണൂരിൽ ചേർന്ന സി എസ് പി യുടെ 4–ാം സമ്മേളനത്തിൽ സാമ്രാജ്യത്വ വിരുദ്ധ ഐക്യമുന്നണിയുടെ കാര്യത്തിൽ വലതുപക്ഷ കോൺഗ്രസുകാർ ഇടന്തടിച്ചു. അലിഗഢിലെ ചരിത്രപഠനം ഉപേക്ഷിച്ച് സ്വാതന്ത്ര്യ പ്രസ്ഥാനത്തിലെത്തിയ മുഹമ്മദ് അബ്ദുറഹിമാൻ സാഹിബിനെ പ്രസിഡണ്ടായും ഇ എം എസിനെ സെക്രട്ടറിയായും സമ്മേളനം തെരഞ്ഞെടുത്തു. സി എസ് പിയിലെ വർധിച്ചുവരുന്ന കമ്യൂണിസ്റ്റാഭിമുഖ്യം യാഥാസ്ഥിതികരെ കുപിതരാക്കി. 39 ലെ ബക്കളം സമ്മേളനം കോൺഗ്രസുകാർ ബഹിഷ്കരിക്കുകപോലുമുണ്ടായി.

അഖിലേന്ത്യാതലത്തിൽ കോൺഗ്രസുകാരും കോൺഗ്രസ് സോഷ്യലിസ്റ്റുകാരും സാമ്രാജ്യത്വ യുദ്ധനയത്തെ ചൊല്ലി കമ്യൂണിസ്റ്റുകാർക്ക് നേരെ കടുത്ത അഭിപ്രായവ്യത്യാസം പുലർത്തിയിരുന്നു. ഇത് കുടിപ്പക പോലെ കമ്യൂണിസ്റ്റ് വിരോധം അവരിൽ രൂഢമാക്കി. ഈ വൈരാഗ്യവും കമ്യൂണിസ്റ്റു പാർട്ടിയുടെ അഭൂതപൂർവമായ വളർച്ചയുമാണ് അഴിയൂരിലെയും കമ്യൂണിസ്റ്റ് വേട്ടയ്ക്ക് നിദാനം.

'വെള്ളായനെ വെളിയെപ്പോ' എന്ന മുദ്യാവാക്യം ഉയർത്തി മദ്രാസ് പ്രൊവിൻസിൽ ക്വിറ്റ് ഇന്ത്യാ സമരം ആരംഭിച്ചു. 1942 ആഗസ്ത് 14ന് കെ കുഞ്ഞിരാമക്കുറുപ്പിന്റെ നേതൃത്വത്തിൽ 9 അംഗങ്ങൾ അന്തിമസമരകാഹളം മുഴക്കി കോഴിക്കോട്ടേക്ക് പദയാത്ര നയിച്ചു. നാടെങ്ങും പണിമുടക്കങ്ങളും സംഘടിപ്പിക്കപ്പെട്ടു.

ആഗസ്ത് 19 ന് രാത്രി ചേമഞ്ചേരി സബ് രജിസ്ട്രാർ കച്ചേരി, റെയിൽവേസ്റ്റേഷൻ, തിരുവങ്ങൂർ റെയിൽവേസ്റ്റേഷൻ, കോക്കല്ലൂർ, കുന്ന

ത്തറ എന്നിവിടങ്ങളിലെ അംശ കച്ചേരി ഇവ കത്തിച്ചാമ്പലായി. ഉള്ളിയേരി പാലം പൊളിച്ചു. ടെലിഫോൺ, ടെലിഗ്രാഫ് കമ്പികൾ വ്യാപകമായി നശിപ്പിക്കപ്പെട്ടു. തലശ്ശേരി റെയിൽപാലം ഡൈനാമിറ്റ് വെച്ച് തകർക്കാൻ ശ്രമം നടത്തി. കോടതിക്കെട്ടിടം ഡൈനാമിറ്റ്കൊണ്ട് പിളർന്നു. ചോമ്പാലിലെ ഉപ്പ് ഡിപ്പോയും ഫിഷറീസ് ഗോഡൗണും അഗ്നിക്കിരയായി. റെയിൽവെ സ്ലീപ്പറും കത്തിനശിച്ചു. മുക്കാളി റെയിൽവെ ഓവ്പാലം ഡൈനാമിട്ട് പൊട്ടിച്ചു തകർക്കാൻ ശ്രമിച്ചു. ഈ സംഭവം ബ്രിട്ടീഷ് പാർലമെന്റിൽ ചർച്ചാവിഷയമാവുകയുണ്ടായി. ആർതർ പോപ്പ് സഞ്ചരിച്ച വണ്ടിക്കുമുന്നിൽ മുക്കാളിയിലും വെള്ളച്ചാലിലും പാളത്തിൽ തീയിട്ട സംഭവം മദ്രാസ് പ്രൊവിൻസിനെ വിറപ്പിച്ചിരുന്നു. കീഴരിയൂർ ബോംബ് കേസ്, ഫറൂക്ക് പാലം അട്ടിമറി തുടങ്ങി പ്രക്ഷോഭ പരമ്പരകൾതന്നെ അരങ്ങേറി. അഴിയൂർ രജിസ്ട്രാപ്പീസിലെ യൂണിയൻ ജാക്ക് വലിച്ചു താഴ്ത്തി ഇന്ത്യൻ പതാക ഉയർത്തി.

ഈ സമയം തിരുവിതാംകൂറിൽ ബ്രിട്ടീഷുകാരുടെ സാമന്തരായി നിരുത്തരവാദ ഭരണം നടത്തിയിരുന്ന സർ. സി പി രാമസ്വാമി അയ്യരുടെ അമേരിക്കൻ മോഡലിനെതിരായും നാട്ടുരാജ്യങ്ങളെ ഇന്ത്യൻ യൂണിയനിൽ ലയിപ്പിക്കാനും വേണ്ടി ഉത്തരവാദ പ്രക്ഷോഭം ശക്തിപ്പെട്ടുവരികയായിരുന്നു. ആലപ്പുഴ, അമ്പലപ്പുഴ, ചേർത്തല താലൂക്കുകൾ സമരസജ്ജമായി. 1946 ആഗസ്ത് 5 ന് കമ്യൂണിസ്റ്റ് പാർട്ടി എടുത്ത 'ആത്യന്തിക സമരത്തിലേക്കുള്ള മുന്നേറ്റം' എന്ന ആഗസ്ത് പ്രമേയത്തിന്റെ അടിസ്ഥാനത്തിലാണ് ഇവിടേയും സമരം അരങ്ങേറിയത്. പട്ടം താണുപിള്ളയുടെ നേതൃത്വത്തിലുള്ള തിരുവിതാംകൂർ സ്റ്റേറ്റ് കോൺഗ്രസ് നാട്ടുരാജാക്കന്മാരോട് സ്വീകരിച്ചിരുന്ന അയവേറിയ സമീപനം പ്രക്ഷോഭത്തിന്റെ ശോഭകെടുത്തി. ഇവിടെ സാമ്രാജ്യത്വവിരുദ്ധ പ്രക്ഷോഭത്തിന്റെ ചാലകശക്തി കർഷകരും കമ്യൂണിസ്റ്റുകാരുമായി. കേരളചരിത്രത്തിലെ പോരാട്ടങ്ങളുടെ പോരാട്ടമായി പുന്നപ്ര–വയലാർ കത്തിപ്പടർന്നു.

ക്വിറ്റ് ഇന്ത്യാ പ്രമേയത്തോടുള്ള കമ്യൂണിസ്റ്റുകാരുടെ നിസ്സഹകരണം കോൺഗ്രസുകാർ വൻ അപവാദ പ്രചരണത്തിനു വേദിയാക്കി. കമ്യൂണിസ്റ്റുകാരെ സാമ്രാജ്യത്വത്തിന്റെ പിണിയാളുകളായി ചിത്രീകരിക്കാൻ തുടങ്ങി. ക്വിറ്റ് ഇന്ത്യാ സമരത്തോട് സഹകരിക്കാതിരുന്നിട്ടും എം കെ കേളുവും പി പി ശങ്കരനും അറസ്റ്റ് ചെയ്യപ്പെട്ടു. 'കമ്യൂണിസ്റ്റുകാരാണ് കമ്പിമുറിച്ചത്, അവരാണ് എം എസ് പിയെ കൊണ്ടുവന്നത്.' ചോമ്പാലിലെ എം എസ് പി മർദനത്തെക്കുറിച്ചുള്ള കോൺഗ്രസ് പ്രവർത്തകരുടെ ഈ അപവാദം 1942 ഡിസംബർ 27ലെ *ദേശാഭിമാനി* വാരികയിൽ കൃഷ്ണപിള്ള തുറന്നുകാട്ടി.

ജനമുന്നേറ്റത്തിൽ ശരിയായ പങ്കും നേതൃത്വവും വഹിച്ച കമ്യൂണിസ്റ്റ് പാർട്ടിയുടെ വർധിച്ചുവരുന്ന ജനസ്വാധീനത്തിനുമുന്നിൽ ദേശീയ നേതാക്കളുടെ ചാഞ്ചാട്ടം, സന്ധിചെയ്യാനുള്ള വാസന, ബഹുജനങ്ങൾ സമരത്തിനിറങ്ങുന്നതിനുള്ള വിമ്മിട്ടവും പ്രകടമായിരുന്നു. കെ കേള

പ്പൻ, സി കെ ഗോവിന്ദൻ തുടങ്ങിയ വലതു കോൺഗ്രസുകാർ സർവവിധേനയും കമ്യൂണിസ്റ്റ് സ്വാധീനം വളരുന്നത് തടയാൻ ശ്രമിച്ചു.[30]

ആഗസ്ത് സമരകാലത്ത് 1942 ആഗസ്തിനും ഡിസംബറിനും ഇടയ്ക്ക് ഔദ്യോഗിക കണക്കനുസരിച്ച് ഇന്ത്യ മുഴുക്കെ 62,229 പേർ അറസ്റ്റ് ചെയ്യപ്പെട്ടു. 18,000 പേരെ വിചാരണ കൂടാതെ തടങ്കലിൽ വെച്ചു. 940 പേർ പൊലീസിന്റെ വെടിയേറ്റ് മരിച്ചു. പ്രക്ഷോഭം തുടങ്ങുന്നതിനു മുമ്പേ കെ കേളപ്പൻ, മൊയ്തു മൗലവി, സി കെ ഗോവിന്ദൻ നായർ, കെ പി ഗോപാലൻ, അബ്ദുറഹിമാൻ സാഹിബ് തുടങ്ങിയവരെല്ലാം തടങ്കൽ തടവുകാരായി ജയിലറയ്ക്കുള്ളിലായിരുന്നു. നിയതമായ ആഹ്വാനമോ സംഘടിതരൂപമോ ഇല്ലെങ്കിൽക്കൂടി അധിനിവേശ ശക്തികളോട് തങ്ങൾക്കുള്ള എതിർപ്പ് ക്വിറ്റ് ഇന്ത്യാ സമരകാലത്തും കമ്യൂണിസ്റ്റുകാർ ശക്തമായി പ്രകടിപ്പിച്ചിരുന്നു.

ദേശീയപ്രക്ഷോഭങ്ങളിൽ പങ്കുകൊണ്ട ഗാന്ധിയന്മാർപോലും കമ്യൂണിസ്റ്റ് വേട്ടയ്ക്കായി രൂപപ്പെടുത്തിയ ദേശരക്ഷാസേനയിലെ അംഗങ്ങളായിരുന്നു എന്നത് ചരിത്രത്തിലെ വിരോധാഭാസമായി തോന്നാം. ചന്ദൻ വൈദ്യർ, ചോമ്പാല കൃഷ്ണക്കുറുപ്പ്, പാമ്പള്ളി ആണ്ടി, പാറേമ്മൽ ചോയി, മേപ്പാടി രാമോട്ടി, മുല്ലപ്പള്ളി ഗോപാലൻ, ദെന്നോളി കേളപ്പൻ, കെ ഇ ആണ്ടി തുടങ്ങിയവർ ഏറിയും കുറഞ്ഞും കമ്യൂണിസ്റ്റു വേട്ടയ്ക്കു നേതൃത്വം കൊടുത്തവരാണ്. ചന്ദൻ വൈദ്യരുടെ നേതൃത്വത്തിലുള്ള സംഘം ഒഞ്ചിയത്തടക്കമുള്ള കമ്യൂണിസ്റ്റുകാരെ പിടിച്ചു മുക്കാളി പള്ളിക്കു സമീപമുള്ള കടയിൽ കൊണ്ടുവന്ന് മർദിച്ചൊതുക്കി എം എസ് പി യെ ഏൽപ്പിക്കുക പതിവായിരുന്നു. അഴിയൂരിലെ എരഞ്ഞിപ്പൊയിൽ അച്യുതൻ, അനന്തൻ, ഇ എം നാണുമാസ്റ്റർ, കോറോത്ത് കണ്ടി കുമാരൻ മാസ്റ്റർ തുടങ്ങിയവർ ഇത്തരത്തിലുള്ള ഭേദ്യങ്ങൾക്ക് ഇരയായവരാണ്.

യുവാവ് ബാലൻ, കിഴക്കേടത്ത് കുഞ്ഞിരാമൻ മാസ്റ്റർ, തോട്ടക്കണ്ടി അച്യുതൻ, കല്ലാട്ട് ദാമുമാസ്റ്റർ, കെ പി കണാരൻ, ടി പി കണാരൻ, കെപി അച്യുതൻ, പട്യാട്ട് കേളപ്പൻ, യുവാവ് കണാരൻ തുടങ്ങിയ സന്നദ്ധ സേനാംഗങ്ങളാണ് കോറോത്ത് കണ്ടി ചാത്തു വൈദ്യരെ രോഗി പരിചരണത്തിൽ സഹായിച്ചിരുന്നത്. ഇത്തരത്തിലുള്ള ജനസേവകരായ കമ്യൂണിസ്റ്റുകാരെയുംകൊണ്ട് പൊലീസുകാർ ചോമ്പാൽ കുന്നുമ്മലുള്ള ക്യാമ്പിലേക്ക് പോകുമ്പോൾ കുട്ടികൾ 'എം എസ് പി പുല്ല് പുല്ല്' എന്ന് വിളിച്ചു പറയാൻ തുടങ്ങി.

കുറുമ്പ്രനാട് താലൂക്കിനോട് ചേർന്ന് സ്ഥിതിചെയ്യുന്ന ഒരു കടലോര പ്രദേശമാണ് മയ്യഴി. മായേലബുർദാനെ എന്ന ഫ്രഞ്ച് നാവിക തലവൻ കീഴടക്കിയ ഇവിടം ഇംഗ്ലീഷുകാരും ഫ്രഞ്ചുകാരും മാറിമാറി ഭരിച്ചു. നീണ്ട 285 വർഷക്കാലത്തെ അധിനിവേശത്തിന് അറുതിവരുത്താൻ കോൺഗ്രസുകാരും സോഷ്യലിസ്റ്റുകാരും കമ്യൂണിസ്റ്റുകാരുമെല്ലാം ഉൾപ്പെട്ട മഹാജനസഭ പ്രവർത്തിച്ചു. ഐ കെ കുമാരനായിരുന്നു നേതാ

വ്. തൊട്ടടുത്ത പ്രദേശങ്ങൾ രണ്ട് രാജ്യങ്ങളായതിനാൽ അഴിയൂർ കേന്ദ്രീകരിച്ചാണ് മാഹി വിമോചനപ്പോരാട്ടങ്ങൾ ആസൂത്രണം ചെയ്യപ്പെട്ടത്. അഴിയൂരിനെയും മയ്യഴിയേയും തമ്മിൽ ബന്ധിപ്പിച്ചിരുന്ന പാലം മയ്യഴിയുടെ വിമോചന സമരത്തിന്റെ ഗതിവിഗതികളെ നിയന്ത്രിച്ച ഒന്നാണ്. 1948 ഒക്ടോബറിലെ മാഹി വിമോചന സമരം പരാജയപ്പെട്ടു.

സി എച്ച് കണാരന്റെ അധ്യക്ഷതയിൽ കമ്യൂണിസ്റ്റ് പാർട്ടിയുടെ കുറുമ്പ്രനാട് താലൂക്ക് കമ്മിറ്റി അഴിയൂരിൽ യോഗം ചേർന്ന് മാഹിയുടെ ഭാഗമായ ചെറുകല്ലായി മോചിപ്പിക്കാൻ തീരുമാനമെടുത്തു. ഇത് മാഹി വിമോചന സമരചരിത്രത്തിലെ നാഴികക്കല്ലായി. 1954 ഏപ്രിൽ 26 ന് അർധരാത്രി പുറപ്പെട്ട പ്രക്ഷോഭകർക്കുനേരെ ഫ്രഞ്ചുപട്ടാളം വെടിയുതിർത്തു. കോടിയേരി ഈങ്ങൽ പീടികയിലെ പി പി അനന്തനും ഗോപാൽ പേട്ടയിലെ എം അച്യുതനും രക്തസാക്ഷികളായി. 1954 ജൂലൈയിൽ ജനകീയ പോരാട്ടങ്ങൾക്കു മുമ്പിൽ അധിനവേശ ശക്തികൾ കീഴടങ്ങി. ബ്രിട്ടീഷ്, ഫ്രഞ്ച്, പോർച്ചുഗീസ് ഈ മൂന്ന് സാമ്രാജ്യശക്തികളോടും പോരാടിയ കമ്യൂണിസ്റ്റ് ഗോവമമ്മു അഴിയൂരിന്റെ അഭിമാനമാണ്.

8

പോടിച്ചി തെയ്യം

പ്രസംഗങ്ങളോ പ്രബോധനങ്ങളോ കൊണ്ടു മാത്രം ദൂരീകരിക്കാനാവുന്ന ഒന്നല്ല ഭക്തിമാർഗത്തിൽ കുടികൊള്ളുന്ന അന്ധവിശ്വാസം എന്ന അവബോധം കമ്യൂണിസ്റ്റുകാർക്കുണ്ട്. ഇത് പ്രായോഗികമായ അന്ധവിശ്വാസ ദൂരീകരണ പരിപാടികൾ പ്രാവർത്തികമാക്കാൻ അവരെ പ്രേരിപ്പിച്ചു. ഭക്തിയും ജനസ്വീകാര്യതയുമുള്ള കലയായ തെയ്യത്തിന്റെ തനത് മാതൃക സൃഷ്ടിച്ച് സമർഥമായി അന്ധവിശ്വാസം ദൂരീകരിച്ചതിന് നിദർശനമാണ് പോടിച്ചി തെയ്യം. ദൈവകോപത്തിന്റെ വരവിൽ കണക്കുചേർക്കപ്പെട്ട വസൂരിയടക്കമുള്ള രോഗങ്ങളും രോഗഭീതിയും ശാസ്ത്രീയവും മനഃശാസ്ത്രപരവുമായാണ് ജനമനസുകളിൽനിന്നും നാട്ടിൽനിന്നും ഉച്ചാടനം ചെയ്തത്.

കേരളോൽപ്പത്തി ഐതിഹ്യമനുസരിച്ച് കേരളീയർക്ക് അനുവദിച്ചുകിട്ടിയ ഉത്സവങ്ങളിലൊന്നത്രെ തെയ്യാട്ടം.

ആര്യ-ദ്രാവിഡ സമ്മിശ്രങ്ങളായ നാനൂറോളം തെയ്യക്കോലങ്ങൾ ഉണ്ടെന്നാണ് കണക്കാക്കപ്പെടുന്നത്. ഇതിന്റെ അടിവേരുകൾ തേടിപ്പോകുമ്പോൾ സംഘകാലത്തിന്റെയോ പ്രാക്തനമായ മഹാശിലാസംസ്കാരത്തിന്റെയോ ആചാര ആരാധനാ രീതികൾ കൂടിക്കുഴയുന്ന ഘടന കാണാം. പഴയ സാമൂഹ്യവ്യവസ്ഥയ്ക്കെതിരായോ ഇരയായോ മൺമറഞ്ഞുപോയ വീരന്മാരുടെ അപദാനങ്ങൾ തോറ്റിയുണർത്തുന്ന വീരാരാധനയിലധിഷ്ഠിതമായ പുരാവൃത്തങ്ങളാണ് മിക്ക തെയ്യങ്ങളുടെയും ഐതിഹ്യത്തിന് പിറകിൽ. ചുവപ്പ്, പച്ച, മഞ്ഞ, കറുപ്പ്, വെളുപ്പ് തുടങ്ങിയ വർണക്കൂട്ടുകൾ ചാലിച്ച വ്യത്യസ്തങ്ങളായ തെയ്യങ്ങൾ ചെണ്ട, വീക്ക്, ഇലത്താളം തുടങ്ങിയ നാടൻ വാദ്യമേളങ്ങളുടെ അകമ്പടിയോടെ ആഹാര്യ മനോഹാരിതയോടെ അരങ്ങേറുന്നത് ചേതോഹരമായ കാഴ്ചയാണ്.

തറവാട്ടമ്പലങ്ങളിലെ വെളിച്ചപ്പാടുകളെ കൊണ്ട് വെളിപാട് പറയിച്ച് പണം പിടുങ്ങുന്ന നാടുവാഴികൾക്കെതിരെ ഒഞ്ചിയത്തെ കമ്യൂണിസ്റ്റുകാർ സവിശേഷമായ സമരമാർഗം അവലംബിച്ചു. ചുവന്ന പട്ടുടുത്ത് ആടയാഭരണങ്ങളണിഞ്ഞ് മുഖമെഴുതി മേലേരികൂട്ടി (തീക്കുണ്ഡം) അതിൽ ചാടുന്ന തെയ്യക്കോലങ്ങൾക്ക് ദൈവികത്വവും വെളിപാടുകൾക്ക് സംഭവ്യതയും ഉണ്ടെന്ന് ഉറച്ചു വിശ്വസിച്ചവരെ കമ്യൂണിസ്റ്റ് പാർട്ടിക്ക് തിരുത്തേണ്ടതുണ്ട്. ഇതിന് അവർക്ക് പൂർവമാതൃകയായി വാഗ്ഭടാനന്ദനും സംഘവും അവലംബിച്ച ക്ഷേത്രധ്വംസനവും പ്രതിമോച്ചാടനവും ഉണ്ട്. കാളികൂളി ചാത്തന്മാരുടെ നിരർഥകതയെ ആദ്യമായി ചോദ്യം ചെയ്തത് അദ്ദേഹമായിരുന്നു.

ഐതിഹ്യ പ്രസിദ്ധമായ ഒരു ക്ഷേത്രമാണ് ഒഞ്ചിയത്ത് മലോൽ കുട്ടിച്ചാത്തൻ ക്ഷേത്രം. ഇവിടത്തെ ഐതിഹ്യം രസാവഹമാണ്. ക്ഷേത്രത്തിനു സമീപം ചന്തൻ ചാത്തോത്ത് എന്ന ഒരു പറമ്പുണ്ട്. അയിത്തവും നാടുവാഴിത്തവും കൊടികുത്തി വാഴുന്ന കാലം. വിവാഹം, മരണം, ചോറുണ്, പേരിടൽ, എല്ലാ ചടങ്ങുകൾക്കും ജന്മിമാരെ കെട്ടുകാഴ്ച വെച്ച് പ്രീതിപ്പെടുത്തേണ്ടിയിരുന്നു. ചാത്തോത്ത് എന്ന തീയ തറവാട്ടിൽ ജനിച്ച ഒരു കുട്ടിക്ക് ജന്മിയെ ആശ്രയിക്കാതെ മാതാപിതാക്കൾ ചന്തൻ എന്നു നാമകരണം ചെയ്തുവത്രെ. അവരുടെ 'താന്തോന്നിത്ത'വും കുട്ടിക്കിട്ട പേരും ജന്മിക്ക് രസിച്ചില്ല. ജന്മി കിങ്കരന്മാരെത്തി മാതാപിതാക്കളെ വെട്ടി നുറുക്കുമ്പോൾ എട്ടുവയസുകാരനായ ചന്തൻ ഓടി രക്ഷപ്പെട്ടു. അവധൂതനായി അലഞ്ഞുനടന്ന ചന്തൻ ഒടുക്കം കാശിയിലെത്തി സന്യാസം സ്വീകരിച്ചു. അവിടെവെച്ച് സന്യാസിമാരിൽനിന്ന് കാസർകോട്ടെ കാളകാട്ടില്ലത്തെ ധീരനായ ഇടയച്ചെറുക്കൻ ചാത്തന്റെ കഥ ചന്തൻ കേൾക്കാനിടയായി. ജന്മിത്വത്തെ ചോദ്യം ചെയ്തതിന് ചാത്തനെ തൊഴുത്തിൽ കെട്ടി ചാട്ടവാറടിച്ചു കൊലപ്പെടുത്തിയതാണ് കഥ. ചാട്ടവാറടിപ്പാടുകളെ അലങ്കാരമാക്കി ചാത്തൻ ദൈവമായി അവതരണം ചെയ്തുവെന്നും ജന്മിത്വത്തോട് പകരംവീട്ടി എന്നുമാണ് ഐതിഹ്യം. ഈ കഥ കേട്ട് ആവേശംകൊണ്ട് ജന്മിമാടമ്പികളോട് കണക്ക് ചോദിക്കാനാണ് സന്യാസിയായ ചന്തൻ ഒഞ്ചിയത്തെത്തിയതത്രെ. കാലത്തിന്റെ രാസപരിണാമത്തിൽ ചന്തനെ ആരും തിരിച്ചറിഞ്ഞില്ല. ഊരും പേരും ചോദിച്ചവരോട് 'കാശിവാസി' എന്നുമാത്രം പറഞ്ഞു. മലോൽകുന്നിലെ മരത്തണലിൽ ഏകനായിരുന്നു ധ്യാനിച്ച അദ്ദേഹത്തിന് കരിയാട്ടെ തീയത്തികൾ പാലും പഴവും നിവേദിച്ചുവത്രെ. തന്റെ ആഗമനലക്ഷ്യം സാധിക്കാതെവന്ന കാശിവാസി അവിടെ അനീതിക്കെതിരെ പോരാടി മരണം വരിച്ച കുട്ടിച്ചാത്തന്റെ പ്രതിഷ്ഠ നടത്തി തിരോധാനം ചെയ്തു. കാശിവാസിയും പിന്നീട് ദൈവമായി അവരോധിക്കപ്പെട്ടു. പൂർവ സ്മരണയെന്നോണം കരിയാട്ടുകാർ ഇന്നും വഴിപാടിനായി ക്ഷേത്രത്തിൽ എത്താറുണ്ട്.

മലോൽക്ഷേത്രത്തിലെ കുട്ടിച്ചാത്തൻ തിറയും മേലേരിയും പ്രസിദ്ധമാണ്. ദൂരദേശങ്ങളിൽ നിന്നുപോലും വഴിപാടിനായി ആളുകൾ ഇവിടെ എത്താറുണ്ട്. വിറക് കത്തിച്ച് കനലാക്കി (മേലേരി) അതിൽ ചാടുന്ന തെയ്യത്തിനും പരിവാരത്തിനും പൊള്ളലേൽക്കാത്തത് ദൈവികതയാലാണെന്നാണ് ജനം വിശ്വസിച്ചിരുന്നത്. എള്ളെറിഞ്ഞ് വീര്യം കെടുത്തിയ ശേഷമാണ് തീക്കനലിൽ ചാടുക. ഈ രഹസ്യവും ചാട്ടത്തിന്റെ വേഗതയുമാണ് പൊള്ളലേൽക്കാത്തതിന് നിദാനമെന്ന് ജനങ്ങളെ ബോധ്യപ്പെടുത്തിയ കമ്യൂണിസ്റ്റുകാരെ യാഥാസ്ഥിതികർ വെല്ലുവിളിക്കുകയും പരിഹസിക്കുകയും ചെയ്തു. മലോൽക്ഷേത്രത്തിൽ മേലേരി നടക്കുന്ന അവസരം പരികർമികൾ എള്ളെറിഞ്ഞ് കനലിന്റെ വീര്യം കെടുത്തുമ്പോൾ മണ്ടോടി കണ്ണന്റെ നേതൃത്വത്തിൽ പരസ്യമായി കനലിലേക്ക് വെള്ളം എറിഞ്ഞു. ജനങ്ങളുടെ മനസിൽനിന്നും അന്ധവിശ്വാസത്തെ കുടിയിറക്കുക മാത്രമായിരുന്നു കമ്യൂണിസ്റ്റുകാരുടെ ലക്ഷ്യം. ഉത്സവം മുടങ്ങി. ഈ സംഭവം ഒട്ടേറെ വിവാദങ്ങൾക്കും വാദകോലാഹലങ്ങൾക്കും വഴിമരുന്നിട്ടു.

വിഷ്ണുമൂർത്തി, ഭഗവതി, ഗുളികൻ, കുട്ടിച്ചാത്തൻ തുടങ്ങിയ തെയ്യക്കോലങ്ങളെല്ലാം ക്ഷേത്രപരിസരത്തോ കാവുകളിലോ (മുണ്ട്യറകൾ) ആണ് കെട്ടിയാടാറ്. എന്നാൽ ധീരരായ ഇല്ലത്ത് കണ്ണൻ, മണ്ടോടി കണ്ണൻ, പൊയിൽ കണാരൻ എന്നീ കമ്യൂണിസ്റ്റുകാരുടെ നേതൃത്വത്തിൽ ഒഞ്ചിയം തച്ചറത്ത് വയലിൽ തെയ്യം കെട്ടിയാടാൻ തീരുമാനിച്ചു. കാവുകളും ക്ഷേത്രങ്ങളും വിട്ട് തെയ്യം കെട്ടിയാടാൻ യാഥാസ്ഥിതികർ അനുവദിക്കുമായിരുന്നില്ല. പൊതു ഇടങ്ങളിൽ ഇന്നും തെയ്യം അവതരിപ്പിക്കുന്നതിന് വിലക്കുകളുണ്ടെന്ന വസ്തുത ഓർക്കുക. വാദ്യമേളത്തിന് മലയരേയും കെട്ടിയാടാൻ മുന്നൂറ്റനെയും വിളിച്ചു. പ്രദേശമാകെ ഉത്സവച്ഛായ. എങ്ങും കുരുത്തോല തോരണങ്ങൾ നിറഞ്ഞു. ആബാലവൃദ്ധം അവിടേക്ക് ഒഴുകിയെത്തി. തെക്കയിൽ ചോയി, പാലേരി മീത്തൽ കണ്ണൻ, തെക്കേ മലയിൽ കുഞ്ഞിരാമൻ, പാലേരി മീത്തൽ അച്ചു, സി കെ ചാത്തു എന്നിവർ സന്നദ്ധ ഭടന്മാരായി നിലകൊണ്ടു. ഏറാമല പരക്കാട്ട് ദേശത്തുനിന്നു വന്നവർ പരിപാടി തടസപ്പെടുത്താൻ ശ്രമിച്ചെങ്കിലും കമ്യൂണിസ്റ്റുകാരുടെ സംഘടനാ മിടുക്ക് കണ്ട് പിന്മാറി.

ചാത്തൻ കണ്ടി കണാരന്റെയും മകൻ കുഞ്ഞിക്കണ്ണന്റെയും നേതൃത്വത്തിൽ അമ്പലപ്പറമ്പിൽനിന്നും ശിലാബിംബം പൂമാല ചാർത്തി ആനയിക്കപ്പെട്ടു. തച്ചറത്ത് വയലിൽ പ്ലാവിൻ വിറകുകൊണ്ട് കൂറ്റൻ മേലേരി ഒരുക്കി. ദൈവങ്ങളുടെ കാളികൂളി ചാത്തൻ പേരുകളിലെ നിരർഥകത കൂടി അവർക്ക് ജനങ്ങളെ ബോധ്യപ്പെടുത്തേണ്ടതുണ്ട്. തെയ്യക്കോലത്തിന് ഒരു പുതിയ പേരുമിട്ടു. 'പോടിച്ചിതെയ്യം.' തടിച്ചുകുറുകിയ ഒഞ്ചിയത്തുകാരിയായ ഒരു സ്ത്രീയുടെ പേരുകൂടിയായിരുന്നു അത്. ആശ്ചര്യകരമായ വസ്തുത തന്റെ പേരിലരങ്ങേറിയ തെയ്യത്തെ കാണാൻ പോടിച്ചിയും സകുടുംബം സന്നിഹിതയായിരുന്നു എന്നതാണ്.

കത്തിയമർന്ന തീക്കുണ്ഡത്തിൽ മന്ത്രധ്വനിയുടെ അകമ്പടിയില്ലാതെ എള്ളെറിഞ്ഞു കനലിന്റെ തീവ്രത കുറച്ചു. തീക്കുണ്ഡത്തിലൂടെ തെയ്യത്തോടൊപ്പം കമ്യൂണിസ്റ്റുകാരും ചാടി. കുട്ടിച്ചാത്തന്റെ വൈഭവത്താലാണ് തീ പൊള്ളാത്തതെന്ന വിശ്വാസം ജനങ്ങളിൽനിന്ന് പിഴുതുമാറ്റാൻ കമ്യൂണിസ്റ്റുകാർക്ക് കഴിഞ്ഞു. ഉത്സവാനന്തരം ബിംബം ഘോഷയാത്രയായി അമ്പലപ്പറമ്പിനടുത്തെ ചാത്തൻകണ്ടി കുളത്തിൽ കൊണ്ടു ചെന്നിട്ടു. വാഗ്ഭടാനന്ദ സംഘത്തിന്റെ പ്രതിമോച്ചാടനത്തെ അനുസ്മരിപ്പിച്ച ഈ സംഭവം ജാതീയതയും അടിമത്തവും ദൈവഹിതമാണെന്നു ചിന്തിച്ച ജനതയെ ഇരുത്തി ചിന്തിപ്പിച്ചു. ദൈവകോപമാണ് പകർച്ചവ്യാധികൾക്ക് നിദാനമെന്ന ഉറച്ച ബോധം ജനങ്ങളിൽ നിന്നു പിഴുതെറിയപ്പെട്ടു. ദൈവത്തിന്റെ അപ്രമാദിത്വം ചോദ്യം ചെയ്യപ്പെട്ടു. ഭൗതികവാദത്തിലധിഷ്ഠിതമായ കമ്യൂണിസ്റ്റ് പ്രസ്ഥാനത്തിന്റെ വളർച്ചയ്ക്ക് ഇത് കുറച്ചൊന്നുമല്ല സഹായകരമായത്.

വസൂരിമാല

"മാരിക്കുരിപ്പ് തുള്ളുന്നു
തമ്പാന്റെ മാള്യേന്നും തുള്ളുന്നു
കൊല്ലന്റാലേന്നും തുള്ളുന്നു
പൊലയന്റെ ചാളേന്നും തുള്ളുന്നു
വസൂരിമാല തമ്പുരാട്ടി
കലികൊണ്ടത തുള്ളുന്നു."

മലബാറിലെ ഏറ്റവും വെറുക്കപ്പെട്ട അറയ്ക്കപ്പെട്ട എന്ന അർഥത്തിൽ പ്രയോഗിച്ചുവരുന്ന ഒരു അശ്ലീലപദമാണ് മാരിക്കുരിപ്പ് എന്നത്. മാരി എന്നാൽ മഴ, കുരിപ്പ് എന്നാൽ വ്രണങ്ങളുണ്ടാക്കുന്ന പരു എന്നർഥം. മഴപോലെ സമൃദ്ധമായി നാടൊട്ടുക്കും പെയ്തിറങ്ങുന്നതുകൊണ്ടാവാം വസൂരി എന്ന മഹാവ്യാധിക്ക് അത്തരമൊരു പേര് വന്നുചേർന്നിട്ടുണ്ടാവുക. മുജ്ജന്മപാപത്താലോ ദൈവകോപത്താലോ ആണ് വസൂരി പിടിപെടുന്നതെന്ന് ജനങ്ങൾ ഉറച്ച് വിശ്വസിച്ചു. മരിച്ചവർ ഭണ്ഡാരമൂർത്തികളായി ദൈവികത്വത്തിലേക്ക് ഉയർത്തപ്പെടുമെന്നാണ് വിശ്വാസം. വസൂരി പിടിപെട്ട് മരിച്ചവരെ സംസ്കരിക്കുന്നതിന് ഭണ്ഡാരമടക്കുക എന്നാണ് പറയാറ്. ഈ പണ്ഡാരമടക്കലും ജുഗുപ്സാവഹമായ ഒരു അശ്ലീലപദമായി പരിണമിച്ചു. തമ്പുരാന്റെ മാളികയെന്നോ പുലയന്റെ ചാളയെന്നോ ഭേദമില്ലാതെ വസൂരിമാല തമ്പുരാട്ടി കലികൊണ്ട് തുള്ളി.

വസൂരിമാല തമ്പുരാട്ടിയെ കുടിയിരുത്തിയിട്ടുള്ള ധാരാളം ക്ഷേത്രങ്ങൾ മലബാറിലുണ്ട്. ഒഞ്ചിയത്തിന് സമീപസ്ഥമായ ചോമ്പാൽ ആവിക്കര ക്ഷേത്രത്തിലെ പ്രധാന പ്രതിഷ്ഠകളിൽ ഒന്ന് വസൂരിമാല തമ്പുരാട്ടിയുടേതാണ്. ഇവിടെ വസൂരിമാല തമ്പുരാട്ടിയുടെ വെള്ളാട്ടും തിറയുമുണ്ട്. വസൂരിരോഗം നിർമാർജനം ചെയ്യപ്പെട്ടിട്ടും തമ്പുരാട്ടി ഇപ്പോഴും അനുഗ്രഹം ചൊരിയാനെത്തുന്നു. തമിഴ് ദേശങ്ങളിൽ മാരിയമ്മൻ കോവി

ലുകളിലെ ഉത്സവങ്ങളുമായി ബന്ധപ്പെട്ട് വേപ്പിലച്ചാർത്തുകൾ കൈയി ലേന്തി മാരിഅമ്മയെ പ്രീതിപ്പെടുത്തുന്ന നൃത്തരൂപങ്ങളുണ്ട്. ദൈവിക ത്വത്തിലടിയുറപ്പിക്കപ്പെട്ട ഒരു രോഗത്തെ ശാസ്ത്രാവബോധത്തിന്റെ അടിസ്ഥാനത്തിൽ ചികിത്സിക്കുക ശ്രമകരമായ ഒരു ജോലി ആയിരു ന്നു. 1943 ൽ കോളറ ബാധിച്ച് മലബാറിൽ മാത്രം മുപ്പതിനായിരത്തോളം പേർ മരണപ്പെട്ടതായാണ് കണക്ക്. മഹാമാരികൾ ഒന്നിനൊന്നായി നാടിനെ ഗ്രഹിച്ചുകൊണ്ടിരുന്നു. കോളറാന്തരം ഭക്ഷ്യക്ഷാമവും.

1945 കാലഘട്ടം കേരളത്തിൽ ഒട്ടുമിക്ക സ്ഥലങ്ങളിലും വസൂരി രോഗം പടർന്നു. വിശേഷിച്ച് മലബാറിൽ. ബംഗാളിൽ പ്ലേഗ് എന്ന പോലെ ആയിരക്കണക്കിനാളുകളെ ഈ മഹാമാരി കൊന്നൊടുക്കി. കണ്ണൂർ, തല ശ്ശേരി, വടകര, ഒറ്റപ്പാലം എന്നിവിടങ്ങളിലാണ് വസൂരി രോഗം രൂക്ഷമാ യത്.

ഈ സാംക്രമിക രോഗത്തെ ഭയന്ന് സ്വന്തക്കാർ രോഗികളെ വിട്ട് ഓടിപ്പോയി. ശരീരത്തിലെ ഓരോ അണുവും പഴുത്ത് പൊട്ടിയൊലിച്ച് അസഹ്യമായ വേദന കടിച്ചമർത്തിയ രോഗികൾ ദാഹജലം കിട്ടാതെ മരിച്ചു. പലരും ജീവനോടെ കുഴിച്ചുമൂടപ്പെട്ടു. കമ്യൂണിസ്റ്റ് പാർട്ടി ഈ മഹാമാരിയെ പിടിച്ചുകെട്ടാനുള്ള ഊർജിതമായ സന്നദ്ധ പ്രവർത്തന ത്തിന് തുടക്കംകുറിച്ചു.

ജനങ്ങൾ റേഷൻഷാപ്പ് വഴി വിതരണം ചെയ്യുന്ന പച്ചരിയാണ് വസൂ രിക്ക് കാരണമെന്ന് പ്രചരിപ്പിച്ചു. പാർട്ടിക്കാരിൽ ചിലരും ഇത്തരം പ്രച രണങ്ങൾക്ക് വശംവദരായി. ഇത്തരത്തിൽ രോഗത്തെക്കുറിച്ച് കടുത്ത അജ്ഞത നിലനിൽക്കുമ്പോൾ വലിയ തോതിലുള്ള ബോധവൽക്കരണ പ്രവർത്തനമാണ് പാർട്ടിക്ക് ഏറ്റെടുക്കേണ്ടിവന്നത്.

വസൂരി രോഗത്തെ ഉച്ചാടനം ചെയ്യാൻ ഓരോ പ്രദേശങ്ങളിലായി ചെറിയ ചെറിയ സന്നദ്ധ സംഘങ്ങൾ രൂപീകരിക്കപ്പെട്ടു. ബ്രാഞ്ച് പരി ധിയിൽ രോഗം വന്നാൽ ഉടനടി ഹെൽത്താഫീസർക്ക് റിപ്പോർട്ട് ചെയ്യു ക. തുടർന്ന് *ദേശാഭിമാനി*യിലും. വസൂരി ബാധിച്ച രോഗിയെ മാറ്റിത്താ മസിപ്പിക്കുക. അവർക്ക് ത്രാണിയില്ലെങ്കിൽ വീട്ടിൽ തന്നെ പരിചരണ ത്തിന് ഏർപ്പാട് ചെയ്യുക. സാധുരോഗി സംരക്ഷണ ഫണ്ട് സ്വരൂപിക്കു ക. കോൺഗ്രസ് മുസ്ലിംലീഗ് സംഘടനകളെ ഇത്തരം പ്രവർത്തനങ്ങൾ ഏറ്റെടുത്ത് നടത്താൻ പ്രേരിപ്പിക്കുക. സൗജന്യ മരുന്നു വിതരണവും കുത്തിവെപ്പിനുള്ള പ്രചാരവേലയും നടത്തുക. ഇതായിരുന്നു പ്രാഥമിക പരിപാടികൾ. കൃഷ്ണപിള്ളയുടെ ആഹ്വാനനിർദേശങ്ങൾ അടിസ്ഥാന മാക്കിയാണ് വളണ്ടിയർസേന രൂപീകരിക്കപ്പെട്ടത്.

1. ഓരോ പാർട്ടി സഖാവും പാർട്ടിക്ക് മെമ്പർഷിപ്പും ലെവിയും താൻ മെമ്പറായ ബഹുജനസംഘടനകൾക്ക് വരിസംഖ്യയും അടയ്ക്കു ന്നതുപോലെ തന്നെ ദുരിത നിവാരണത്തിനായും ഒരു നിശ്ചിത സംഖ്യ തന്റെ വരുമാനത്തിൽനിന്നും കൊടുക്കണം. ഇത് ഓരോരു ത്തരും എത്രകൊടുക്കണമെന്ന് കഴിവു നോക്കി പാർട്ടി ശാഖ തീരു മാനിക്കണം.

2. അതാത് സ്ഥലത്തെ ദുരിതനിവാരണത്തിനായി പാർട്ടി ശാഖകൾ സ്ഥിരം സംഭാവനക്കാരെയുണ്ടാക്കണം. പൊതുപ്രവർത്തകരും സമുദായ സ്നേഹികളും രാജ്യാഭിമാനികളുമായ എല്ലാവരേയും സമീപിച്ച് ആ പ്രദേശത്ത് റേഷൻ വാങ്ങുവാൻ കഴിവില്ലാത്ത സാധുക്കളെ സഹായിക്കാനായി മാസംതോറും ഇന്നത് തരാമെന്ന് സമ്മതിപ്പിക്കണം.
3. ഇങ്ങനെ പാർട്ടിസഖാക്കളിൽനിന്നും മനുഷ്യസ്നേഹികളിൽ നിന്നും കിട്ടുന്ന സ്ഥിരസംഭാവനകൾകൊണ്ട് നിങ്ങളുടെ ശാഖയുടെ അതിർത്തിയിൽ റേഷൻ വാങ്ങാൻ കഴിവില്ലാത്തവരുണ്ടെന്ന് വരികയാണെങ്കിൽ അവർക്ക് റേഷൻ വാങ്ങിക്കൊടുക്കാം.
4. നിങ്ങൾ പിരിക്കുന്ന സംഖ്യയിൽ മുക്കാൽ ഭാഗം മാത്രമേ ഇങ്ങനെ ചെലവു ചെയ്യാൻ പാടുള്ളൂ. ബാക്കിയായ ഭാഗം കേരള റിലീഫ് കമ്മിറ്റിക്ക് അയച്ചു കൊടുക്കണം. ഇന്നുള്ള വൈദ്യസഹായ കേന്ദ്രങ്ങൾ നടത്താനും കൂടുതൽ തുറക്കാനും ഈ സംഖ്യ ഉപയോഗിക്കണം.
5. ഈ ദുരിതനിവാരണ പ്രവർത്തനത്തിൽ നിങ്ങളുടെ പ്രദേശത്തുള്ള എല്ലാ സ്ഥാപനങ്ങളേയും പൊതുകാര്യ പ്രസക്തരെയും പങ്കുകൊള്ളിക്കാൻ അങ്ങേയറ്റം പരിശ്രമിക്കണം.

> വസൂരി കൂടുതലായുള്ള സ്ഥലങ്ങളിൽ പാർട്ടി ശാഖകൾ ഈ ഭയങ്കരമായ പകർച്ചവ്യാധികളോട് പടവെട്ടാനുള്ള പരിശ്രമങ്ങൾ തുടങ്ങിയിട്ടുണ്ട്. രോഗികളെ ശുശ്രൂഷിക്കാനും സൗജന്യമായി മരുന്ന് വിതരണം ചെയ്യാനും ഏർപ്പാട് ഉണ്ടാക്കുന്നുണ്ട്. പൊതുവെ കുത്തിവെപ്പിനുള്ള പ്രചാരവേലയും നടത്തുന്നുണ്ട്. എന്നാൽ ഇത്ര മാത്രം പോരാ. പകർച്ചവ്യാധികൾ ഇടയ്ക്കിടയ്ക്ക് നമ്മുടെ നാട്ടിലേക്ക് ആക്രമണം നടത്താതിരിക്കാനും നാം ആവുന്നതെല്ലാം പ്രവർത്തിക്കേണ്ടിയിരിക്കുന്നു. ജനസേവനമാണ് നമ്മുടെ പാർട്ടിയുടെ കൊടിക്കൂറമേലെഴുതിയിട്ടുള്ളത്. ഏറ്റവും നല്ല ജനസേവകന്മാരാകാൻ നമുക്ക് കഴിയുന്നുണ്ടോ എന്നതാണ് നമ്മുടെ ബോൾഷെവിസത്തിന്റെയും രാജ്യസ്നേഹത്തിന്റെയും ഉരകല്ല്. ബംഗാളിലെ പാർട്ടി സഖാക്കൾ ചെയ്തുപോരുന്ന അമാനുഷമായ ദുരിതനിവാരണ പ്രവർത്തനങ്ങൾ കണ്ടതിനു ശേഷമാണ് ശ്രീമതി സരോജിനി ദേവി തന്നെ കമ്യൂണിസ്റ്റ് വിരോധികൾക്കെതിരെ പരസ്യമായി പറയാൻ തുടങ്ങിയത്. നാം ചെയ്യുന്ന ജനസേവനം അതാണ് നമ്മുടെ ഇന്നത്തെ ദേശാഭിമാനപരമായ നയത്തിന്റെ അടിസ്ഥാനം. നമുക്കെതിരായുള്ള എല്ലാ അപവാദവും നാവടക്കും.[31]

1945 കാലം രണ്ടരലക്ഷം പാർട്ടി ഫണ്ട് സ്വരൂപിക്കാൻ പാർട്ടി സംസ്ഥാന ഘടകം തീരുമാനിച്ചിരുന്നു. അന്ന് പാർട്ടി ഫണ്ട് 250 ക പിരി

ക്കുന്നവർക്ക് രക്തപതാക ബിരുദം നൽകിയിരുന്നു. വറുതിയുടെ നാളുകളിലും ഒഞ്ചിയത്തെ 29 മെമ്പർമാർ 48 ക 8 അണ സംഭാവനയായി നൽകി.

ഇല്ലത്ത് കണ്ണൻ

ഒഞ്ചിയത്തെങ്ങും വളണ്ടിയർ സേനകൾ രൂപീകരിക്കപ്പെട്ടു. പാർട്ടി സെല്ലുകളും ബാലസംഘം കമ്മിറ്റികളും അപ്പാടെ രോഗിപരിചരണത്തിനും പ്രതിരോധ നടപടികൾ ഊർജ്ജിതപ്പെടുത്താനുമുള്ള വളണ്ടിയർ സംഘങ്ങളായി മാറി. ഇല്ലത്ത് കണ്ണൻ, വണ്ണാറത്ത് കുഞ്ഞിരാമൻ, സി കെ ചാത്തു, കുഞ്ഞിപ്പറമ്പത്ത് കേളപ്പൻ, കുളങ്ങര കണ്ണൻ, ടി പി കണാരൻ, പൊയിൽ കണാരൻ, കുങ്കൻ നായർ, ചാത്തൻ കണ്ടി കുഞ്ഞിക്കണ്ണൻ, പാലോളിക്കണ്ടി നാരായണക്കുറുപ്പ്, കാരായി താഴക്കുനി പൊക്കൻ, ചാത്തു തുടങ്ങിയവർ ഒഞ്ചിയത്തിന്റെ വടക്കുഭാഗത്തെ സന്നദ്ധ സംഘാംഗങ്ങളായി. നെല്ലാച്ചേരി ഭാഗത്ത് വി കണ്ണക്കുറുപ്പ്, കൂമ്പിൽ ആണ്ടി, മഠത്തിൽ കുന്നുമ്മൽ ശങ്കരൻ, പുളിയിലകണ്ടി കുഞ്ഞിരാമൻ, മലോൽ കിഴക്കയിൽ കണാരൻ, വി പി നാരായണൻ അടിയോടി, ബാലക്കുറുപ്പ്, ആയാട്ട് ആണ്ടി തുടങ്ങിയവരും കർമനിരതരായി.

പൊയിൽ കണാരൻ

ഒഞ്ചിയത്ത് എം ആർ നാരായണക്കുറുപ്പ്, പൊയിൽ ബാലൻ മാസ്റ്റർ, പി പി ഗോപാലൻ, ടി കെ കുമാരൻ, സി പി ചാത്തു, ഉള്ളുമ്പശ്ശേരി കേളുനായർ, നിടുങ്ങോട്ട് കുനി കണ്ണൻ, നടേമ്മൽ കണ്ണൻ, വട്ടപ്പറമ്പത്ത് കണ്ണൻ, വാലിപ്പറമ്പത്ത് ഗോവിന്ദൻ തുടങ്ങിയവർ സേവന സന്നദ്ധരായി. കണ്ണൂക്കരയിൽ എ എം കണ്ണൻ, തൈക്കണ്ടി ആണ്ടിമാസ്റ്റർ, എം എം ചോയിക്കുട്ടി, ടി സി കുഞ്ഞിരാമൻ മാസ്റ്റർ, മഠത്തിൽ മീത്തിൽ കുമാരൻ, പി രാജക്കുറുപ്പ്, കെ കെ അച്യുതൻ, കെ കെ കുഞ്ഞിക്കണ്ണൻ, കോളൂർ

കുഞ്ഞികൃഷ്ണ കുറുപ്പ് എന്നിവർ നേതൃത്വം നൽകി. ആയാട്ട് ചോയി മാസ്റ്റർ, പി വി പൊക്കിണൻ, കണിയാന്റവിട കണ്ണൻ, കാവുതി കുഞ്ഞിരാമൻ, രാമൻ നമ്പ്യാർ, കെ കെ കൃഷ്ണൻ, കെ കെ ചോയി, വണ്ണാറത്ത് ചാത്തു, കെ കരുണൻ, പടിഞ്ഞാറെ പുരയിൽ കേശവൻ തുടങ്ങിയവർ ബീച്ച് കേന്ദ്രീകരിച്ചും പ്രവർത്തിച്ചു. ഊരാളുങ്കലിൽ ബഫൂൺ കുമാരൻ, തെക്കയിൽ മന്ദൻ, ചെട്ടീന്റവിട കണ്ണൻ, നാവത്ത് കണ്ണൻ, മുല്ലേരി വീട്ടിൽ കൃഷ്ണൻ, കക്കാട്ട് മീത്തൽ ചാത്തു, ജി കെ ശങ്കരൻ തുടങ്ങിയവർ വളണ്ടിയർ പ്രവർത്തനങ്ങളിൽ സാന്നിധ്യമായി.

മുക്കാളിയിൽ പി സി നാരായണക്കുറുപ്പ്, പി ചാത്തു, കെ പി കുഞ്ഞിരാമക്കുറുപ്പ്, ചന്തൻ വൈദ്യർ എന്നിവരും വളണ്ടിയർ പ്രവർത്തനങ്ങളിൽ ഇടപെട്ടു.

രോഗിപരിചരണം, ബോധവൽക്കരണം, അന്ധവിശ്വാസ ദൂരീകരണം, പുരകെട്ടിമേയൽ, ശ്രമദാനത്തിലൂടെ റോഡ് നിർമാണം, രോഗികളെ മഞ്ചലിലേറ്റി ആശുപത്രിയിലെത്തിക്കൽ, ശവദാഹം തുടങ്ങി എല്ലാ സേവന പ്രവൃത്തികളിലും കമ്യൂണിസ്റ്റുകാർ വ്യാപൃതരായി. ഒഞ്ചിയത്തെ പ്രവർത്തനങ്ങൾക്ക് ദിശാബോധം പകർന്നുകൊണ്ട് കേളുഏട്ടൻ, എം കുമാരൻ മാസ്റ്റർ, പി പി ശങ്കരൻ, പി ആർ നമ്പ്യാർ, കെ സി കുഞ്ഞാപ്പു മാസ്റ്റർ, എം ആർ നാരായണക്കുറുപ്പ്, കെ പി കുഞ്ഞിരാമക്കുറുപ്പ്, യു കുഞ്ഞിരാമൻ, മൊകേരിയിലെ താളിക്കുനി കുഞ്ഞിരാമൻ നമ്പ്യാർ, എന്നിവർ ഒളിഞ്ഞും തെളിഞ്ഞും ഒഞ്ചിയത്ത് തന്നെ ഉണ്ടായിരുന്നു. സന്നദ്ധ പ്രവർത്തനങ്ങളെ ഏകോപിപ്പിക്കാൻ മണ്ടോടി കണ്ണൻ ഒഞ്ചിയത്തെങ്ങും ഓടിനടന്നു.

നടുക്കണ്ടി പൊയിൽ കണ്ണൻ, ചെറുകിട ജന്മികൂടിയായിരുന്ന മണിയോത്ത് ഗോപാലൻ നമ്പ്യാർ തുടങ്ങിയവർ വളണ്ടിയർ സംഘത്തെ സാമ്പത്തികമായി സഹായിച്ചവരാണ്. കോറോത്ത് കണ്ടി ചാത്തുവൈദ്യർ, ചെക്കൂട്ടി വൈദ്യർ, കുറ്റിയിൽ മീത്തൽ ശങ്കരൻ നമ്പ്യാർ, കേളു വൈദ്യർ, കോമപ്പൻ വൈദ്യർ തുടങ്ങിയ സേവന സന്നദ്ധരും പ്രഗൽഭമതികളുമായ വൈദ്യന്മാരുടെ മേൽനോട്ടത്തിൽ ഉണ്ടാക്കിയ വിശേഷപ്പെട്ട ഔഷധമാണ് ചടങ്ങ് കഷായം. വസൂരി രോഗ നിർമാർജനത്തിനുള്ള ഉത്തമദിവ്യ ഔഷധക്കൂട്ടായി ഈ കഷായം മാറി. ഇരുനാഴി വെള്ളത്തിൽ ഒഴക്ക് രണ്ട് നേരം എന്നതാണ് മരുന്നളവ്. ഭക്ഷണം ഉപ്പിടാത്ത കഞ്ഞിയും

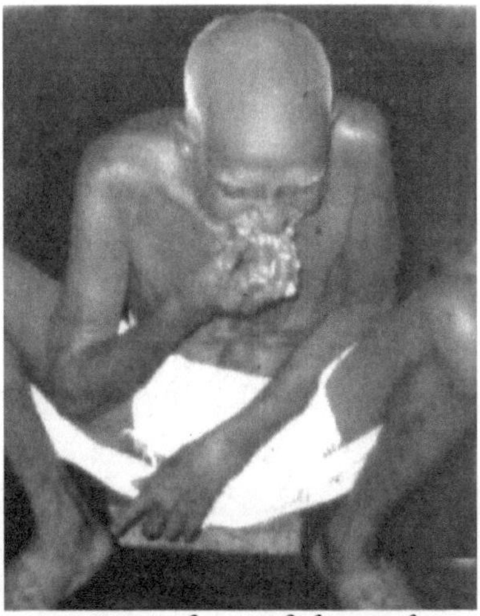
നടുക്കണ്ടി പൊയിൽ കണ്ണൻ

ഇളനീരും നാരങ്ങയും. എണ്ണ ഒഴിവാക്കിയുള്ള പഥ്യവും. മരുന്നും കഞ്ഞിയുമായി വളണ്ടിയർമാർ വീടുവീടാന്തരം കയറിയിറങ്ങി. ഒരിടത്ത് വീട്ടുകാർ ഉപേക്ഷിച്ചുപോയ ഒരു വീട്ടമ്മ അടുക്കളയിൽ ഇഴഞ്ഞ് ചെന്ന് എന്നോ മീൻ മുറിച്ച് ഒഴിച്ചുവെച്ച വെള്ളം എടുത്തു കുടിക്കുന്ന ദയനീയമായ കാഴ്ചയാണ് വളണ്ടിയർമാർക്ക് കാണാൻ കഴിഞ്ഞത്. അവരെയും ജീവിതത്തിലേക്ക് തിരിച്ചുകൊണ്ടുവന്നു. ഒരാഴ്ചയിലധികമായി ഭക്ഷണവും വെള്ളവും പരിചരണവും കിട്ടാതെ നരകയാതന അനുഭവിക്കുന്നവരെപ്പോലും ജീവിതത്തിലേക്ക് കരകേറ്റാൻ വളണ്ടിയർമാർക്ക് കഴിഞ്ഞു. അവശത അനുഭവിക്കുന്നവരുടെ മുന്നിൽ കമ്യൂണിസ്റ്റുകാർ ദൈവദൂതരെപ്പോലെ പ്രത്യക്ഷപ്പെട്ടു. രോഗികളെ പരിചരിക്കാമെന്നേറ്റ് പണം പിടുങ്ങി ദാഹജലം കൊടുക്കാതെ ചത്തതിനെയും ചാകാത്തതിനെയും കുഴിച്ചുമൂടി കുടിച്ചുകൂത്താടി നടന്ന ആഭാസന്മാരെ ജനം തിരിച്ചറിഞ്ഞു. മാർക്സിസം-ലെനിനിസത്തിന്റെ ബാലപാഠമറിയാത്തവർപോലും പ്രസ്ഥാനത്തിലേക്ക് ആകർഷിക്കപ്പെട്ടു.

9

പന്ത്രണ്ടിടങ്ങഴി മുലപ്പാലും കമ്യൂണിസവും

ഒരു ജന്മം ആതുരസേവനത്തിനായി ഉഴിഞ്ഞുവെച്ച ജനകീയ വൈദ്യനായിരുന്നു കോറോത്ത് കണ്ടി ചാത്തു വൈദ്യർ. അലക്കിത്തേച്ച വെള്ള ജുബ്ബ, മുണ്ട്, തുറന്നുപിടിച്ച കുട, തോളിൽ വേഷ്ടി–ഈ വേഷത്തിൽ പ്രസന്നവദനനായി പ്രത്യക്ഷപ്പെടുന്ന വൈദ്യരെ ദൈവദൂതനെപ്പോലെ നാട്ടുകാർ നോക്കിക്കണ്ടു. വൈദ്യരെ കുറിച്ചു പറയാൻ നാട്ടുകാർക്ക് നൂറ് നാവാണ്. അജീർണം മാറിയവർ, അതിസാരം ഭേദമാക്കപ്പെട്ടവർ, ചൂണ്ടാണി മർമ ചികിത്സയിലൂടെ നടുവേദന മാറിയവർ, നേത്രരോഗം മാറിയവർ.... എല്ലാവരും വൈദ്യരെ നന്ദിപൂർവം സ്മരിച്ചു. ചികിത്സ സാമൂഹ്യസേവനവും കടമയുമായി കണക്കാക്കിയ വൈദ്യർ ആരിൽ നിന്നും പ്രതിഫലം ചോദിച്ചുവാങ്ങിയിരുന്നില്ല. പകർച്ചവ്യാധികളായ കോളറ, വസൂരി തുടങ്ങിയ മഹാമാരികൾ പടർന്നുപിടിച്ചപ്പോൾ രൂപീകരിച്ച കമ്യൂണിസ്റ്റ് വളണ്ടിയർ സേനയുടെ മുന്നണിപ്പോരാളിയായി വൈദ്യർ അവരോധിതനായി.

ഡോക്ടർ രാഘവൻ, വടകരയിലെ ഡോക്ടർ പി പി ബാലകൃഷ്ണൻ എന്നിവരും ചാത്തുവൈദ്യരെപ്പോലെ ഒഞ്ചിയത്തും പരിസരത്തും രാപ്പകൽ ഭേദമില്ലാതെ രോഗികളെ പരിചരിക്കാൻ സന്നദ്ധസേനയോടൊപ്പം വീടു വീടാന്തരം കയറിയിറങ്ങി നിസ്വാർഥ സേവനമനുഷ്ഠിച്ചവരാണ്.

വസൂരി രോഗത്തിനുള്ള പ്രതിവിധിയായി ചാത്തു വൈദ്യർ ഉണ്ടാക്കിയ 'ചടങ്ങുകഷായം' ഒട്ടേറെ രോഗികളെ ജീവിതത്തിലേക്ക് തിരിച്ചുകൊണ്ടുവന്നു. വൈദ്യർ ചികിത്സിച്ച് രോഗം ഭേദമാക്കുന്നതോടെ അവരിൽ ഒരു രാസപരിണാമം കൂടി സംഭവിച്ചിരിക്കും. അത് അവരുടെ കമ്യൂണിസത്തിലേക്കുള്ള പരിവർത്തനമായിരിക്കും. പ്രസംഗവും പ്രബോധനവുമില്ലാതെ....

ഒരിടത്ത് തുള്ളപ്പനി ബാധിച്ച് ഒരാൾ കിടപ്പിലായിരുന്നു. എല്ലാ ചികിത്സകളും വിഫലമായ ഘട്ടത്തിലാണ് വളണ്ടിയർ സേന അവിടെ എത്തുന്നത്. രോഗനിർണയം ചെയ്തുകഴിഞ്ഞാൽ വൈദ്യർ സംസ്കൃതശ്ലോകം ഉരുവിട്ട് വ്യാഖ്യാനിച്ച് ആവശ്യമായ മരുന്നുകളുടെ പേര് വിളിച്ചുപറയും, വളണ്ടിയർമാർ മരുന്നു ശേഖരിക്കാൻ പലപാട് പോകും. ഇതാണ് പതിവ്. തുള്ളപ്പനി മാറ്റാൻ പന്ത്രണ്ട് ഇടങ്ങഴി മുലപ്പാൽ സംഭരിക്കാനാണ് വൈദ്യർ ആവശ്യപ്പെട്ടത്. വളണ്ടിയർമാർ വീടുകളിൽ കയറി മുലപ്പാൽ ശേഖരിച്ചു. മുലപ്പാൽ ചികിത്സയിലൂടെ രോഗം ഭേദമായതോടെ രോഗിയും സോഷ്യലിസ്റ്റ് കുടുംബവും ഒന്നടങ്കം കമ്യൂണിസ്റ്റുകാരായിമാറി.

കോൺഗ്രസ് പ്രസ്ഥാനത്തിലൂടെ സോഷ്യലിസ്റ്റ് പാർട്ടിയിലും തുടർന്ന് കമ്യൂണിസത്തിലേക്കും ആകർഷിക്കപ്പെട്ട വൈദ്യർ നിരോധിക്കപ്പെട്ട കമ്യൂണിസ്റ്റ്പാർട്ടിയെ തിരശ്ശീലയ്ക്കപ്പുറത്തുനിന്നു സഹായിച്ചു. നാടിന്റെ വികസന കാര്യങ്ങളിൽ എം ആർ നാരായണ കുറുപ്പിനൊപ്പം വൈദ്യർ ഒരു നയതന്ത്രജ്ഞന്റെ ചാതുരിയാണ് പ്രകടിപ്പിച്ചത്. ശ്രദ്ധേയനായ സാഹിത്യകാരനും സംഗീതജ്ഞനും നാടകകൃത്തുമെല്ലാമായിരുന്നു വൈദ്യർ. ആത്മവിദ്യാസംഘം പ്രവർത്തനങ്ങളിൽ ചോമ്പാലിൽ കറുപ്പയിൽ കണാരൻ മാസ്റ്റർക്കൊപ്പം പ്രവർത്തിച്ച ഇദ്ദേഹം വാഗ്ഭടാനന്ദനെ ഗുരുസ്ഥാനത്ത് പ്രതിഷ്ഠിച്ച് അയിത്തത്തിനും ജാതീയതയ്ക്കുമെതിരെ ആഞ്ഞടിച്ചു.

"പാക്കനാരെ പെറ്റ ചൊല്ക്കൊള്ളും വർഗ്ഗത്തെ
മാറ്റിനിർത്തീടാമോ?
മുക്കുവന്മാരുടെ മുത്തച്ഛനല്ലയോ മുഖ്യമാം
വേരുകൾ വ്യാസിച്ച വ്യാസൻ"

തൊഴിലാളിവർഗത്തിന്റെ ഉന്നതിക്കായി പ്രബോധനാത്മകങ്ങളായ നാടകങ്ങളും പ്രഹസനങ്ങളും രചിച്ച് അവയ്ക്ക് രംഗഭാഷ്യം ചമയ്ക്കാൻ കലാകാരന്മാരുടെ കൂട്ടായ്മതന്നെ ഇദ്ദേഹം രൂപപ്പെടുത്തിയിരുന്നു. ജാപ്പ് വിരുദ്ധ മേളയിൽ വൈദ്യർ ആവിഷ്കരിച്ച തച്ചോളിപ്പാട്ടുകൾ ചങ്ങമ്പുഴയുടെ ഈരടികൾ പോലെ ജനമനസുകളിൽ ഏറെക്കാലം തത്തിക്കളിച്ചു. ഓട്ടൻതുള്ളൽ, കഥകളി ഇവയെല്ലാം വൈദ്യർ പരിശീലനം നൽകുകയും പ്രോത്സാഹിപ്പിക്കുകയും ചെയ്തിട്ടുണ്ട്. പ്രമുഖ ഗാന്ധിയനായ വി കെ നായരുമായി ചേർന്ന് രാഷ്ട്രഭാഷാ പ്രചരണ പരിപാടികളിലും വൈദ്യർ സജീവമായി ഇടപെട്ടിരുന്നു.

നാടാകെ വസൂരി പിടിയിലമർന്ന കാലം. രാപ്പകൽ ഭേദമില്ലാതെ ഊണും ഉറക്കവും വെടിഞ്ഞ് വൈദ്യർ രോഗീപരിചരണത്തിനായി തുനിഞ്ഞിറങ്ങി. രോഗികൾ ഓരോരുത്തരായി ജീവിതത്തിലേക്ക് തിരിച്ചുവന്നുകൊണ്ടിരുന്നു. ഒരുനാൾ വൈദ്യർക്ക് ദേഹമാസകലം വേദന അനുഭവപ്പെട്ടു. അന്നും രോഗിപരിചരണത്തിനു പോകാനുള്ള വ്യഗ്രത നിമിത്തം വിശ്രമത്തിനു മുതിർന്നില്ല. വൈദ്യർ എണ്ണ പുരട്ടി കുളിച്ചു. വസൂരി ഉള്ളിലമർന്നു. അസഹ്യമായ വേദനയും ഉഷ്ണജ്വാലയും. രണ്ടാംനാൾ വൈദ്യർ മരണത്തിനു കീഴടങ്ങി.

കളവൻ കുളവൻ നമ്പ്യാന്മാരേ....

കണ്ണൂക്കര ദേശീയപാതയിൽ നിന്നും പടിഞ്ഞാറുമാറി ബീച്ചിനടുത്ത് സ്ഥിതിചെയ്യുന്ന ഒരു കുന്നോരമാണ് പൊടിക്കളം. കേരളത്തിൽ നിലവിലുള്ള അറുപത്തിയെട്ടര പൊടിക്കളങ്ങളിൽ അര പൊടിക്കളമാണത്രെ മാവിലക്കുന്നിന്റെ നെറുകയിലുള്ളത്. ഐതിഹ്യപ്പെരുമയാൽ ശ്രദ്ധേയമാണിവിടം. ജാതീയത കൊടികുത്തി വാണിരുന്ന കാലഘട്ടത്തിലും ഇവിടത്തെ ഉത്സവങ്ങളിൽ നാനാജാതിക്കാർ സ്വാതന്ത്ര്യത്തോടെ പങ്കുകൊണ്ടു. കാട്ടുമൂർത്തി കാളീദേവിയാണിവിടെ പ്രതിഷ്ഠ. നമ്പ്യാന്മാർ, കുറിച്യർ, മുക്കുവർ, തീയർ എന്നീ വിഭാഗങ്ങൾ പൊടിക്കളത്തിലെ ഉത്സാവാഘോഷങ്ങളുമായി ബന്ധപ്പെട്ടു. പ്രതാപികളായിരുന്ന കൂറ്റേരി നമ്പ്യാൻമാരാണ് ഇവിടത്തെ സ്ഥാനികർ. തങ്ങളുടെ കുലദേവതയായ ശ്രീ കുറുംബ ഭഗവതിയുടെ ജ്യേഷ്ഠത്തിയാണ് കാളിയെന്നാണ് അരയരുടെ വിശ്വാസം. അതിനാൽ ദൈവവഴിക്ക് അവർ അവിടത്തെ ചാർച്ചക്കാരായി. കുറുംബ ഭഗവതി ക്ഷേത്രവുമായി ബന്ധപ്പെട്ട 'പുനർ' എന്ന കടൽ കോടതിയിലാണ് തങ്ങളുടെ തർക്കങ്ങൾ പരിഹരിക്കപ്പെട്ടിരുന്നതെന്നതിനാൽ അരയർ കുറുംബ ഭഗവതിയെയും കാളിയേയും ഭയഭക്തിബഹുമാനപൂർവം ആരാധിച്ചു.

ദേവീപ്രീതിക്കായുള്ള കുരുതിയും കലശം വെപ്പുമാണ് ഇവിടത്തെ വഴിപാട്. പരമ്പരാഗതമായി ഇവിടെ വേഷം കെട്ടിയാടാറുള്ളത് ആദിവാസി വിഭാഗമായ കുറിച്യ സമുദായത്തിൽപ്പെട്ടവരാണ്. അവർ തെയ്യംപാടി എന്നറിയപ്പെട്ടു. മകരം 14 നാണ് ഉത്സവം. എല്ലാ വർഷവും വയനാടൻ മലനിരകളിലെ കണ്ണവം കാട്ടിൽനിന്ന് കുറിച്യർ എത്തും. ഉത്സവനാളിൽ വ്രതവിശുദ്ധനായ തെയ്യംപാടി വെളിച്ചെണ്ണയിൽ നോക്കി നെകൽ (ദൈവത്തെ) കാണും. നെകൽ കണ്ടെത്തിയാൽ വാളെടുത്ത് ഉറഞ്ഞ് തുള്ളും. കളവൻ കുളവൻ നമ്പ്യാന്മാരേ എന്ന് തോറ്റം പാടി വെളിപാട് പറയും. കളവൻ കുളവൻ നമ്പ്യാന്മാർക്കും കുറുപ്പന്മാർക്കും ഭക്തർക്കും നാഴി അരിയും വെള്ളരിയും എത്തിച്ച് അവരെ കാത്തുസൂക്ഷിക്കാനുള്ള സന്നദ്ധതയാണ് ദൈവം തോറ്റത്തിലൂടെ അറിയിക്കുക. ഭക്തിപാരവശ്യത്താൽ ജനങ്ങൾ നേർച്ചകളും കാഴ്ചകളും സമർപ്പിച്ച് തൊഴുതുനിൽക്കും. പ്രാക്തനമായ ഏതോ കാലഘട്ടത്തിന്റെ സ്മൃതിയായിരിക്കാം ഈ ചടങ്ങുകൾക്കും ആചാരങ്ങൾക്കും നിദാനം.

പൊടിക്കളത്തിന് തൊട്ടടുത്താണ് മുത്തപ്പൻ കോട്ട. അവിടെ പയം കുറ്റി നേർച്ചയും മുത്തപ്പൻ വെള്ളാട്ടും നടത്തിപ്പോരുന്നു. എല്ലാ കാലത്തും സവർണരുമൊത്ത് അയിത്തമില്ലാതെ ജീവിച്ച കുറിച്യർ പക്ഷേ മറ്റ് വിഭാഗങ്ങളുമായി അയിത്തമാചരിക്കുകയും ചെയ്തു. ബ്രഹ്മാവിന്റെ സൃഷ്ടിയിലെ ശ്രേഷ്ഠരായ രണ്ടു ജാതികൾ ബ്രാഹ്മണരും കുറിച്യരും മാത്രമാണെന്ന് അവർ വിശ്വസിച്ചു. വയനാട്ടിലെ ക്ഷേത്രങ്ങളിലെ ഉത്സവങ്ങളിൽ നായർക്കും കുറിച്യർക്കും തുല്യപങ്കാളിത്തവും അവകാശവും ഉണ്ട്. വീര കേരളവർമ്മയെ സ്വാതന്ത്ര്യസമരത്തിൽ സഹാ

യിച്ച വില്ലാളി വീരന്മാരായ കുറിച്യരുടെ ദേശാഭിമാനബോധം ചോദ്യം ചെയ്യപ്പെടാനാവാത്തതാണ്. സമൂഹത്തിലെ ഉന്നതശ്രേണി തങ്ങളെ ചോദ്യം ചെയ്യുന്നവരോ തങ്ങൾക്ക് വഴങ്ങാത്തവരോ ആയ ജനവിഭാഗങ്ങളെ അയിത്തക്കാരാക്കി പടിക്കു പുറം തള്ളുമ്പോൾ അഭിമാനികളായ ഈ വിഭാഗം കാടുകളിലേക്ക് പലായനം ചെയ്ത് സ്വന്തമായ ജീവിതരീതിയും സംസ്കാരവും കെട്ടിപ്പടുത്ത് പ്രതിഷേധിച്ചതായിരിക്കണം. മൃഗങ്ങളെ വേട്ടയാടുമ്പോൾ പോലും പതിയിരുന്നു പിടിക്കാതെ നേർക്ക് നേരെയുള്ള നായാട്ടാണ് ഇവർ ഇഷ്ടപ്പെട്ടിരുന്നത്.

കാളിക്ഷേത്രത്തിലെ പ്രധാന പരികർമ്മികൾ തീയരാണ്. കണ്ണൂക്കരയിലെ ചള്ളയിൽ കുടുംബത്തിനാണ് തണ്ടാർസ്ഥാനം കൽപ്പിച്ച് കൊടുത്തിരിക്കുന്നത്. മരുമക്കത്തായ രീതി അനുസരിച്ചാണ് തണ്ടാന്മാരെ നിശ്ചയിച്ചിരുന്നത്. ചള്ളയിൽ കുമാരൻ ആയിരുന്നു പാരമ്പര്യരീതി അനുസരിച്ചുള്ള അവസാനത്തെ തണ്ടാൻ. അദ്ദേഹം കമ്യൂണിസ്റ്റ് പാർട്ടിയുമായി ബന്ധപ്പെട്ട് പ്രവർത്തിച്ചു തുടങ്ങിയതോടെ തണ്ടാർ സ്ഥാനം ഒഴിഞ്ഞു. ഒഞ്ചിയത്തെ കമ്യൂണിസ്റ്റ് പാർട്ടി തീരുമാനമനുസരിച്ച് കുമാരൻ കലശം ഒഴിവാക്കിച്ചു. കൂറ്റൻ ആടിനെ കൊന്ന് ചോരപ്പുഴയൊഴുക്കി നടത്തുന്ന കുരുതിതർപ്പണത്തിനെതിരെ ജനവികാരം ഉയർന്നുവന്നു. എസ് പി സി എ ആക്റ്റ് പ്രകാരം പിന്നീട് ജന്തുബലി നിരോധിക്കപ്പെടുകയുണ്ടായി.

പൊടിക്കളത്തിന്റെ ചുറ്റുപാട് നൂറ്റാണ്ടുകളായി വെട്ടിത്തെളിയിക്കാത്ത കുറ്റിക്കാടും ഔഷധസസ്യങ്ങളും മരങ്ങളുംകൊണ്ട് സമൃദ്ധമാണ്. ഇവിടെ ആണ്ടിലൊരിക്കൽ മാത്രം പൂജനടത്തുന്ന സർപ്പക്കാവുകളുമുണ്ട്. അന്ധവിശ്വാസങ്ങൾക്കും കൽപ്പിത കഥകൾക്കും വശപ്പെട്ടുപോയിരുന്ന ആളുകൾ പകൽസമയങ്ങളിൽ പോലും ഇതുവഴി സഞ്ചരിക്കുക സാധാരണമായിരുന്നില്ല. അമാവാസി രാത്രികളിൽ താനെ തെളിഞ്ഞും അണഞ്ഞും പോകുന്ന ചാമുണ്ഡിചൂട്ടകൾ, ഒറ്റമുലച്ചി, പ്രേതങ്ങൾ, കൊതികൂടൽ, പിശാചുക്കൾ, കണ്ണേറ്, പ്രാക്ക്, വരവ്, ഇരിവനങ്ങൾ, പേന (ജലാശയത്തിൽ മരിച്ചുവീണവരുടെ പ്രേതം) ഇവയിലെല്ലാമുള്ള വിശ്വാസം തലമുറകളിൽനിന്ന് തലമുറകളിലേക്ക് കൈമാറ്റം ചെയ്യപ്പെട്ടിരുന്നു.

അന്ധവിശ്വാസങ്ങളുടെ ലോകത്തുനിന്ന് ജനങ്ങളെ യാഥാർഥ്യങ്ങളിലേക്ക് കരയേറ്റാൻ പരിശ്രമിച്ച കമ്യൂണിസ്റ്റുകാർക്ക് പക്ഷേ ഇത്തരം കേന്ദ്രങ്ങൾ സുരക്ഷാകവചമായി. വിജനവും സുരക്ഷിതവുമായ ഇവിടം ധാരാളം കമ്യൂണിസ്റ്റു നേതാക്കളുടെ ഒളിത്താവളമായി. ചള്ളയിൽ കുഞ്ഞിരാമൻ വൈദ്യർ, കുയ്യാലിൽ കരുണൻ, കെ കെ ചാത്തു, കെ കെ കുഞ്ഞിക്കണ്ണൻ, ചള്ളയിൽ കെ ദാമോദരൻ, മാർക്സ് കുഞ്ഞിരാമൻ എന്നിവർ ജനകീയ പ്രശ്നങ്ങളിലിടപെട്ടിരുന്ന പാർട്ടിയുടെ സജീവ പ്രവർത്തകരായിരുന്നു. ആരൊക്കെയാണ് അവിടെ ഒളിവിൽ കഴിഞ്ഞിരുന്നതെന്ന് സംരക്ഷണ ചുമതലയുള്ള പ്രവർത്തകർക്ക് പോലും നിശ്ചയമുണ്ടായിരുന്നില്ല. ആരും അത്തരം കാര്യങ്ങൾ അന്വേഷിക്കാതെ തങ്ങ

ളുടെ ഉത്തരവാദിത്വം നിർവഹിച്ചു.

ഉത്സവകാലത്തൊഴികെ ആരും പൊടിക്കളം ഭാഗങ്ങളിലൂടെ സഞ്ചരിക്കാറില്ല. പശുവിനെ തീറ്റിക്കാനായി വളരെ അപൂർവമായി മാത്രമെ ചിലരെങ്കിലും എത്തിയിരുന്നുള്ളൂ. നേതാക്കളെ സംരക്ഷിക്കാൻ ചുമതലയുള്ള സഖാക്കൾ പശുവിനെയോ ആടിനെയോ കാലത്തുകൊണ്ടുപോയി പുൽമേടുകളിൽ കെട്ടിയിടും. വലിയ വട്ടളം താങ്ങിപ്പിടിച്ച് പശുവിന് വെള്ളം കൊണ്ടുപോകുന്ന വ്യാജേനയാണ് കാട്ടിൽ ഒളിച്ചുകഴിയുന്ന നേതാക്കൾക്ക് ഭക്ഷണമെത്തിച്ചുകൊടുത്തിരുന്നത്. പലപ്പോഴും സ്ത്രീകളാണ് ഇതിന് നിയുക്തരായിരുന്നത്. എല്ലാവർക്കും നാഴി അരിയും വെള്ളരിയും എത്തിക്കുമെന്ന് കുറിച്യ തെയ്യം പാടി (പിട്ടൻ) വെളിപാട് പറയുന്ന കോട്ടയിലേക്ക് ഭക്ഷണവുമായി പോകുമ്പോൾ കളവൻ കുളവൻ നമ്പ്യാന്മാർക്കും കുറുപ്പന്മാർക്കും ഭക്തർക്കും എല്ലാവർക്കും സമൃദ്ധിയുടെ ഒരു കാലം ഉണ്ടാക്കാൻ വേണ്ടി പ്രവർത്തിക്കുന്നവരാണ് അവരെന്ന് ഒഞ്ചിയത്തെ പെണ്ണുങ്ങൾക്ക് നല്ല നിശ്ചയമുണ്ടായിരുന്നു.

നീ കുടിയൊഴിഞ്ഞീടണം അല്ലെങ്കിൽ....

കൃഷിക്കാരുടെ ജന്മപ്പറമ്പായാലും മാളികവീടായാലും പള്ളിപ്പറമ്പായാലും പണപ്പെട്ടിയായാലും നെല്ലറയായാലും നല്ല പെണ്ണായാലും ബ്രാഹ്മണന്റേതായാലും ശ്വപചന്റേതായാലും ഇന്നാട്ടിലെ പ്രമാണികൾ യഥേഷ്ടം കടന്ന് കൈവെക്കും. യാതൊരു കുടിയാനും യാതൊരു വസ്തുവും അടിസ്ഥാനാധാരപ്രകാരം ചാർത്തിക്കൊടുക്കുക പതിവില്ലെന്നുള്ളതാണ് ഇവർക്ക് ഈ അക്രമമെല്ലാം ചെയ്യാനുള്ള കഴിവിന്റെ രഹസ്യം. വാരം, പാട്ടം, വാശി, നുരി, ശീലക്കാശ് എന്നുള്ളതൊന്നുമല്ല കല്യാട്ടേക്ക് വലിയവരവ്. നാട്ടുകാരിൽനിന്നും ഇടതടവില്ലാതെ അവർ പിരിക്കുന്ന പിഴപ്പണം, പൊലിക്കേസുകൾ ഇതെല്ലാമാണ് ഇവരുടെ വലിയ മുതലെടുപ്പ്. മാവിലോർ, പണിയർ എന്നീ ആദിവാസികൾ കൊടുംചൂഷണത്തിന് വിധേയരാക്കപ്പെട്ടിരുന്നു. പുനംകൊത്താൻ വേണ്ടി കൃഷിക്കാരൻ പോകുമ്പോൾ ജന്മിക്ക് ശീലക്കാശ് കൊടുക്കണം. കൊയ്ത്ത് നടത്താൻ പോകുമ്പോൾ വെച്ചുകാണൽ എന്ന ചടങ്ങിനു കാശ് വേണം. വാരം അളക്കുമ്പോൾ കൃഷിക്കാരനെ വീണ്ടും ചൂഷണം ചെയ്യുന്നു, വാശി മുക്കാൽ എന്നീ അക്രമപിരിവുകളിലൂടെ. ഇതിനെല്ലാം ഉപരിയാണ് പിഴയും പണം പൊലിക്കേസുകളും. 'കൂട്ടുകൃഷിക്കാരുടെ ഉൽക്കണ്ഠ' എന്ന തലക്കെട്ടിൽ *പ്രഭാത*ത്തിൽ മൊയാരം എഴുതിയ ലേഖനം കർഷകചൂഷണത്തിന്റെ നേർക്കാഴ്ചയാണ്.[32]

ജനിച്ചു വളർന്ന വീട്ടിൽനിന്ന് ഒരാശ്രയവുമില്ലാതെ ഒരുനാൾ തെരുവിലേക്ക് വലിച്ചെറിയപ്പെടുന്ന കുടിയൊഴിപ്പിക്കലെന്ന കാടത്തത്തെയാണ് ചൂഷണം, പട്ടിണി, മർദനം, ഇവയെക്കാളെല്ലാം ജനങ്ങൾ ഭയപ്പെട്ടത്. സമഗ്രമായ ഭൂപരിഷ്കരണ നിയമം പ്രാബല്യത്തിൽ വരുന്നതു വരെ

കേരളത്തിൽ ഈ നില ഏറിയും കുറഞ്ഞും തുടർന്നു. കേരളത്തിൽ കർഷക പ്രസ്ഥാനം സംഘടിത ശക്തിയാകുന്നതിനു മുമ്പും കുടിയൊഴിപ്പിക്കലിനെതിരെ ഒറ്റപ്പെട്ട ചെറുത്തുനിൽപ്പുകളും പ്രതിരോധങ്ങളും ഉയർന്നുവന്നിട്ടുണ്ട്. 1936 ൽ കോൺഗ്രസ് മന്ത്രിസഭ നിലവിൽവന്ന ഘട്ടത്തിൽ മലബാറിൽ പ്രമാദമായ രണ്ട് കുടിയൊഴിപ്പിക്കലുകൾ നടന്നു. വടക്കേ മലബാറിലെ ആക്കോട്ട് മണിപ്പുഴ നമ്പൂതിരി തന്റെ കുടിയാനായ കടാരൻ ചന്തുവിനെയും തെക്കെ മലബാറിലെ വള്ളുവനാട് താലൂക്കിൽ ഒളപ്പമണ്ണ നമ്പൂതിരി അദ്ദേഹത്തിന്റെ കുടിയാനായ കുളപ്പാടത്ത് ശങ്കുണ്ണിയെയും *പാട്ടബാക്കി* നാടകത്തിൽ വേഷമിട്ടതിന്റെ പേരിൽ ശിവരാമ പൊതുവാളിനെയും കുടിയൊഴിപ്പിച്ചു. ഇത് കുടിയൊഴിപ്പിക്കലിനെതിരായ വികാരം ആളിക്കത്തിച്ചു. മലബാർ പ്രക്ഷോഭങ്ങളാൽ പ്രകമ്പനം കൊണ്ടു.

കടത്തനാട്ട് തമ്പുരാനിൽനിന്നും മറുപാട്ട വ്യവസ്ഥയിൽ ഭൂമി കൈവശം വെച്ച ചെറുകിട ജന്മിമാർക്ക് നിയമത്തിന്റെയും ഭരണകൂടത്തിന്റെയും പരിരക്ഷ ഉണ്ടായിരുന്നു. അവരിൽനിന്നും ഒരുതുണ്ട് ഭൂമി ഏറ്റുവാങ്ങി കുടികെട്ടി കുഴിക്കൂറ് ചമയങ്ങൾ ഉണ്ടാക്കി 'ഉർവ്വിയെ പുഷ്പിപ്പിക്കുന്ന ഈ കലാകാരന്മാരെ' തിരുവുള്ളക്കേടിന് കാരണം കണ്ടെത്തി നിർദാക്ഷിണ്യം ഒഴിപ്പിച്ചുവിട്ടിരുന്നു. കുടിയാന്മാർ തങ്ങൾ താമസിക്കുന്ന തൊടിയിലെ പ്ലാവുകളുടെ തടിമരത്തോട് ചേർത്ത് കർക്കിടക മാസത്തിൽ മെടഞ്ഞ ഓലക്കൊട്ടകളിൽ ചാണകം കെട്ടിത്തൂക്കി വെക്കുക സാധാരണമാണ്. തടിമരത്തിലൂടെ ചാണകം മഴയിൽ കുതിർന്ന് ഒഴുകിപ്പരന്ന് കന്നിയിലും തുലാത്തിലും സമൃദ്ധമായി ചക്കമുകുളങ്ങൾ വിരിയിക്കാനുള്ള നാട്ടറിവുകളിലെ ഫലപ്രദമായ ഗ്രാമീണ ശാസ്ത്രമാണിത്. വേരിലും കൂടി കായ്ച്ച് നിൽക്കുന്ന ചക്കമുകുളങ്ങൾ പലപ്പോഴും ജന്മികിങ്കരന്മാർ വന്ന് കൊത്തിത്തറിച്ച് താറ്റിക്കളയുക സാധാരണമായിരുന്നു. ഇത്തരം അനീതികൾ തലവരയായി കണ്ട കുറുമ്പ്രനാടും ഉണർന്നു. ഇവിടെയും പ്രക്ഷോഭങ്ങളുടെ അനുരണനങ്ങൾ ഉണ്ടായി.

വടകര പാലയാട്ട് നടയിൽ പാറായി എന്ന ഹരിജൻ സ്ത്രീയെ കിഴക്കൻ ചാലിൽ നാരായണൻ എന്ന ജന്മി ഒഴിപ്പിച്ചപ്പോൾ കർഷകരൊന്നടങ്കം സംഘടിച്ച് പ്രക്ഷോഭം നടത്തി. വിക്രമൻകണ്ടി കുഞ്ഞിരാമക്കുറുപ്പ് നമ്പിത്തോട് മാധവിഅമ്മയുടെ കുടിൽ പൊളിച്ച് ചട്ടിയും കലവും വലിച്ചെറിഞ്ഞ് ആഘോഷിച്ചപ്പോൾ കർഷകർ സംഘടിച്ച് ചെറുത്തുനിന്നു. പുതിയ കുടിൽ കെട്ടി മാധവി അമ്മയെ കുടിയിരുത്തി. ഒഞ്ചിയത്തെ പാലോളിക്കണ്ടി നീലകണ്ഠൻ ആശാരിയെ തച്ചറത്തെ കാരണവർ കുടിയൊഴിപ്പിച്ചു. കാരണവരുടെ തൊടിയിലെ തേങ്ങയിട്ടപ്പോൾ കുലയിൽ ഒരു തേങ്ങയുടെ കുറവുണ്ടായത്രെ. ക്ഷേത്രപ്പണി നടത്തിയിരുന്ന ഈ മൂത്താശാരി പട്ടിണിയും രോഗവും പിടിപെട്ട് മരിച്ചു.

1940 കാലം പുറപ്പാട് ബാക്കിയായതിന്റെ പേരിൽ മൽപ്പങ്ങാട്ട് പുളിയോർ കണ്ടി ശങ്കരക്കുറുപ്പ് പുറവിൽ കണാരന്റെ വീട്ടിൽ നേരിട്ട് കുടി

യൊഴിപ്പിക്കാനെത്തി. കളരി അഭ്യാസിയും ആജാനുബാഹുവുമായ ശങ്കരക്കുറുപ്പ് കണാരന്റെ വീട്ടുമുറ്റത്ത് പെരുത്തലമടലെടുത്ത് (പത്തൽ) അടിച്ച് ഭീകരത സൃഷ്ടിച്ചു. സന്ധ്യാസമയത്തു തന്നെ അവരെ ഇറക്കിവിട്ടു. കണാരനും കുടുംബവും അന്ന് അന്തിതലചായ്ച്ച് പുലർകാലമിറങ്ങാമെന്ന് കേണപേക്ഷിച്ചിട്ടും കുറുപ്പ് വഴങ്ങിയില്ല. കുടുംബനാഥനായ പുറവിൽ കണാരൻ ഒഞ്ചിയം വെടിവെപ്പിൽ രക്തസാക്ഷിത്വം വരിക്കുകയുണ്ടായി.

1946 ൽ കുടിയാന്മാർക്കെതിരെ നിലനിന്ന 9000 കേസുകളിൽ 5000വും വടക്കേ മലബാറിലായിരുന്നു. പുറപ്പാടിന്റെ പന്ത്രണ്ട് ഇരട്ടി കൊടുത്താൽ കുടിയൊഴിപ്പിക്കൽ നിർത്താമെന്ന അവസ്ഥവന്നു. കർഷകർ ബലം പ്രയോഗിച്ച് കുടിയൊഴിപ്പിക്കൽ തടഞ്ഞു. അന്തിയുണ്ട് പഴങ്ങൾ തൻമാംസം മന്ദ മന്ദം നുണഞ്ഞ് ദന്തഗോപുരമേടയിൽ വാണ ജന്മിമാരുടെ ദേവഭാവനാ ദർപ്പണം സമത്വ ദർശനത്തിന്റെ ചാട്ടുളിയേറ്റ് പൊടിഞ്ഞു. "നീ കുടിക്കാരൻ കുടിയൊഴിഞ്ഞീടണം അല്ലെങ്കിൽ കുടിയൊഴിപ്പിക്കും നിന്നെ ഞാൻ" എന്നു തറവാടിത്ത ഘോഷണവുമായി വന്ന ജന്മിമാർക്ക് മാനവികതയുടെ തീപ്പന്തമുയർത്തി വന്ന മനുഷ്യപ്രവാഹത്തിനു മുന്നിൽ കുടിയൊഴിയേണ്ടിവന്നു.

മായാത്ത പുഞ്ചിരി.....

കേരളത്തിലെ കമ്യൂണിസ്റ്റ് പ്രസ്ഥാനത്തെ ഉള്ളുറപ്പുള്ള ഒരു സംഘടനയാക്കിയതിൽ കൃഷ്ണപിള്ള വഹിച്ച പങ്ക് നിസ്തുലമാണ്. കൃഷ്ണപിള്ളയിലെ സാമൂഹ്യ പരിഷ്കർത്താവും രാഷ്ട്രീയ പ്രവർത്തകനും ഇഴയാപ്പട്ടായി കിടക്കുന്നു. കോഴിക്കോട്ട് കടപ്പുറത്ത് ഉപ്പുനിയമം ലംഘിച്ച് നടത്തിയ സമരത്തിൽ ലാത്തിയടിയേറ്റ് തലതല്ലിപ്പിളരുമ്പോഴും ദേശീയ പതാക വിട്ടുകൊടുക്കാതെ മാറോട് ചേർത്തുപിടിച്ച കൃഷ്ണപിള്ളയുടെ ദേശാഭിമാനവും സഹനവും ആരേയും ആവേശഭരിതമാക്കുന്നതാണ്. കേരളത്തിലങ്ങോളമിങ്ങോളം ഒളിവിൽ പ്രവർത്തിച്ച് അദ്ദേഹം നടത്തിയ സംഘാടന പരിപാടികളെ കുറിച്ച് ഓരോ നാടിനും പുളകസ്മരണകൾ അയവിറക്കാനുണ്ടാകും.

വിപ്ലവ കേരളത്തിന്റെ ഈ വീരനായകനെ കണ്ണിലെണ്ണയൊഴിച്ച് കാത്തുസൂക്ഷിച്ച ഒഞ്ചിയം ഗ്രാമത്തിനും പറയാനുണ്ട് ഇത്തരം കഥകൾ. ഭൂമിശാസ്ത്ര സവിശേഷതകൾ, റെയിൽവേ യാത്രാസൗകര്യങ്ങൾ, എല്ലാറ്റിനുമുപരി ഒഞ്ചിയത്തിന്റെ ചുവന്ന മനസ്സ് ഇതെല്ലാം ചേർന്ന് ഇവിടം പ്രസ്ഥാ

നത്തിന്റെ ആദ്യനാളുകളിൽ തന്നെ കനത്ത ഒളിവുസങ്കേതമായിമാറിയിരുന്നു. പ്രസ്ഥാനത്തിന്റെ ഉന്നതരായ നേതാക്കൾ പലരും ഒഞ്ചിയത്ത് വന്നും പോയുമിരുന്നു. കൃഷ്ണപിള്ളയുടെ മാർഗനിർദേശത്തിലധിഷ്ഠിതമായ പ്രസ്ഥാനം ഉത്തരോത്തരം വളർന്നു. ഇവിടത്തെ പെണ്ണുങ്ങൾ സഖാക്കൾക്ക് ഭക്ഷണം വെച്ചുവിളമ്പി. കർഷകർ ഉറക്കമിളച്ച് കാവലാളായി.

ഒഞ്ചിയം രക്തസാക്ഷി സ്ക്വയറിന് സമീപത്തുള്ള പടിഞ്ഞാറത്ത് വീട് ഏറെനാൾ കൃഷ്ണപിള്ളയുടെ ഒളിവ് സങ്കേതമായിരുന്നു. അവിടെ രാവും പകലും ഭേദമില്ലാതെ അദ്ദേഹം എഴുതുകയും വായിക്കുകയും ചെയ്തു. രാത്രിയുടെ ഏതോ യാമങ്ങളിൽ മാത്രം ഉറങ്ങി. കത്തുകളും പ്രസിദ്ധീകരണത്തിനായുള്ള ലേഖനങ്ങളും അദ്ദേഹം രാവിലെ ദൂതന്മാർ വശം കൈമാറും. നാദാപുരം റോഡ് റെയിൽവേ സ്റ്റേഷന് സമീപമുള്ള പാലേരി ചന്തമ്മന്റെ കടയിൽ ജോലിചെയ്തിരുന്ന പുന്നേരി കുമാരൻ, നാണു എന്നിവർ തീവണ്ടി വഴി അതീവ രഹസ്യമായി ദൂതന്മാർ എത്തിക്കുന്ന ബുക്ക്‌ലെറ്റുകളും പുസ്തകങ്ങളും കത്തുകളും സ്വീകരിച്ച് വെക്കും. വിദ്യാർഥികളായിരുന്ന പടിഞ്ഞാറത്ത് മീത്തൽ അച്യുതനും പുത്തൻ പുരയിൽ കേളപ്പനും ചേർന്ന് അത് ഏറ്റുവാങ്ങി കൃഷ്ണപ്പിള്ളയ്ക്ക് എത്തിക്കും. ആളുകൾക്ക് സംശയം തോന്നാതിരിക്കാൻ കിലോമീറ്ററുകൾ അകലെനിന്നും സിഗരറ്റ് വാങ്ങിയാണ് കൃഷ്ണപിള്ളയ്ക്ക് നൽകിയിരുന്നത്.

കൃഷ്ണപിള്ളയുമായുള്ള ക്ഷണിക സൗഹൃദം പോലും എത്രമാത്രം വാചാലമാകുന്നു എന്നതിന് എം കുമാരൻ മാസ്റ്ററുടെ *ഓർമക്കുറിപ്പ്* സാക്ഷ്യം നിൽക്കുന്നു:

> കുറുമ്പ്രനാട് താലൂക്ക് കോൺഗ്രസ് കമ്മിറ്റി ഓഫീസ് വടകര അടക്കാതെരുവിലുള്ള പാണ്ടികശാലയ്ക്കു മുമ്പിലുള്ള കെട്ടിടത്തിന്റെ മുകളിലെ മുറിയിലാണ്. എപ്പോഴും പ്രവർത്തകരുണ്ടാവും, ചർച്ചയും. അപ്പോഴാണ് കൃഷ്ണവർണമുള്ള ഒരു പുഞ്ചിരിക്കുന്ന മനുഷ്യൻ കടന്നുവരുന്നത് ഞാൻ കണ്ടത്. ഓഫീസിലുള്ളവർക്കെല്ലാം സ്നേഹവും ബഹുമാനവുമുള്ള ഒരാൾ. ഞാൻ അദ്ദേഹത്തിന്റെ മുഖത്ത് തന്നെ ഉറ്റുനോക്കി. ഖദറിട്ട, ചിതറിപ്പാറിക്കളിക്കുന്ന തലമുടി. പരന്ന നെറ്റി, അസാമാന്യ ബുദ്ധിശക്തിയെ ദ്യോതിപ്പിക്കുന്ന കണ്ണുകൾ. വളയ ചന്ദ്രനെപ്പോലെയുള്ള പല്ലണികളിലൊതുക്കിയ പാൽപ്പുഞ്ചിരി. കറുത്ത് ശോഷിച്ച എല്ലിച്ച ശരീരം. നല്ല തലയെടുപ്പ്!
>
> ഞാൻ അടുത്തിരിക്കുന്ന വി പി കുഞ്ഞിരാമക്കുറുപ്പിനോടും മുറിക്കയ്യൻ ബനിയനും മുട്ടോളം മാത്രമെത്തുന്ന മുണ്ടുടുത്ത കേളുനായരോടും (കേളുഏട്ടൻ) സ്വകാര്യമന്വേഷിച്ചു. ആരാണ്? അവരിലൊരാൾ പറഞ്ഞു. കൃഷ്ണപിള്ള! കൃഷ്ണപിള്ള ഇരുന്നു. വർത്തമാനമാരംഭിച്ചു. എം കെ കേളപ്പൻ, കരേക്കണ്ടി കേളപ്പൻ,

കുമാരൻ ഗുരുക്കൾ, ചാത്തു ഗുമസ്ഥൻ, കേളുനായർ, ഗോപാല ക്കുറുപ്പ്, പി പി ശങ്കരൻ, എം ചാത്തുക്കുറുപ്പ്, യു പി അച്യുതൻ, ടെയിലർ ഗോവിന്ദൻ, പി പി കുഞ്ഞിരാമൻ തുടങ്ങിയവർ സോഷ്യ ലിസ്റ്റുകാരാണെന്ന് അന്നാണ് ഞാൻ തിരിച്ചറിഞ്ഞത്.

"പള്ളിക്കൂടം വാധ്യാരാണോ..?" ആ കറുത്ത മനുഷ്യൻ എന്നെപ്പറ്റി അന്വേഷിച്ച് മനസിലാക്കിയ ശേഷം എന്നോട് ചോദിച്ചു. കയ്യിലു ണ്ടായിരുന്ന ആശാന്റെ *നളിനി* വാങ്ങി മറിച്ചുനോക്കി പറഞ്ഞു "കവിത വായിച്ചാൽ പോരാ രാഷ്ട്രീയ ഗ്രന്ഥങ്ങൾ വായിക്കണം. വായനശാലകളിലുണ്ടാവും." ശരി, ഞാൻ സമ്മതിച്ചു. ബാലഗം ഗാധര തിലകനെയും ലാലാ ലജ്പത് റായിയേയും ഭഗത്സിംഗി നെയും ചന്ദ്രശേഖർ ആസാദിനെയും പറ്റി അറിയാൻ എനിക്ക് ഉത്തേജനം നൽകിയത് ഈ കൂടിക്കാഴ്ചയായിരുന്നു. സരോജിനി ദേവിയെയും ടാഗോറിനെയും ഞാൻ കൂടുതൽ ഇഷ്ടപ്പെട്ടു. വിപ്ല വകാരികളുടെ കഥകൾ കേട്ട് ഞാൻ രോമാഞ്ചം കൊണ്ടു. സുഭാഷ് ചന്ദ്രബോസും മഹാത്മാഗാന്ധിയും നെഹ്റുവും കേളപ്പനും എന്റെ ആരാധ്യ പുരുഷന്മാരായി. മനസിൽ സ്ഥിരമായി പതിഞ്ഞ പേർ ഭഗത്സിംഗ്, രാജ്ഗുരു, സുഖദേവ് ഈ മൂർത്തീത്രയങ്ങൾ. ഗാന്ധിജി, നെഹ്റു, സുഭാഷ് ഇവരും ത്രിമൂർത്തികൾ തന്നെ. എന്റെ ബോധത്തിൽ മുമ്പേ സ്ഥലംപിടിച്ച വ്യക്തികളായിരുന്നു ടാഗോറും സരോജിനി ദേവിയും ആശാനും വള്ളത്തോളും ചങ്ങ മ്പുഴയും സഞ്ജയനും. ഈ നക്ഷത്രങ്ങൾ തിളങ്ങിനിൽക്കുന്ന മനസിന്റെ വിശാലതയിൽ ഇതാ ഒരു കൊള്ളിമീൻ ഉദിച്ചിരിക്കു ന്നു. കൃഷ്ണപിള്ള! ആ കൊച്ചുമനുഷ്യന്റെ മുഖം ഇപ്പോഴും പൂർണ തെളിമയോടെ എന്റെ വൃദ്ധമനസിൽ മായാതെ പുഞ്ചി രിച്ചു നിൽക്കുന്നു. ആ കൃഷ്ണന്റെ, കൃഷ്ണപിള്ളയുടെ കൺകോ ണിൽനിന്നു മറഞ്ഞുനിൽക്കാൻ, വലിയ വശ്യശക്തിയുള്ള ആ കണ്ണുകളിൽ പെടാതെ മാറിയിരിക്കാൻ ഞാൻ ഇരുവശവും നോക്കി. നീങ്ങിയിരിക്കാനോ മാറിയിരിക്കാനോ ഇടമില്ല സൗകര്യ വുമില്ല.[33]

പുന്നപ്ര–വയലാർ സമരവും വടക്കേ മലബാറിലെ കർഷക സമര ങ്ങളും സംഘടിപ്പിക്കാൻ പ്രധാന പങ്കുവഹിച്ച അതുല്യനായ ഈ വിപ്ല വകാരിയുടെ ചോരയ്ക്കായി മദിരാശി കോൺഗ്രസ് സർക്കാർ ദാഹിച്ചു. കമ്യൂണിസത്തെ കുഴിച്ചുമൂടാൻ കൃഷ്ണപിള്ളയെ വേട്ടയാടിപ്പിടിക്കണം. അദ്ദേഹത്തിന്റെ തലയ്ക്ക് വിലയിട്ട് വിവരം കൈമാറുന്നവർക്ക് വൻതുക പാരിതോഷികം പ്രഖ്യാപിച്ച് പത്രപരസ്യം വന്നു. രംഗബോധമില്ലാത്ത മരണത്തിനല്ലാതെ ഭരണകൂടത്തിന്റെ ഒരു ചാരക്കണ്ണുകൾക്കും പക്ഷെ കൃഷ്ണപിള്ളയെ പിടികൂടാനായില്ല.

1948 ആഗസത് മാസം. നാദാപുരം റോഡിലെ പുന്നേരി വീട്ടിലെ

ഒളിവുജീവിതം അവസാനിപ്പിച്ച് കൃഷ്ണപിള്ള കണ്ണൂരിലേക്ക് പോകാനൊരുങ്ങി. ആറോൺ കമ്പനിയിലെ സമരത്തെ തുടർന്ന് കണ്ണൂരിലെ പോലീസ് തേർവാഴ്ച റിപ്പോർട്ട് ചെയ്യപ്പെട്ടു. യാത്ര വഴിക്കുവെച്ച് നിർത്തി അദ്ദേഹം നേരെ ആലപ്പുഴയിലേക്ക് പോയി. മുഹമ്മയിലെ ഒരു തൊഴിലാളിയുടെ വീട്ടിൽ വെച്ച് അദ്ദേഹത്തിന് സർപ്പദംശനമേറ്റു.

വിമർശനമുണ്ട് സ്വയം വിമർശനമില്ല എന്ന ലേഖനത്തിന്റെ അവസാനം മരണത്തിനുപോലും തകർക്കാനാവാത്ത നിശ്ചയദാർഢ്യത്തോടെ അദ്ദേഹം എഴുതി:

> എന്റെ കണ്ണിൽ ഇരുൾ വ്യാപിച്ചുവരുന്നു. എന്റെ ശരീരമാകെ തളരുകയാണ്. എന്ത് സംഭവിക്കുമെന്ന് എനിക്കറിയാം. സഖാക്കളെ മുന്നോട്ട്.... ലാൽസലാം...

ദുരിതപർവം താണ്ടാൻ വഴികാട്ടിയായ സഖാവിന്റെ ആകസ്മിക വിയോഗം ഒഞ്ചിയത്തെയും കണ്ണീരിലാഴ്ത്തി.

ഉള്ളത് എല്ലാവർക്കും

ഏറെക്കാലം കോൺഗ്രസിന്റെ കുറുമ്പ്രനാട് താലൂക്ക് സെക്രട്ടറി ആയിരുന്ന മൊയാരത്ത് ശങ്കരനാണ് കേളുഏട്ടന്റെ രാഷ്ട്രീയ ഗുരു. വിദേശവസ്ത്ര ബഹിഷ്കരണം, ഹരിജനോദ്ധാരണം, കള്ളുഷാപ്പ് പിക്കറ്റിംഗ്, ഹിന്ദി പഠനം തുടങ്ങി ദേശീയപ്രസ്ഥാനം ഏറ്റെടുത്ത് നടത്തിയ എല്ലാ പ്രക്ഷോഭണ- പ്രചരണ പരിപാടികളിലും മുൻനിന്നു പ്രവർത്തിച്ച അദ്ദേഹം ഒരു പുരുഷായുസു മുഴുവൻ സമൂഹത്തിനായി ഉഴിഞ്ഞുവെച്ച ത്യാഗിവര്യനാണ്.

അയിത്തം, അനാചാരം, അന്ധവിശ്വാസങ്ങൾ, അവർണ സ്ത്രീകളുടെ വസ്ത്രസ്വാതന്ത്ര്യ നിഷേധം, ക്ഷേത്രപ്രവേശന നിഷേധം-ഇത്തരം നിഷേധങ്ങളാണ് കേളുഏട്ടനിലെ നിഷേധിയെ രൂപപ്പെടുത്തിയത്. 13 വർഷക്കാലം ജയിൽവാസവും അതിലേറെക്കാലം ഒളിവുജീവിതവും നയിച്ച കേളുഏട്ടന് ഇവിടത്തെ ഓരോ നാട്ടിടവഴികളും സുപരിചിതമാണ്. തന്റെ ഒളിവുജീവിതത്തിന്റെ സിംഹഭാഗവും കേളുഏട്ടൻ ചെലവഴിച്ചത് ഒഞ്ചിയത്തും സമീപ പ്രദേശങ്ങളിലുമായിരുന്നു.

ആറാൾക്ക് നാഴിയരി റേഷനുണ്ടായിരന്ന കാലം അപ്രതീക്ഷിതമായി കേളുഏട്ടൻ ഒളിവിനായി ഒഞ്ചിയത്തെ ഒരു വീട്ടിലെത്തി. രാത്രിയിലേക്കുള്ള ചോറും കറിയുമെടുത്ത് ഗൃഹനാഥൻ കേളുഏട്ടന്റെ മുമ്പിൽ വെച്ചു. അകത്തെ കാര്യമറിയുന്ന കേളുഏട്ടൻ ചോറ് തിന്നാതിരുന്നിട്ട് പറഞ്ഞു. ചോറ് നമുക്ക് ഒന്നിച്ചു തിന്നാം. വീട്ടിലുള്ളവർ കനത്ത നിശ്ശബ്ദത പാലിച്ചു. 'ഉള്ളത് എല്ലാവർക്കും... അതാണ് കമ്യൂണിസം' ആരാണ് കമ്യൂണിസ്റ്റെന്നും എന്താണ് കമ്യൂണിസമെന്നും ഈ സംഭവത്തോടെ ആ കർഷകദമ്പതികൾ പഠിച്ചു. ഭക്ഷ്യക്ഷാമം രൂക്ഷമായ കാലം.

പരിമിതമായ ഭക്ഷ്യസാധനങ്ങൾ വെച്ചുവിളമ്പി കുഞ്ഞുങ്ങൾക്കും ബാക്കി അപ്പാടെ പുരുഷന്മാരുടെ മുമ്പിലും വെച്ചുകൊടുത്തിരുന്ന സ്ത്രീകൾ പലപ്പോഴും മുഴുപ്പട്ടിണിക്കാരായിരുന്നു. പുരുഷന്മാർ അടുക്കളയിൽ സ്ത്രീകൾക്ക് ഭക്ഷണമുണ്ടെന്ന് ഉറപ്പുവരുത്തണമെന്നും ഇല്ലാത്തപക്ഷം തങ്ങൾ കഴിക്കുന്ന ഭക്ഷണത്തിൽനിന്ന് ഒരു പങ്ക് അവർക്കായി മാറ്റിവെക്കണമെന്നും കേളുഏട്ടൻ നിർദേശിച്ചു. ഇത് എല്ലാവരും പ്രാവർത്തികമാക്കാൻ തുടങ്ങി.

എം കെ കേളു

ദുരിതപൂർണമായ ജീവിതത്തിൽനിന്നും കരകയറാൻ തങ്ങൾക്ക് പുതുവഴി കാണിച്ചു തന്ന കേളുഏട്ടൻ ഓരോ ഒഞ്ചിയത്തുകാരന്റെയും പ്രിയങ്കരനായ കാരണവരായിരുന്നു. ഏപ്രിൽ 30 ന് പുലർച്ചെ അറസ്റ്റുചെയ്ത് കയ്യാമം വെച്ചുകൊണ്ടുപോകുന്ന സഖാക്കളെ വിട്ടയക്കാൻ പൊലീസ് മുന്നോട്ടുവെച്ച ഉപാധി കേളുഏട്ടൻ, പി ആർ നമ്പ്യാർ, എംകുമാരൻമാസ്റ്റർ അടക്കമുള്ളവരെ കാണിച്ചുകൊടുക്കുക എന്നതായിരുന്നു.

'ഒഞ്ചിയത്തെ സഖാക്കൾ ജീവൻ ബലിനൽകിയത് നല്ലൊരു നാളേക്ക് വേണ്ടിയാണ്. ഒഞ്ചിയത്ത് രഹസ്യയോഗം ചേരുകയായിരുന്ന ഞങ്ങളെ പൊലീസിന് ഒറ്റിക്കൊടുക്കാൻ അവർ തയാറായെങ്കിൽ അവിടെ വെടിവെപ്പുണ്ടാവില്ലായിരുന്നു. പക്ഷേ നാടിന്റെ മോചനത്തിനായി പൊരുതുന്ന വിപ്ലവപ്രസ്ഥാനത്തിന്റെ രഹസ്യം സൂക്ഷിക്കുക എന്നത് സ്വന്തം ജീവനേക്കാൾ വിലയുള്ള കാര്യമായി അവർ കണക്കാക്കി.[34] മലബാറിൽ അങ്ങോളമിങ്ങോളം ആഞ്ഞടിച്ച പ്രക്ഷോഭകൊടുങ്കാറ്റിന്റെ പ്രഭവകേന്ദ്രം ഒഞ്ചിയവും പ്രചോദനം കേളുഏട്ടനും ആയിരുന്നു.

വടകരയിലെ ബോണസ് സമരം

കേരളത്തിലെ തൊഴിലാളികളുടെ അവകാശപ്പോരാട്ട ചരിത്രത്തിലെ ഉജ്വലമായ ഒന്നാണ് 1946 ഡിസംബറിൽ വടകരയിൽ നടന്ന ബീഡി–സിഗാർ തൊഴിലാളി ബോണസ് സമരം. കുറുമ്പ്രനാട്ടിലെ ഒട്ടേറെ കർഷകപ്രക്ഷോഭങ്ങൾക്കും വടകരയിലെ ബീഡിത്തൊഴിലാളി സമരത്തിലും നേതൃത്വപരമായ പങ്ക് വഹിച്ചത് യു എന്ന ഏകാക്ഷരിയാൽ അറിയപ്പെട്ട യു കുഞ്ഞിരാമനാണ്. യുവിന്റെ ആദ്യകാല പ്രവർത്തനമേഖലകളായ വള്ളിക്കാട്, ചോറോട്, രയരങ്ങോത്ത് ഭാഗങ്ങൾ ചെറുകിടബീഡി വ്യവസായ മേഖലകൂടി ആയിരുന്നു.

യു കുഞ്ഞിരാമൻ

പുതുപ്പണത്തെ പൂളക്കണ്ടി ശങ്കരൻ, പാങ്ങാട്ട് രഘൂട്ടി, ഒഞ്ചിയം വെള്ളികുളങ്ങരയിലെ തുണ്ടിയിൽ കൃഷ്ണൻ, സി കെ ഗോപാലൻ, വള്ളിക്കാട്ടിലെ വി വി പി കുമാരൻ തുടങ്ങിയവർ മികച്ച സംഘാടകരും പ്രക്ഷോഭകരുമായിരുന്നു പ്രക്ഷോഭത്തെ അധികാരികൾ ശക്തമായി നേരിട്ടു. ബീഡി–സിഗാർ വർക്കേഴ്സ് യൂണിയനിൽ പ്രവർത്തിച്ചാൽ അറസ്റ്റ്, രാജിവെക്കാൻ കൂട്ടാക്കിയില്ലെങ്കിൽ മർദനം ഇതായിരുന്നു അവസ്ഥ.

സോഷ്യലിസ്റ്റുകാരും കമ്യൂണിസ്റ്റുകാരുമായി നടക്കുന്നവർ ഐക്യതൊഴിലാളി യൂണിയൻകാരായതുകൊണ്ട് വടകരയിലെ ധാരാളം ചുരുട്ട്–ബീഡി തൊഴിലാളികളെയും അറസ്റ്റ് ചെയ്ത് ലോക്കപ്പിലിട്ട് തല്ലിച്ചതച്ചു. രാഷ്ട്രീയ പ്രവർത്തകരുടെ രക്തം ചിന്നിച്ചിതറി വടകര ലോക്കപ്പുമുറിയുടെ ചുമരും നിലവും ആദ്യമായി ചെമ്പരത്തിപ്പൂക്കൾ വിരിയിച്ചു. [35]

ഭീരുക്കളെപ്പോലെ രാജിവെച്ചൊഴിയാൻ കൂട്ടാക്കാതെ സഖാക്കളിൽ പലരും കൊയിലാണ്ടി അടക്കമുള്ള മറ്റു മേഖലകളിൽ പ്രവർത്തന സജ്ജരായി. ബീഡിത്തൊഴിലാളികളുടെ കെടുതികളടങ്ങിയ നോട്ടീസ് വിതരണം ചെയ്തതിന്റെ പേരിൽ ഒഞ്ചിയത്തെ തുണ്ടിയിൽ കൃഷ്ണനടക്കമുള്ള പല സഖാക്കളുടെയും കഴുത്തടിച്ചൊടിച്ചു. ബീഡിത്തൊഴിലാളിസമരം കൊടുമ്പിരിക്കൊണ്ടിരിക്കെ സമരപ്പന്തലിൽ ഗുണ്ടകൾ അഴിഞ്ഞാടി. മുതലാളിമാരുടെ ഏജന്റുമാർ തൊഴിലാളികൾക്കുനേരെ കാസ്റ്റിക് സോഡ മറിച്ചു.

ഒഞ്ചിയത്തും പരിസര പ്രദേശങ്ങളിൽനിന്നും സമരസഹായ ഫണ്ടിലേക്ക് വ്യാപകമായി കാർഷികോൽപ്പന്നങ്ങൾ പിരിച്ചെടുത്തു. സമരത്തിന് ഐക്യദാർഢ്യം പ്രഖ്യാപിച്ച് ഒഞ്ചിയത്തെ കർഷകരും തൊഴിലാളികളും വടകരയിലേക്ക് മാർച്ച് നടത്തി.

90 ദിവസം നീണ്ടുനിന്ന ഐതിഹാസികമായ സമരത്തെത്തുടർന്ന് ബോണസ്തത്വം അംഗീകരിക്കുകയും നോമിനലായി 2 ക നൽകുകയും ചെയ്തു. ഈ സമരത്തിന്റെ

തുണ്ടിയിൽ കൃഷ്ണൻ

വിജയകരമായ പര്യവസാനം തൊഴിലാളികൾ നടത്തിവന്ന മറ്റ് സമരങ്ങളുടെ ഗതിവേഗം വർധിപ്പിച്ചു.

ചത്താലും ചെത്തും കൂത്താളി

1918 ൽ വടകര പഴങ്കാവിൽ ജനിച്ച എം കുമാരൻ മാസ്റ്റർ യുവജന സംഘം രൂപീകരിച്ച് യുവാക്കളെ സംഘടിപ്പിച്ചുകൊണ്ടാണ് രാഷ്ട്രീയ പ്രവർത്തനത്തിലേക്ക് കടന്നുവരുന്നത്. കുമാരൻ മാസ്റ്ററും കേളു ഏട്ടനും ചേർന്നാണ് പഴങ്കാവ് മേഖലകളിൽ കമ്യൂണിസ്റ്റ് പ്രസ്ഥാനത്തിന് അസ്ഥിവാരമൊരുക്കുന്നത്. വായനശാല, ഹിന്ദി ക്ലാസുകൾ, കർഷക പ്രസ്ഥാനം, കോൺഗ്രസ് കമ്മിറ്റികൾ..... എല്ലാം ചേർന്ന് പഴങ്കാവ് സജീവമായി.

കോൺഗ്രസുകാരനായി രാഷ്ട്രീയത്തിൽ പ്രവേശിച്ച കുമാരൻ മാസ്റ്റർ 1939 ലെ മലബാർ അധ്യാപകസമരത്തിലെ സജീവ സാന്നിധ്യമായിരുന്നു. മാസം പ്രതി ശമ്പളം, ഉദ്യോഗസ്ഥിരത, മാന്യമായ ജോലി മാന്യമായി നിർവഹിക്കാനുള്ള സാഹചര്യം എന്നീ ആവശ്യങ്ങൾ ഉന്നയിച്ച് സാമ്രാജ്യത്വവിരുദ്ധ സമീപനം സ്വീകരിച്ചിരുന്ന അധ്യാപക പ്രസ്ഥാനത്തെ ഇടതുപക്ഷമുദ്ര കുത്തി അടിച്ചമർത്താനാണ് അധികാരികൾ ശ്രമിച്ചത്. ചോറോട്ടെ സി കുമാരൻ, ചേന്ദമംഗലത്തെ ചന്തുക്കുറുപ്പ്, വള്ളിക്കാട്ടിലെ വി കണ്ണൻ, പഴങ്കാവിലെ അരുണാചലം പിള്ള, കണ്ടിയിൽ കൃഷ്ണൻ എന്നീ അധ്യാപകർ ക്രൂരമായി മർദിക്കപ്പെടുകയോ തടവുശിക്ഷയ്ക്ക് വിധേയരാവുകയോ ചെയ്തു. എടവനപ്പീടികയിലെ കണ്ണൻ മാസ്റ്റർ ജയിലിൽനിന്ന് വിട്ടുവന്ന് 7–ാം നാൾ മരിച്ചു.

1940 ൽ വടകര കോട്ടപ്പറമ്പ് കേന്ദ്രീകരിച്ച് നടന്ന യുദ്ധവിരുദ്ധ റാലി പൊലീസുമായുള്ള ഏറ്റുമുട്ടലിൽ കലാശിച്ചതോടെ കുമാരൻ മാസ്റ്റർക്ക് അറസ്റ്റ് വാറണ്ടു വന്നു. അന്ന് പി പി ശങ്കരൻ, എ ചാത്തുമാസ്റ്റർ, കെ വേലായുധൻ, വി ചാത്തു മാസ്റ്റർ, കെ വേലായുധൻ, വി ചന്തു, പൈതൽ വൈദ്യർ, മേപ്പയിൽ ചാത്തു തുടങ്ങിയവരെ അറസ്റ്റ് ചെയ്ത് ജയിലിലടക്കുകയും മണ്ടോടി കണ്ണനടക്കം ഒട്ടേറെപ്പേരെ മർദിച്ചവശരാക്കുകയുമുണ്ടായി.

കുമാരൻ മാസ്റ്റർ

“സഖാക്കളെയൊക്കെ ജയിലിലടയ്ക്കുകയാണോ ഇവന്മാരുടെ ജോലി? പാർട്ടിക്കാര്യം ആര് നോക്കും. താൻ ഉടനെ സ്ഥലം വിടണം” കൃഷ്ണപിള്ളയുടെ നിർദേശമനുസരിച്ച് കുമാരൻ മാസ്റ്റർ ഒളിവിൽ പോയി. പേരാമ്പ്ര ഫർക്കയിൽ കോൺഗ്രസിലും സി എസ്

പി യിലുമുള്ള സജീവ പ്രവർത്തകന്മാരിൽ പുതിയ വീക്ഷണമുൾക്കൊണ്ടവരെ കണ്ടുപിടിച്ച് കമ്യൂണിസ്റ്റ് പാർട്ടിയിലേക്ക് കൊണ്ടുവരുന്നതിന് നേതൃത്വം കൊടുത്തു. പ്രോലിറ്റേറിയൻപാസ് (തൊഴിലാളിവർഗത്തിന്റെ മാർഗം) എന്ന രേഖയായിരുന്നു ഇതിനാധാരം. കെ ദാമോദരൻ *സമഷ്ടിവാദവിജ്ഞാപനം* എന്ന പേരിൽ മുഹമ്മദ് അബ്ദുറഹിമാൻ സാഹിബിന്റെ പ്രസിൽ പ്രസിദ്ധീകരിച്ച *കമ്യൂണിസ്റ്റ് മാനിഫെസ്റ്റോ*യും അതീവ രഹസ്യമായി വിതരണം ചെയ്യപ്പെട്ടു. ഗറില്ലായുദ്ധമുറ പരിശീലിച്ചിരുന്ന ഇദ്ദേഹം താലൂക്കിലെങ്ങും പരിശീലനങ്ങൾക്ക് നേരിട്ട് മാർഗ നിർദേശം നൽകി. കമ്യൂണിസ്റ്റ് പാർട്ടിയുടെ കുറുമ്പ്രനാട് താലൂക്ക് കമ്മിറ്റി സെക്രട്ടറി എന്ന നിലയിൽ ഒഞ്ചിയം, കൂത്താളി തുടങ്ങി ഒട്ടേറെ പ്രക്ഷോഭങ്ങൾക്ക് നടുനായകത്വം വഹിച്ച കുമാരൻ മാസ്റ്റർ പേരാമ്പ്രയെയും നാദാപുരത്തെയും പ്രതിനിധീകരിച്ച് കേരളാനിയമസഭ അംഗമായി പ്രവർത്തിച്ചിട്ടുണ്ട്. "ചത്താലും ചെത്തും കൂത്താളി" എന്ന മുദ്രാവാക്യമുയർത്തി കൂത്താളി എസ്റ്റേറ്റ് കർഷകർക്ക് വിട്ടുകിട്ടാൻ നടത്തിയ ഐതിഹാസികമായ സമരത്തിന് നേതൃത്വം കൊടുത്ത ഇദ്ദേഹം കൂത്താളി സമരനായകനായാണ് അറിയപ്പെടുന്നത്.

മൂപ്പിൽനായരുടെ വകയായിരുന്ന കൂത്താളി എസ്റ്റേറ്റ് പേരാമ്പ്ര ഫർക്കയിലെ പ്രധാന കാർഷിക സങ്കേതമായിരുന്നു. അവിടെ കാലാകാലമായി കൃഷിചെയ്തുപോന്ന കർഷകത്തൊഴിലാളികളുടെ വയറ്റത്തടിച്ചുകൊണ്ടാണ് അറ്റാലടക്ക നിയമപ്രകാരം ഭൂമി സർക്കാർ ഏറ്റെടുത്തത്. മലബാറിലെ ഒട്ടുമിക്ക കർഷകസമരങ്ങൾക്കും പ്രചോദനമായിരുന്ന ഒരു ദശാബ്ദത്തിലധികം നീണ്ടുനിന്ന കൂത്താളിസമരത്തിന്റെ തുടക്കമായിരുന്നു അത്. യുദ്ധാനന്തര മരങ്ങേറിയ കൊടുംപട്ടിണിക്ക് അറുതി വരുത്താൻ തരിശുഭൂമി കയ്യേറി കൃഷി ചെയ്യാൻ കർഷകസംഘമെടുത്ത തീരുമാനം ഈ സമരത്തിന് തിളക്കം കൂട്ടി.

മുഹമ്മദ് അബ്ദുറഹിമാൻ സാഹിബ്

1946 നവംബർ 16 ന് കോഴിക്കോട് ചേർന്ന കർഷക–ട്രേഡ് യൂണിയൻ സംയുക്ത യോഗതീരുമാനം മലബാറിലെങ്ങും നടപ്പിലാക്കാൻ തുടങ്ങി. പുനം കൃഷി ചെയ്യാൻ ഭൂമിക്കായി കല്യാട്ടും കരക്കാട്ടിടത്തുമുള്ള ജന്മിമാർക്കെതിരെ ആദ്യമേ ആരംഭിച്ച സമരം കോഴിക്കോട് തീരുമാനത്തോടെ ശക്തിപ്പെട്ടു. കർഷകർ തരിശുഭൂമി കയ്യേറി കൃഷി ചെയ്യാൻ തുടങ്ങി. സമരങ്ങൾക്ക് നേതൃത്വം കൊടുത്തിരുന്ന പി നാരായണൻ നമ്പ്യാരെ ജന്മിഗുണ്ടകൾ കൊന്ന്

ചതുപ്പിൽ താഴ്ത്തി. കാവുമ്പായിലും കരിവെള്ളൂരിലും ജനങ്ങൾ ഭക്ഷ്യ ധാന്യങ്ങളുടെ കരിഞ്ചന്ത തടഞ്ഞു. തരിശ് കയ്യേറി കൃഷിയിറക്കി. പശ്ചി മബംഗാളിലെ തേഭാഗാസമരം, ആന്ധ്രയിലെ സമരങ്ങൾ, ബോംബെ നാവിക കലാപം എല്ലാം കേരളത്തിലെ സമരങ്ങൾക്ക് ഗതിവേഗം വർധിപ്പിച്ചു. കൂത്താളി സമരക്കാർ ആവേശംകൊണ്ടു.

'ചത്താലും ചെത്തും കൂത്താളി' എന്ന മുദ്രാവാക്യം പി പി ശങ്ക രൻ പ്രഖ്യാപിച്ചു. കൂത്താളിയിലെ ഏറ്റവും ഉയരത്തിലുള്ള മരത്തിൽ കയറി ടി സി ചാത്തു ചെങ്കൊടി കെട്ടി. 1946 ൽ കൂത്താളി ഭൂമി കർഷ കർക്ക് പതിച്ചു നൽകണമെന്നാവശ്യപ്പെട്ട് അന്നത്തെ മദ്രാസ് മുഖ്യമന്ത്രി പ്രകാശത്തെ കർഷകസംഘം പ്രവർത്തകർ വടകരയിൽ വെച്ച് തടഞ്ഞു. പൊലീസ് ലാത്തിച്ചാർജിനിടയിൽ സി ഐ യുടെ റിവോൾവർ ആരോ പിടിച്ചുപറ്റി. എം കുമാരൻ മാസ്റ്റർ ഒന്നാം പ്രതിയായി കേസ് രജിസ്റ്റർ ചെയ്യപ്പെട്ടു.

1947 ഫെബ്രുവരി 14 ന് അർധരാത്രി മുയിപ്പോത്ത് നിന്നും 50 ൽ പ്പരം വളണ്ടിയർ സഖാക്കൾ കൂത്താളി എസ്റ്റേറ്റിലേക്ക് കടന്ന് രായ്ക്കുരാമാനം 5 ഏക്കർ കാട് ചെത്തി ചെങ്കൊടി നാട്ടി. ആയിരങ്ങളെ അണിനിരത്തിയുള്ള പ്രകടനവും നടന്നു. വടക്കെ മലബാറിലെ ഒഞ്ചിയമടക്കമുള്ള പ്രദേശങ്ങളിൽനിന്ന് സമര പ്രക്ഷോഭങ്ങൾക്കായി ഇവിടെ വളണ്ടിയർ സംഘം എത്തിയിരുന്നു. ജനകീയ പ്രതിരോധത്തിന് മുമ്പിൽ അധികാരികൾ മുട്ടുമടക്കി. എസ്റ്റേറ്റിലെ വലിയ പങ്ക് ഭൂമി കർഷ കർക്ക് പതിച്ചു നൽകി. കൂത്താളി സമരസേനാനികൾക്ക് സ്വാതന്ത്ര്യ സമരപെൻഷൻ അനുവദിക്കപ്പെട്ടു. കേരളത്തിലെ കർഷക കലാപ ങ്ങളുടെ ചരിത്രത്തിലെ ജ്വലിക്കുന്ന ഒരു അധ്യായമായി കൂത്താളി മാറി.

ഗറില്ലാ ഫൈറ്റ്

കമ്യൂണിസ്റ്റ് പ്രസ്ഥാനത്തിന്റെ ചരിത്രം പോരാട്ടത്തിന്റേത് മാത്ര മല്ല പ്രതിരോധത്തിന്റേതുകൂടിയാണ്. ഭരണകൂട ഭീകരതയ്ക്കു പുറമേ ജന്മിമാടമ്പിമാർ പോറ്റി വളർത്തിയ ഗുണ്ടാപ്പടയോടും കോൺഗ്രസ് കുറുവടി പട്ടാളത്തോടും പിടിച്ചുനിൽക്കാൻ കടുത്ത പ്രതിരോധനിര തന്നെ പാർട്ടിക്ക് പടുത്തുയർത്തേണ്ടിവന്നു. നിരന്തരം ഭീഷണികൾക്കും മർദനങ്ങൾക്കും വിധേയരാവുന്ന സാധാരണക്കാർ ഭയപ്പെട്ട് പിറകോട്ട് പോകാനിടയുണ്ടെന്ന് കമ്യൂണിസ്റ്റ് പാർട്ടി വിലയിരുത്തിയതിന്റെ അടി സ്ഥാനത്തിൽ സ്വയരക്ഷയ്ക്കായി ചില കായികമുറകൾ പരിശീലിപ്പി ക്കാൻ പാർട്ടി തയാറായി. കമ്യൂണിസ്റ്റ് വിരുദ്ധതയുടെ നാൽപ്പതുകൾ പ്രസ്ഥാനത്തിന് പരീക്ഷണഘട്ടം കൂടി ആയിരുന്നു.

മലബാറിൽ കമ്യൂണിസ്റ്റുപാർട്ടിക്ക് കൈവന്നുകൊണ്ടിരിക്കുന്ന ജന പിന്തുണ ഒരു നിയമത്തിലൂടെ തകർക്കാമെന്നു കരുതി ഭരണകൂടം 1947 ജനുവരി 23 ന് മദ്രാസ് മെയിന്റനൻസ് ഓഫ് പബ്ലിക് ഓർഡർ ഓഡി നൻസ് പുറപ്പെടുവിച്ചു. കരുതൽതടങ്കൽ നടപ്പിലാക്കുക, കൂട്ടുപിഴ ചുമ

ത്തുക, പൊതുയോഗങ്ങളും ഘോഷയാത്രകളും തടയുക എന്നീ ലക്ഷ്യങ്ങളിൽ അധിഷ്ഠിതമായിരുന്നു ഈ ഓഡിനൻസ്. കമ്യൂണിസ്റ്റുകാരെ സംബന്ധിച്ചെടുത്തോളം ഇത് കൊടിയമർദനങ്ങൾക്കുള്ള കരിനിയമമായി മാറി. അഴീക്കോടൻ, കെ ദാമോദരൻ, എം എസ് ദേവദാസ്, കെ പി ഗോപാലൻ, ഇ പി ഗോപാലൻ, എ കെ ഗോപാലൻ, ഇ കെ ഇമ്പിച്ചിബാവ, കെ പി ആർ രയരപ്പൻ, ഇ എം എസ്, എൻ സി ശേഖർ, സി ഉണ്ണിരാജ എന്നിവരെല്ലാം ഈ കരിനിയമപ്രകാരം തടങ്കലിലായി.

1947 ൽ സർദാർ പട്ടേൽ കമ്യൂണിസ്റ്റുകാരെ വളരാൻ അനുവദിക്കില്ലെന്ന് പ്രഖ്യാപിച്ചു. കൃഷ്ണപിള്ള നാടുകടത്തപ്പെട്ടു. പാർട്ടി ഔദ്യോഗികമായി നിരോധിക്കപ്പെട്ടിട്ടില്ലെങ്കിലും നിരോധിക്കപ്പെട്ട അവസ്ഥ സംജാതമായി. കെ കേളപ്പൻ കമ്യൂണിസ്റ്റ് വേട്ടയ്ക്ക് ആഹ്വാനം ചെയ്തു.

1948 ഏപ്രിൽ 29 ന് ഊരാളുങ്കൽ കെ വി കേളപ്പന്റെ വീട്ടിൽ വളണ്ടിയർ ട്രെയിനിംഗ് ക്യാമ്പ് വിളിച്ചുചേർത്തിരുന്നു. തെക്കയിൽ മന്ദൻ, പറമ്പത്ത് കണാരൻ എന്നിവരെയാണ് വളണ്ടിയർ റിക്രൂട്ടിനായി ചുമതലപ്പെടുത്തിയിരുന്നത്. ക്യാമ്പ് പി ആർ നമ്പ്യാർ നേരിട്ട് പരിശീലനം നൽകിയാണ് ഉദ്ഘാടനം ചെയ്തത്. അന്ന് ഒഞ്ചിയത്ത് ചേരാനിരുന്ന രഹസ്യയോഗത്തിലേക്ക് രണ്ടുപേർ വന്ന് പി ആറിനെ കൂട്ടിക്കൊണ്ടുപോവുകയാണുണ്ടായത്.

ചരിത്രപ്രസിദ്ധമായ കൽക്കത്താതീസിസ് പ്രഖ്യാപിച്ചതോടെ ഭരണകൂടം കമ്യൂണിസ്റ്റ് പാർട്ടി നിരോധിച്ചു. കമ്യൂണിസ്റ്റ് വേട്ടയ്ക്ക് ആക്കം കൂട്ടി. പ്രതിരോധ പ്രവർത്തനങ്ങൾ ഊർജിതമാക്കാൻ തീരുമാനിച്ചതിന്റെ അടിസ്ഥാനത്തിൽ അമ്പലപ്പറമ്പിന് തെക്ക് വലിയകുന്നിൽ ഗറില്ലാ യുദ്ധമുറ പരിശീലിപ്പിച്ചിരുന്നു. പാർട്ടിയുടെ കുറുമ്പ്രനാട് താലൂക്ക് സെക്രട്ടറി എം കുമാരൻ മാസ്റ്റർ നേരിട്ടെത്തിയാണ് സഖാക്കൾക്ക് പരിശീലനം നൽകിയത്. എം എം ചോയിക്കുട്ടി, ഇല്ലത്ത് കണ്ണൻ, പുളിയുള്ളതിൽ കണാരൻ, ചാത്തൻകണ്ടി കണാരൻ എന്നിവർ ഒരേസമയം സംഘാടകരും പഠിതാക്കളും പരിശീലകരുമായി പ്രവർത്തിച്ചു. പത്ത് പതിനെട്ടു പേരെ ഒരാൾക്ക് ഒരു സമയം നേരിടാനുതുകുന്ന വടിപ്രയോഗവും കളരിയിലെ ചില അഭ്യാസമുറകളും അവിടെ പരിശീലിപ്പിക്കപ്പെട്ടു. ചാത്തൻകണ്ടി കുഞ്ഞിക്കണ്ണൻ, വി കണ്ണക്കുറുപ്പ്, ടി പി കണാരൻ, പട്യാട്ട് കേളപ്പൻ, എ എം കണ്ണൻ, കെ കെ ചാത്തു, കെ കെ കൃഷ്ണൻ തുടങ്ങിയവർ പരിശീലനം നേടി പ്രതിസന്ധികളിൽ പ്രതിരോധത്തിന് സന്നദ്ധരായി.

ചാത്തൻകണ്ടി കണാരൻ

കയ്യാല ഗോപാലൻ

മുനയൻകുന്ന് കലാപത്തിൽ രക്തസാക്ഷിത്വംവരിച്ച കെ സി കുഞ്ഞാപ്പുമാസ്റ്റർ ഒളിവിലും തെളിവിലും ഒഞ്ചിയത്തും സമീപപ്രദേശങ്ങളിലും പ്രവർത്തനം നടത്തിയ സഖാവാണ്. വെള്ളികുളങ്ങര വെച്ച് നടന്ന പരിശീലനക്കളരിയിൽ സഖാവിന്റെ സാന്നിധ്യം ആവേശം വിതറി. പി എം കുഞ്ഞിരാമൻ, നടേമ്മൽ അസ്സയിനാർ, കെ പി ചാത്തു, നടേമ്മൽ ചാത്തു എന്നിവർ പാർട്ടി നേരിടുന്ന വെല്ലുവിളികളെ ചെറുക്കാൻ കച്ചകെട്ടിയിറങ്ങി.

സോഷ്യലിസ്റ്റുകാർക്കും പ്രജാ സോഷ്യലിസ്റ്റ് പാർട്ടിക്കും പ്രാമുഖ്യമുള്ള ഒർക്കാട്ടേരി കുന്നുമ്മക്കര മേഖലകളിൽ കടുത്ത വെല്ലുവിളികളാണ് ഒഞ്ചിയത്തെ പാർട്ടി നേരിട്ടത്. മണ്ടോടി കണ്ണന്റെയും കൂമ്പിൽ ആണ്ടിയുടെയും നേതൃത്വത്തിൽ നടന്ന ജീവകാരുണ്യ സേവന പ്രവർത്തനങ്ങൾ കണ്ട് വിറളിപൂണ്ട കമ്യൂണിസ്റ്റ് വിരുദ്ധർ പരക്കാട്ട് ഭാഗത്ത് കേന്ദ്രീകരിച്ച് കമ്യൂണിസ്റ്റുകാർക്കും അനുഭാവികൾക്കും നേരെ കടുത്ത മർദനമുറകളാണ് അഴിച്ചുവിട്ടത്. ഓർക്കാട്ടേരിയിലും വള്ളിക്കാടിലും കമ്യൂണിസ്റ്റ് അനുഭാവം രാജിവെക്കുന്നവരുടെ യോഗങ്ങൾ അവർ സംഘടിപ്പിച്ചു. ഇതിനെ പ്രതിരോധിക്കാൻ ഞേറലാട്ട് അനന്തൻ, പടയംകണ്ടി ചാത്തു, ആർ പക്രൻ എന്നിവരുടെ നേതൃത്വത്തിൽ ആർ അബ്ദുള്ള, പി ജി, കുറുപ്പ്, കയ്യാല ഗോപാലൻ, വട്ടക്കുനി വേലായുധൻ, സി പി ചോയി, എം പി കുഞ്ഞിക്കണ്ണൻ, ആയാട്ട് ആണ്ടി, ഒ കെ കണാരൻ എന്നീ ധീരരായ സഖാക്കൾ അക്ഷീണം നടത്തിയ ത്യാഗപൂർണമായ പ്രവർത്തനങ്ങൾ ശ്ലാഘനീയമാണ്. ഇരുട്ടിന്റെ മറവിൽ ചെങ്കൊടികൾ നശിപ്പിക്കപ്പെട്ടപ്പോൾ വീണ്ടും വീണ്ടും അവർ ചെങ്കൊടി ഉയർത്തിക്കെട്ടി ചെങ്കൊടിയുടെ മാനംകാത്തു. ആവേശപൂർവം മുദ്രാവാക്യം വിളിച്ചു നെഞ്ചുവിരിച്ച് നടന്നു. ഭീകരതയിൽ ഭയപ്പെട്ടു പോയവർ തലഉയർത്തി പ്രസ്ഥാനത്തോടൊപ്പം വന്നു തുടങ്ങി.

സി പി ചോയി

ചോറോട്ടെ മാങ്ങാട്ട് പാറയിലെ

കോൺഗ്രസ്സ്, സോഷ്യലിസ്റ്റ് കോട്ട കമ്യൂണിസ്റ്റുകാർക്ക് ബാലികേറാമലയായിരുന്നു. മാങ്ങാട്ട്പാറയിലെ മാടമ്പിമാർ അവിടെ സ്വൈരം വിഹരിച്ചു. എൻ പി കുഞ്ഞിക്കേളുവും മെഗഫോൺ പൊക്കനും (കരക്കുനി) പാർട്ടിയോഗം കഴിഞ്ഞ് വയൽവരമ്പിലൂടെ വരുമ്പോൾ ക്രൂരമായി കയ്യേറ്റം ചെയ്യപ്പെട്ടു. പരിശീലനം സിദ്ധിച്ച വളണ്ടിയർമാർ നടേമ്മൽ കണാരൻ, നടുക്കണ്ടി ചാത്തു, പുതിയാടത്തിൽ ചാത്തു എന്നിവർ സംഭവസ്ഥലത്തെത്തി അക്രമികളെ തുരത്തി.

ദേശരക്ഷാസേന തങ്ങളുടെ ഇംഗിതത്തിന് വഴങ്ങാത്തവരെ അക്രമിക്കുകയും പിടിച്ചുകൊണ്ടുപോയി വടകരയിലെ കോൺഗ്രസ് ഓഫീസിലെത്തിച്ച് ഭേദ്യം ചെയ്യുക പതിവാക്കി. മർദിച്ചു ഭീഷണിപ്പെടുത്തിയും കൊടിത്തൂവ വെച്ച് നെഞ്ചും പുറവും പൊള്ളിച്ചും കമ്യൂണിസ്റ്റുകാരിൽ ചിലരെ അനുഭാവം രാജിവെപ്പിക്കാൻ വരിശക്കുനിയിലും മറ്റും അവർ പൊതുയോഗങ്ങൾ വിളിച്ചുചേർത്തു. വള്ളിൽ ഗോവിന്ദൻ, വി കണ്ണൻ മാസ്റ്റർ, കൊല്ലയിൽ കുഞ്ഞിരാമൻ വൈദ്യർ എന്നിവരുടെ നേതൃത്വത്തിൽ നടത്തിയ സംഘടിതവും ആസൂത്രിതവുമായ പ്രവർത്തനങ്ങളും ചെറുത്തുനിൽപ്പും ജനങ്ങളിൽ ആത്മവിശ്വാസം വളർത്തി. ദിവസങ്ങൾക്കകം 'കമ്യൂണിസ്റ്റ് പാർട്ടി സിന്ദാബാദ്' 'സ. സ്റ്റാലിൻ സിന്ദാബാദ്' തുടങ്ങിയ മുദ്രാവാക്യങ്ങൾ എങ്ങും പ്രത്യക്ഷപ്പെട്ടു.

കമ്യൂണിസ്റ്റ് പാർട്ടിയുടെ ആഭിമുഖ്യത്തിലുള്ള അനൗപചാരികമായ സന്നദ്ധസേനയാണ് 'പരക്കെ കമ്മിറ്റി'. ദുരന്തങ്ങളും പ്രകൃതിക്ഷോഭങ്ങളും നേരിടുക, പാർട്ടി സന്ദേശങ്ങൾ ജനങ്ങൾക്ക് കൈമാറാൻ മെഗഫോൺ അടക്കമുള്ള പ്രചാരണ പരിപാടികൾ നടത്തുക എന്നിവയെല്ലാമാണ് പരക്കെ കമ്മിറ്റിയുടെ ചുമതല. കമ്മിറ്റി അംഗങ്ങളെ തെരഞ്ഞെടുക്കുന്നതിന് പ്രായപരിധിയില്ല. തികഞ്ഞ പാർട്ടിക്കൂറും ഊർജസ്വലതയുമാണ് മാനദണ്ഡം. അംഗങ്ങൾക്ക് യൂണിഫോമോ പ്രത്യേക പരിശീലനമുറകളോ ഇല്ല. കമ്മിറ്റിയുടെ അംഗബലം പരിമിതമായിരിക്കും. ചെറിയ ചെറിയ തർക്കങ്ങളും കുടുംബവഴക്കുകളും പരിഹരിക്കാൻ പൊതുസമ്മതരായ ഇവരെ ആയിരിക്കും പലപ്പോഴും ജനങ്ങൾ സമീപിക്കുക.

10

ദേശരക്ഷാസേന

മലബാറിനെ പിടികൂടിയ കമ്യൂണിസ്റ്റ് ഭൂതത്തെ കുടത്തിലടയ്ക്കാൻ നിയുക്തരായ കോൺഗ്രസ് വളണ്ടിയർ സേനയാണ് ദേശരക്ഷാസേന. ദേശവും രക്ഷയും ഒന്നുമില്ലാത്ത ഈ സേന കമ്യൂണിസ്റ്റ് വിരുദ്ധതയിലധിഷ്ഠിതമായി രൂപീകരിക്കപ്പെട്ട ഒന്നാണ്. നീല ട്രൗസർ, ഖദർ കുപ്പായം വെള്ളത്തൊപ്പി ഇതായിരുന്നു വേഷം. കൃഷിക്കാരുടെ പറമ്പുകളിൽനിന്ന് വാഴക്കുലകൾ വെട്ടി ചെറുപയറും ചേർത്ത് പുഴുങ്ങിത്തിന്ന് കണ്ടൽ കുറുവടിയും കയറുമായി ഊരുചുറ്റി മദോന്മത്തരായി നടന്ന ഈ സമാന്തര പോലീസിന് ജനങ്ങളിട്ട പേരാണ് ചെറുപയർ പട്ടാളം.

മദിരാശി സംസ്ഥാനത്തിൽ ടി പ്രകാശത്തിന്റെയും ഓമന്തൂറിന്റെയും നേതൃത്വത്തിൽ ഭരണം നടത്തിയ ബ്രിട്ടീഷിന്ത്യയിലെ കോൺഗ്രസ് സർക്കാരുകളും അതിന്റെ മർദനോപാധിയായ എം എസ് പിയും ചെറുപയർ പട്ടാളത്തിന് ഊർജംപകർന്നു. സ്വാതന്ത്ര്യാനന്തരവും നില മറിച്ചായിരുന്നില്ല. മലബാറിലൊട്ടാകെയും കുറുമ്പ്രനാട്ടിൽ വിശേഷിച്ചും ശക്തമായിരുന്നു ചെറുപയർ പട്ടാളം. വാഗ്ദാനങ്ങൾ നൽകിയും ഭീഷണിപ്പെടുത്തിയും ആളുകളെ ചെറുപയർ പട്ടാളത്തിലേക്ക് റിക്രൂട്ട് ചെയ്തു. സ്വയം പൊലീസ് ചമഞ്ഞ് കമ്യൂണിസ്റ്റ് പ്രവർത്തകരെയും കമ്യൂണിസ്റ്റുകാരോട് ഉരിയാടുന്നവരെ പോലും അവർ പിടിച്ചുകൊണ്ടു പോയി കോൺസൻട്രേഷൻ ക്യാമ്പിലിട്ട് പീഡിപ്പിച്ചു. ആളുകളെ ഭീഷണിപ്പെടുത്തി പണം പിടുങ്ങിയും കട കൊള്ളയടിച്ച് സാധനങ്ങൾ കവർന്നും അവർ ദേശരക്ഷ ചെയ്തു.

ദേശരക്ഷാസേനയിൽ അംഗമാകാൻ കൂട്ടാക്കാത്തവരെ അവർ ദണ്ഡനീതിക്ക് ഇരയാക്കി. ക്രൂരമർദനത്തിനു പുറമേ കമ്യൂണിസ്റ്റ് പാർട്ടിക്ക് മുർദാബാദ് വിളിപ്പിച്ചു. ചെങ്കൊടി ചവിട്ടിച്ചും കമ്യൂണിസ്റ്റ്

അനുഭാവം രാജിവെപ്പിച്ചും സാങ്കൽപ്പിക കസേരയിൽ ഇരുത്തിയും അവർ വിനോദിച്ചു. തങ്ങളുടെ ഇംഗിതത്തിന് വഴങ്ങാത്തവരെ ഒടുക്കം എം എസ് പിക്ക് കൈമാറി. കമ്യൂണിസ്റ്റുകാരെ നായാടിപ്പിടിച്ച് തലമുണ്ഡനം ചെയ്ത് ശിരസ്സിൽ മോസ്കോ റോഡ് വെട്ടി നടുറോഡിലൂടെ നടത്തിക്കൊണ്ട് കോൺഗ്രസുകാർ അനുഷ്ഠിച്ച രാജ്യസേവനം, *അരനൂറ്റാണ്ടിലൂടെ* എന്ന പുസ്തകത്തിൽ പി നാരായണൻ നായർ രേഖപ്പെടുത്തുന്നുണ്ട്.

കോൺഗ്രസ് പ്രസ്ഥാനത്തിൽനിന്നും സോഷ്യലിസ്റ്റ് പ്രസ്ഥാനത്തിൽ നിന്നും കമ്യൂണിസത്തിലേക്ക് ജനങ്ങൾ ആകർഷിക്കപ്പെടുന്നത് യാഥാസ്ഥിതികരെ വിറളി പിടിപ്പിച്ചു. കമ്യൂണിസ്റ്റ് നുഴഞ്ഞുകയറ്റമാരോപിച്ച് എം ആർ മസാനി, അശോക് മേത്ത തുടങ്ങിയവർ സി എസ് പിയിൽ നിന്നും രാജിവെക്കുക പോലുമുണ്ടായി. കേരളത്തിൽ കമ്യൂണിസ്റ്റ് പാർട്ടിക്ക് കൈവന്ന വർധിതമാനമായ ജനസ്വാധീനത്തിൽ സൈ്വരം കെട്ടത് ജന്മിമാരും കോൺഗ്രസുകാരും മാത്രമായിരുന്നില്ല, ഭരണാധികാരിവർഗം കൂടിയായിരുന്നു. തിരുവിതാംകൂർ ഭരണാധികാരി പട്ടം താണുപിള്ള മലയാറ്റൂർ രാമകൃഷ്ണന് ജോലി നിഷേധിച്ചു. രാമകൃഷ്ണനല്ല സാക്ഷാൽ അനന്ത പത്മനാഭൻ വന്നു പറഞ്ഞാലും കമ്യൂണിസ്റ്റുകാർക്ക് ജോലി കൊടുക്കില്ലെന്ന നിലപാട് പട്ടം പ്രഖ്യാപിച്ചു. കമ്യൂണിസ്റ്റുകാരുമായി സഹകരിക്കുന്നതിനെ പറ്റി, കൃപലാനി ബ്രാഹ്മണൻ ചണ്ഡാലന്റെ ഭിക്ഷ സ്വീകരിക്കാറില്ല എന്നു പരിഹസിച്ച കാലം.

കമ്യൂണിസ്റ്റ് ബന്ധത്തിന്റെ പേരിൽ ഒട്ടേറെ പേർക്ക് ജോലി നഷ്ടപ്പെട്ടു. മിലിട്ടറി ക്യാമ്പിൽ *ദേശാഭിമാനി* വായിച്ചതിന്റെ പേരിൽ, കമ്യൂണിസത്തെ കുറിച്ച് സംസാരിച്ചതിന്റെ പേരിൽ പലരും പിരിച്ചുവിടപ്പെട്ടു. പലരും സ്വയമേവ ജോലി ഒഴിഞ്ഞു. വിപുലമായ അനുഭവജ്ഞാനവുമായി നാട്ടിൽ തിരിച്ചെത്തിയവർ കമ്യൂണിസ്റ്റ് പാർട്ടി കെട്ടിപ്പടുക്കുന്നതിൽ വ്യാപൃതരായി. ഒട്ടേറെ പേരുടെ സർട്ടിഫിക്കറ്റ് റദ്ദ് ചെയ്യപ്പെട്ടു. കെട്ടിച്ചമച്ച കേസുകളുടെ പേരിൽ ജയിലിലടയ്ക്കപ്പെട്ടവർക്ക് വിവിധ ദേശങ്ങളിലെ തടവുകാരായ കമ്യൂണിസ്റ്റ് പാർട്ടി പ്രവർത്തകരുമായുള്ള പരിചയം വലിയ അനുഭവപാഠങ്ങളും സംഘടനാപാഠങ്ങളും പകർന്നു നൽകി. ഭരണകൂടത്തിന്റെ മർദന കേദാരമായ ജയിലുകൾ കമ്യൂണിസ്റ്റുകാരെ സംബന്ധിച്ചെടുത്തോളം പാഠശാലകളായി മാറി. ഭക്ഷണം കഴിപ്പിക്കാനും വികൃതി തടയാനും കമ്യൂണിസ്റ്റുകാർക്ക് പിടിച്ചു കൊടുക്കുമെന്ന് പറഞ്ഞ് പേടിപ്പിക്കപ്പെട്ട കുഞ്ഞുങ്ങൾ വളർന്നുവരുമ്പോൾ ആകർഷിക്കപ്പെട്ടത് കമ്യൂണിസത്തിലേക്കായി.

കമ്യൂണിസ്റ്റുകാരുടെ കനത്ത യു ജി ഷെൽട്ടറായിരുന്ന ഒഞ്ചിയവും സമീപപ്രദേശങ്ങളും ദേശരക്ഷാസേന പ്രത്യേക നോട്ടമിട്ടു. കണ്ണായ കേന്ദ്രങ്ങളിലെല്ലാം ചെറുപയർ പട്ടാളത്തെ സുസജ്ജമാക്കി. ഒഞ്ചിയം പ്രദേശത്ത് കിഴക്കയിൽ ഗോവിന്ദൻ നമ്പ്യാർ, പൊടി ഗോപാലക്കുറുപ്പ്, രാമർകണ്ടിയിൽ മീശക്കേളു, കല്ലേരി കണ്ണൻ തുടങ്ങിയവരുടെ നേതൃ

ഇ എം നാണു മാസ്റ്റർ

ത്വത്തിൽ ദേശരക്ഷാസേന കമ്യൂണിസ്റ്റു കാരെ നായാടി. ചോറോട് ഭാഗങ്ങളിൽ മാതോങ്കണ്ടി വലിയ കണ്ണൻ, കറുവാച്ചിക്ക ണ്ടി കണ്ണൻ എന്നീ ഭൂപ്രമാണിമാർ കമ്യൂ ണിസ്റ്റ് വേട്ടയ്ക്കായി ഗുണ്ടകളെ സ്വയം സജ്ജരാക്കിയിരുന്നു. കമ്യൂണിസ്റ്റ് വിരുദ്ധ തയ്ക്ക് കേളികേട്ട ചോമ്പാലിലെ ചീമ്പചോ യിയുടെ നേതൃത്വത്തിലുള്ള ദേശരക്ഷാ സൈന്യം അക്ഷരാർഥത്തിൽ വെകിളി പിടിച്ച് ആടുകയായിരുന്നു. ഒരുനാൾ എം എസ് പിക്കാരുടെ സാന്നിധ്യത്തിൽ തോട്ട ക്കണ്ടി ചെക്കു, ഇ എം നാണു മാസ്റ്റർ, കൂവ്വ കണ്ണൻ എന്നിവർ വേട്ടയാടപ്പെട്ടു. ഭഗവതി യുടെ കോമരമായ കൂവ്വ കണ്ണൻ വെളിച്ച പ്പാട് വെളിപാട് പറയാൻ തുടങ്ങിയപ്പോൾ അയാളെ വെറുതെ വിട്ടു.

നെയ്ത്ത് കേന്ദ്രങ്ങളും ബീഡിക്കമ്പനികളും ഒരുകാലത്ത് കമ്യൂ ണിസ്റ്റ് പാർട്ടിയുടെ ജീവധമനികളായിരുന്നു. അറിവിന്റെ കൊള്ളക്കൊടു ക്കലുകളുടെ ഈ കേന്ദ്രങ്ങൾ ഉശിരന്മാരായ ഒട്ടേറെ കമ്യൂണിസ്റ്റുകാരെ വാർത്തെടുത്തിരുന്നു. കമ്യൂണിസ്റ്റ് ഉറവിടങ്ങൾ ഇല്ലാതാക്കാമെന്ന് വ്യാമോഹിച്ച് ചീമ്പ ചോയിയുടെ നേതൃത്വത്തിൽ രയരങ്ങോത്ത് ബീഡി കമ്പനി ആക്രമിച്ചു. എ ടി കെ ഗോപാലന് പരിക്കേൽക്കുകയും എം ഗോപാലൻ അറസ്റ്റ് ചെയ്യപ്പെടുകയുമുണ്ടായി. പുറത്തെ പറമ്പത്ത് ഗോവി ന്ദൻ വൈദ്യർ, ടി കെ ചന്തു മാസ്റ്റർ, എം എൻ കണ്ണൻ, പി കെ കുഞ്ഞി രാമൻ എന്നിവർ ക്രൂരമർദനത്തിനിരയായി. മാനോളി ഗോപാലൻ നിര ന്തര മർദനമേറ്റ് രോഗബാധിതനായി മരണപ്പെട്ടു.

ഗുണ്ടാരാജിനെ നേരിടാൻ എം കുമാരൻ മാസ്റ്റർ, യു കുഞ്ഞിരാ മൻ, കേളുഏട്ടൻ, പി പി ശങ്കരൻ എന്നിവരുടെ നേതൃത്വത്തിൽ അണ്ടർഗ്രൗണ്ട് ക്ലാസുകൾ സംഘടിപ്പിക്കപ്പെട്ടു. വല്ലത്ത് കുന്നായിരുന്നു സങ്കേതം. രൈരു നമ്പ്യാർ, കേളുക്കുറുപ്പ്, ചന്തുക്കുറുപ്പ്, വി കണ്ണൻ എന്നിവർ പാർട്ടിയുടെ കനത്ത ഊർജസ്രോതസുകളായി മാറി.

പാർട്ടിയുടെ പോസ്റ്റർ ഒട്ടിച്ചു വന്നു വീട്ടിൽ കിടന്നുറങ്ങുകയായി രുന്ന രയരങ്ങോത്തെ വി പി നാണുവിന്റെ വീട്ടിൽ നട്ടപ്പാതിരയ്ക്ക് ദേശ രക്ഷാസേന സെർച്ചിനെത്തി. കൈ പരിശോധിച്ച് പശയുടെ അവശിഷ്ടം കണ്ടെത്തി കയ്യാലെ പിടികൂടിക്കൊണ്ടുപോയി ഒട്ടിച്ച പോസ്റ്ററെല്ലാം പറി പ്പിച്ചു. ക്രൂരമായി മർദിച്ച് പൊലീസിലേൽപ്പിച്ചു. തന്റെ വീട്ടിൽ പൊലീ സെത്തിയപ്പോൾ കെ പി ഗോപാലൻ പാർട്ടിരേഖകൾ എടുത്ത് ഉക്കത്ത് വെച്ചുകെട്ടി ഒരു രാത്രി മുഴുവൻ കൊന്നത്തെങ്ങിന്റെ കൂമ്പിൽ അള്ളിപ്പി ടിച്ചിരുന്നു.

ഒരുകാലത്ത് കമ്യൂണിസ്റ്റ് വിരുദ്ധരുടെ കൂടാരമായിരുന്നു വൈക്കിലശ്ശേരി പാറപ്പുറം. അവിടെ കമ്യൂണിസ്റ്റ് പാർട്ടി ജാഥാസ്വീകരണവും പൊതുയോഗവും ഏർപ്പെടുത്തി. സംഘാടകരായി എം സി കുഞ്ഞിരാമൻ, മുറിയമ്പത്ത് കണാരൻ, പരവന്റവിട കുഞ്ഞിക്കണ്ണൻ, നെല്ലിയുള്ളതിൽ കേളു തുടങ്ങി നാമമാത്രമായ പ്രവർത്തകരേ ഉണ്ടായിരുന്നുള്ളു. സന്ധ്യയോടെ, നടന്നും തൊണ്ടപൊട്ടുമാറ് മുദ്രാവാക്യം വിളിച്ചും പരിക്ഷീണരായി ജാഥാംഗങ്ങൾ എത്തി. സംഘാടകർ ജാഥാംഗങ്ങൾക്ക് കുടിവെള്ളമെത്തിക്കാൻ നെട്ടോട്ടമോടി. ചുറ്റോട് ചുറ്റുമുള്ള കിണറുകൾക്കൊന്നും പാളയും കയറുമില്ല. കുടിവെള്ളം മുടക്കാൻ എല്ലാം ദേശരക്ഷാസേന അറുത്ത് മാറ്റിയിരുന്നു.

വെടിവെപ്പിനുശേഷം ജന്മിമാർക്കും ചെറുപയർ പട്ടാളത്തിനും വിരോധമുള്ള കമ്യൂണിസ്റ്റ്കാരും അനുഭാവികളും മർദിക്കപ്പെട്ടു. പലരും കേസിൽ പ്രതികളായി. ഒരു ഗ്രാമം മുഴുവൻ കോൺസൻട്രേഷൻ ക്യാമ്പായി. പൊലീസ് ഡ്യൂട്ടി ചെറുപയർ പട്ടാളം ഏറ്റെടുത്തു. രാത്രിയെന്നോ പകലെന്നോ ഭേദമില്ലാതെ എങ്ങും ഗുണ്ടാവിളയാട്ടം. പാതിരാത്രിയിൽ വാതിൽ ചവിട്ടിപ്പൊളിച്ച് അകത്ത് കിടന്നുറങ്ങുന്നവരെ തല്ലിച്ചതച്ചു. ചത്തവന്റെ വീട്ടിൽ കൊന്നവന്റെ പാടെന്ന പഴമൊഴി പോലെ മരണപ്പെട്ടവരുടെ വീടുകളിൽപോലും ആക്രമണം നടത്തി. വീടിന് ചുറ്റും നിന്ന് ആർപ്പുവിളിക്കുകയും പരിഹസിക്കുകയും ചെയ്തു. രക്തസാക്ഷി പി എം കണാരന്റെ സഹോദരൻ കോരന്റെ വീട്ടിൽ പാഞ്ഞുകയറി സൈന്യം എല്ലാം കൂട്ടിയിട്ട് കത്തിച്ചു. ഇനി എന്റെ സാധനങ്ങൾ തൊട്ടാൽ കൊടല് ഞാൻ പുറത്താക്കുമെന്ന് കോരൻ പറഞ്ഞപ്പോൾ അവർ ജീവനും എടുത്ത് ഓടി.

കമ്യൂണിസ്റ്റ് ഗാന്ധി മൊയാരത്ത് ശങ്കരനും ഒഞ്ചിയത്തിന്റെ ഇതിഹാസം മണ്ടോടി കണ്ണനും അടക്കം നിരവധിപ്പേരെ നായാടിപ്പിടിച്ച് എല്ലു നുറുക്കി പൊലീസിലേൽപ്പിച്ചു. ദേശസേവനം അനുഷ്ഠിച്ച കോൺഗ്രസ് ചോറ്റുപട്ടാളത്തിൽ പലരും പിൽക്കാലത്ത് മാനസാന്തരപ്പെട്ടവരായി. കൽത്തുറങ്കും കൈവിലങ്ങും കാൽത്തളകളും ജനകീയ മുന്നേറ്റത്തിന്റെ കുത്തൊഴുക്കിൽ കട പുഴകിത്തെറിച്ചു. ജന്മി മാടമ്പിമാരും ദുർഭരണാധികാരികളും വെളിച്ചം കടക്കാത്ത അറകളിലൊളിക്കുന്നത് ഒഞ്ചിയത്തെ കുഞ്ഞുങ്ങൾ കൗതുകത്തോടെ നോക്കിക്കണ്ടു.

കൽക്കത്ത തീസിസ്

1948 ഫിബ്രവരി 28 മുതൽ മാർച്ച് 6 വരെ കൽക്കത്തയിൽ ചേർന്ന 2 ാം പാർട്ടി കോൺഗ്രസ് ചരിത്രപ്രധാനമായതായിരുന്നു. ഒട്ടേറെ പ്രതീക്ഷകൾ വെച്ചുപുലർത്തിയ ഇന്ത്യൻ ജനത സ്വാതന്ത്ര്യനാന്തരം നിരാശാഭരിതരായി. സ്വാതന്ത്ര്യം എന്നത് വെളുത്ത സായിപ്പിൽനിന്ന് കറുത്തസായിപ്പിലേക്കുള്ള മുടിമാറ്റം മാത്രമായി. സർക്കാരാകട്ടെ ജനങ്ങളുടെ ജീവൽപ്രശ്നങ്ങളോട് ഇടന്തടിച്ചുനിന്നു. ജനവികാരത്തിന് രൂപവും

ഭാവവും പകരാൻ സായുധവിപ്ലവത്തിലധിഷ്ഠിതമായ ഒരു തീസീസ് കൽക്കത്ത കോൺഗ്രസിൽ വിഭാവനം ചെയ്യപ്പെട്ടു. ഇന്ത്യക്ക് യഥാർഥ സ്വാതന്ത്ര്യം ലഭിച്ചിട്ടില്ലെന്നും സായുധകലാപത്തിലൂടെ അത് നേടിയെടുക്കേണ്ടതാണെന്നുമുള്ള രണദിവെ തീസീസ് പുറത്തുവന്നു.

തെലങ്കാനയുടെ മാതൃകയിൽ ഇന്ത്യയിൽ എല്ലായിടത്തും അധികാരം പിടിച്ചെടുക്കുവാനും ഗറില്ലായുദ്ധമുറയിൽ ഒരു സായുധ വിപ്ലവം നിർദേശിക്കുവാനും തീരുമാനിച്ചു. അത്തരത്തിൽ വിപ്ലവകരമായ ഒരു പരിപാടി സ്വീകരിച്ച ശേഷം നേതാക്കളും കർഷകസംഘം പ്രവർത്തകരും തങ്ങളുടെ പ്രദേശങ്ങളിലേക്ക് ഒളിവിൽ തിരിച്ചുപോയി. പശ്ചിമബംഗാൾ പാർട്ടിയെ നിരോധിച്ചു. വിപ്ലവ ഗ്രൂപ്പുകളും സെല്ലുകളും സംഘടിപ്പിക്കാൻ തീരുമാനിച്ചു. ജനങ്ങൾ പത്തായം പൊളിച്ച് നെല്ല് ശേഖരിച്ചു. സ്വയമോ പരസ്പര സംഘങ്ങൾ വഴിയോ വിതരണം ചെയ്തു. ചില സ്ഥലങ്ങളിൽ ഗവൺമെന്റ് നിശ്ചയിച്ച വില ജന്മിക്കുകൊടുത്തു. അവർ സ്വീകരിച്ചില്ല.[36]

സാമ്രാജ്യത്വത്തിന്റെയും ജന്മിത്വത്തിന്റെയും ദ്വിമുഖ ചൂഷണത്തിനു വിധേയരായ മലബാറിലെ ജനജീവിതം സ്വാതന്ത്ര്യാനന്തരവും കെട്ടുകുറ്റിയിൽ കിടന്നു തിരിയുകയായിരുന്നു. ജന്മിനാടുവാഴിത്ത വിരുദ്ധപോരാട്ടത്തിൽ മുൻപന്തിയിലായിരുന്ന മലബാറിലെ കർഷകർക്ക് കൽക്കത്തതീസീസ് ഊർജദായകമായി. 1948 ഏപ്രിൽ 11 പയ്യന്നൂരിനടുത്തുള്ള കാങ്കോൽ അംശത്തിലെ കോറോം, കർഷകർ ജന്മി മാവില കുഞ്ഞമ്പു നമ്പ്യാരുടെ വീട്ടിലേക്ക് മാർച്ച് ചെയ്തു. ജനകീയ പ്രക്ഷോഭത്തിനു നേരെ പൊലീസ് വെടിയുതിർത്തു. ബി പൊക്കൻ എന്ന ഹരിജൻ തൊഴിലാളി തൽക്ഷണം മരിച്ചു. കൽക്കത്ത തീസീസിനെ തുടർന്ന് നിരോധിക്കപ്പെട്ട കമ്യൂണിസ്റ്റ് പാർട്ടിയുടെ കർണാടക സംസ്ഥാനത്തിലെ പ്രമുഖ നേതാവ് എസ് എൻ ഹൊള്ളയെ കോടതിയിൽ ഹാജരാക്കി കണ്ണൂർ സെൻട്രൽ ജയിലിലേക്ക് കൊണ്ടുപോകുമ്പോൾ മഞ്ചേശ്വരം റെയിൽവേ സ്റ്റേഷനിൽനിന്നും പാർട്ടി വളണ്ടിയർമാർ സഖാവിനെ പൊലീസ് കസ്റ്റഡിയിൽനിന്നും രക്ഷപ്പെടുത്തി. ഇതോടെ മർദന നടപടികൾ അതിന്റെ പാരമ്യത്തിലെത്തി. മലബാറിലെ കർഷകർ വർധിത വീര്യത്തോടെ ഉണർന്ന് പ്രവർത്തിക്കാൻ തുടങ്ങി. സ്വതന്ത്ര ഇന്ത്യയിലെ ഭരണകൂടം ആസന്ന ഭാവിയിൽ കമ്യൂണിസ്റ്റ് വിപ്ലവം സമാഗതമാകുമെന്ന് ഭയപ്പെട്ടു. യുദ്ധസന്നാഹങ്ങളോടെ കമ്യൂണിസ്റ്റ് പ്രസ്ഥാനത്തെ ചോരയിൽ മുക്കിക്കൊല്ലാൻ തന്നെ തീരുമാനിച്ചു. അതിന്റെ പ്രതിഫലനമായിരുന്നു ശത്രുസൈന്യത്തോടെന്ന പോലെ സ്വാതന്ത്ര്യാനന്തരവും തുടർന്ന ഭരണകൂടഭീകരത. മുനയൻകുന്നും ഒഞ്ചിയവുമെല്ലാം അത്തരമൊരു ചരിത്ര പശ്ചാത്തലത്തിലാണ് വിലയിരുത്തപ്പെടേണ്ടത്. ഗുരുതരമായ തെറ്റുകളടങ്ങിയതെന്ന് പാർട്ടി കേന്ദ്രകമ്മിറ്റി പിന്നീട് വിലയിരുത്തിയ കൽക്കത്താതീസീസ് കമ്യൂണിസ്റ്റ് പ്രസ്ഥാനത്തിന്റെ വളർച്ചയിൽ നിർണായക സ്വാധീനം ചെലുത്തിയെന്നതാണ് ചരിത്രം.

എം എസ് പിയുടെ ഉത്ഭവം

ഇംഗ്ലീഷ് ഈസ്റ്റ് ഇന്ത്യാ കമ്പനിയുടെ ആധിപത്യത്തെ മലബാറിൽ ചോദ്യം ചെയ്ത വീരപഴശ്ശി കൂടി കീഴടക്കപ്പെട്ടതോടെ മലബാർ തികച്ചും കമ്പനിയുടെ അപ്രമാദിത്വത്തിൻ കീഴിലായി. ലക്കുംലഗാനുമില്ലാത്ത നികുതി വ്യവസ്ഥകളും അക്രമപിരിവുകളും അവർ നാടാകെ നടപ്പിലാക്കി. അവർ അനുവർത്തിച്ച ജന്മിപ്രീണന നയം കുടിയൊഴിപ്പിക്കലിനും കർഷകദ്രോഹ നടപടികൾക്കും അതുവഴി വ്യാപകമായ അസംതൃപ്തിക്കും വഴിമരുന്നിട്ടു. ഭൂരിപക്ഷം വരുന്ന ഹൈന്ദവ ജന്മിമാരുടെ താന്തോന്നിത്തത്തിന് ഭരണകൂടം കൂട്ടുനിന്നപ്പോൾ വർഗീയത തിടം വെച്ചു. തെറ്റായ നികുതിനയത്തിനെതിരെ കലക്ടർ ഹഡിൽസ്റ്റൺ മുതലായവർ നൽകിയ മുന്നറിയിപ്പ് അവഗണിക്കപ്പെട്ടു. ഏറനാട്ടിലും വള്ളുവനാട്ടിലും കലാപങ്ങൾ പൊട്ടിപ്പുറപ്പെട്ടു.

അന്വേഷണ ഉദ്യോഗസ്ഥനായ തോമസ് ലാമ്സൺ സ്രേടഞ്ച് ജനങ്ങളുടെ അസംതൃപ്തിയുടെ കാരണങ്ങൾ തേടാതെ അടിസ്ഥാന പ്രശ്നങ്ങളോട് മുഖംതിരിച്ചു. അദ്ദേഹം കലാപത്തെ മതഭ്രാന്തിന്റെ കണക്കിൽ വരവുചേർത്ത് റിപ്പോട്ടെഴുതി. ദൂരക്കാഴ്ചയില്ലാത്ത ഈ റിപ്പോർട്ടിന്റെ അടിസ്ഥാനത്തിൽ രൂപീകരിക്കപ്പെട്ടതാണ് മലബാർ കലാപത്തെ അമർച്ച ചെയ്യാനെന്ന പേരിൽ രൂപംകൊണ്ട മലബാർ സ്പെഷ്യൽ പൊലീസ്. മലപ്പുറത്തെ ദേശാഭിമാനികളായ കർഷകർ നടത്തിയ പോരാട്ടത്തിന് വർഗീയ നിറംനൽകി അടിച്ചമർത്തി. സ്വാതന്ത്ര്യാനന്തരവും കർഷക വേട്ടയ്ക്കുള്ള ഭരണകൂട ഉപാധിയായി എം എസ് പി മാറി. പഴയ മദിരാശി സംസ്ഥാനത്ത് 18 സെൻട്രൽ ജയിലുകളും 24 സബ്ജയിലുകളും തുറന്നു കണ്ണൂർ, തൃശ്ശിനാപ്പള്ളി, വെല്ലൂർ, രാജമന്ത്രി, ബല്ലാരി, സേലം, കടലൂർ എന്നിവിടങ്ങളിലെല്ലാം ദേശീയ പ്രക്ഷോഭങ്ങളിലേർപ്പെട്ടവരെയും കമ്യൂണിസ്റ്റുകാരേയും കുത്തിനിറച്ചു.

ജന്മി നാടുവാഴിത്തത്തിനും കരിഞ്ചന്തയ്ക്കും പൂഴ്ത്തി വെപ്പിനുമെതിരെ നടന്ന വടക്കെ മലബാറിലെ പ്രക്ഷോഭങ്ങളെയെല്ലാം ചോരയിൽ മുക്കിയത് എം എസ് പിയാണ്. സ്വാതന്ത്ര്യാനന്തരം കോൺഗ്രസ് സർക്കാരും മലബാറിലെ തങ്ങളുടെ എല്ലാ മർദനമുറകൾക്കും ഈ എം എസ് പി യെ സമർഥമായി ഉപയോഗപ്പെടുത്തി. കൊല്ലുന്ന രാജാവിന് തിന്നുന്ന മന്ത്രിയെന്നപോലെ കമ്യൂണിസ്റ്റ് വേട്ടയ്ക്ക് ദേശരക്ഷാസേനയുടെ പൊയ്മുഖമണിഞ്ഞ കോൺഗ്രസിന്റെ സമാന്തര ചോറ്റ് പട്ടാളം കൂടി രംഗത്തിറങ്ങിയതോടെ കർഷകപീഡനം വിവരണാതീതമായി. കയ്യൂർ, കരിവെള്ളൂർ, കാവുമ്പായി, കോറോം, മുനയൻകുന്ന്, ഒഞ്ചിയം തുടങ്ങിയ കർഷകഗ്രാമങ്ങൾ ഇത്തരം പരീക്ഷണങ്ങളിലൂടെയാണ് മുന്നേറിയത്.

കുങ്കൻ കുഴൽ

വെടിവെപ്പിനുശേഷം ഒഞ്ചിയത്ത് നിന്ന് നാല് മെഗാഫോണുകളും ഏതാനും കല്ലുകളുമാണ് പൊലീസ് കണ്ടെടുത്ത സായുധകലാപസാമ

ഗ്രികൾ. ഒഞ്ചിയത്തെ പ്രക്ഷോഭ സജ്ജമാക്കിയതിൽ മെഗാഫോണുകൾ വലിയ പങ്കാണ് വഹിച്ചത്. പൊലീസതിക്രമങ്ങളെ ചെറുക്കാൻ നിമിഷങ്ങൾക്കകം നൂറുകണക്കിനാളുകളെ ഒരു പ്രദേശത്തേക്ക് കേന്ദ്രീകരിക്കാൻ മെഗാഫോണുകൾക്ക് കഴിഞ്ഞു. ഒഞ്ചിയത്തുകാർ മെഗഫോണുകൾക്ക് പ്രാദേശികമായി കുങ്കൻ കുഴൽ എന്നാണ് പറയുക. വെടിയേറ്റ് കാൽമുട്ട് ചിന്നിച്ചിതറിയ കുങ്കൻ നായരുടെ പേര് ചേർത്താണ് മെഗാഫോണിന് ആ പേര് വന്നുചേർന്നത്.

ഒഞ്ചിയത്തെ താരതമ്യേനെ ഉയർന്ന കണ്ണാടിക്കുന്നിലാണ് കുങ്കൻ നായരുടെ വീട്. ഒഞ്ചിയത്തിന്റെ നാലുപാടും ഈ കുന്നിൽനിന്നും കണ്ണാടിയിലെന്നപോലെ കാണാം. ഈ കുന്നിന്റെ നെറുകയിൽനിന്നും സംസാരിച്ചാൽ തന്നെ ചുറ്റുപാടും കേൾക്കാം. രാത്രിയുടെ നിശ്ശബ്ദയാമങ്ങളിൽ കൈ ചുണ്ടോടുചേർത്ത് കുങ്കൻ നായർ പ്രസ്ഥാനത്തിനുവേണ്ടി വിളിച്ചുപറയും. മെഗാഫോൺ ഉപയോഗിക്കാതെ വെറും കൈ ചുണ്ടോട് ചേർത്തുപിടിച്ചാണ് കുങ്കൻ നായർ വിളിച്ചു പറയാറ്. ആബാലവൃദ്ധം ജനങ്ങൾ പരിചിതമായ ആ ശബ്ദം മുറ്റത്തിറങ്ങി കാതോർക്കും.

യുദ്ധഭൂമിയിലെ റേഡിയോ സന്ദേശങ്ങൾ പോലെ ഉത്തമനായ ഒരു വളണ്ടിയറും ബോൾഷെവിക് സംഘാടകനുമായി ഒരു വിദൂര നിയന്ത്രക ഉപകരണമായി ഗ്രാമത്തിന്റെ അപകടമായ ഈ സാങ്കേതിക ഉപകരണം ഒഞ്ചിയത്തിന്റെ ചെറുത്തുനിൽപ്പ് പോരാട്ടത്തിൽ ഉത്തമനായ ഒരു കമ്യൂണിസ്റ്റുകാരന്റെ ദൗത്യം നിർവഹിച്ചുവെന്ന് ചരിത്രം രേഖപ്പെടുത്തും.[37]

11

ഏപ്രിൽ മുപ്പത്

ആയിരത്തിത്തൊള്ളായിരത്തി നാൽപ്പത്തിയെട്ട് ഏപ്രിൽ 30. സ്പെഷൽ ബ്രാഞ്ചിന്റെ പ്രവർത്തനത്തിന് മേൽനോട്ടം വഹിച്ചിരുന്ന ഇൻസ്പെക്ടറും സി ഐ നാരായണന്റെ നേതൃത്വത്തിലുള്ള എം എസ് പി യുടെ ഒരു സംഘവും പുലർച്ചെ മുക്കാളിയിലിറങ്ങി. ദേശരക്ഷാസേന എന്ന കോൺഗ്രസ് കൂട്ടിരിപ്പുസംഘത്തിന്റെ അകമ്പടിയോടെ അവർ ഒഞ്ചിയത്തേക്ക് മാർച്ച് ചെയ്തു. ഒഞ്ചിയത്ത് രഹസ്യയോഗം ചേരുന്ന കമ്യൂണിസ്റ്റ് പാർട്ടിയുടെ കുറുമ്പ്രനാട് താലൂക്ക് കമ്മിറ്റി നേതാക്കളെ ഒന്നടങ്കം അറസ്റ്റു ചെയ്യാനാണ് പുറപ്പാട്.

മലബാറിലെ തന്നെ നിർണായകമായ ദേശീയ പ്രക്ഷോഭങ്ങൾക്ക് സാക്ഷ്യംവഹിച്ച ദേശങ്ങളാണ് അഴിയൂരും ഏറാമലയും. കോൺഗ്രസ് പ്രസ്ഥാനത്തിന് വേരോട്ടമുണ്ടായിരുന്ന ഇവിടം കമ്യൂണിസ്റ്റ് വിരുദ്ധതയ്ക്ക് കുപ്രസിദ്ധവുമായിരുന്നു. ഈ കമ്യൂണിസ്റ്റ് വിരുദ്ധതയാണ് ഒഞ്ചിയം വെടിവെപ്പിലേക്ക് കലാശിച്ചത്. താലൂക്ക് കമ്മിറ്റി യോഗത്തിൽ കൽക്കത്താ കോൺഗ്രസിൽ പങ്കെടുത്ത എം കെ കേളു ഭാവി പരിപാടികൾ ആസൂത്രണം ചെയ്യാൻ എത്തുമെന്ന വിവരം കെ പി സി സി താലൂക്ക് പ്രസിഡണ്ട് എം കൃഷ്ണന് ലഭിച്ചു. ഇതേ തുടർന്ന് അർധരാത്രി പൊലീസ് എത്തിച്ചേർന്നതായി *കേരളത്തിലെ കർഷകസമരങ്ങളിൽ* ഡോക്ടർ കെ കെ എൻ കുറുപ്പ് രേഖപ്പെടുത്തുന്നു.

പി ആർ നമ്പ്യാർ, എം ഗോപാലക്കുറുപ്പ്, ഇ സി അപ്പുനമ്പ്യാർ, പി പി ശങ്കരൻ, കെ പി കുഞ്ഞിരാമൻ, എ കെ രാമൻ, ടി കെ കെ അബ്ദുല്ല, പി രാമക്കുറുപ്പ്, എം കുമാരൻ, പ്രത്യേക പ്രതിനിധി ടി സി ചാത്തു എന്നിവരാണ് രഹസ്യയോഗത്തിൽ പങ്കെടുത്തവർ. നേതാക്കളെ കാത്തു സൂക്ഷിക്കാനുള്ള ചുമതല ഒഞ്ചിയത്തെ പാർട്ടി സെക്രട്ടറി മണ്ടോടി കണ്ണനായിരുന്നു.

നാലുമണിയോടെ മണ്ടോടി കണ്ണന്റെ വീട് സെർച്ച് ചെയ്തു. കണ്ണനെയോ പാർട്ടി നേതാക്കളെ കുറിച്ചുള്ള വിവരങ്ങളോ കിട്ടിയില്ല. വീട്ടുകാരെ മർദിച്ചും വീട്ടുപകരണങ്ങൾ കിണറ്റിലെറിഞ്ഞും അവർ അരിശം തീർത്തു. കൂമ്പിൽ ആണ്ടിയുടെ വീട്ടിൽ അതിക്രമിച്ചു കയറിയ പൊലീസിനും രഹസ്യവിവരങ്ങൾ ഒന്നും ലഭിച്ചില്ല. രഹസ്യ കമ്മിറ്റി ചേരാൻ നിശ്ചയിച്ചിരുന്ന പുളിയുള്ളതിൽ വീട്ടിലെത്തി. വീടിന്റെ വരാന്തയിലിരിക്കുകയായിരുന്ന കണ്ണന്റെ കരണത്തടിച്ചു കുത്തിന് പിടിച്ചു മുറ്റത്തിറക്കി അരപ്പായിക്കടലാസെടുത്ത് നേതാക്കളുടെ പേരുകൾ വായിച്ചു തുടങ്ങി. ഭേദ്യങ്ങൾ ഏറെ നടത്തിയിട്ടും ഒരു തുമ്പും അവർക്ക് കിട്ടിയില്ല. കച്ചവടാവശ്യത്തിനുവെച്ച പണവും കട്ടെടുത്തു. *ദേശാഭിമാനി* റോട്ടറി പ്രസ്മിഷ്യൻ വാങ്ങുന്നതിലേക്ക് പിരിച്ചെടുത്ത തുക അടയ്ക്കുന്നതിൽ വീഴ്ച വരുത്തിയതിന്റെ പേരിൽ താക്കീത് ചെയ്യപ്പെട്ട മന്തരത്തൂരിലെ സി കെ വാസുവിന്റെ അസാന്നിധ്യം പി പി ശങ്കരൻ ഓർമിപ്പിച്ചതിനെ തുടർന്ന് യോഗം പുളിയുള്ളതിൽ വീട്ടിൽനിന്നും പുതുക്കുടി രാഘവന്റെ വീട്ടിലേക്ക് മാറ്റിയിരുന്നു.

വഴി കാക്കാനെന്ന വ്യാജേന കർഷകകാരണവരായ ചോയിയേയും അദ്ദേഹത്തിന്റെ മകൻ കണാരനേയും അവർ കൂട്ടിക്കൊണ്ടുപോയി വഴിക്ക് വെച്ചു വിലങ്ങണിയിച്ചു. അച്ഛനെ പൊലീസുകാർ തല്ലുന്നത് സഹിക്കാനാവാഞ്ഞ് തടയാൻ ശ്രമിച്ച കണാരനെയും അവർ പൊതിരെ തല്ലി. പൊലീസുകാർ മകനെ പ്രകോപിപ്പിക്കാൻ അച്ഛനെ വീണ്ടും വീണ്ടും തല്ലി. 'അച്ഛനെ തല്ലല്ലേ ഏമാന്മാരേ.....' കണാരൻ അവരുടെ കാലുപിടിച്ചു കേണു. കലികയറിയ പൊലീസ് 'ഞങ്ങൾ തല്ലുന്നില്ലെടാ.... മോനേ നീ തന്നെ തല്ല്' എന്ന് പറഞ്ഞ് ബലം പ്രയോഗിച്ച് മകനെകൊണ്ട് അച്ഛനെ തല്ലിച്ചു. ഒഞ്ചിയത്ത് പൊലീസെത്തി സഖാക്കളെ അറസ്റ്റ് ചെയ്തു കൊണ്ടുപോകുന്ന വാർത്ത മണ്ടോടി കണ്ണനും മനക്കൽ താഴ ഗോവിന്ദനും മെഗഫോൺ വഴി വിളംബരം ചെയ്തു. വാർത്ത കേട്ടവരെല്ലാം സംഭവസ്ഥലത്തേക്ക് ഓലച്ചൂട്ടുകളുമായി ഓടിയെത്തി. ജനക്കൂട്ടം പ്രതിരോധിക്കാൻ തന്നെ തീരുമാനിച്ചു.

വടക്കെ മലബാറിൽ നാട്ടുകാർ ജന്മിമാരെ സമീപിച്ച് സ്റ്റോക്കുള്ള നെല്ല് ന്യായവിലയ്ക്ക് തരണമെന്ന് അപേക്ഷിച്ചു. ഗവൺമെന്റിന്റെ മുഖം മാറി നയം മാറി. നിരോധനാജ്ഞകളിലൂടെ പ്രക്ഷോഭം തടയാൻ തീരുമാനിച്ചു. മാത്രമല്ല ഈ സന്ദർഭമുപയോഗിച്ച് വളർന്നുവന്ന കമ്യൂണിസ്റ്റ് പ്രസ്ഥാനത്തെ അടിച്ചമർത്തിക്കളയാമെന്നും കരുതി. സഖാവ് കൃഷ്ണപിള്ള മലബാറിൽ കടക്കുന്നത് നിരോധിച്ച് നാടുകടത്തി. നിരവധി സഖാക്കളുടെ പേരിൽ കള്ളക്കേസുകൾ കെട്ടിച്ചമച്ചു. അറസ്റ്റുകൾ നടന്നു. പലരും ഒളിവിൽ പോകാൻ നിർബന്ധിതരായി. 1946 ൽ അഖിലേന്ത്യാ വ്യാപകമായി ഉണ്ടായ യുദ്ധാനന്തര മുന്നേറ്റത്തിൽ സജീവമായി പങ്കെടുത്തതുമൂലം വടക്കെ മലബാറിലെ നിരവധി കർഷക കമ്യൂണിസ്റ്റ് തൊഴിലാളി പ്രവർത്തകരും നേതാക്കന്മാരും ഇതിനു മുമ്പ് തന്നെ

രാമക്കുറുപ്പ്

ഒളിവിലോ ജയിലിലോ ആയിരുന്നു. ഒഞ്ചിയത്തും പൊലീസ് ഭീകരത ജനം പ്രതീക്ഷിച്ചിരുന്നു.

കർഷക കാരണവരായ പുളിയുള്ളതിൽ ചോയിയെയും മകൻ കണാരനെയുമാണ് ഓടിയെത്തിയ ജനങ്ങൾ പൊലീസുകാരുടെ കസ്റ്റഡിയിൽ കണ്ടത്. അവരെ വിട്ടയക്കണമെന്ന് ജനങ്ങൾ മുദ്രാവാക്യം വിളിച്ചറിയിച്ചു. പൊലീസ് ചുറ്റും നോക്കി, തങ്ങൾ നാലുപാടും വന്ന ജനക്കൂട്ടങ്ങളാൽ കൂടുതൽ വലയം ചെയ്യപ്പെട്ടതായി അവർക്ക് തോന്നിയിരിക്കണം. പൊലീസ് തോക്കുകൾ ചൂണ്ടി നിലയുറപ്പിച്ചു. സഖാവ് പി രാമക്കുറുപ്പ് പൊലിസിനോട് പിരിഞ്ഞുപോകാൻ അഭ്യർഥിച്ചുകൊണ്ടൊരു പ്രസംഗം ചെയ്യാനാരംഭിച്ചു:

'വെടിയുതിർക്കായ്ക സഖാക്കളേ നിങ്ങളും
വെടിയേൽക്കും ഞങ്ങളും പട്ടിണിക്കാർ'

അവരത് ചെവിക്കൊണ്ട് ഓൺ ഗാർഡ് പൊസിഷനിൽ സ്തംഭിച്ചു നിന്നു. പൊലീസ് മേധാവികളതു സഹിച്ചില്ല. സംഘർഷഭരിതമായ വികാരനിർഭരമായ ഒരു പ്രത്യേക സന്ദർഭത്തിൽ ജനക്കൂട്ടത്തിൽ നിന്നും ഒരാൾ മുന്നോട്ടുവന്ന് പൊലീസിനോട് പ്രസംഗിക്കുക. ഞാൻ അടുത്തെത്തുമ്പോഴേക്കും പ്രസംഗം തുടങ്ങിപ്പോയിരുന്നു. എം എസ് പി സാർജന്റിന്റെ റിവോൾവറും പൊട്ടി. വയറിൽ വെടിയേറ്റ കുറുപ്പിനെ താങ്ങി ഞാൻ ഇടവഴിയിലേക്ക് മാറി.

ചോരയൊഴുകുന്ന സഖാവിന്റെ മുറിവ് കെട്ടാൻ ഉടുത്ത വേഷ്ടി അഴിച്ചൂരി എറിഞ്ഞുതന്നത് വട്ടക്കണ്ടി രഘൂട്ടിയാണ്. നിമിഷങ്ങൾക്കകം വെടിയേറ്റ് വീണു. വെടിയുണ്ടകളെ ഭേദിച്ചുകൊണ്ടു മുന്നോട്ടാഞ്ഞു കുതിച്ച സഖാക്കൾ വിരിമാറുകാട്ടി മരണം വരിച്ചപ്പോൾ കത്തിജ്ജ്വലിച്ച 303 തോക്കുകളിൽ ചിലതെങ്കിലും പിടിച്ചുപറ്റി തോട്ടിലെറിയാൻ സഖാക്കളെ പ്രേരിപ്പിച്ചതും രാമക്കുറുപ്പിന്റെ ഉജ്വല പ്രഖ്യാപനമായിരുന്നു.

'വെടി വെയ്ക്കിൻ നായ്ക്കളെ
ഞങ്ങൾ തൻ ശവമല്ലാതെ-
ഒഞ്ചിയം വിട്ടു തരില്ല കേട്ടോ!'

നിരായുധരായ, ഏതു വിപത്തിനേയും നേരിട്ട് പാർട്ടിയുടെ രക്ഷയ്ക്കുറപ്പു വരുത്താൻ ദൃഢപ്രതിജ്ഞയെടുത്ത സഖാക്കൾ

> നൂറുകണക്കുള്ള അവരുടെ കുടുംബാംഗങ്ങളോടൊപ്പം തുറന്ന വയലിൽ കയ്യിൽ ചുരുട്ടിയ മുഷ്ടിയും ചുണ്ടിൽ ചുണയുള്ള മുദ്രാവാക്യങ്ങളും മാത്രമുള്ള ജനങ്ങളുടെ കൂടെ പൊലീസിന്റെ മുമ്പിൽ ചൂളാതെ നിന്നപ്പോൾ രോമാഞ്ചംകൊണ്ട് സ്വയം എടുത്ത് ചാടിയതാണ് പാർട്ടിയുടെ വിലക്കുണ്ടായിട്ടും രാമക്കുറുപ്പ്. ചരിത്രത്തിന്റെ ഗതിയിൽ നിർണായകമായ നിമിഷങ്ങളാണ് ജയപരാജയങ്ങൾ തീരുമാനിക്കുന്നത്. ജനഹൃദയമറിയുവാനും അതനുസരിച്ച് സ്വയം നീങ്ങാനുമറിയുന്നവനേ ചരിത്രം സൃഷ്ടിച്ചിട്ടുള്ളു. കുത്താളിയുടേയും ഒഞ്ചിയത്തിന്റെയും വഴിത്തിരിവിലൂടെ വെട്ടിത്തെളിയിച്ച പാതയിലൂടെയാണ് കുറുമ്പ്രനാട് വടക്കെ മലബാറിന്റെ ഭാഗമായത്. ഈ ചരിത്ര സംഭവങ്ങൾക്കും സമരങ്ങൾക്കും നേതൃത്വം നൽകിയവരിൽ എന്തുകൊണ്ടും രാമക്കുറുപ്പിന്റെ പേര് മുൻനിരയിലുണ്ട്.[39]

കമ്യൂണിസ്റ്റ് പാർട്ടിയുടെ കുറുമ്പ്രനാട് താലൂക്ക് സെക്രട്ടറിയും ഒഞ്ചിയം സമരത്തിന് ദൃക്സാക്ഷിയുമായ എം കുമാരൻ മാസ്റ്റർ തന്റെ *ഓർമക്കുറിപ്പുകളിൽ* അന്നത്തെ രംഗങ്ങൾ വികാരസാന്ദ്രമായ ഭാഷയിൽ വിവരിക്കുന്നുണ്ട്.

> കുമാരൻ മാസ്റ്ററും എം എസ് പി യിൽനിന്നും കമ്യൂണിസ്റ്റ് ബന്ധം ചുമത്തി പുറത്താക്കപ്പെട്ട പുതിയെടുത്ത് കേളുനമ്പ്യാരും പൊലീസ് ഫയർ എന്ന് ആജ്ഞാപിച്ചപ്പോൾ തന്നെ നിലത്ത് കമിഴ്ന്ന് കിടക്കാൻ ജനങ്ങളോട് അഭ്യർഥിച്ചിരുന്നു. കെ എം കണാരൻ ചാടിവീണ് പൊലീസിന്റെ റിവോൾവർ തട്ടിത്തെറിപ്പിക്കാൻ ശ്രമം നടത്തി. കമിഴ്ന്ന് കിടന്നുകൊണ്ടാണ് ജനങ്ങൾ പൊലീസിനു നേരെ ഇഴഞ്ഞുനീങ്ങിയത്. ഇത് കൂടുതൽ ആൾനാശമില്ലാതാക്കി.
>
> മുറിവേറ്റവരെ ഒരുനിമിഷം പകച്ചുനിൽക്കാതെ ജനക്കൂട്ടം എടുത്തുകൊണ്ടുപോയി. മരണത്തിനു മുമ്പിലും പതറാത്ത ഇച്ഛാശക്തിയും വർഗബോധവുമാണ് ജനം പ്രകടിപ്പിച്ചത്. വെടിയുണ്ട തീർന്ന് പകച്ച പൊലീസിന് ഒഞ്ചിയത്തിന്റെ കൈകരുത്ത് ശരിക്കും മനസിലായി.
>
> പൊലീസുകാർക്ക് നേരെ കരിങ്കൽച്ചീളുകളുടെ ശരവർഷം. പൊലീസ്യജമാനന്മാരുടെ കാക്കിയുടുപ്പുകളിൽ കരിങ്കല്ലുകൾ തുളച്ചുകയറി. അവരുടെ കിരീടങ്ങൾ കാറ്റിൽ പറന്നു. വെടിവെപ്പിന് നേതൃത്വംനൽകിയ സർക്കിൾ ഇൻസെപക്ടർ അടിയോടിയുടെ മുഖത്തുനിന്നും ചോരയൊലിക്കുന്നു. തൊപ്പി മാത്രമല്ല സർക്കിളിന്റെ റിവോൾവറും കാണാനില്ല. തോക്ക് പിടിച്ചുവാങ്ങിയ ജനങ്ങൾ തോക്കിന്റെ പാത്തികൊണ്ട് പൊലീസിന്റെ മൃദുല ഭാഗങ്ങളിലും മുഖത്തും നന്നായി തലോടുകയായിരുന്നു. കൂട്ടക്കുരുതി നടത്തിയതിന് നാട്ടുകാരുടെ സുന്ദരമായ സമ്മാനം.[40]

പൊലീസുകാർ കരുതിയ വെടിയുണ്ടകൾ തീർന്നുപോയിരുന്നു. ജനരോഷത്തിനു മുമ്പിൽ രക്ഷയില്ലാതായ അവർ എങ്ങനെയോ ജീവൻ രക്ഷപ്പെടുത്തിയെന്നു മാത്രം. കൂടുതൽ വെടിയുണ്ടകൾ കൊണ്ടുവരാൻ പോയ ദേശരക്ഷക്കാരെ കാത്തിരിക്കാൻ പൊലീസിന് ധൈര്യമുണ്ടായില്ല.

ഡോക്ടർ രാംമനോഹർ ലോഹ്യയും അച്യുത്പട്വർധനും അഖിലേന്ത്യാതലത്തിൽ നയിച്ച കോൺഗ്രസ് സോഷ്യലിസ്റ്റ് പാർട്ടിയുടെ മലബാറിലെ അമരക്കാർ കെ ബി മേനോൻ, ആർ എം മനക്കലാത്ത്, കെ കുഞ്ഞിരാമക്കുറുപ്പ് തുടങ്ങിയവരായിരുന്നു. കടുത്ത കമ്യൂണിസ്റ്റ് വിരോധം വെച്ചുപുലർത്തിയിരുന്നു കെ കുഞ്ഞിരാമക്കുറുപ്പ്. ഒഞ്ചിയത്തെ കമ്യൂണിസ്റ്റ് പോരാട്ടത്തെ ലാഘവബുദ്ധിയോടെയാണ് അദ്ദേഹം നോക്കിക്കണ്ടത്.

1948 ൽ ഒഞ്ചിയത്ത് സംഘടിപ്പിക്കപ്പെട്ട രണദിവെ–ജോഷി മോഡൽ വിപ്ലവം ഞാനിവിടെ പകർത്താം. വിപ്ലവത്തിനു കാലമാണെന്ന രഹസ്യസന്ദേശങ്ങളിൽ ഒഞ്ചിയത്തെ കമ്യൂണിസ്റ്റുകാർ വിപ്ലവത്തിനാവശ്യമായ പ്രചാരണങ്ങൾ സംഘടിപ്പിച്ചു. പൊലീസുകാർ അവരെ ഭീഷണിപ്പെടുത്താൻ ഒരു വെടിവെപ്പും നടത്തി. അളവക്കൻ കൃഷ്ണനും കാവുന്തൊടി ശങ്കരനും അതിൽ മരിച്ചു. അതു സംബന്ധിച്ച പരിപാടികളിലാണ് കമ്യൂണിസ്റ്റ് പ്രധാനിയായ മണ്ടോടി കണ്ണന്റെ മരണവും.

> എ കെ ജി എനിക്കൊരു കത്തയച്ചു. ഒഞ്ചിയത്തെ ഭീകരാവസ്ഥയ്ക്കു മാറ്റം വരുത്താൻ കഴിവുള്ളതെല്ലാം പ്രയോജനപ്പെടുത്തണം. സ്വന്തം പരിപാടികൾ നിർത്തിവെക്കാൻ മടിക്കരുത്. ഞാൻ ഒഞ്ചിയത്തെ കമ്യൂണിസ്റ്റ് വീടുകൾ കയറിയിറങ്ങി. പലരേയും സമീപിച്ചു. വെടിവെപ്പ് നടന്ന സ്ഥലം സന്ദർശിക്കാൻ മന്ത്രിയായ മാധവമേനോന് പരിപാടിയുണ്ടായെങ്കിലും കോൺഗ്രസിലെ ഗ്രൂപ്പു വഴക്ക് കാരണം വടകര പ്രദേശങ്ങളിലെ കോൺഗ്രസുകാർ അദ്ദേഹവുമായി സഹകരിച്ചില്ല. അന്നത്തെ അന്തരീക്ഷത്തിൽ കുട്ടിമാളു അമ്മ എനിക്കൊരു കത്തെഴുതി. ഞാൻ മാധവമേനോന്റെ പരിപാടി വിജയിപ്പിക്കാൻ നല്ലൊരു ശ്രമം നടത്തി. സി കെ ഗോവിന്ദൻ നായരും ആ ശ്രമത്തിൽ നല്ലൊരു പങ്ക് വഹിച്ചിരുന്നു. ഒഞ്ചിയം ശാന്തമായി. എ കെ ജി സന്തോഷിച്ചു.[41]

> ആറ് ഔൺസ് റേഷനരി കിട്ടണമെങ്കിൽ മനുഷ്യന് തിന്നാൻ പറ്റാത്ത കമ്പം എന്ന ഒരുതരം ചോളം രണ്ട് ഔൺസ് എങ്കിലും വാങ്ങിയേ മതിയാകൂ എന്ന് കോൺഗ്രസ് ഗവൺമെന്റ് നിർബന്ധിച്ചു. ഇതിനെതിരെ അന്നത്തെ കുറുമ്പ്രനാട് താലൂക്കിൽ അങ്ങോളമിങ്ങോളം ശക്തിയായ പ്രക്ഷോഭമുയർന്നു. ഈ പ്രക്ഷോഭങ്ങളുടെ കേന്ദ്രം ഒഞ്ചിയമായിരുന്നു. അവിടത്തെ കൃഷിക്കാരെ അടിച്ചമർത്താൻ ഏപ്രിൽ 30 ന് പുലർച്ചെ ഒരുസംഘം എം എസ് പി സ്ഥലത്തെത്തി. പുളിയുള്ളതിൽ ചോയിയേയും മകൻ കണാര

> നേയും പൊലീസ് അറസ്റ്റ് ചെയ്തു. അവരെ വിട്ടയക്കണമെന്നാവശ്യപ്പെട്ട് കൃഷിക്കാർ തടിച്ചുകൂടി. ഇവർക്കെതിരായാണ് പൊലീസ് നിറയൊഴിച്ചത്. തുടർന്ന് ഒഞ്ചിയം, കുന്നുമ്മക്കര, ഊരാളുങ്കൽ എന്നീ ഗ്രാമങ്ങളിൽ ഒരു നരനായാട്ട് തന്നെയാണ് നടന്നത്.[42]

സമര തീച്ചൂളയിൽ ഒഞ്ചിയം സമരത്തെ ഇ കെ നായനാർ ഇപ്രകാരം നോക്കിക്കാണുന്നു.

കൽക്കത്ത തീസീസ് റിപ്പോർട്ട് ചെയ്യുക, നാടെങ്ങുമുള്ള മർദനവും അറസ്റ്റും പ്രതിരോധിക്കാനുള്ള നടപടികൾ ഊർജിതമാക്കുക, യുദ്ധാനന്തരമുള്ള കരിഞ്ചന്തയും പൂഴ്ത്തിവെപ്പും തടയുക എന്നിവയായിരുന്നു ഒഞ്ചിയത്തെ രഹസ്യയോഗ അജണ്ട. മട്ടന്നൂർ സമര കേന്ദ്രങ്ങൾ സന്ദർശിച്ച് നാദാപുരം റോഡ് വഴി എത്തിയ പി ആർ നമ്പ്യാർ മലബാറിലെ സായുധസമരങ്ങൾ യോഗത്തിൽ റിപ്പോർട്ട് ചെയ്തു. ഭക്ഷ്യയോഗ്യമല്ലാത്ത കമ്പച്ചോളം വാങ്ങുന്നവർക്കായി റേഷൻ പരിമിതപ്പെടുത്തിയത് ജനങ്ങളെ പ്രകോപിപ്പിച്ചിരുന്നു. കമ്പം പശുവിൻ നെയ്യും ചേർത്ത് കഴിച്ചാൽ ആരോഗ്യം പുഷ്ടിപ്പെടുമെന്ന കോഴിപ്പുറത്ത് മാധവമേനോന്റെ പ്രഖ്യാപനം എരിതീയിൽ എണ്ണ ഒഴിക്കുന്നതായി. മലബാറിലേക്ക് അനുവദിച്ച 35000 ടൺ ധാന്യങ്ങൾ സ്വകാര്യ വ്യക്തികൾക്കായി നൽകിയത് ഭക്ഷ്യക്ഷാമം രൂക്ഷമാക്കി. കുറുമ്പ്രനാട് താലൂക്കിലെങ്ങും പ്രക്ഷോഭ പരിപാടികൾ ആസൂത്രണം ചെയ്യാനാലോചിച്ച് പിറ്റേന്ന് യോഗം ചേരാനായി പിരിഞ്ഞു.

പൊലീസ് വെടിയുതിർത്തതിനെ തുടർന്ന് ദാരുണവും ബീഭത്സവുമായ രംഗങ്ങൾക്ക് ഒഞ്ചിയം സാക്ഷ്യം വഹിച്ചു. വട്ടക്കണ്ടി രാഘൂട്ടി, കെ എം ശങ്കരൻ, പാറോള്ളതിൽ കണാരൻ, വി പി ഗോപാലൻ, അളവക്കൻ കൃഷ്ണൻ, പുറവിൽ കണാരൻ എന്നിവർ സംഭവസ്ഥലത്തു വീണു പിടഞ്ഞുമരിച്ചു.

ടി സി കുഞ്ഞിരാമൻ മാസ്റ്റർ

തങ്ങളുടെ ശവമല്ലാതെ ഒഞ്ചിയം വിട്ടുതരില്ലെന്ന് വാദിച്ച രാമക്കുറുപ്പിന്റെ ഇടത്തെ വാരിയെല്ല് തകർത്ത് വെടിയുണ്ട പുറത്തേക്ക് തെറിച്ചു. ഒഞ്ചിയത്തെ പൊലീസ് തേർവാഴ്ച മാലോകരെ വിളിച്ചറിയിച്ച കുങ്കൻ നായരുടെ കാൽമുട്ട് ചിന്നിച്ചിതറി. തോക്കേന്തിയ പൊലീസിനെ മുഷ്ടിചുരുട്ടി മുദ്രാവാക്യം വിളിച്ച് നേരിട്ട ഒഞ്ചിയത്തെ കർക്കശക്കാരനായ കമ്യൂണിസ്റ്റ് ടി സി കുഞ്ഞിരാമൻ മാസ്റ്ററുടെ തോളെല്ല് തകർന്നു. അചഞ്ചലമായ പാർട്ടിക്കൂറോടെ വീറോടെ പാർട്ടിക്കുവേണ്ടി വാദിച്ച വടേക്കണ്ടി ചാത്തുവിന്റെ ഇടത്തേക്കവിളിൽ വെടി

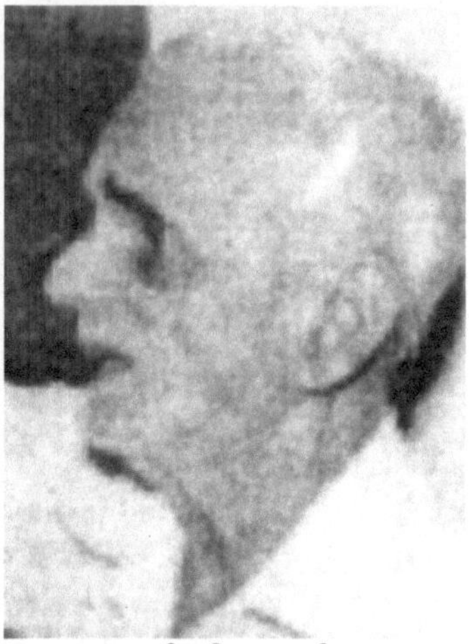

ടി പി ചോയി

യുണ്ടയേറ്റ് പല്ലും മാംസവും ചോരയും ചിന്നിത്തെറിച്ചു. പുത്തൻപുരയിൽ കണ്ണന്റെ കൈവെടിയേറ്റ് ഒടിഞ്ഞു തൂങ്ങി. മരിച്ചെന്നു കരുതി പൊലീസിന്റെ കണ്ണിൽപ്പെടാതെ മാറ്റിക്കിടത്തിയ കണ്ണനിൽ ജീവന്റെ ശേഷിപ്പ് കണ്ട സഖാക്കൾ ആശുപത്രിയിലെത്തിക്കുകയായിരുന്നു. ഇടതുകൈ മുറിച്ചുമാറ്റപ്പെട്ട അദ്ദേഹം അത്ഭുതകരമായാണ് രക്ഷപ്പെട്ടത്. പുറവിൽ കണ്ണന്റെ ഇടനെഞ്ച് തുരന്ന് വെടിയുണ്ട പുറത്തേക്ക് പാഞ്ഞുപോയി. ആയാട്ട് ചോയിമാസ്റ്ററെയും ടി പി ചോയിയെയും വെടിയേറ്റ ഉടനെ സഖാക്കൾ താങ്ങി എടുത്ത് കൊണ്ടുപോയി. പാലേരി മീത്തൽ അച്യുതൻ തുടയിൽ വെടിയേറ്റ് പിടയുമ്പോഴും വെടിയേറ്റ് വീണ സഖാക്കളെ രക്ഷപ്പെടുത്താനാണ് ശ്രമിച്ചത്. വെടിയേറ്റ പി എം കണാരൻ ജീവജലത്തിനായി കേണപ്പോൾ സൂപ്പിക്കുട്ടി മാപ്പിള ഒരു മൊന്ത വെള്ളവുമായി ഓടിയെത്തി. കണാരന്റെ തൊണ്ടയിൽ ഒഴിച്ചുകൊടുക്കാൻ തുനിഞ്ഞ സൂപ്പിക്കുട്ടിയിൽനിന്നും ഒരു പൊലീസുകാരൻ അത് തട്ടിപ്പറിച്ചു.

"കൊടല് പൊറത്ത് ചാടീറ്റും നിന്റെ ദാഹം തീർന്നില്ലേടാ, മൂത്രം കുടിച്ചോടാ... മോനേ" എന്ന് ആക്രോശിച്ചു മൊന്തയോടെ അയാൾ വെള്ളം മോന്തിക്കുടിച്ചു. ബാക്കി കണാരന്റെ മുറിവിലും നിലത്തുമൊഴിച്ചു.

മർത്യത മറന്ന കാട്ടുനീതിയെ മാനവികതയുടെ മഹാദർശനം ഉയർത്തിപ്പിടിച്ചാണ് ഒഞ്ചിയം നേരിട്ടത്. വെടിയേറ്റു വീണ സഖാക്കളുടെ മൃതശരീരങ്ങൾ ചെന്നാട്ടുകരയിൽ ചിതറിക്കിടന്നു. ഉച്ചയോടെ പ്രദേശ് കോ ഓപ്പറേറ്റീവ് സൊസൈറ്റിയുടെ MDM 2716 ലോറിയിൽ പച്ചോലയിൽ കെട്ടിവലിച്ച് കൂട്ടി അട്ടിയിട്ടു വടകരയിലേക്കു കൊണ്ടുപോയി. അന്ന് നാട്ടിലെങ്ങും പ്രചരിച്ച ഒരു പാട്ടാണിത്.

"കുലവാഴത്തടിവെട്ടി
ചാലുപോൽ നിണമുറ്റും
പിണമെട്ടും ലോറിയിലിട്ടു പൂട്ടി
വടകര ടൗണിന്റെ പരിസരമെല്ലാമീ
ചുടുനിണം വിപ്ലവ മുദ്രചാർത്തി
അവരുടെ ജീവന്റെ വിലയായി ഭരണത്തെ
ഒരു കാലം നാട്ടാർ പിടിച്ചു പറ്റും"[42]

12

വെടിവെപ്പ് ദിനത്തിന്റെ ഓർമ

വെടിയേറ്റ് നെഞ്ചിൻകൂട് തകർന്നിട്ടും മരണം പോലും വഴിമാറി നിന്ന ഇച്ഛാശക്തിയുമായി ജീവിതത്തോട് മല്ലിട്ട് പൊരുതിനിന്ന സഖാവാണ് പുറവിൽ കണ്ണൻ. 1948 ഏപ്രിൽ 30 ന് ചെന്നാട്ട് താഴകുനിയിൽ വെടിയേറ്റ് വീണ് മരിച്ച പുറവിൽ കണാരൻ ഇദ്ദേഹത്തിന്റെ പിതാവാണ്. കാലത്തിന് മായ്ക്കാനാവാത്ത മേധാശക്തിയുമായി വികാരതീവ്രവും ആവേശഭരിതവുമായ ഭാവങ്ങളോടെ വെടിവെപ്പ് ദിനം ഓർത്തെടുക്കുന്നത്. അദ്ദേഹത്തിന്റെ തന്നെ വാക്കുകളിൽ പകർത്തുന്നതായിരിക്കും കൂടുതൽ ഉചിതമാവുക.

പുറവിൽ കണാരൻ

1948 ഏപ്രിൽ 30 ാം തീയതി പുലർച്ചെ 5 മണിക്ക് മെഗാഫോൺ ശബ്ദം പടിഞ്ഞാറുനിന്നും കേട്ടു. അച്ഛൻ സാധാരണ പുലർകാലം എഴുന്നേൽക്കാറുണ്ട് . അച്ഛന് ചക്കര ചെത്തായിരുന്നു ജോലി. വെറ്റിലടക്ക മുറുക്കി അച്ഛൻ വരാന്തയിലിരിക്കുകയായിരുന്നു. ഉറക്കം തെളിഞ്ഞ ഞാനും അച്ഛനു സമീപം വന്നിരുന്നു. അടുത്തെത്തുമ്പോഴേക്കും മെഗാഫോണിന്റെ ശബ്ദം വ്യക്തമായി. സഖാക്കളെ... പുളിയുള്ളതിൽ ചോയിയെയും മകൻ കണാരനെയും ഒരുകൂട്ടം എം എസ് പിക്കാരും പൊലീസുകാരും ചേർന്ന് പിടിച്ചുകൊണ്ടുപോകുന്നു... മണ്ടോടി കണ്ണന്റെ വീട് തല്ലിത്തകർത്തിരിക്കുന്നു. വീട്ടുസാധന

ങ്ങളെല്ലാം കിണറ്റിലിട്ടിരിക്കുന്നു. സഖാക്കളെല്ലാം ഓടിവരണം... അത് കേട്ടപ്പോൾ അച്ഛൻ ഇറങ്ങിപ്പോയി. അച്ഛന്റെ വഴിയേ ഞാനും പോയി. ഒഞ്ചിയം ഭാഗത്തെ സഖാക്കൾ ഒഞ്ചിയം റോഡിന് തെക്കുവശത്തും കുന്നുമ്മക്കരയിലെ സഖാക്കൾ വടക്കുവശത്തും നിലയുറപ്പിച്ചു. എം എസ് പിക്കാരുടെ നീക്കത്തിനനുസരിച്ച് സഖാക്കളും കിഴക്കോട്ടേക്ക് നീങ്ങി. ആയാട്ട് ഗോവിന്ദൻ, സി കെ ആണ്ടി, മനക്കൽതാഴ ഗോവിന്ദൻ, സി കെ ചാത്തു എന്നിവർ മെഗാഫോണിലൂടെ നിരപരാധികളെ പിടിച്ചുകൊണ്ടുപോകരുതെന്നും കർഷകകാരണവരായ ചോയിയച്ഛ നേയും കണാരനെയും വിട്ടയക്കണമെന്നും അഭ്യർഥിച്ചു. മെഗഫോണി ൽ വിളിച്ചു പറയുന്നവർക്ക് നേരെ പൊലീസുകാർ തോക്കു ചൂണ്ടും അപ്പോൾ സഖാക്കാർ മരം മറഞ്ഞ് നിൽക്കും. അവർ വെടി വെക്കാ നുള്ള പൊസിഷനിലാണ് തിരിഞ്ഞ് നിൽക്കുക.

റോഡ് ചെന്നു മുട്ടുന്നത് രണ്ട് ഇടവഴികൾക്കരികിലാണ്. ഒന്ന് ചെന്നാട്ടും മറ്റേത് പട്ടറത്തും. ഒഞ്ചിയത്തെ സഖാക്കൾ പട്ടറത്തും കുന്നു മ്മക്കരയിലെ സഖാക്കൾ ചെന്നാട്ട് പറമ്പിലും നിന്നു. പൊലീസ് ചെന്നാട്ട് താഴകുനിയിലും നിലയുറപ്പിച്ചു. പൊലീസുകാർക്ക് മുന്നോട്ടുപോകാനാ വാത്ത അവസ്ഥ വന്നു. സഖാവ് രാമക്കുറുപ്പ് ചെന്നാട്ട് പറമ്പത്ത് നിന്ന് പൊലീസുദ്യോഗസ്ഥന്മാരെ നോക്കി പറഞ്ഞു:

നിങ്ങളും കർഷകരുടെ മക്കളാണ് നിങ്ങൾക്കും കൂടി വേണ്ടിയാണ് ഞങ്ങൾ പ്രസ്ഥാനമുണ്ടാക്കിയത്. നിങ്ങളെന്തിനാണ് വയസായ കർഷക കാരണവർ ചോയിയെയും മകൻ കണാരനെയും പിടിച്ചുകൊണ്ടു പോകുന്നത് അവരെ വിട്ടുതരണം.

ഇവരെ സ്റ്റേഷനിൽ കൊണ്ടുപോയി ചോദ്യം ചെയ്തതിനുശേഷം വിട്ടയക്കാം. പൊലീസ് ഓഫീസർ പറഞ്ഞു. മുതിർന്ന സഖാക്കൾ അപ്പോൾ ചോദിച്ചു: ഇവരെ പിടിച്ചു കൊണ്ടുപോകാൻ വാറണ്ടുണ്ടോ? വാറ ണ്ടുണ്ടെങ്കിൽ കൊണ്ടുപോകാം ഇല്ലെ ങ്കിൽ വിട്ടുതരണം.

പൊലീസ് ജനങ്ങളോട് പിരിഞ്ഞു പോകാൻ ആവശ്യപ്പെട്ടു.

നിരപരാധികളെ വിട്ടുതന്നാൽ പിരിഞ്ഞ് പോകാം എന്ന് സഖാക്കൾ പറ ഞ്ഞു.

അരമണിക്കൂർ അവിടെ വാദപ്രതി വാദം നടന്നു. പിരിഞ്ഞു പോയില്ലെങ്കിൽ വെടിവെക്കുമെന്ന് ഓഫീസർ പ്രഖ്യാപി ച്ചു. താമരക്കുളത്ത് മീത്തൽ കണ്ണൻ എന്ന സഖാവ് കലിതുള്ളി താഴെയിറങ്ങി പൊലീസുകാരുടെ മുമ്പിൽ ചെന്ന്

കേളുനമ്പ്യാർ

'നിങ്ങൾ വെടിവെക്കിൻ' എന്നു പറഞ്ഞു. മറ്റൊരു സഖാവും വെടിവെക്കാൻ പറഞ്ഞ് മുന്നോട്ടാഞ്ഞു. ജനങ്ങൾക്കും പൊലീസിനുമിടയിൽ സംഘർഷാവസ്ഥ മൂർച്ഛിച്ചു. സബ് ഇൻസെപ്ക്ടർ ഫയർചെയ്യാൻ ഓർഡർ കൊടുത്തു. വെടിവെക്കുമെന്ന് ജനങ്ങൾക്ക് യാതൊരു പ്രതീക്ഷയും ഉണ്ടായിരുന്നില്ല. പുതിയെടുത്ത് കേളുനമ്പ്യാർ വെടിപൊട്ടുമ്പോൾ നിലത്ത് കിടക്കാൻ ജനങ്ങളോട് ആജ്ഞാപിച്ചു.

വെടിപൊട്ടുമ്പോൾ ഞാൻ ചെന്നാട്ട് കൊള്ളിമ്മേൽ ആയിരുന്നു. വെടിയൊച്ച കേട്ടപാടെ ഞാൻ തിരിഞ്ഞു നിന്നു. ചെന്നാട്ട് വീടിന്റെ അരികിലേക്ക് നടന്നു. പിന്നീട് എനിക്ക് കാഴ്ച നഷ്ടപ്പെടുന്നതായും ശ്വാസം നിലയ്ക്കുന്നതായും തോന്നി. നെഞ്ചിന് വെടിയേറ്റ് രക്തം പമ്പ് ചെയ്തപ്പോഴും വെടിയേറ്റതായി എനിക്ക് തോന്നിയില്ല. ശ്വാസതടസം നേരിട്ടപ്പോഴാണ് വെടി കൊണ്ടതായി ഞാൻ മനസിലാക്കുന്നത്. അപ്പോഴേക്കും എന്റെ ശരീരവും വസ്ത്രവുമെല്ലാം രക്തത്തിൽ കുളിച്ചിരുന്നു. വെടിയേറ്റു തുളഞ്ഞ നെഞ്ചിലൂടെയാണ് ശ്വാസം വിടുന്നതും എടുക്കുന്നതും. ഇടതുകൈകൊണ്ട് വെടിയേറ്റ ഭാഗം പൊത്തിപ്പിടിച്ചപ്പോഴാണ് മൂക്കിലൂടെ ശ്വാസം വീണത്. വീടിന്റെ മുറ്റത്ത് വലതുകൈ കുത്തിച്ചാരി ഞാൻ ഇരുന്നു. അപ്പോഴാണ് എന്റെ അമ്മാവൻ പാലേരിമീത്തൽ അച്യു കാലിന്റെ തുടയ്ക്ക് വെടികൊണ്ട് അതുവഴി ഓടിയത്. എന്നെ കണ്ടപാടെ അവിടെനിന്നു. വേദന സഹിക്കാനാവാതെ അദ്ദേഹം എന്നോട് പറഞ്ഞു: മോനേ... എനിക്ക് നിന്നെ എടുത്തുകൂടാ.... ഏട്ടനും വെടികൊണ്ട് അവിടെ വീണിട്ടുണ്ട്. എന്റെ മരണം ഞാൻ തീർച്ചപ്പെടുത്തിയതാണ്. അച്ഛനും വെടിയേറ്റ് വീണതറിഞ്ഞ് പറക്കമുറ്റാത്ത സഹോദരിമാരെ ഓർത്ത് എനിക്ക് വല്ലാത്ത മനോവിഷമം ഉണ്ടായി. അവിടെ നിന്ന് മെല്ലെ എഴുന്നേറ്റ് ഞാൻ ഇടവഴിയിലിറങ്ങി. ഏതോ ഒരു സഖാവ് കൈ ഉയർത്താൻ എന്നോടാവശ്യപ്പെട്ടു. നാലോളം പേർ ചേർന്ന് എന്നെ താങ്ങി ചെന്നാട്ട് മീത്തൽ കുന്നിനു മുകളിലെത്തിച്ചു. കുന്നിനു മുകളിൽ പി പി കണ്ണൻ ഇടതു കൈ അറ്റുതൂങ്ങിയ നിലയിൽ കിടപ്പുണ്ട്. ഇടതു ഷോൾഡറിലെ അസ്ഥി ചിതറിപ്പോയ ടി സി കഞ്ഞിരാമനെയും വായിൽ വെടി കൊണ്ട വടേക്കണ്ടി ചാത്തുവിനേയും അപ്പോഴേക്കും സഖാക്കൾ തലശ്ശേരി ഹോസ്പിറ്റലിൽ കൊണ്ടുപോയിരുന്നു. മണ്ടോടി കണ്ണൻ പാഞ്ഞെത്തി ഉടുമുണ്ട് കീറി പെരേല ചപ്പ് ചേർത്ത് എന്റെ നെഞ്ചിൽ വെച്ചു കെട്ടി. അപ്പോൾ എനിക്ക് ശ്വാസം നേരെ വീണു. എന്നെ കുനിയിലെ കടുങ്ങേച്ചന്റെ വീട്ടിൽനിന്നും കൊണ്ടുവന്ന ചൂടിക്കട്ടിലിൽ കിടത്തി വടകര ആശുപത്രിയിലേക്ക് കൊണ്ടുപോകാൻ സഖാക്കൾ പുറപ്പെട്ടു.

വെള്ളികുളങ്ങര ഇടയിൽ പീടികയ്ക്കു സമീപമുള്ള ചെട്ട്യാരുടെ വീടിന് സമീപത്തെത്തിയപ്പോൾ എം എസ് പിക്കാർ വെള്ളികുളങ്ങര വഴി ഒഞ്ചിയത്തേക്കു വരുന്നുണ്ടായിരുന്നു. ഏകദേശം രാവിലെ എട്ടുമണി ആയിരുന്നു. പട്ടാളത്തെ കണ്ടപ്പോൾ എന്നെ കൊണ്ടുപോകാൻ

നിയുക്തരായ ചൂട്ടപ്പുറത്ത് ചോയി, മനക്കൽ താഴ ഗോവിന്ദൻ എന്നീ സഖാക്കൾ എന്നെ കട്ടിലോടെ താഴെ വെച്ച് മാറിനിന്നു.

പൊലീസ് കട്ടിലോടെ എന്നെ എടുത്ത് വെള്ളികുളങ്ങര കുഞ്ഞി പൊക്കന്റെ വീടിന്റെ മുറ്റത്ത് കൊണ്ടുവെച്ചു. അവർ നേരെ ഒഞ്ചിയ ത്തേക്കു പോന്നു. കുറേ കഴിഞ്ഞപ്പോൾ സി കെ ചാത്തു, കുങ്കൻ നായർ എന്നിവരെ പൊലീസ് ഒരു ലോറിയിൽ കൊണ്ടുവന്നു. എന്നെ കട്ടിലോടെ എടുത്ത് ലോറിയിൽ വെച്ചു. വടകര കോട്ടപ്പറമ്പ് ഹോസ്പിറ്റലിലേക്ക് കട്ടിലോടെ എടുത്ത് കൊണ്ടുപോയി. മറ്റ് രണ്ട് പേരും ലോറിയിൽ തന്നെ യുണ്ട്. ഡോക്ടർ വന്ന് എന്റെ മുറിവിൽ മരുന്നു വെച്ച് കെട്ടി. പെട്ടെന്ന് തന്നെ കോഴിക്കോട് കൊണ്ടുപോകാൻ ആവശ്യപ്പെട്ടു. ഞങ്ങൾ മൂന്ന് പേരെയും കോഴിക്കോട് കൊണ്ടുപോയി. കോട്ടപ്പറമ്പ് ഹോസ്പിറ്റലിൽ വെച്ച് എനിക്ക് ബോധം വന്നും പോയുമിരുന്നു. കുങ്കൻ നായരെയും സി കെ ചാത്തുവിനെയും കട്ടിലിൽ കിടത്തി. ഞാൻ നിലത്തും. എന്റെ കാര്യത്തിൽ ഡോക്ടർക്ക് യാതൊരു പ്രതീക്ഷയും ഇല്ലാതിരുന്നിരി ക്കണം. അന്ന് അർധരാത്രിയോടടുത്ത് ചെവിപൊട്ടുമാറ് ഒരു നിലവിളി കേട്ടു. അപ്പോൾ സി കെ ചാത്തുവിന്റെ കട്ടിലിനുചുറ്റും ഡോക്ടർമാർ, സിസ്റ്റർമാർ, കമ്പോണ്ടർമാർ വളഞ്ഞിരിക്കുന്നതായി എനിക്ക് കാണാൻ കഴിഞ്ഞു. പിന്നീട് കുറച്ചു ദിവസത്തേക്ക് എനിക്ക് ബോധം തന്നെ ഉണ്ടാ യിരുന്നില്ല. ബോധം വന്നപ്പോൾ ഞാൻ സി കെ ചാത്തു കിടന്ന കട്ടിലി ലാണുള്ളത്. ചാത്തുവിനെ കാണാഞ്ഞ് ഞാൻ കുങ്കൻ നായരോട് തിര ക്കി. ഓൻ മരിച്ച് പോയിന്... എന്ന് കുങ്കൻ നായർ നിസ്സംഗതയോടെ എന്നോട് പറഞ്ഞു.

വെടിവെപ്പിനു ശേഷം

1948 ഏപ്രിൽ 30 വെള്ളിയാഴ്ച. ഒഞ്ചിയത്തിന്റെ ഖനീഭൂതമായ ദുഃഖം അണപൊട്ടിയൊഴുകും പോലെ രാത്രി മുഴുവൻ മഴ തിമിർത്തുപെ യ്തു. മഴയിൽ ഒഞ്ചിയംമണ്ണിൽ കുതിർന്ന ചോര ഒഴുകിപ്പരന്നു. വെടി വെപ്പിനുശേഷം ഉണ്ട തീർന്ന് ഒഞ്ചിയത്തിന്റെ കൈക്കരുത്തറിഞ്ഞ എം എസ് പി രാത്രിയോടെ നരനായാട്ടിന്റെ രണ്ടാംപർവം ആടിത്തിമിർക്കാൻ എത്തിയിരുന്നു. മഴ പ്രകൃതി ഒരുക്കിയ ഒരു പ്രതിരോധമായി. പരിക്കേ റ്റവർക്കും സഖാക്കൾക്കും സുരക്ഷാ ഷെൽട്ടറുകളിലേക്ക് മാറാൻ രാത്രി മഴ അനുഗ്രഹം ചൊരിഞ്ഞു. കണ്ണായ സഖാക്കളെല്ലാം തന്നെ ഒഞ്ചി യത്ത് നിന്നു മാറിനിന്നതോടെ ഒഞ്ചിയം മൂകമായി. ദേശരക്ഷാസേന യുടെ തിമിർപ്പുകൾ രാത്രിയുടെ മൂകതയെ ഭഞ്ജിച്ചു.

വൈകുന്നേരത്തോടെ ഒഞ്ചിയത്തിന്റെ പരിസരപ്രദേശങ്ങളിൽ ശക്തമായ പ്രതിഷേധപ്രകടനങ്ങൾ നടന്നു. പുതുപ്പണത്തെ കയർ തൊഴിലാളികൾ നിരോധനാജ്ഞ ലംഘിച്ച് വടകരയിൽ നടത്തിയ കൂറ്റൻ പ്രതിഷേധ പ്രകടനം പൊലീസിന് നോക്കിനിൽക്കാനേ കഴിഞ്ഞുള്ളൂ. തങ്ങൾ ഓരോരുത്തരെയും വെടിവെച്ചു കൊല്ലാൻ അവർ വെല്ലുവിളിച്ചു.

ഒഞ്ചിയം കേസിന്റെ പ്രതിപ്പട്ടികയിൽ പേര് ചേർക്കപ്പെട്ട 64 പേരെ വിവിധ ഘട്ടങ്ങളിലായി ദേശരക്ഷാസേനയും പൊലീസും പിടിച്ചു കൊണ്ടുപോയി. സഖാക്കൾക്ക് ഒന്നരവർഷത്തോളം തടവറയിൽ കഴിയേണ്ടിവന്നു. വെടിവെപ്പിനു ശേഷം ഒഞ്ചിയത്തരങ്ങേറിയ നൃശംസത വിവരണാതീതമാണ്. അകാരണമായി അറസ്റ്റ് ചെയ്തു കൊണ്ടുപോയി ലോക്കപ്പിലിട്ട് മർദിച്ചു വിട്ടവരും രണ്ടും മൂന്നും മാസം തടവിലിട്ട് വിട്ടയക്കപ്പെട്ടവരും അനവധിയാണ്. പലപ്പോഴും കേസുമായി പുലബന്ധം പോലുമില്ലാത്തരും അന്ന് സംഭവസ്ഥലത്തിന്റെ ഏഴയലത്തു പോലും ഇല്ലാതിരുന്നവരും പ്രതിയാക്കപ്പെട്ടു. കൊല്ലാച്ചേരി കുമാരനെ ഏപ്രിൽ 30 ന് തന്നെ അറസ്റ്റ് ചെയ്തു. മെയ് 6 ാം തീയതി പി വി അച്യുതൻ, ടി കെ വൈദ്യർ എന്നിവരെ നായാടിപ്പിടിച്ച് എല്ലു നുറുക്കിവിട്ടു. 42 കാലഘട്ടത്തിൽ ബാലസംഘം സെക്രട്ടറിയായിരുന്ന അധ്യാപകൻ കൂടിയായ അച്യുതൻ മാസ്റ്ററുടെ സർട്ടിഫിക്കറ്റ് സസ്പെന്റ് ചെയ്തു. തന്നെച്ചൊല്ലി ഒരു നാടുമുഴുവൻ അനുഭവിക്കുന്ന പീഡനത്തിന് അറുതിവരുത്താൻ മെയ് 16ന് മണ്ടോടി കണ്ണൻ പൊലീസിന് സ്വയം കീഴടങ്ങി.

പൊയിൽ കണാരന്റെ വീട്ടിൽ അതിക്രമിച്ചു കയറി പാർട്ടിരേഖകൾ പരിശോധിക്കാൻ മേശയും പെട്ടികളും ഇരുമ്പുപാര ഉപയോഗിച്ചു കുത്തിപ്പൊളിച്ചു. കണാരൻ നടത്തിയിരുന്ന പൊയിൽ പീടിക തച്ചു തകർത്തു തീ വെച്ചു. സഖാവിനെ പിടിച്ചു കൊണ്ടുപോയി ഭീകരമായി മർദിച്ചു. തീവണ്ടി ചാലിലെ പീടികയിൽനിന്ന് പൊലീസ് പുട്ടും പപ്പടവും അടിച്ച ശേഷം കട തീ വെച്ചു നശിപ്പിച്ചു. തറോൽ കണാരൻ നായരുടെ പണിപ്പുരയ്ക്ക് തീവെച്ചു. വെടിവെപ്പ് സ്ഥലം സന്ദർശിച്ചതിന്റെ പേരിൽ പറമ്പത്ത് കണാരന് മൂന്നുമാസം തടവും നൂറുരൂപ പിഴയും വിധിച്ചു. അഴിയൂരിലെ ടി എ കുഞ്ഞിരാമനെ അറസ്റ്റ് ചെയ്ത് വടകര സബ് ജയിലിൽ ഒരാഴ്ച റിമാന്റ് ചെയ്തു തല്ലിച്ചതച്ചു. അമ്പ് കൊള്ളാത്തവരില്ല കുരുക്കളിൽ എന്ന പോലെ കമ്യൂണിസ്റ്റ് പാർട്ടിയുമായി ബന്ധപ്പെട്ടവരും ദേശരക്ഷാസേനയ്ക്ക് അപ്രിയമായവരും ഒന്നടങ്കം മർദിക്കപ്പെട്ടു. ഒരു നാട് അപ്പാടെ കോൺസൻട്രേഷൻ ക്യാമ്പായി മാറി.

യഥാർഥ പ്രതികളെ കിട്ടാതെ വന്നപ്പോൾ അവരുടെ ബന്ധുക്കളേയും പൊലീസ് പ്രതികളാക്കി. കമ്യൂണിസ്റ്റ് വളണ്ടിയർ ക്യാപ്റ്റനായ നാണുവിനെ കണ്ടു കിട്ടാതിരുന്നപ്പോൾ ഒരധ്യാപകനും നാണുവിന്റെ ഇളയച്ഛനുമായ കോറോത്ത് കണ്ടി കുമാരൻ മാസ്റ്ററെ പ്രതിയാക്കി. ഒരു കമ്യൂണിസ്റ്റനുഭാവിയും വടകരയിലെ നെയ്ത്ത് തൊഴിലാളി സഹകരണ സംഘം സെക്രട്ടറിയുമായ പി ചാത്തുവിനെ കേസിൽ ഉൾപ്പെടുത്തിയത് എതിരാളികൾ ആവശ്യപ്പെട്ടിട്ടായിരുന്നു. ചോമ്പാലിൽ കോൺഗ്രസുകാരനായ കൃഷ്ണകുറുപ്പ് നടത്തിവന്ന സ്കൂളിന്റെ സമീപം കല്ലാമലയിൽ ചാത്തു ആൺകുട്ടികളുടെ ഒരു സ്കൂൾ നടത്തിയിരുന്നു. രാഷ്ട്രീയ സമ്മർദം കാരണം ചാത്തുവിന്റെ സ്കൂളിന് അംഗീകാരം ലഭി

ച്ചില്ല. ചാത്തുവാകട്ടെ നൂൽക്കച്ചവട രംഗത്തുനിന്നും മൊത്ത വ്യാപാരികളെയും പ്രധാന നെയ്ത്തു മുതലാളിമാരേയും ഒഴിവാക്കി സഹകരണ പ്രസ്ഥാനം വളർത്തിയെടുക്കുവാൻ പരിശ്രമിച്ചത് സ്ഥാപിതതാൽപ്പര്യക്കാർ ഇഷ്ടപ്പെട്ടിരുന്നില്ല. അയാൾ നൂൽ പെർമിറ്റുകൾ ദുരുപയോഗപ്പെടുത്തുന്നു എന്ന് അവർ കെ പി സി സി ക്കും മറ്റും പരാതി അയച്ചിരുന്നു. സഹകരണ ഡിപ്പാർട്ട്മെന്റ് ഈ കാര്യത്തിൽ അന്വേഷണം നടത്തുകയും പരാതിക്ക് അടിസ്ഥാനമെല്ലെന്ന് വിധിക്കുകയും ചെയ്തു. പക്ഷേ എതിരാളികൾ അയാൾ സൊസൈറ്റി കെട്ടിടത്തിൽ വെച്ച് മെയ്മാസത്തിൽ കമ്യൂണിസത്തെപ്പറ്റി സംസാരിച്ചു എന്ന പേരിൽ പൊലീസിനെക്കൊണ്ട് അറസ്റ്റ് ചെയ്യിപ്പിച്ചു. ജൂൺ മാസത്തിൽ അയാൾ ജാമ്യത്തിൽ പുറത്തുവന്നപ്പോൾ ഒഞ്ചിയം കേസിലെ പ്രതിയായിത്തീർന്നു.

വടകരയുടെ തെക്കേയറ്റത്തുള്ള പുതുപ്പണത്തെ സഖാക്കൾ ഹസ്സൻകുട്ടി, പൂളക്കണ്ടി ശങ്കരൻ തുടങ്ങിയവരെ പിടികൂടി. അങ്ങനെ നിരവധി പേരെ മർദിച്ചവശരാക്കി ജയിലിലടച്ചു. അവരിൽ പലരും ഇഞ്ചിഞ്ചായി മരിച്ചു. കുറുമ്പ്രനാട് താലൂക്കിന്റെ നാനാഭാഗത്തും അറസ്റ്റും മർദനങ്ങളും അരങ്ങേറി.

കമ്യൂണിസ്റ്റ് കർഷകപ്രസ്ഥാനങ്ങൾക്ക് വേരോട്ടമുള്ള മണ്ണാണ് വള്ളിക്കാട്. കള്ളുഷാപ്പ് പിക്കറ്റിംഗ്, കുറുക്കിയ ഉപ്പ് വിൽപ്പന, കർഷക സമ്മേളനങ്ങൾ, അയിത്തവിരുദ്ധസമരങ്ങൾ, തുടങ്ങി പ്രസ്ഥാനത്തിന്റെ ആദ്യനാളുകൾ തൊട്ടേ വിവിധ പ്രക്ഷോഭങ്ങളാൽ മുഖരിതമായിരുന്നു ഇവിടം.

1948 മെയ് 5 ന് വള്ളിക്കാടിന്റെ ബോൾഷെവിക്ക് സൂര്യൻ വി കണ്ണൻ മാസ്റ്റർ, എൻ പി കുഞ്ഞിക്കേളു, കുഞ്ഞിരാമൻ മാസ്റ്റർ എന്നിവരെ ഒഞ്ചിയം സമരവുമായി ബന്ധപ്പെട്ട് ചെറുപയർ പട്ടാളം അറസ്റ്റ് ചെയ്ത് വടകരയിലെ കോൺഗ്രസ്സ് ഓഫീസിൽ എത്തിച്ചു. കണ്ണൻ മാസ്റ്ററെ ഒഴികെ മറ്റുള്ളവരെ വിട്ടയച്ചു. മർദനമുറകൾക്ക് മുന്നിൽ പതറാതെ നിന്ന മാസ്റ്റർക്കു മുന്നിൽ കമ്യൂണിസ്റ്റല്ലെന്ന് എഴുതിക്കൊടുത്താൽ വിട്ടയക്കാമെന്ന് ഉപാധിവെച്ചു. കുഞ്ഞുങ്ങളുടെ ഭാവിയോർത്തെങ്കിലും പിന്തിരിയണമെന്നായി പിന്നീടുള്ള അഭ്യർഥന. 'എന്നെ നിങ്ങൾക്ക് കൊല്ലാം അപ്പോഴും എന്റെ ശവം കമ്യൂണിസ്റ്റായിരിക്കും' കണ്ണൻ മാസ്റ്റർ അലറി. പൊലീസിലേൽപ്പിക്കപ്പെട്ട കണ്ണൻ മാസ്റ്റർ ക്രൂരമായി തല്ലിച്ചതയ്ക്കപ്പെട്ടു. തുടർന്നു

വി കണ്ണൻ മാസ്റ്റർ

വിവിധ ജയിലുകളിലായി അദ്ദേഹത്തിന് തടവിൽ കഴിയേണ്ടിവന്നു. എ കെ ജി, കെ പി ആർ എന്നിവർ പങ്കെടുത്ത വള്ളിക്കാട് കർഷക സമ്മേളനത്തിന് ചുക്കാൻ പിടിച്ചത് കണ്ണൻ മാസ്റ്ററായിരുന്നു. അദ്ദേഹത്തിന്റെ വീട് കെ പി ആർ രയരപ്പൻ, എം പി നാരായണൻ നമ്പ്യാർ എന്നിവർക്കെല്ലാം ആശ്രയമായിരുന്നു. കൊപ്രക്കണ്ടത്തിൽ കണ്ണൻ, കെ എം ചാപ്പൻ പണിക്കർ, കോട്ടയിൽ കൃഷ്ണൻ ചെട്ടിയാർ തുടങ്ങിയവർ പ്രതിസന്ധിയുടെ നാളുകളിൽ പ്രസ്ഥാനത്തെ നെഞ്ചോടുചേർത്ത് സംരക്ഷിക്കാൻ തുനിഞ്ഞിറങ്ങിയവരാണ്.

ജയിലറയ്ക്കുള്ളിൽ വെച്ച് നടപ്പാക്കപ്പെട്ടിരുന്ന ദാരുണമായ ഒരു ദണ്ഡനരീതിയാണ് കോൽച്ചങ്ങല. രണ്ട് കാലും ചങ്ങലയിൽ ബന്ധിച്ച് ചങ്ങലയുടെ ഒരു തല രണ്ട് കൈക്കും കുരുക്കി നിവർന്നു നിൽക്കാനാവാത്ത വിധം വലിഞ്ഞു മുറുക്കി ഇരിക്കാനും നടക്കാനും കിടക്കാനുമാവാത്ത അവസ്ഥയിൽ ബന്ധിക്കുന്ന രീതിയാണിത്. വള്ളിക്കാട്ടിലെ കുഞ്ഞിരാമൻ വൈദ്യർ ഒരാഴ്ചക്കാലമാണ് കോൽച്ചങ്ങലയിൽ ബന്ധിതനായത്. ഒഞ്ചിയം സമരവുമായി നേരിട്ട് ബന്ധപ്പെട്ടിരുന്നില്ലെങ്കിലും കമ്യൂണിസ്റ്റ് ദുർഗത്തിന്റെ കാവലാളായതിന്റെ പേരിലാണ് കുഞ്ഞിരാമൻ വൈദ്യരും സി എച്ച് കേളപ്പനും തയ്യിക്കുനി കുഞ്ഞിരാമനും ജയിലറയ്ക്കുള്ളിലായത്.

പുഴുവരിക്കഞ്ഞിയും കരിഞ്ഞ നിലക്കടലയും ഭക്ഷണമായി കൊടുത്തിരുന്നകാലം. കരിഞ്ഞ നിലക്കടലകൊണ്ട് അവർ ജയിൽ ഭിത്തിയിൽ കോഴിയുടെ ചിത്രവും പുറത്ത് ഒരാൾരൂപവും വരച്ചു. 'അടുത്തഭാവിയിൽ ഇവനെ തൂക്കിലേറ്റും' എന്ന് എഴുതിവെച്ചു. ജയിൽ മന്ത്രി കോഴിപ്പുറത്ത് മാധവമേനോനാണ് അവിടെ പ്രതീകാത്മകമായി ചിത്രീകരിക്കപ്പെട്ടത്.

'നിന്റെയെല്ലാം തന്തയ്ക്ക് കഴിയുമോടാ മാധവമോനോനെ തൂക്കിലേറ്റാൻ..' ചിത്രം മായ്ക്കാൻ കൂട്ടാക്കാത്തതിന് വൈദ്യരെ മർദിച്ചു. മൂന്നാളെയും വെവ്വേറെ മുറിയിലേക്ക് മാറ്റി. പൊലീസധികാരികളും ജയിൽ ക്രിമിനലുകളും ചേർന്ന് മൂന്നു പേരെയും തല്ലിച്ചതച്ചു.

കൊള്ളയും കൊള്ളിവെപ്പും അക്രമങ്ങളും നാടെങ്ങും നടമാടി. കേളുഏട്ടന്റെ നേതൃത്വത്തിൽ പഴങ്കാവിൽ ആരംഭിച്ച കൈരളി വായനാശാല കത്തിച്ചുചാമ്പലാക്കി. തലശ്ശേരിയിൽ വെച്ച് മൊയാരത്ത് ശങ്കരനെ പേപ്പട്ടിയെപ്പോലെ തല്ലിക്കൊന്നു. ദേശീയപാരമ്പര്യം അവകാശപ്പെടുന്ന പത്രങ്ങളടക്കം കമ്യൂണിസ്റ്റ് വേട്ടയെ മുക്തകണ്ഠം പുകഴ്ത്തി.

വസ്ത്ര സ്വാതന്ത്ര്യത്തിനു വേണ്ടി ചാന്നാർ സ്ത്രീകൾ നടത്തിയതുപോലെയോ, ചീമേനിയിലെ തോല് വിറക് സമരം പോലെയോ സ്ത്രീകൾ ഏറ്റെടുത്ത് നടത്തിയ ഒരു സമരം ഒഞ്ചിയത്തുണ്ടായിരുന്നില്ല. ആര്യാപള്ളത്തെയോ പാർവ്വതി നെന്മേനി മംഗലത്തെയോ, ലളിതാംബിക അന്തർ

പടിഞ്ഞാറത്ത് മന്ദി

ജനത്തെയോ, കയ്യൂർസമരത്തിലെ ദേവയാനിയെപ്പോലെയോ ഉള്ള ഒരു നായിക ഒഞ്ചിയത്ത് ഉദയം ചെയ്തിരുന്നില്ല. എങ്കിലും ഒഞ്ചിയത്തിന്റെ സഹനസാഗരം നീന്തിക്കടന്ന വീരമാതാക്കളെ കൂടാതെയുള്ള ചരിത്രം അപൂർണമായിരിക്കും.

കേരളത്തിന്റെ നാനാദേശങ്ങളിൽ നിന്നുമെത്തിയ പ്രശസ്തരും അല്ലാത്തവരുമായ എത്രയെങ്കിലും കമ്യൂണിസ്റ്റുകാരെയാണ് ഇവിടത്തെ അമ്മമാർ ഭക്ഷണം വിളമ്പി കണ്ണിലെണ്ണയൊഴിച്ച് കാത്തുസൂക്ഷിച്ചത്. മണ്ടോടി മാണിക്യം, മാനാറത്ത് കല്ല്യാണി, പടിഞ്ഞാറത്ത് മന്ദി, കുഞ്ഞിപ്പുരയിൽ മാത, പാറോള്ളതിൽ കല്ല്യാണി. പുത്തൻപുരയിൽ കരിഞ്ചി, നാവത്ത് മാതു, ഇല്ലത്ത് ചീരു തുടങ്ങിയവർ അവരിൽ ചിലരാണ്. മൊകേരിയിലെ കോമത്ത് പൊയിൽ മാണിക്കാമ്മയും നരങ്ങാട്ടി അമ്മയും പലപ്പോഴും ഒഞ്ചിയത്തെത്തിയിരുന്നത് ഇവിടുത്തെ അമ്മമാരിൽ ആവേശം വിതറിയിരുന്നു.

വെടിവയ്പ്പിൽ മക്കൾ നഷ്ടപ്പെട്ട അമ്മമാരിൽ ചിലർ സമനില തെറ്റി ഭ്രാന്തമായ ജീവിതമാണ് നയിച്ചത്. ഒഞ്ചിയത്തെ സഹോദരിമാരെ മറ്റു ദേശങ്ങളിലുള്ളവർ വിവാഹം കഴിക്കാൻ എത്തിയില്ല. കാരണം അവർ ചെങ്കൊടി പിടിച്ച് മുദ്രാവാക്യം വിളിക്കുന്ന ധിക്കാരികളാണത്രെ. ജാഥയിൽ പങ്കെടുക്കുന്നവരെ സമൂഹം നോട്ടപ്പുള്ളികളാക്കി. മറ്റ് പ്രദേശങ്ങളിൽ വിവാഹം കഴിച്ചയച്ചവരിൽ ചിലരെ ഭർതൃവീട്ടുകാർ തിരിച്ചയച്ചു.

വെടിവെപ്പിനെ തുടർന്ന് പുരുഷന്മാരെല്ലാം ഒളിവിൽ പോയപ്പോൾ രണ്ടും മൂന്നും വീട്ടിലെ സ്ത്രീകൾ സന്ധ്യയോടെ ഒരു വീട്ടിൽ വന്നു നിൽക്കും. കമ്യൂണിസ്റ്റ് വേട്ടയ്ക്ക് കുപ്രസിദ്ധനായിരുന്നു ആജാനബാഹുവായ ഹെഡ്കോൺസ്റ്റബിൾ രാമൻ. ബിരിയാണിപ്രിയനായ ഇയാൾ ബിരിയാണി ഹെഡ്കോൺസ്റ്റബിൾ എന്നാണ് അറിയപ്പെട്ടത്. വിഷയാസക്തനായ ബിരിയാണി സ്ത്രീകൾക്ക് വഴിനടക്കാനാവാത്ത അവസ്ഥ സൃഷ്ടിച്ചിരുന്നു. ഏതു സമയത്തും

ഇല്ലത്ത് ചീരു

ഇ കെ കല്യാണി

അവർ ദേശരക്ഷാസേനയുടെയും എം എസ് പിയുടേയും അതിക്രമങ്ങൾ ഭയപ്പെട്ടു.

പൊന്നുകൊടുത്താൽ പോലും ഉരിയരി കിട്ടാനില്ലാത്ത ആ കാലത്ത് ജില്ലാകമ്മിറ്റി അടക്കമുള്ള രഹസ്യയോഗങ്ങൾ ചേരുമ്പോൾ ചക്ക പുഴുങ്ങിയതും തേങ്ങ ചിരകിയിട്ട് ഉപ്പിട്ട വെള്ളവും അവർ സഖാക്കൾക്കൊരുക്കി. ഏപ്രിൽ 30നും തുടർന്നും പല സ്ത്രീകളും ക്രൂരമായ മർദ്ദനത്തിനു വിധേയരായി. പൊലീസ് വെടിയുതിർക്കുമ്പോൾ പരവന്റവിട കേളപ്പൻ തട്ടിത്തെറിപ്പിച്ച ഒരു തോക്ക് ഒഞ്ചിയത്തെ ഒരു വീരമാതാവ് ഉറിക്കലത്തിൽ നെട്ടനെ കുത്തിപ്പൂഴ്ത്തി സൂക്ഷിച്ചു. വട്ടക്കണ്ടി ജാനകി, എടക്കണ്ടി കുന്നുമ്മൽ കല്ല്യാണി, സി പി ജാനു, ആർ എം മാതു, ഇല്ലത്ത് ചീരു, പടിഞ്ഞാറത്ത് മന്ദി തുടങ്ങിയവർ വിലക്കുകളെ അതിലംഘിച്ച് പ്രസ്ഥാനം ഏറ്റെടുത്ത് നടത്തുന്ന പരിപാടികൾ വിജയിപ്പിക്കാൻ അക്ഷീണം പരിശ്രമിച്ചവരാണ്.

ആർ എം മാതു

ബഹുജനങ്ങളുടെ പൗരസ്വാതന്ത്ര്യവും അവകാശങ്ങളും ഫാസിസ്റ്റ് മുറയിൽ ധ്വംസനം നടത്തിയതിനുള്ള ഉത്തമ ഉദാഹരണമായാണ് ഡോക്ടർ കെ കെ എൻ കുറുപ്പ് ഒഞ്ചിയം സമരത്തെ വിലയിരുത്തിയിട്ടുള്ളത്. നെഹ്റു സർക്കാറിന് ജയ് വിളിച്ചാൽ തീരുന്നതായിരുന്നു ഏത് കടുത്ത മർദന മുറകളും ഭേദ്യങ്ങളും. കമ്യൂണിസ്റ്റ് പാർട്ടിക്ക് മുർദാബാദ് വിളിച്ചാൽ കേസ് ഒഴിവാക്കി വീട്ടിൽ എത്തിച്ചുകൊടുക്കാൻ അധികാരികൾ തയാർ. തോക്കും ലാത്തിയും ബയണറ്റും ഭയന്ന് ചെങ്കൊടിയേയും പ്രസ്ഥാനത്തേയും തള്ളിപ്പറഞ്ഞ് ഭീരുക്കളെപ്പോലെ ഒളിച്ചോടാൻ ഒരു കമ്യൂണിസ്റ്റുകാരനെയും വർഗബോധം അനുവദിച്ചിരുന്നില്ല. ത്യാഗത്തിന്റെയും സഹനത്തിന്റെയും കരുതലിന്റെയും അസ്ഥിവാരത്തിൽ പടുത്തുയർത്തപ്പെട്ടതായിരുന്നു ഒഞ്ചിയത്തെ പ്രസ്ഥാനം.

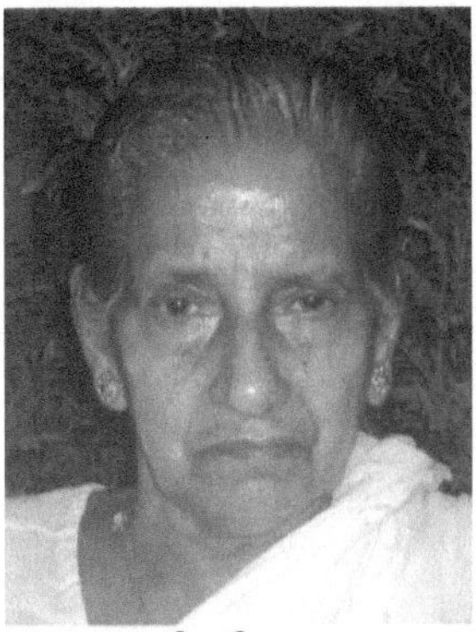
സി പി ജാനു

13

ചെങ്കൊടിയുടെ കാവൽക്കാർ

കോൺഗ്രസ് ജന്മി-നാടുവാഴിത്ത ഭീകരതക്കെതിരെ ഒഞ്ചിയം കുന്നുമ്മക്കര ഭാഗങ്ങളിൽ ചെറു പ്രകടനങ്ങൾ നയിക്കുകയും ദൈനം ദിന സംഘടനാ പ്രവർത്തനങ്ങളിൽ വ്യാപൃതനാവുകയും ചെയ്ത കമ്യൂണിസ്റ്റുകാരനായിരുന്നു വാഴയിൽ പീടികയിൽ ഗോപാലൻ. അദ്ദേഹം വിളിച്ചുകൊടുത്തിരുന്ന ചുണയുള്ള മുദ്രാവാക്യങ്ങളിൽ നാടും നാട്ടുകാരും ആവേശംകൊണ്ടു. നീണ്ട് മെലിഞ്ഞ് സുഭഗനായ ഈ ചെറുപ്പക്കാരൻ നെയ്ത്താണ് ഉപജീവനമായി സ്വീകരിച്ചിരുന്നത്. ഏപ്രിൽ 29 വ്യാഴാഴ്ച പണി കഴിഞ്ഞ് പതിവിലും നേരത്തെ വീട്ടിലെത്തി. വീട്ടിറമ്പിലെത്തിയപാടെ "അമ്മേ വേഗം ചോറുവേണം എനിക്ക് പോകാനുണ്ട്" ഗോപാലൻ വിളിച്ചു പറഞ്ഞു. അത്താഴം കഴിഞ്ഞ് പാർട്ടികാര്യങ്ങൾക്കായി പലപ്പോഴും പുറത്ത് പോവുമായിരുന്ന തങ്ങളുടെ പ്രിയപുത്രന്റെ അവസാനത്തെ അത്താഴമായിരിക്കും അതെന്ന് അച്ഛൻ വരയിൽ കണാരനും അമ്മ മാതുവും കരുതിയിരുന്നില്ല. നീലഗിരിയിൽനിന്നും അമ്മാവൻ കൊണ്ടുവന്ന മഫ്ളർ തലയിൽ കെട്ടി തലേന്ന് താൻ തുന്നിച്ച ചെങ്കൊടിയുമെടുത്ത് രാത്രി എട്ടരയോടെ ഗോപാലൻ പടിയിറങ്ങി.

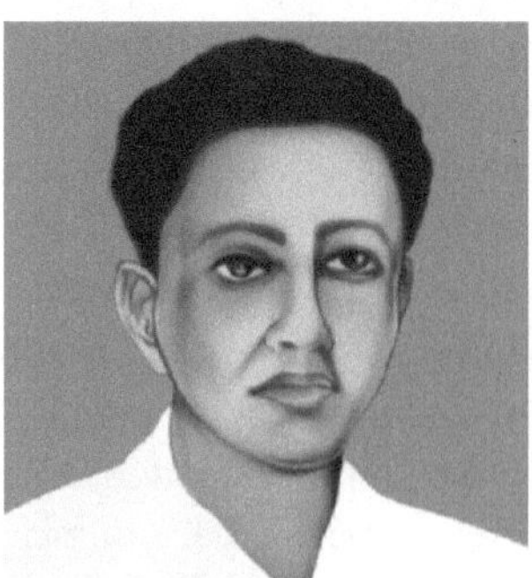

വി പി ഗോപാലൻ

ഒളിവിലുള്ള നേതാക്കളെ കാത്തു സംരക്ഷിക്കാൻ ഒഞ്ചിയത്തെ കമ്യൂണിസ്റ്റ് വളണ്ടിയർ സേന സുസജ്ജമായിരുന്നു. ഒഞ്ചിയത്തേക്കുള്ള പ്രധാന കവാടങ്ങളായ കണ്ണൂക്കര, മുക്കാളി, വെള്ളികുളങ്ങര

എന്നിവിടങ്ങളിൽ മെഗാഫോണുമായി വളണ്ടിയർ സഖാക്കൾ തമ്പടിച്ചു. പൊലീസ് ഇടിവണ്ടിയുടെ ശബ്ദം കാതോർത്ത് അവർ ഉറക്കമിളച്ചിരുന്നു. നേതാക്കളെ കാക്കാൻ നിയുക്തനായ വളണ്ടിയർ സേനാംഗം കൂടിയായിരുന്നു ഗോപാലൻ. ചെന്നാട്ടുകരയിൽ വെടിയേറ്റുവീണ ഗോപാലന്റെ ചുരുട്ടിപിടിച്ച മുഷ്ടിയിൽ ചെങ്കൊടി പോറലേൽക്കാതെ കിടന്നു.

വെടിയേറ്റുവീണവരിൽ തങ്ങളുടെ സഹോദരൻ ഗോപാലനുണ്ടെന്നറിയാതെ അച്ചുവും പൊക്കിയും മാധവിയും കളിചിരികളിൽ മുഴുകി. അമ്മാവൻ ചോയി വെടിവെപ്പു നടന്ന സ്ഥലത്ത് പോയി അന്വേഷിച്ചെങ്കിലും ഒരു വിവരവും കിട്ടിയില്ല. ഒളിവിലായിരിക്കുമെന്ന് ആശ്വസിക്കാനേ അവർക്ക് കഴിഞ്ഞുള്ളൂ. ആരോ പറഞ്ഞതനുസരിച്ച് വടകര ഗവൺമെന്റ് ആശുപത്രിയിൽ പോയി അന്വേഷിച്ചു. ആശുപത്രിയിൽനിന്നും മടങ്ങുമ്പോൾ പരവന്തല വെച്ച് ഒരു കോൺഗ്രസുകാരൻ ചോയിയെ ബിരിയാണി ഹെഡ്കോൺസ്റ്റബിളിനു പരിചയപ്പെടുത്തിക്കൊടുത്തു. 'മരിച്ച ഗോപാലന്റെ അമ്മാവനാണിവൻ' മരുമകന്റെ മരണവിവരം ആ കാരണവർ അറിഞ്ഞു. കമ്യൂണിസ്റ്റ് എന്നു കേട്ടാൽ കലികയറുന്ന ബിരിയാണി കോൺസ്റ്റബിൾ ചോയിയെ പൊലീസ് സ്റ്റേഷനിലേക്ക് പിടിച്ചുകൊണ്ടുപോയി പൊതിരെ തല്ലിയ ശേഷമാണ് വിട്ടയച്ചത്. ഒഞ്ചിയത്തിന്റെ പ്രതിരോധത്തിന്റെയും നിശ്ചയദാർഢ്യത്തിന്റെയും പ്രതിരൂപമായി മാറിയ ഗോപാലന് മരിക്കുമ്പോൾ 21 വയസ്സ് തികഞ്ഞിരുന്നില്ല.

സമത്വത്തിനായി

കൊറ്റോത്ത് കണാരന്റെയും മന്ദിയുടെയും മകനായ ചേരിൽ താഴ ചാത്തു മണ്ടോടി കണ്ണന്റെ സന്തത സഹചാരിയായിരുന്നു. കുടികിടപ്പ് ഭൂമിയിൽ താമസിച്ച ധീരനായ ആ യുവാവ് ചാത്തൻകണ്ടി കണാരന്റെ വീട്ടിൽ മൂരിക്കാരനായും കർഷകത്തൊഴിലാളിയായും ജോലിനോക്കി. പകലന്തിയോളം ജോലിചെയ്ത് തളരുമ്പോൾ ആ യുവാവ് ഉച്ചത്തിൽ പാടി:

"സോവിയറ്റ് എന്നൊരു നാടുണ്ടത്രെ..!
അവിടെങ്ങാൻ പോയെങ്കിലെന്തു ഭാഗ്യം"

സമത്വത്തിനായുള്ള യാത്രയിൽ സഖാവും കമ്യൂണിസ്റ്റാവുകയായിരുന്നു.

ചാത്തുവിന്റെ പരിചിതമായ ശബ്ദം മെഗാഫോണിലൂടെ ആർത്തലച്ചെത്തിയപ്പോഴാണ് ജനക്കൂട്ടം കൊടുങ്കാറ്റുപോലെ പൊലീസതിക്രമങ്ങളെ ചെറുക്കാനായി ഇരമ്പിപ്പാഞ്ഞെത്തിയത്. വെടിയേറ്റ പുറവിൽ കണ്ണനും

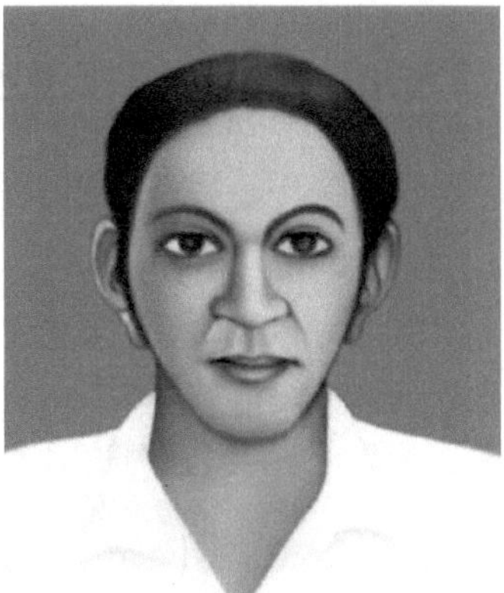

സി കെ ചാത്തു

കുങ്കൻ നായർക്കുമൊപ്പം കോഴിക്കോട് കോട്ടപ്പറമ്പ് ഹോസ്പിറ്റലിൽ ചികിത്സയിലായിരിക്കെ രാത്രി 9.30ഓടെ ചാത്തു മരണത്തിനു മുമ്പിൽ തലതാഴ്ത്തി. അവിവാഹിതനായ ചാത്തു തന്റെ 21–ാം വയസിൽ ചെങ്കൊടിയുടെ ചുവപ്പായി മാറി. ഏറെ ദിവസങ്ങൾക്കു ശേഷമാണ് സി കെ ചാത്തു മരണപ്പെട്ടവിവരം അദ്ദേഹത്തിന്റെ അമ്മയും സഹോദരിമാരായ ചീരുവും കല്ല്യാണിയും അറിയുന്നത്. ചാത്തുവിനെ തേടി അമ്മയും സഹോദരി ഭർത്താവും കോഴിക്കോട് കോട്ടപ്പറമ്പ് ഹോസ്പിറ്റലിലെത്തി. വെടിയേറ്റ് അവിടെ ചികിൽസയിലായിരുന്ന കുങ്കൻ നായരാണ് ചാത്തുവിന്റെ മരണവിവരം അവരെ അറിയിച്ചത്.

സമ്പന്നതയുടെ പട്ടുമെത്തയിലല്ല ദാരിദ്ര്യത്തിന്റെ കുപ്പത്തൊട്ടിയിലാണ് സഖാവ് ചാത്തു ജനിച്ചത്. സ്വന്തമായൊരു ഭൂമിയോ ഒരു കൊച്ചു കൂരയോ ഇല്ലാത്ത പാവപ്പെട്ട ഒരു കർഷകത്തൊഴിലാളി കുടുംബത്തിൽ അറ്റം കാണാത്ത പഞ്ഞവും പട്ടിണിയും. അമ്മയും സഹോദരിമാരും താനും ഉദയം തൊട്ട് അന്തിവരെ പണിയെടുത്തിട്ടും വയറുനിറയെ കൊല്ലത്തിലൊരിക്കലെങ്കിലും ആഹാരം കഴിക്കാൻ സാധിക്കാത്ത ഒരു ജീവിതം! എല്ലാവരേയും പോലെ ചാത്തുവിനുമുണ്ടായിരുന്നു മനോഹരമായ പല സ്വപ്നങ്ങളും. ഒരു രാജകുമാരിയെ വിവാഹം ചെയ്യാനല്ല. സിനിമയിൽ കാണുന്നതുപോലുള്ള ഒരു കാറു വാങ്ങാനല്ല, ഒരു വിമാനത്തിൽ പറക്കാനല്ല, പണിമുണ്ടും കൈക്കോട്ടും മാത്രമുള്ള ചാത്തുവിന് ആ വലിയ സ്വപ്നങ്ങൾ കാണാൻ അവകാശമില്ല. എന്നാലും പരിമിതമായ ചില കിനാവുകൾ ആ യുവാവിനുമുണ്ട്. കീറിമുഷിയാത്ത ഒരു മുണ്ടും അമ്മയുടെയും സഹോദരിമാരുടെയും പാറിപ്പറന്ന തലമുടിക്ക് ഒരു തുടംവെളിച്ചെണ്ണ, അവർക്ക് കൺട്രോൾ വിലയ്ക്ക് മാനം കാക്കാനുള്ള 'തുണി', കിടക്കാനൊരിടം. എത്ര ചെറിയ പ്രതീക്ഷകളാണ്. പക്ഷേ അതുപോലും നിറവേറ്റാൻ കഴിയുന്നില്ല. ധനികവർഗത്തിനു പൊന്നിൽ കുളിക്കാനും ബനാറസ് സാരിചുറ്റാനും താനും തന്റെ അമ്മയും സഹോദരിമാരും മറ്റെത്രയോ അമ്മമാരും പെങ്ങന്മാരും വെയിലുകൊള്ളുന്നു. നടുവൊടിക്കുന്നു. ചാത്തുവിന്റെ വികാരങ്ങൾക്ക് തീപിടിച്ചു.

ധനികനും ദരിദ്രനുമില്ലാത്ത, കുബേരനും കുചേലനുമില്ലാത്ത ഏവരും ഒരുപോലെ ജീവിക്കുകയും വളരുകയും ചെയ്യുന്ന ചില രാജ്യങ്ങൾ ഈ ഭൂമുഖത്തുണ്ടെന്നു ചാത്തു മനസിലാക്കി വെച്ചിട്ടുണ്ട്. അങ്ങനെയാണെങ്കിൽ അതുപോലുള്ള ഒരു നില ഇവിടെയും സാധ്യമാണ്. ഇന്നല്ലെങ്കിൽ നാളെ ഒരു പുതിയജീവിതം. അതിനുവേണ്ടി പ്രവർത്തിക്കുന്ന പാർട്ടിയുമായി ചാത്തു അടുത്തു. യുവത്വത്തിന്റെ എല്ലാ തീക്ഷ്ണതയോടും കൂടി ആ ചെറുപ്പക്കാരൻ കിസാൻ സംഘത്തിന്റെയും കമ്യൂണിസ്റ്റ് പാർട്ടിയുടേയും പ്രവർത്തനത്തിൽ പങ്കുകൊണ്ടു.[44]

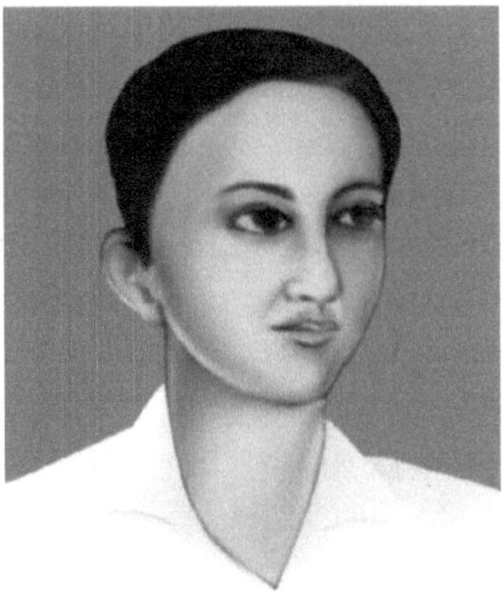
കാവുന്തൊടി മീത്തൽ ശങ്കരൻ

ഒന്നു കരയാൻപോലും

ഇൻകിലാബ് വിളികേട്ട് ചെന്നാട്ട് കരയിലേക്ക് കുതിച്ചെത്തിയതാണ് കാവുന്തൊടി മീത്തൽ ശങ്കരൻ. അവിലിടിച്ച് വിറ്റ് ഉപജീവനം നടത്തിയിരുന്ന അച്ഛൻ കണ്ണൻ പൊലീസ് തേർവാഴ്ച ആരംഭിക്കുന്നതിനു മുമ്പേ കച്ചവടത്തിനായി പോയിരുന്നു. അച്ഛൻ വീട്ടിറമ്പിൽ ഒരുക്കുകൂട്ടിവെച്ച ചൂട്ടുകളിൽ ഒന്ന് എടുത്ത് തെളിയിച്ചാണ് ശങ്കരൻ പടക്കളത്തിലേക്ക് ഇറങ്ങിത്തിരിച്ചത്. താമരക്കുളം സ്കൂളിൽ നിലത്ത് പൂഴിയിൽ പലകകൊണ്ട് എഴുതി ഹരിശ്രീ കുറിച്ച ഈ മിടുക്കൻ കുറച്ച് കാലം വള്ളിക്കാട് സ്കൂളിലും പഠനം നടത്തി. ഒഞ്ചിയത്തെ കുരുതിപ്പൂവായി മാറുമ്പോൾ അഴിയൂർ ബോർഡ് സ്കൂളിൽ തേർഡ് ഫോമിൽ പഠിക്കുകയായിരുന്നു.

കാറ്റാടിക്കുന്നിലും പരിസരങ്ങളിലും പഞ്ചാരക്കണ്ടി മൊയ്തു, കെ എം ഗോവിന്ദൻ, കൂമ്പിൽ ആണ്ടി എന്നിവർക്കൊപ്പം ബാലസംഘം പ്രവർത്തനങ്ങളിൽ ഈ സഖാവ് സജീവമായി ഇടപെട്ടിരുന്നു.

'ശങ്കരൻ ജയിലിലിലുണ്ട്, ഭക്ഷണം കഴിക്കുന്നുണ്ട്' വെടിവെപ്പിനു ശേഷം മകനെ കാണാഞ്ഞ് ഉഴന്ന അമ്മ മാണിക്കത്തെ സഖാക്കൾ ആശ്വസിപ്പിച്ചു.

വെടിവെപ്പ് സംഭവത്തിനു ശേഷം ശങ്കരൻ ജയിലിലായെന്നാണ് വീട്ടുകാർ കരുതിയത്. എന്നാൽ 23 ദിവസത്തിനു ശേഷം ആ വിവരം അവരുടെ ചെവിയിലുമെത്തി. 'ശങ്കരനും വെടിയേറ്റ് മരിച്ചിരിക്കുന്നു.' പതിനാറ് വയസ്സ് മാത്രമേ ശങ്കരന് പ്രായമുണ്ടായിരുന്നുള്ളൂ.

പഞ്ചാരക്കണ്ടി മൊയ്തു

ശങ്കരന്റെ മരണവിവരമറിഞ്ഞതോടെ വീട്ടുകാർ തളർന്നുപോയി. എന്നാൽ ആ ദുഃഖാർത്തരായ കുടുംബത്തെ ഒന്നു കരയാൻപോലും കോൺഗ്രസുകാർ സമ്മതിച്ചില്ല. ചെറുപയർ പട്ടാളം വീട് വളഞ്ഞു. ശങ്കരന്റെ ജ്യേഷ്ഠനെ പിടിച്ചുകൊണ്ടുപോയി. ദിവസങ്ങളോളം ദേശരക്ഷാസേന വീടിന് ചുറ്റും കാത്തുകെട്ടിക്കിടന്നു. വീട്ടുകാർ കരയുന്നത് തടയാൻ.

ഒരു ഇടത്തരം കുടുംബത്തിലാണ് ശങ്കരന്റെ ജനനം. വിദ്യാർഥി യായിരുന്നു. ഒഞ്ചിയം രക്തസാക്ഷികളിൽ ഏറ്റവും പ്രായം ചുരുങ്ങിയ സഖാവ്. വെറും 16 വയസായ ഒരു വിദ്യാർഥിയെ വെടിവെച്ചുകൊണ്ട് ഭരണം സമാധാനിച്ചത് തങ്ങൾ കമ്യൂണിസത്തിന്റെ കഥകഴിച്ചുവെന്നാ ണ്. പക്ഷെ അന്നു സഖാവ് ശങ്കരന്റെ ഹൃദയം പിളർന്നു പാഞ്ഞ തീയുണ്ട നേരെ ചെന്നുകൊണ്ടത് വളർന്നു വരുന്ന ഒരു ശാസ്ത്രജ്ഞന്റെ അല്ലെങ്കിൽ ഒരു എഞ്ചിനീയറുടെ അതുമല്ലെങ്കിൽ ഒരു കലാകാരന്റെ, ഒരു കവിയുടെ, ഒരു നടന്റെ, രാജ്യതന്ത്രജ്ഞന്റെ മാറിലാണ്. ജീവിത ത്തിന്റെ പൊൻപുലരിയിൽ വെച്ച് ശങ്കരൻ ക്രൂരമായി കശാപ്പ് ചെയ്യ പ്പെട്ടു.[45]

ധിക്കാരിയുടെ കാതൽ

മീശവെച്ച് നടക്കുന്നത് ധിക്കാരമായി കണക്കാക്കിയിരുന്ന കാലത്ത് ലോകപ്രസിദ്ധമായ പതിനൊന്നാം നമ്പർ മീശ ഒരഭിമാനമായും വെല്ലു വിളിയായും അളവക്കൻ കൃഷ്ണൻ സ്വീകരിച്ചു. അധർമത്തെയും അനീ തിയെയും ചോദ്യംചെയ്യുന്നത് ധിക്കാരമാണെങ്കിൽ താനൊരു ധിക്കാരി തന്നെയെന്ന് പറഞ്ഞ് അധികാര പ്രമത്തർക്കു മുന്നിൽ കൃഷ്ണൻ തല യുയർത്തി നെഞ്ച് വിരിച്ചു നടന്നു.

കുഞ്ഞായിരിക്കുമ്പോൾ തന്നെ അമ്മയെ നഷ്ടപ്പെട്ട കൃഷ്ണനെ അച്ഛൻ അളവക്കൻ രാമൻ ചെട്ടിയാരാണ് നോക്കി വളർത്തിയത്. സഹോ ദരങ്ങളായ അമ്മാളുവും പൈതലും രാമനും കമ്യൂണിസ്റ്റ് ദർശനങ്ങളിൽ ആകൃഷ്ടരായി.

നാട്ടിലെ കുഴിത്തറികളിൽനിന്നും ആയാസപ്പെട്ട് ചാടിപ്പിടിപ്പിക്കുന്ന നെയ്ത്ത് സംവിധാനം മേശ മഗ്ഗത്തിലേക്ക് പരിവർത്തിപ്പിച്ചത് കൃഷ്ണ നാണ്. ആറ്റോടി വീട്ടിൽ അദ്ദേഹം സ്ഥാപിച്ച നെയ്ത്തുശാല ധാരാളം തൊഴി ലാളികൾക്ക് ആശാകേന്ദ്രമായി. വിപ്ലവ പരി പാടികളും കമ്യൂണിസ്റ്റ് ദർശനങ്ങളും അവിടെ ഊടും പാവുമായി.

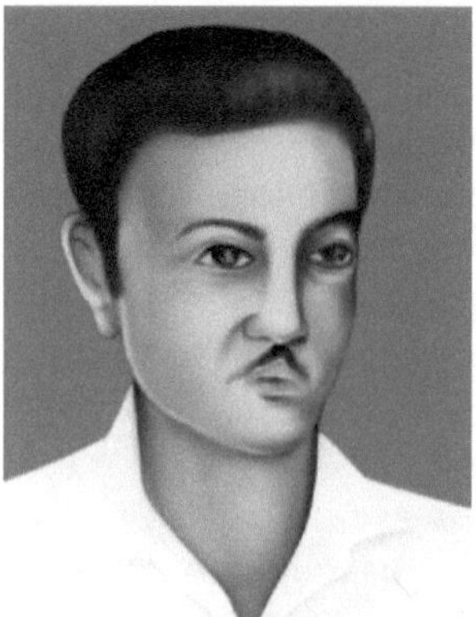
അളവക്കൻ കൃഷ്ണൻ

ഏപ്രിൽ 30 ന് പുലർകാലം കൃഷ്ണൻ വീട് വിട്ടിറങ്ങുമ്പോൾ മൂത്തമകൻ ചന്ദ്രൻ പിനിപിടിച്ച് കിടപ്പിലായിരുന്നു. ഭാര്യ ചീരു രോഗത്തെപ്പറ്റി ആശങ്കപ്പെട്ടപ്പോൾ ഞാൻ പോയിട്ട് വരട്ടെ എന്നിട്ട് ഡോക്ടറെ കാണിക്കാം എന്നു പറഞ്ഞു.

അന്ന് രാത്രി ചെറുപയർ പട്ടാളം വീട് വളഞ്ഞു. നെയ്ത്തു കമ്പനിയിലെ കടലാ

സുകളെല്ലാം വാരി തീയിട്ടു. പൊലീസ് ഭീകരതയെ തുടർന്ന് മൂന്നു മാസം ഗർഭിണിയായിരുന്ന ചീരുവെ അമ്മാവൻ വീട്ടിലേക്കു കൂട്ടികൊണ്ടു പോയി.

കൃഷ്ണന്റെ മരണവാർത്ത ഏറെനാൾ കഴിഞ്ഞാണ് കുടുംബം അറിഞ്ഞത്. ചീരുവമ്മ ഭർതൃവീട്ടിലേക്ക് തിരിച്ചുവന്നു. അവരുടെ ഇളയമകന് ഒഞ്ചിയത്തെ കമ്യൂണിസ്റ്റ് പാർട്ടിയാണ് പേരിട്ടത്. കൃഷ്ണദാസ് എന്ന പേരുവിളിച്ച് സഖാക്കൾ അരിവാളും കതിരുമുള്ള ലോക്കറ്റ് നൽകി. അവരുടെ മൂന്ന് പിഞ്ചുമക്കൾക്കും ചോമ്പാൽ പി ചാത്തു കുപ്പായം തുന്നി വന്നപ്പോൾ മൂത്ത മകൻ ദാസൻ 'എന്റെ അച്ഛനെവിടെ' എന്നു ചോദിച്ചു കരഞ്ഞപ്പോൾ സഹസഖാക്കൾക്കും കണ്ണീര് നിയന്ത്രിക്കാനായില്ല.

കുറുമ്പ്രനാട് താലൂക്കിലെ പഴക്കം ചെന്ന രാഷ്ട്രീയ പ്രവർത്തകന്മാരിൽ ഒരാളാണദ്ദേഹം. ചോമ്പിലിനു സമീപമുള്ള കുളരാട്ടുതെരുവിൽ ഒരു ചാലിയ കുടുംബത്തിൽ ജനിച്ച കൃഷ്ണൻ അയിത്തം മുതലായ ജാതീയ അനാചാരങ്ങളെ കുട്ടിയായിരിക്കുമ്പോൾ തന്നെ വിട്ടുവീഴ്ചയില്ലാതെ എതിർത്തു. കോൺഗ്രസ് പ്രസ്ഥാനം ചോമ്പാലിൽ ഉടലെടുത്തതോടുകൂടി കോൺഗ്രസ് പ്രവർത്തകന്മാരുടെ നേതൃത്വത്തിൽ നടന്ന ഒരു മിശ്രഭോജനത്തിൽ പങ്കെടുത്ത അദ്ദേഹത്തെ സ്വന്തം അച്ഛൻ ഭ്രഷ്ട് കൽപ്പിച്ച് വീട്ടിൽനിന്നും പുറംതള്ളുകയുണ്ടായി. തുടർന്ന് തലശ്ശേരിയിലുള്ള ബന്ധുക്കളുടെ കൂടെ ആയിരുന്നു താമസം. ആ ഘട്ടത്തിലാണ് ഗാന്ധിജിയുടെ നിയമലംഘന പ്രസ്ഥാനം സജീവമായത്. തലശ്ശേരി കടപ്പുറത്തു പൊലീസ് വലയം ഭേദിച്ച് ഉപ്പു വാരാൻ പോയവരുടെ കൂട്ടത്തിൽ കുട്ടിയായ കൃഷ്ണനും ഉണ്ടായിരുന്നു. പ്രായക്കുറവ് പരിഗണിച്ച് പൊലീസ് ആ ചെറുക്കനെ താക്കീത് ചെയ്തു വിട്ടു. 1934 ൽ കോൺഗ്രസുകാരനായിരുന്ന കൃഷ്ണൻ ഏറെ താമസിയാതെ കോൺഗ്രസ് സോഷ്യലിസ്റ്റ് പാർട്ടിയിൽ ചേർന്നു.

സപ്തംബർ 15, 1940. സഖാക്കൾ അബ്ദുവിനെയും ചാത്തുക്കുട്ടിയെയും വെടിവെച്ചുകൊന്ന ആ പ്രതിഷേധ യോഗത്തിൽ അളവക്കൻ കൃഷ്ണൻ കാര്യമായ പങ്കാണ് വഹിച്ചത്. പൊലീസിന്റെ പിടിയിൽനിന്ന് രക്ഷനേടാൻ സഖാവ് ബോംബെയിൽ പോവുകയും ഒരു മിൽ തൊഴിലാളിയായി ജീവിക്കുകയും ചെയ്തു. .രാജ്യത്തിലേക്കു മടങ്ങിവരുമ്പോഴേക്കും സഖാവ് ഒന്നാന്തരമൊരു ട്രേഡ് യൂണിയൻ പ്രവർത്തകനായിക്കഴിഞ്ഞിരുന്നു. 1942-ൽ സഖാവ് മൈസൂരിലേക്ക് പോയി. ബീഡിത്തൊഴിലാളികളുടെയും നെയ്ത് തൊഴിലാളികളുടെയും ഇടയിൽ പ്രവർത്തിച്ചു. സംഗതിവശാൽ സഖാവ് പ്രവർത്തിച്ചിരുന്ന കമ്പനിയുടെ ബ്രാഞ്ച് ചോമ്പാലിലേക്ക് മാറ്റുകയും സഖാവ് നാട്ടിലേക്കു മടങ്ങി ആ ബ്രാഞ്ചിന്റെ മാനേജരായിരിക്കുകയും ചെയ്തു. എന്നിരുന്നാലും തന്റെ രാഷ്ട്രീയാഭിപ്രായത്തിന് തലനാരിഴപോലും കോട്ടം സംഭവിച്ചില്ലെന്നു മാത്രമല്ല, കൂടുതൽ വീറോടുകൂടി എതിരാളികളെപ്പോലും വശീകരിക്കുമാറ് പ്രവർത്തനം തുടർന്ന് നടത്തുകയുമാണുണ്ടായത്. മരിക്കുമ്പോൾ സഖാവിന് 38

വയസ്സ് പ്രായമായിരുന്നു.[46] അനീതിയോടുള്ള അടങ്ങാത്ത അമർഷവും വർഗബോധവുമാണ് നിറതോക്കിനുമുന്നിൽ എടുത്തുചാടി വിരിമാറുകാട്ടാൻ അളവക്കനെ പ്രേരിപ്പിച്ചത്.

അരിയും തിന്ന് ആശാരിച്ചിയേയും കടിച്ച്

സഖാക്കളെ അകാരണമായി പൊലീസ് പിടിച്ചു കൊണ്ടുപോകുന്നുവെന്ന മെഗാഫോൺ സന്ദേശം കേട്ടാണ് പാറോള്ളതിൽ കണാരനും ഇറങ്ങി ഓടിയത്. അയൽവീട്ടിൽ ജപ്തി നടപടി വന്നിട്ടുണ്ടെന്നു കരുതി വീട്ടുകാരൊന്നടങ്കം കണാരന്റെ പിറകെ ഇറങ്ങിയോടി. സംഭവത്തിന്റെ ഗൗരവം മനസിലാക്കിയ നാട്ടുകാർ അവരെ തിരിച്ചയക്കുകയായിരുന്നു. കാലിന് വെടിയേറ്റ കണാരനെ വണ്ടിവരുന്നതുവരെ പൊലീസുകാർ ചെന്നാട്ട് പറമ്പിൽ പച്ചോലയിൽ കിടത്തുകയായിരുന്നു. പാർട്ടി വളണ്ടിയറായ പഞ്ചാരക്കണ്ടി മൊയ്തുവും ഉപ്പ സൂപ്പിക്കുട്ടിയും കുടുക്കയിൽ ചായ കാച്ചി കൊണ്ടുവന്നു കൊടുത്തു. ചോരച്ചൂര് പറ്റിയെത്തിയ ശവംതീനി ഉറുമ്പുകൾ തുടച്ചുമാറ്റുന്തോറും പൊതിഞ്ഞു കയറിത്തുടങ്ങിയിരുന്നു. ലോറിയിൽ അട്ടിയിട്ട് മെതിച്ചിരുന്നില്ലെങ്കിൽ ഒരുപക്ഷെ വെടിയേറ്റവരിൽ ചിലരുടെയെങ്കിലും ജീവൻ രക്ഷിക്കാമായിരുന്നു. അരോഗദൃഢഗാത്രനായ പാറോള്ളതിൽ കണാരന് മരിക്കുമ്പോൾ 47 വയസ്സ് പ്രായമായിരുന്നു. കർഷക പ്രക്ഷോഭ പരിപാടികളിൽ സജീവ സാന്നിധ്യമായിരുന്ന സഖാവ് കിസാൻ സംഘത്തിലെ ഒരു മെമ്പറായിരുന്നു.

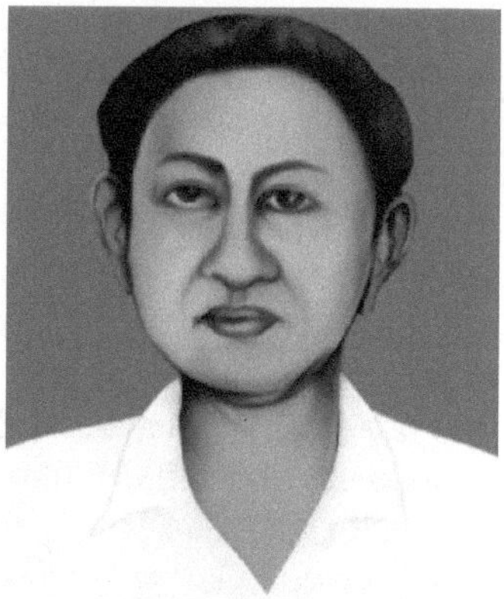

പാറോള്ളതിൽ കണാരൻ

വെടിയുണ്ട തീർന്നു പകച്ചുപോയ പൊലീസ് ഒഞ്ചിയത്തിന്റെ കൈക്കരുത്തേറ്റ് പരവശരായി. പഞ്ചാരക്കണ്ടി സൂപ്പിക്കുട്ടിയുടെ വീട്ടിൽനിന്ന് ചായയും വെള്ളവും വാങ്ങിക്കുടിച്ച് അരിയും തിന്ന് ആശാരിച്ചിയേയും കടിച്ച്... എന്നു പറഞ്ഞതുപോലെ പൊലീസ് പിന്നീട് മൊയ്തുവിനെയും പിതാവിനെയും വെറുതെ വിട്ടില്ല. നിരപരാധികളായ തങ്ങളെ തല്ലിച്ചതക്കരുതെന്നും കടലിൽ പോയി ജീവിക്കുന്നവരാണെന്നും കേണപേക്ഷിച്ചപ്പോൾ കേസിലും സാക്ഷിയിലും കെണിക്കാതെ പൊലീസ് അവരോട് ഔദാര്യം കാട്ടി.

ചോരയിൽ കുതിർന്ന കണക്കുപുസ്തകം

ആരവം കേട്ട ദിക്കിലേക്ക് പടിഞ്ഞാറത്ത് മിത്തൽ കണാരനും അനുജൻ കോരനും ഒരുമിച്ചാണ് പോയത്. ഓർക്കാപ്പുറത്തെ വെടിവെപ്പിൽ

ജനം പരിഭ്രമിച്ച് നാലുപാടും ചിതറി. കമ്യൂണിസ്റ്റ് വളണ്ടിയർമാരാകട്ടെ പതറാതെ വെടിയേറ്റവരെ രക്ഷാകേന്ദ്രങ്ങളിലെത്തിക്കുന്നതിന്റെ തിരക്കിലായിരുന്നു. പരിക്കേറ്റവരെ മഞ്ചലിലേറ്റി കൊണ്ടുപോകുകയായിരുന്ന കോരൻ ജ്യേഷ്ഠന്റെ മരണവൃത്താന്തം ഏറെ വൈകിമാത്രമാണറിഞ്ഞത്.

ചുണ്ടിനും കൈക്കും ചെറിയ പാണ്ടിന്റെ ലക്ഷണമുള്ള ഇരുനിറത്തിൽ മെല്ലിച്ച ശരീരപ്രകൃതമായിരുന്നു കണാരന്റേത്. പ്രാരാബ്ധങ്ങൾക്കിടയിലും മാതാപിതാക്കളായ ചെക്കോട്ടിയും മാതയും മകനെ ഹൈസ്കൂൾതലം വരെ പഠിപ്പിച്ചു. വെള്ളികുളങ്ങര വള്ളിക്കാട് പ്രദേശത്തെ പല കച്ചവടസ്ഥാപനങ്ങളുടെയും കണക്ക് നോക്കിനടത്തിയിരുന്ന കണാരൻ മേനോൻ കണാരൻ എന്ന പേരിലാണ് അറിയപ്പെട്ടിരുന്നത്. വെടിയേറ്റുവീണ കണാരന്റെ കീശയിലെ കണക്കുപുസ്തകം ചോരയിൽ കുതിർന്നു കിടന്നു. കച്ചവടസ്ഥാപനങ്ങളിലെ പണമടങ്ങിയ പേഴ്സ് അപഹരിക്കപ്പെട്ടു. കൂട്ടിയും കിഴിച്ചും ഗുണിച്ചും ഹരിച്ചും ബാക്കി വന്ന ശിഷ്ടം പോലെ കണാരന്റെ ശരീരത്തിൽ ജീവന്റെ തുടിപ്പ് ബാക്കി നിന്നു. പറക്കമുറ്റാത്ത ആറ് കിടാങ്ങളുടെ ആശ്രയമായിരുന്നു ഇദ്ദേഹം.

കമ്യൂണിസ്റ്റ് പാർട്ടിയുടെ കുറുമ്പ്രനാട് താലൂക്ക് കമ്മിറ്റിയടക്കം പല രഹസ്യ യോഗങ്ങൾക്കും പി എം കണാരന്റെ വീട് സാക്ഷ്യം വഹിച്ചിരുന്നു. എ കെ ജി, കൃഷ്ണപിള്ള തുടങ്ങിയ ഉന്നതരായ നേതാക്കൾക്ക് കനത്ത രക്ഷാകേന്ദ്രമായിരുന്നു സഖാവിന്റെ വീട്. സഖാവിന്റെ പത്നി മന്ദിയമ്മ ഒട്ടേറെ സഖാക്കൾക്ക് ഭക്ഷണം വച്ചുവിളമ്പി. കിസാൻ സംഘത്തിന്റെ ഒഞ്ചിയം പ്രവർത്തക സമിതി അംഗമായി പ്രവർത്തിച്ച കണാരൻ കുറുമ്പ്രനാട്ടിലെ ഒട്ടുമിക്ക സമരങ്ങളിലെയും സജീവ സാന്നിധ്യമായിരുന്നു. രാവിലെ ഏഴേകാലോടെ വെടിയേറ്റ് ഉച്ച തെറ്റിയിട്ടും തീരാത്ത ജീവിതത്തിന്റെ കണക്ക് പൊലീസുകാർ ഇടിവണ്ടിയിലിട്ട് ചവിട്ടിത്തീർക്കുകയായിരുന്നു. 45 കാരനായ ഈ കണക്കപ്പിള്ളയുടെ മനസിലെ സമത്വത്തിന്റെ കണക്കുപുസ്തകം പക്ഷെ ചോരത്തുള്ളികൾ വീണു നശിച്ചു പോയില്ല.

നുരഞ്ഞ് പൊങ്ങിയ വർഗവികാരം

ചക്കരചെത്ത് തൊഴിൽ ഉപജീവനമായി സ്വീകരിച്ച വിപ്ലവകാരിയായിരുന്നു പുറവിൽ കണാരൻ. മെഗഫോണിന്റെ ശബ്ദം കേട്ടപാടെ ഓലച്ചൂട്ടും തെളിയിച്ച് ചാടിപ്പുറപ്പെട്ട കണാരന്റെ പിറകെ ഭാര്യ മാതുവും ഇറങ്ങിത്തിരിച്ചെങ്കിലും കണാരൻ ദേഷ്യപ്പെട്ട് അവരെ മടക്കി അയച്ചു. ആദ്യ റൗണ്ട് വെടിവെപ്പിൽ തന്നെ നെഞ്ചിൽ തീയുണ്ട തുളഞ്ഞുകയറി കണാരൻ നിലംപറ്റി. പുറവിൽ

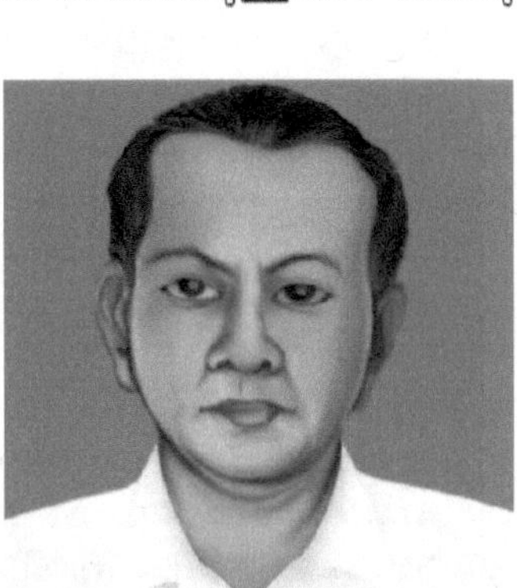

പുറവിൽ കണാരൻ

കുങ്കന്റെയും മാതയുടെയും മകനായ കണാരൻ തന്റെ 57–ാം വയസി ലാണ് ഒഞ്ചിയത്തിന്റെ രക്തനക്ഷത്രമായത്.

കുടിയൊഴിപ്പിക്കലിന്റെ ദൈന്യത നേരിട്ട് അനുഭവിക്കേണ്ടിവന്ന ഒരു കുടുംബമായിരുന്നു കണാരന്റേത്. മൽപ്പങ്ങാട്ട് ശങ്കരക്കുറുപ്പെന്ന ജന്മി രായ്ക്കുരാമാനം അവരെ ഇറക്കിവിട്ടപ്പോൾ കമ്യൂണിസ്റ്റ് പാർട്ടി ഉയർത്തിയ മുദ്രാവാക്യങ്ങളുടെ പിൻബലത്തിൽ സഖാവ് തന്റെ ഭാവി ജീവിതം കരുപ്പിടിപ്പിച്ചു. കമ്യൂണിസ്റ്റ് പാർട്ടി നയിച്ച പ്രകടനങ്ങളിലും പ്രക്ഷോഭങ്ങളിലും സഖാവ് ഉറക്കെ മുദ്രാവാക്യം വിളിച്ചു:

"പാട്ടംവാരം കൊടുക്കില്ല
കൃഷിഭൂമി കൃഷിക്കാരന്
ജന്മിത്തം അറബിക്കടലിൽ"

ഇത്തരം മുദ്രാവാക്യങ്ങൾ അനീതിക്കെതിരായുള്ള ചാട്ടുളിയായി ആ ചക്കര ചെത്തുതൊഴിലാളിയുടെ നാവിൽ നുരഞ്ഞ് പൊങ്ങുകയായിരുന്നു.

ഇൻകിലാബ് വിളിച്ച് വെടിയുണ്ടകളെ പുഷ്പഹാരമായി നെഞ്ചിലേക്കാവാഹിക്കാൻ കണാരനെ സന്നദ്ധനാക്കിയത് വർഗവികാരം ഒന്നു മാത്രമാണ്.

നെഞ്ചിൽ വെടിയേറ്റ് പുറംവഴി തെറിച്ച് ആയുസ്സിന്റെ ബലംകൊണ്ട് രക്ഷപ്പെട്ട പുറവിൽ കണ്ണൻ ഇദ്ദേഹത്തിന്റെ മകനാണ്.

സുകൃതജന്മം തേടി

എലിമെന്ററി സ്കൂളിലെ ബെഞ്ചിൽനിന്നും 16–ാമത്തെ വയസിൽ സാമുവൽ ആറോണിന്റെ നെയ്ത്തു ഫാക്ടറിയിൽ തൊഴിലാളിയാകേണ്ടിവന്ന സഖാവാണ് വട്ടക്കണ്ടി രാഘൂട്ടി. മുക്കാളി ടൗണിന്റെ പടിഞ്ഞാറ് ഒരു ഒന്താരച്ചെരുവിൽ വട്ടക്കണ്ടി കുഞ്ഞിരാമന്റെയും ചീരുവമ്മയുടെയും ഇളയമകനായാണ് രാഘൂട്ടി ജനിച്ചത്. ചെറു പ്രായത്തിൽ തന്നെ രാഘൂട്ടി കമ്യൂണിസ്റ്റ് പാർട്ടിയുടെ സജീവപ്രവർത്തകനായി. ജോലി കഴിഞ്ഞെത്തിയാൽ സംഘടനാ പ്രവർത്തനത്തിനു പുറമെ ഇംഗ്ലീഷ് പഠനത്തിനും സഖാവ് സമയം കണ്ടെത്തി.

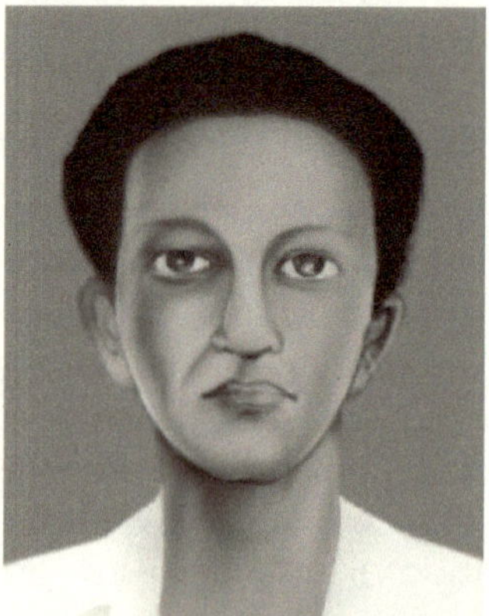
വട്ടക്കണ്ടി രാഘൂട്ടി

കയ്മെയ് മറന്നുള്ള മകന്റെ രാഷ്ട്രീയ പ്രവർത്തനത്തിന് മനസ്വിനിയായ ചീരുവമ്മ ഒരിക്കലും എതിരു നിന്നില്ല. പാവപ്പെട്ടവരും പണക്കാരുമില്ലാത്ത മാനുഷരെല്ലാം ഒന്നായി കഴിയുന്ന ഓണം

പോലൊരു കാലത്തിനുവേണ്ടിയാണ് തന്റെ പുറപ്പാടെന്ന് ആ മകൻ അമ്മയുടെ ചെവിയിൽ പറഞ്ഞ് പിടിപ്പിച്ചിട്ടുണ്ട്. എങ്കിലും പാർട്ടി പ്രവർത്തനത്തിനിടയിൽ ശത്രുക്കൾ എന്തെങ്കിലും ചെയ്യുമോ എന്ന് ആ പെറ്റമ്മ ആശങ്കപ്പെടാറുണ്ട്. അപ്പോൾ "പാർട്ടിക്കും പ്രസ്ഥാനത്തിനും വേണ്ടി മരിക്കണം എങ്കിലേ അമ്മേ സുകൃതം കിട്ടൂ" എന്ന് പറഞ്ഞ് ആ മകൻ അമ്മയുടെ മടിയിൽ തലചായ്ക്കും.

മേടച്ചൂടിൽ ആലസ്യമാണ്ടുകിടക്കുന്ന ഗ്രാമം. പ്രഭാതശാന്തതയെ ഭഞ്ജിച്ചുകൊണ്ടുള്ള മെഗാഫോൺ സന്ദേശം ഈ വിപ്ലവകാരിയുടെ കാതിലും അലച്ചെത്തി. 'ഒളിച്ചുവെച്ച നേതാക്കളെ പിടിച്ചുപോയി' എന്ന് ഏട്ടത്തിയമ്മ ജാനകിയെ നോക്കിപ്പറഞ്ഞ് മുക്കാളിയിലെ എം എസ് പി ക്യാമ്പിന്റെ കണ്ണിൽപ്പെടാതെ അളവക്കൻ കൃഷ്ണന്റെ വീട്ടിലേക്കോടി. കൃഷ്ണൻ ഒഞ്ചിയത്തേക്ക് പോയെന്നറിഞ്ഞ് രാഘുട്ടിയും ഒഞ്ചിയത്തേക്ക് തിരിച്ചു. മലബാറൊട്ടുക്കും കർഷകർക്കുനേരെ നരവേട്ട നടത്തുന്ന പൊലീസ് ഒഞ്ചിയത്തും എത്തുമെന്ന് സഖാവിന് അറിയാമായിരുന്നു.

പുലർച്ചെ മകൻ ഇറങ്ങിപ്പോകുന്നത് ചീരു അമ്മ കണ്ടിരുന്നില്ല. ഉച്ചയ്ക്ക് ചോറുവിളമ്പി കാത്തിരുന്നു. മകനെ കാണാഞ്ഞ് ചെറുകല്ലായിയിലും തലശ്ശേരിയിലുള്ള ബന്ധുവീടുകളിലും ആളയച്ചു. വൈകുന്നേരം ആ ദുരന്തവാർത്ത മഴയോടൊപ്പം ആ അമ്മയുടെ മനസിൽ ഇരമ്പിപ്പെയ്തു. സുകൃതജന്മം തേടി യാത്രയാകുമ്പോൾ രാഘവന് പ്രായം ഇരുപത്തിനാല്.

1951 ൽ ജയിൽ മോചിതനായ എ കെ ജി ഒഞ്ചിയം രക്തസാക്ഷികളുടെ വീടുകൾ സന്ദർശിച്ചു. അന്ന് എ കെ ജി നൽകിയ 15 രൂപയ്ക്ക് ആ അമ്മ ഒരു തൂക്കുവിളക്ക് വാങ്ങി. തൂക്കുവിളക്കിൽ അവർ മകനെ കണ്ടു. മകൻ ധരിക്കാറുണ്ടായിരുന്ന ഷർട്ട് മരപ്പെട്ടിയിൽ മയിൽപ്പീലിത്തുണ്ടുപോലെ ആ അമ്മ സൂക്ഷിച്ചുവെച്ചു.

പുറങ്കരയിലേക്ക്

"പുറങ്കരക്കടപ്പുറത്തെ തിരമാലകൾ തിരമാലകളോ
തിരയിൽ തീ തേരുതെളിക്കും സമരാഗ്നിജ്വാലകളോ
പിന്മാറുന്തോറുമിരമ്പും തളരാത്തൊരു പടയണിയോ
പ്രതികാരപന്തവുമായി കുടികൊള്ളും പിൻഗാമികളോ..."

–പപ്പൻ വള്ളിക്കാട്

പോസ്റ്റുമോർട്ടത്തിനു ശേഷം പൊലീസ് ഒഞ്ചിയം സഖാക്കളുടെ മൃതദേഹങ്ങൾ സംസ്കാരത്തിനായി വടകര പുറങ്കരയിലെത്തിച്ചു. സാൻബാങ്ക്സിലും പുറങ്കരയിലും അന്ന് റോഡ് ഉണ്ടായിരുന്നില്ല. പൂഴിപ്പരപ്പിലൂടെ കാൽനടയായാണ് യാത്ര. കസ്റ്റംസ് റോഡുവരെ ലോറിയിൽ എത്തി

ആനാടിക്കൽ ചിരുകണ്ടൻ

ച്ച മൃതദേഹം വലിയ മര ഉരുളുകളുള്ള ഉന്തുവണ്ടിയിലേക്ക് മാറ്റി. പൊലീസു കാരും സഹായി പറവൻ കേളപ്പനും ചേർന്ന് കടൽത്തീരത്തുകൂടെ തിരയുടെ ഗതിനോക്കി സാൻബാങ്ക്സിനടുത്തെ സർ ക്കാർ പുറമ്പോക്ക് ലക്ഷ്യമാക്കി നീങ്ങി. ഉന്തുവണ്ടി തിരയിൽ പൂണ്ടും വലിച്ചെ ടുത്തും ഐലസ വിളിച്ചും പോകുന്നതു കണ്ടപ്പോൾ പുറങ്കരയിലെ പ്രതാപികളായ ആനാടിക്കൽ ചിരുകണ്ടനും മകൻ കുഞ്ഞികണാരനും കാര്യം തിരക്കിയെ ത്തി. പരമ്പരാഗതമായി കാർഷികവൃത്തി ചെയ്തുപോരുന്ന ആനാടിക്കൽ ചിരു കണ്ടന്റേതായി പുറങ്കര കടലോരത്ത് വിശാലമായ തെങ്ങിൻതോപ്പുണ്ട്. കാര്യം മനസിലാക്കിയ ചിരുകണ്ടൻ തന്റെ തെങ്ങിൻതോപ്പിൽ മൃതദേഹം സംസ്കരിക്കാൻ അവർക്ക് അനു വാദം കൊടുത്തു. തദ്ദേശവാസികളായ പറമ്പത്ത് കണാരൻ, ഒണക്കൻ, വളപ്പിൽ കുഞ്ചക്കൻ, എന്നിവർ ചേർന്ന് നീളവും വിസ്താരവുമുള്ള കുഴി വെട്ടി.

പെരളിമലയുടെ ഓരങ്ങളിൽ വെടിയേറ്റുവീണ തില്ലങ്കേരിയിലെ ഏഴ് സഖാക്കളെ രായ്ക്കുരാമാനം തലശ്ശേരിയിലെ മാലിന്യങ്ങൾ കുഴിച്ചുമു ടുന്ന കുറിച്ചിതയ്യിൽ കടപ്പുറത്തെ കുപ്പമാടത്തിൽ ആളറിയാതെ കുഴി ച്ചുമൂടിയ പൊലീസ് ഒഞ്ചിയം സഖാക്കളോട് സൗമനസ്യം കാണിച്ചു. മനുഷ്യോചിത സംസ്കാരം നടത്തണമെന്നുള്ള നാട്ടുകാരുടെ ആവശ്യ ത്തിന് അവർ വഴങ്ങി. ഒറ്റക്കുഴിയെങ്കിലും മാന്യമായ സംസ്കാരം നടത്തി. പൂഴിപ്പരപ്പിൽനിന്ന് മൃതശരീരങ്ങൾ ജന്തുക്കൾ മാന്തിയെടുക്കാ തിരിക്കാൻ ഓലയും കള്ളിപ്പാലകളും വെച്ചുമൂടി.

കാലത്തിന്റെ കുത്തൊഴുക്കിൽ സംസ്കാരസ്ഥലമടക്കം ഏക്കറുകണ ക്കിനു ഭൂമി കടലെടുത്തു. തീരദേശവാ സികളുടെ കടലളവ് പ്രകാരം നാലര പ്പാകം വെള്ളത്തിനടിയിലായി. പുറങ്കര യിലെ ഇന്നത്തെ സ്മൃതികുടീരം തന്നെ രണ്ടുതവണ പുതുക്കിപ്പണിതതാണ്.

താരതമ്യേന കമ്യൂണിസ്റ്റ് പ്രസ്ഥാ നത്തിന് വേരോട്ടമില്ലാതിരുന്ന പുറങ്കരപ്ര ദേശം ഒഞ്ചിയം സംഭവത്തോടെ കമ്യൂ ണിസ്റ്റ് ദുർഗമായി മാറി. പി ടി ശങ്കരൻ,

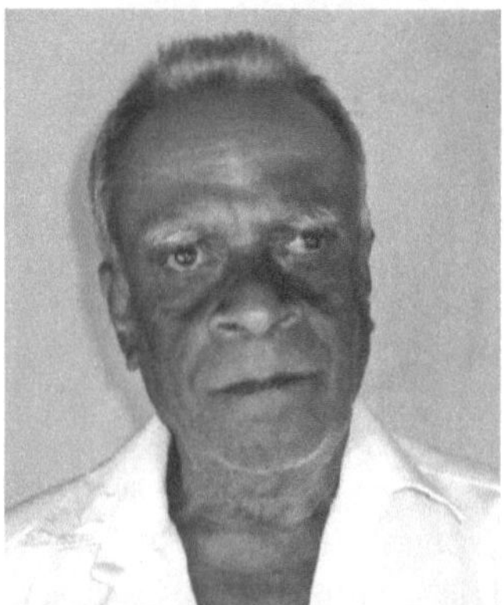

ആനാടിക്കൽ കുഞ്ഞിക്കണാരൻ

പുറത്തെ കയ്യിൽ കുഞ്ഞിക്കണ്ണൻ

പുറത്തെ കയ്യിൽ ഭരതൻ, പാച്ചേൻ ഗോപാലൻ, വളപ്പിൽ കേളപ്പൻ, വളപ്പിൽ കണ്ണൻ, പുറത്തെ കയ്യിൽ കുഞ്ഞിക്കണ്ണൻ തുടങ്ങിയ സഖാക്കൾ പുറങ്കരയിലെ പ്രസ്ഥാനത്തെ ഊർജസ്വലമാക്കി. പാർട്ടി പരിപാടികൾ നടപ്പിലാക്കുന്നതിലുള്ള കർക്കശ്യം കൊണ്ടും തീവ്രമായ വിപ്ലവാഭിനിവേശംകൊണ്ടും വളപ്പിൽ മീത്തൽ കണ്ണൻ, മണ്ടോടി കണ്ണൻ എന്ന അപരനാമധേയത്തിലാണറിയപ്പെട്ടത്. ഒഞ്ചിയത്തെ പോലെ പുറങ്കരയും പാർട്ടി നേതാക്കളുടെ കനത്ത ഒളിവുസങ്കേതമായി മാറുകയായിരുന്നു.

സഹനങ്ങളുടെ ആൾരൂപം

1948 ജനുവരി വടകര ബീഡി സിഗാർ ഹാളിൽ നടന്ന വിശദീകരണയോഗം. അന്നവിടെ ഇ എം എസും കേളുഏട്ടനും പങ്കെടുത്തിരുന്നു. കോൺഗ്രസിനോടുള്ള കമ്യൂണിസ്റ്റ് പാർട്ടി നയം ഇ എം എസ് വിശദീകരിച്ചു. സദസിന്റെ പിറകിൽ വെളുത്ത് മെലിഞ്ഞ ഒരു യുവാവ് എഴുന്നേറ്റുനിന്നു.

“ഇന്ത്യക്ക് സ്വാതന്ത്ര്യം കിട്ടിയെന്നു പറയുന്നു. പക്ഷെ ആർക്കാണ് കിട്ടിയത്. ഒഞ്ചിയത്തെ കൃഷിക്കാരനായ കോരേട്ടൻ ഇപ്പോഴും ജന്മിക്കടിമയല്ലേ?” നിരവധി സാമൂഹ്യ പ്രശ്നങ്ങൾ മനസിലിട്ട് മഥിച്ചു നടന്ന ആ യുവാവ് മണ്ടോടി കണ്ണനായിരുന്നു. തന്റെ എല്ലാ ചോദ്യങ്ങൾക്കും ആ യുവാവ് ഉത്തരം കണ്ടെത്തിയത് കമ്യൂണിസ്റ്റ് ദർശനങ്ങളിലായിരുന്നു.

മണ്ടോടി കുനിയിൽ ചെക്കായിയുടേയും മാണിക്കത്തിന്റെയും മകനായി 1918 ജൂലായ് 12 നാണ് കണ്ണന്റെ ജനനം. തട്ടോളിക്കര എൽ പി സ്കൂൾ, ചോമ്പാൽ ബി ഇ എം സ്കൂൾ എന്നിവിടങ്ങളിൽ വിദ്യാഭ്യാസം നേടിയതിനുശേഷം നെല്ലാച്ചേരി സ്കൂളിൽ അധ്യാപകനായി. അന്ന് 8–ാം ക്ലാസ് പാസായി ഏതെങ്കിലും വിദ്യാലയത്തിൽ ഒരു അധ്യാപകന്റെ കീഴിൽ ഒരുവർഷം അധ്യാപകവൃത്തിയിൽ പരിശീലനം നേടിക്കഴിഞ്ഞാൽ അധ്യാപകയോഗ്യതയ്ക്ക് അവരെ പരിഗണിച്ചിരുന്നു.

മണ്ടോടി കണ്ണൻ

ആയാട്ട് ചോയിമാസ്റ്റർ

കമ്യൂണിസ്റ്റായ കണ്ണനെ നിയമിക്കുന്നതിന്റെ പേരിൽ മാനേജറും ദേശരക്ഷാസേനയും എതിർപ്പ് പ്രകടിപ്പിച്ചിരുന്നു. ശക്തമായ ജനവികാരം മാനിച്ചാണ് കണ്ണനെ നിയമിച്ചത്. പിൽക്കാലത്ത് കുറ്റ്യാടി ചങ്ങരംകുളം സ്കൂളിൽ അധ്യാപികയായിരുന്ന ചീരുവായിരുന്നു കണ്ണന്റെ സഹധർമിണി.

ജന്മിഭീകര വാഴ്ചയ്ക്കിടയിൽ ചതഞ്ഞരയുന്ന മനുഷ്യപ്പുഴുക്കളായ കർഷകരെയും സാധാരണക്കാരെയും അവകാശബോധമുള്ളവരാക്കി മാറ്റാൻ കണ്ണൻ സദാ പരിശ്രമിച്ചു. പ്രായത്തിൽ കവിഞ്ഞ പക്വതയും അസാമാന്യമായ തന്റേടവും ഇച്ഛാശക്തിയും പ്രതിബന്ധങ്ങളെ തച്ചുതകർക്കാനുള്ള വെമ്പലും അനീതിക്കും അസമത്വത്തിനുമെതിരെ സന്ധിയില്ലാത്ത മനോഭാവവും കൊണ്ട് ഈ ചെറുപ്പക്കാരൻ എല്ലാവരാലും ആകർഷിക്കപ്പെട്ടു. വിദ്യാർഥിയായിരിക്കെ ദേശീയ പ്രക്ഷോഭങ്ങളിൽ ആകർഷിക്കപ്പെട്ട കണ്ണൻ പെട്ടെന്നുതന്നെ കമ്യൂണിസ്റ്റായി. 1939 ഡിസംബർ 29ന് സമാനഹൃദയരായ സോഷ്യലിസ്റ്റുകാരെ ചേർത്ത് ഒഞ്ചിയം കമ്യൂണിസ്റ്റ് പാർട്ടിയുടെ ആദ്യസെൽ മണ്ടോടിതാഴ വെച്ച് രൂപീകരിച്ചു. സെക്രട്ടറി മണ്ടോടി കണ്ണൻ, കോറോത്ത് കണ്ടി കുമാരൻ മാസ്റ്റർ, വി കണ്ണക്കുറുപ്പ്, വി പി നാരായണൻ അടിയോടി എന്നിവരായിരുന്നു മറ്റ് അംഗങ്ങൾ. തുടർന്ന് പുളിയിലകണ്ടി കുഞ്ഞിരാമൻ, ചാക്കേരി കുഞ്ഞാപ്പു, ആയാട്ട് ചോയിമാസ്റ്റർ, കുട്ടിച്ചാത്തൻ കണ്ടിയിൽ കേളൻ എന്നിവർ അംഗങ്ങളായി. എം കെ കേളുവും, എം കുമാരൻ മാസ്റ്ററും മുൻകൈ എടുത്ത് വടകര പഴങ്കാവിലും സെൽ രൂപീകരിച്ചു. തുടർന്ന് സമീപപ്രദേശങ്ങളിൽ കൂടുതൽ സെല്ലുകൾ രൂപീകരിക്കപ്പെട്ടു. ഈ ഘട്ടത്തിൽ തിരുവിതാംകൂറിൽ ചെങ്കൊടിയും വിപ്ലവം ജയിക്കട്ടെ എന്ന മുദ്രാവാക്യവും നിരോധിച്ചു. പക്ഷെ കുറുമ്പ്രനാട്ടും പരിസരങ്ങളിലും എങ്ങും ചെങ്കൊടി പാറി. ദിഗന്തങ്ങൾ ഭേദിക്കുമാറ് ഇൻക്വിലാബുകൾ മുഴങ്ങി.

ജന്മിത്തം അറബിക്കടലിൽ.... എന്ന മുദ്രാവാക്യം നാടെങ്ങും മുഖരിതമായി. ജന്മികിങ്കരന്മാർ കണ്ണനെ കാണുമ്പോൾ പ്രളയം വരുന്നേ.... എന്ന് വിളിച്ചുകൂവി. ജന്മിത്തം തകരണമെങ്കിൽ പ്രളയം വരണമെന്ന് പറഞ്ഞു പരിഹസിക്കുകയായിരുന്നു അവർ. ഒരേസമയം ഗൗരവക്കാരനും ശാന്തപ്രകൃതനും ആയിരുന്നു കണ്ണൻ. ചെറുപ്പക്കാരെ വിളിച്ച് രഹസ്യ ക്യാമ്പുകൾ സംഘടിപ്പിക്കും. കമ്യൂണിസത്തെ കുറിച്ചുള്ള ലളിതപാഠങ്ങൾ കണ്ണൻ അവർക്ക് ഹൃദിസ്ഥമാകുംമട്ടിൽ പറഞ്ഞുകൊടുക്കും. കാര്യ

ങ്ങൾ പറഞ്ഞ് ധരിപ്പിക്കുമ്പോൾ ശ്രദ്ധിച്ച് കേൾക്കുകയും നോട്ട് ബുക്കിൽ കുറിച്ചുവെക്കുകയും വേണം. ഇത് സ്വന്തം അച്ഛൻ ചോദിച്ചാൽ പോലും കൊടുത്തുപോകരുതെന്ന കർശന നിർദേശവുമുണ്ട്. പലപ്പോഴും മരത്തണലുകളിലോ വിജന ദേശങ്ങളിലോ ആയിരിക്കും ക്ലാസുകൾ സംഘടിപ്പിക്കുക. അവിടെ വെച്ച് പൊതിയഴിച്ച് കണ്ണൻ അവർക്ക് ചെങ്കൊടി കാണിച്ചുകൊടുക്കും. കൗതുകത്തോടെ അവർ അതിൽ തൊട്ടുനോക്കും. ക്ലാസ് കഴിഞ്ഞ് സന്ധ്യയോടെ ഓരോരുത്തരേയും വീട്ടിൽ എത്തിച്ചു കൊടുക്കും.

വിവാഹവീടുകളിൽ രാത്രികാലങ്ങളിൽ പണം വെച്ച് ചട്ടി (ചൂതാട്ടം) കളിക്കുന്ന ഏർപ്പാട് സാധാരണമായിരുന്നു. യുവാക്കൾ ഇതിന് അടിമപ്പെടുന്നുണ്ടെന്ന് മനസിലാക്കിയ കണ്ണൻ ചെറുപ്പക്കാരെ സംഘടിപ്പിച്ച് ഇത് പ്രതിരോധിച്ചു. ചെക്കൻ-പെണ്ണ് വിളി സാർവത്രികമായ കാലത്ത് സ്വന്തം പേര് വിളിച്ചാൽ മാത്രമേ ഉരിയാടേണ്ടതുള്ളു എന്ന് കണ്ണൻ ജനങ്ങളെ ഉദ്ബോധിപ്പിച്ചു.

പുരകെട്ടിമേയൽ, കല്ല്യാണവീടുകളിലെ ശ്രമദാനം, മരണവീടുകളിലെ ശവദാഹം, തുടങ്ങിയ സമൂഹത്തിലെ ഏവരുടേയും സുഖദുഃഖങ്ങളിൽ കമ്യൂണിസ്റ്റുകാർ പങ്കുകൊണ്ടു. എടച്ചേരി, മൊകേരി ഭാഗങ്ങളിൽകൂടി കണ്ണൻ തന്റെ സേവന പ്രവർത്തനങ്ങൾ വ്യാപിപ്പിച്ചു. വസൂരി, കോളറ തുടങ്ങിയ പകർച്ചവ്യാധികൾ തടയാനുള്ള ബോധവൽക്കരണ പ്രവർത്തനങ്ങളും രോഗീപരിചരണവും കമ്യൂണിസ്റ്റ് വളണ്ടിയർ സേന ഏറ്റെടുത്തതോടെ കമ്യൂണിസ്റ്റുകാർക്ക് സമൂഹത്തിൽ വലിയ തോതിലുള്ള സ്വീകാര്യത കൈവന്നു.

കുന്നുമ്മക്കരയിൽ വസൂരി ബാധിച്ച് ഒരു സ്ത്രീ മരിച്ചു. കോൺഗ്രസുകാരും സോഷ്യലിസ്റ്റുകാരും സ്ഥലംവിട്ടു. നാലാംനാൾ കണ്ണന്റെ നേതൃത്വത്തിലുള്ള വളണ്ടിയർസംഘം കാര്യമറിഞ്ഞെത്തിയാണ് സംസ്കാരം നടത്തിയത്. കമ്യൂണിസ്റ്റ് പ്രസ്ഥാനത്തിന്റെ വളർച്ചയിൽ വിറളിപൂണ്ട ജന്മികിങ്കരന്മാരും കോൺഗ്രസുകാരും പ്രസ്ഥാനത്തിനു സജീവ നേതൃത്വം കൊടുക്കുന്ന കണ്ണനെ അപമാനിച്ച് കള്ളക്കേസിൽ കുടുക്കി മനോവീര്യം കെടുത്തി നിർജീവമാക്കാൻ തീരുമാനിച്ചു.

അധ്യാപകനായിരുന്ന മണ്ടോടി കണ്ണനെ സ്കൂൾ വിദ്യാർഥിനിയുടെ മാല മോഷ്ടിച്ചു എന്ന അപവാദം പരത്തി മാനേജ്മെന്റ് പിരിച്ചുവിട്ടു. ഗൂഢാലോചനയിലൂടെ പെൺകുട്ടിയുടെ അമ്മയുടെ സ്വർണമാല വീട്ടിൽ നിന്നും വരുത്തി കണ്ണന്റെ അവിൽപ്പൊതിയിൽ (ഉച്ചഭക്ഷണം) തിരുകി വെക്കുകയായിരിന്നു. മോഷണ വാർത്തകേട്ട് ജനം ചിരിച്ചു. കണ്ണൻ കൂടുതൽ സമയം പാർട്ടി പ്രവർത്തനങ്ങളിൽ മുഴുകി.

കുടിയൊഴിക്കൽ, പുറപ്പാടിന് ചീട്ട് കൊടുക്കായ്ക, അയിത്താചാരണം, വാശി, നുരി, വെച്ചുകാണൽ, കങ്കാണി ഇത്തരം അത്യാചാരങ്ങൾക്കെതിരെ കണ്ണനെന്ന കമ്യൂണിസ്റ്റ് കൂടുതൽ കരുത്തോടെ മുന്നോട്ടു വന്നു. ഒളിവുസഖാക്കളുടെ സംരക്ഷണമടക്കം കൂടുതൽ ഉത്തരവാദി

ത്തങ്ങൾ ഏറ്റെടുത്ത സഖാവിന് പതിവായി വീട്ടിലെത്താനാവാറില്ല. ഇതിനെചൊല്ലി പരിഭവം പറയുന്ന അമ്മയോട് കണ്ണൻ പറയും: "ഒഞ്ചിയത്ത് ഞാനൊരു വിത്ത് നട്ടിട്ടുണ്ടമ്മേ.... അത് തഴച്ചു വളരുകയാണ്..."

ഒരു രാത്രി ചോമ്പാലിൽ വെച്ച് ഗുണ്ടാസംഘം കണ്ണനെ ക്രൂരമായി മർദിച്ചു. മരിച്ചെന്നു കരുതി കശുമാവിൻ തോട്ടത്തിലുപേക്ഷിച്ചു. പുലർച്ചെ പുല്ലരിയാൻ വന്ന സ്ത്രീകളാണ് അദ്ദേഹത്തെ രക്ഷപ്പെടുത്തിയത്. ബോധം വന്ന കണ്ണൻ കീറിപ്പറഞ്ഞ വസ്ത്രവും മുറിപ്പാടുകളുടെ നീറ്റലുമായി നേരെ മർദനപ്രിയനായ ചകൃത്ത് അടിയോടിയുടെ വീട്ടിലെത്തി. അദ്ദേഹം പരിഭ്രമത്തോടെ കണ്ണനോട് കാര്യം തിരക്കി.

"അടിയോടി അറിയാതെ ഒരു കാക്കയെങ്കിലും ഇവിടെ താഴ്ന്ന് പറക്കുമോ" കണ്ണന്റെ മറുചോദ്യം. തന്നെ ചതിച്ചവനെന്ന് അറിയാമെങ്കിലും കണ്ണൻ ചിരിച്ചുകൊണ്ട് അടിയോടിയുടെ ആതിഥ്യം സ്വീകരിച്ചു. കർഷകദ്രോഹ നടപടികൾ ചോദ്യം ചെയ്തതിന് അടിയോടി കണ്ണനോട് പ്രതികാരം തീർക്കുകയായിരുന്നു. ശത്രുവിനെ വിറപ്പിച്ച കണ്ണൻ അവരോടുള്ള പെരുമാറ്റത്തിൽപ്പോലും ഉയർന്ന കമ്യൂണിസ്റ്റ് സദാചാരം ഉയർത്തിപ്പിടിച്ചിരുന്നു. അന്ന് കണ്ണനോട് സാഷ്ടാംഗം പറഞ്ഞ അടിയോടി പിന്നീട് കമ്യൂണിസ്റ്റ് സഹയാത്രികനായി.

പട്ടിണി കൊടുമ്പിരികൊണ്ടിരുന്ന കാലത്ത് പ്രായോഗികമായ കർമ്മകുശലതയോടെ അതിനെ നേരിടാനുള്ള ചരിത്രനിയോഗം മണ്ടോടി കണ്ണനായിരുന്നു. യുദ്ധത്തിന്റെ പ്രത്യാഘാതത്താൽ 4 അണയുടെ ഇടങ്ങഴി അരിക്ക് 1 രൂപ വർധിച്ചു. പണം കൊടുക്കാനുള്ളവർക്കും ഭക്ഷ്യധാന്യങ്ങൾ കിട്ടാക്കനി. ഒഞ്ചിയത്തെ കർഷകർ വടകര താലൂക്ക് ഓഫീസിലേക്ക് മാർച്ച് നടത്തി. ഇത് പ്രചോദനമായി തൊട്ടടുത്ത വില്ലേജുകളിൽ നിന്നും പട്ടിണിജാഥയെത്തി. നിരവധി ദിവസം വടകരയിലേക്ക് ജാഥ നയിക്കപ്പെട്ടു. ഇതിന്റെ ഫലമായി കുറച്ച് അരി കച്ചവടക്കാരെ ഏൽപ്പിച്ചു. എം ആർ നാരായണക്കുറുപ്പിന്റെ നേതൃത്വത്തിൽ ഒഞ്ചിയത്ത് ഭക്ഷണ കമ്മിറ്റി നിലവിൽവന്നു. അപ്പോഴും മറ്റുവില്ലേജുകളിലെ കച്ചവടക്കാർ കരിഞ്ചന്ത നിർബാധം തുടരുകയായിരുന്നു. ഒഞ്ചിയത്തെ കിസാൻ സംഘം നെൽകൃഷിക്കാരിൽനിന്നും നെല്ല് ശേഖരിച്ച് ഒരു റേഷൻ സമ്പ്രദായം തന്നെ നിലവിൽ വരുത്തി. കാർഡ് പ്രകാരം കിട്ടുന്ന അരി, മണ്ണെണ്ണ കച്ചവടക്കാരിൽനിന്നും വീട്ടുകാർക്ക് എത്തിച്ചുകൊടുത്തു. മറ്റ് വില്ലേജിൽ അരി കരിഞ്ചന്തയിൽനിന്നു വാങ്ങുമ്പോൾ ഇവിടെ നാലാൾക്ക് ദിനം നാഴി അരികിട്ടി. മണ്ണെണ്ണയും കൺട്രോൾ തുണിയും റേഷനായി കിട്ടിത്തുടങ്ങി. കുറച്ച് കഴിഞ്ഞപ്പോൾ മലബാർ മുഴുവൻ ഇത് മാതൃകയായി മാറി. കരിഞ്ചന്തയ്ക്കും പൂഴ്ത്തിവെപ്പിനും എതിരെ ഘോരമായ സമരം തന്നെ നടന്നു. കച്ചവടക്കാർ രാത്രികാലങ്ങളിൽ കടത്തിക്കൊണ്ടുപോകുന്ന ഭക്ഷ്യധാന്യങ്ങൾ ജനം പിടിച്ചെടുത്തു തുടങ്ങി.

കൃഷിക്കാർക്ക് ഉച്ചയ്ക്ക് ഒന്നര മണിവരെ അധ്വാനിച്ചാൽ മുതിർന്നവർക്ക് 8 അണയും കുട്ടികൾക്കും സ്ത്രീകൾക്കും 6 അണയും ആയിരു

ന്ന കാലം. ശ്രമദാനത്തിലൂടെ തരിശുനിലങ്ങളിലെല്ലാം കിസാൻസംഘം കൂട്ടുകൃഷി സമ്പ്രദായം ആരംഭിച്ചു. കോറോത്ത് പൊക്കൻ കാരണവരുടെ നേതൃത്വത്തിൽ മരച്ചീനി കൃഷിയും ആരംഭിച്ചു. ഭക്ഷ്യക്ഷാമം കുറഞ്ഞതോതിലെങ്കിലും പരിഹരിക്കപ്പെട്ടു.

1940 സപ്തംബർ 15 ന് ഇടതുപക്ഷ കെ പി സി സി സംസ്ഥാന വ്യാപകമായി മർദന പ്രതിഷേധത്തിന് ആഹ്വാനം നൽകിയിരുന്നു. ഇതിന്റെ അടിസ്ഥാനത്തിൽ മണ്ടോടി കണ്ണന്റെ നേതൃത്വത്തിൽ ഒഞ്ചിയത്തു നിന്നും യു കുഞ്ഞിരമാന്റെ നേതൃത്വത്തിൽ പഴങ്കാവിൽനിന്നും വടകര കോട്ടപ്പറമ്പിൽ സംഘടിപ്പിക്കപ്പെട്ട പ്രതിഷേധ പരിപാടിയിലേക്ക് പ്രകടനങ്ങൾ പുറപ്പെട്ടു. വടകരയിൽ വെച്ച് പൊലീസ് പ്രകടനം തടഞ്ഞ് ബലപ്രയോഗം നടത്തി. അറസ്റ്റ് ചെയ്യപ്പെട്ട യു കുഞ്ഞിരാമനെയും മണ്ടോടി കണ്ണനെയും രാത്രി 8 മണിയോടെയാണ് വിട്ടയച്ചത്.

തരിശുഭൂമി കൃഷിക്കുവിട്ടുകിട്ടാൻ വേണ്ടി 'ചത്താലും ചെത്തും കൂത്താളി' എന്ന മുദ്രാവാക്യമുയർത്തി കർഷകർ കൂത്താളി എസ്റ്റേറ്റിൽ നടത്തിയ സമരത്തിലേക്ക് കണ്ണൻ കൃഷിക്കാരെ സംഘടിപ്പിച്ച് ഒഞ്ചിയത്തുനിന്നും ജാഥനയിച്ചു.

1942 സപ്തംബർ 6 ഒക്ടോബർ സോഷ്യലിസ്റ്റു വിപ്ലവദിനാചരണത്തിന്റെ ഭാഗമായി മുക്കാളിയിൽ ചേർന്ന കമ്യൂണിസ്റ്റ് പാർട്ടി പൊതുയോഗം കോൺഗ്രസ് ഗുണ്ടകൾ ആസൂത്രിതമായി വളഞ്ഞിട്ട് ആക്രമിച്ചു. മണ്ടോടി കണ്ണനടക്കമുള്ള കമ്യൂണിസ്റ്റുകാർക്ക് സാരമായി പരിക്കേറ്റു. സോഷ്യലിസ്റ്റ് ദിനാചരണത്തിന്റെ ഭാഗമായി വടകര നടത്താനിരുന്ന കർഷകറാലി പ്രതിഷേധ റാലിയായി മുക്കാളിയിലേക്ക് തിരിച്ചുവിട്ടു. ദേശരക്ഷാസേന മുക്കാളി ഓവുപാലത്തിനു സമീപം റോഡിൽ വരവരച്ചു തടഞ്ഞു. അവർ വരച്ച വര ചവിട്ടിമായ്ച്ച് സഖാക്കൾ മുന്നോട്ട് കുതിച്ചു. ഒരുകാലത്ത് കമ്യൂണിസ്റ്റുകാർക്ക് ബാലികേറാമലയായിരുന്ന അഴിയൂരിൽ വർദ്ധിച്ചുവരുന്ന കമ്യൂണിസ്റ്റ് പാർട്ടിയുടെ സ്വാധീനം കോൺഗ്രസുകാരുടെ ഉറക്കം കെടുത്തി. കടുത്ത പ്രതിക്രിയകൾക്ക് അവർ കോപ്പുകൂട്ടി. ഒരുനാൾ അറസ്റ്റുവാറണ്ടുമായെത്തിയ പൊലീസ് ഓഫീസറുടെ മുഖത്ത് വാറണ്ട് വലിച്ചുകീറിയെറിഞ്ഞ് കണ്ണൻ കീഴടങ്ങാൻ കൂട്ടാക്കിയില്ല.

1948 ഏപ്രിൽ 30ന് ഒഞ്ചിയത്ത് കമ്യൂണിസ്റ്റ് വേട്ടയ്ക്ക് എത്തിയ പൊലീസ് ആദ്യം അന്വേഷിച്ചത് മണ്ടോടി കണ്ണനെയായിരുന്നു. ഒഞ്ചിയത്തെ കമ്യൂണിസ്റ്റ് ദുർഗത്തിന്റെ കാവൽഭടനെയായിരുന്നു അവർക്കാവശ്യം. തന്നെ തേടി തോക്കും ലാത്തിയും ബയനറ്റുമായി പൊലീസെത്തിയപ്പോൾ കണ്ണൻ കമ്യൂണിസ്റ്റ് നേതാക്കളെ സുരക്ഷിതമായ ഷെൽട്ടറിലെത്തിക്കാനുള്ള വ്യഗ്രതയിലായിരുന്നു. പൊലീസിന്റെ വെടിയുണ്ടയേറ്റ് മനുഷ്യമാംസം തുണ്ടംതുണ്ടമായി തെറിച്ച് വെടിപ്പുകയും ആർത്തനാദങ്ങളും നിറഞ്ഞ ഒഞ്ചിയം മണ്ണിൽ ആരും നിഷ്ക്രിയമായി പോകുന്ന ഭയാനകമായ അവസ്ഥയിൽ വെടിയേറ്റവരെ പരിചരിക്കാനും ആശുപ

ത്രിയിലാക്കാനും കണ്ണൻ ഓടിനടന്ന് നേതൃത്വം നൽകി.

തന്നെച്ചൊല്ലി ഒരു ഗ്രാമീണ ജനത ഒന്നടങ്കം അനുഭവിക്കുന്ന കെടുതികൾക്ക് അറുതിവരുത്താൻ കണ്ണൻ പൊലീസിന് സ്വയം കീഴടങ്ങുകയായിരുന്നു. 1948 മെയ് 15 വെള്ളികുളങ്ങര ടൗണിനെ പ്രകമ്പനം കൊള്ളിച്ച് ഒരു ഒറ്റയാൾ പ്രകടനം നടന്നു. 'ഇൻക്വിലാബ് സിന്ദാബാദ്, കമ്യൂണിസ്റ്റ് പാർട്ടി സിന്ദാബാദ്, നെഹ്റു സർക്കാർ തുലയട്ടെ' മുദ്രാവാക്യം വിളിച്ചുകൊടുക്കുന്നതും ഏറ്റ് വിളിക്കുന്നതും ഒരാൾ തന്നെ. അത് മണ്ടോടി കണ്ണനായിരുന്നു. അദ്ദേഹത്തെ പൊലീസ് തോക്കുചൂണ്ടി കൈയാമം വെച്ച് വടകരയിലേക്ക് കൊണ്ടുപോവുകയാണ്. ക്രൂരമർദനങ്ങൾക്കും ഭേദ്യങ്ങൾക്കും മണ്ടോടിയിലെ വിപ്ലവകാരിയെ കെടുത്താനായില്ല. ലാത്തികളും ജയിലറകളും തോറ്റുമടങ്ങി. മുറിപ്പാടിൽനിന്നും ചീറിത്തെറിച്ച ചോരയിൽ കൈമുക്കി കൽത്തുറുങ്കിൽ കണ്ണൻ അരിവാൾ ചുറ്റിക വരച്ചു. മർദകവീരൻ ഹെഡ്കോൺസ്റ്റബിൾ ബിരിയാണി പോലും അന്ധാളിച്ചുപോയി. മെയ് 15,16,17 ഈ മൂന്നുനാൾ പൊലീസുകാർ വടകര ലോക്കപ്പിൽ വെച്ച് കണ്ണന്റെ ജീവൻകൊണ്ട് അമ്മാനമാടി. ഈ മൂന്നു നാളുകളിലും കമ്യൂണിസ്റ്റ് പാർട്ടിക്ക് മുർദാബാദ് വിളിപ്പിക്കാനുള്ള പൊലീസുകാരുടെ ശ്രമം പാളി. തുടർന്ന് വിചാരണത്തടവുകാരനായി കണ്ണനെ കണ്ണൂർ സെൻട്രൽ ജയിലിലേക്ക് മാറ്റി. കണ്ണന്റെ മൂന്നു വയസുകാരിയായ ഏക മകൾ ചന്ദ്രി രോഗം വന്നു മരിച്ചു. മകളുടെ ശവശരീരം ഒരുനോക്ക് കാണാൻപോലും കണ്ണന് കഴിഞ്ഞില്ല.

രോഗം മൂർഛിച്ച കണ്ണനെ ജയിലാശുപത്രിയിലേക്ക് മാറ്റിയ വിവരം ഒഞ്ചിയത്തറിഞ്ഞു. കണ്ണനെ ജാമ്യത്തിലിറക്കാൻ പാർട്ടിയും ബന്ധുക്കളും പരിശ്രമിച്ചു. ഒഞ്ചിയത്തെ അധികാരി ജാമ്യകച്ചീട്ട് നിഷേധിച്ചു. ജനവികാരത്തിനു മുമ്പിൽ അധികാരി തോറ്റു. 2000 രൂപ ജാമ്യത്തിന് കണ്ണനെ പരോളിലിറക്കി. ഗുരുതരമായി ടൈഫോയിഡ് ബാധിച്ച കണ്ണനെ വടകര ഗവൺമെന്റ് ആശുപത്രിയിൽ പ്രവേശിപ്പിച്ചു. ഡോക്ടർ രാഘവൻ, ഡോക്ടർ എബ്രഹാം എന്നിവരായിരുന്നു കണ്ണനെ ചികിത്സിച്ചിരുന്നത്. ചെറുപയർ പട്ടാളവും ഖദർധാരികളും കഴുകൻ കണ്ണുകളുമായി ആശുപത്രിക്കു ചുറ്റും വട്ടമിട്ടു. അവർ കണ്ണനു ചുറ്റും ക്രൂരഫലിതങ്ങൾ പറഞ്ഞുനടന്നു. ഒരു കമ്യൂണിസ്റ്റുകാരൻ ഒരിടത്തും സുരക്ഷിതനല്ല എന്ന ബോധം സഖാവിനും ഉണ്ടായിരുന്നു. പരിചരിച്ചിരുന്ന കമ്പൗണ്ടർ പോലും അദ്ദേഹത്തിനു നേരെ പാരുഷ്യം കൈക്കൊണ്ടു. തനിക്കുള്ള ഇഞ്ചക്ഷനും മരുന്നും ഗുളികയും കണ്ണൻ ശരിക്കും പരിശോധിച്ച് മാത്രമാണ് സ്വീകരിച്ചിരുന്നത്.

കണ്ണൻ കിടന്ന കട്ടിലിനരികിൽ ഒരു ചെറിയ ചതുരപ്പെട്ടി വെച്ചിരുന്നു. അതിന്റെ പുറത്ത് 'കമ്യൂണിസ്റ്റ് പാർട്ടിക്ക് സംഭാവന' എന്ന എഴുത്തും. സന്ദർശകർ രണ്ട്, അഞ്ച്, പത്ത് രൂപവരെ അതിൽ നിക്ഷേപിച്ചു. ഒരുനാൾ കണ്ണനെ പരിചരിച്ചിരുന്ന ഒരാൾ ബസിനു പോകാനുള്ള പൈസ പെട്ടിയിൽനിന്ന് എടുക്കാൻ നോക്കി. കണ്ണൻ അയാളെ വിലക്കി. 'അത്

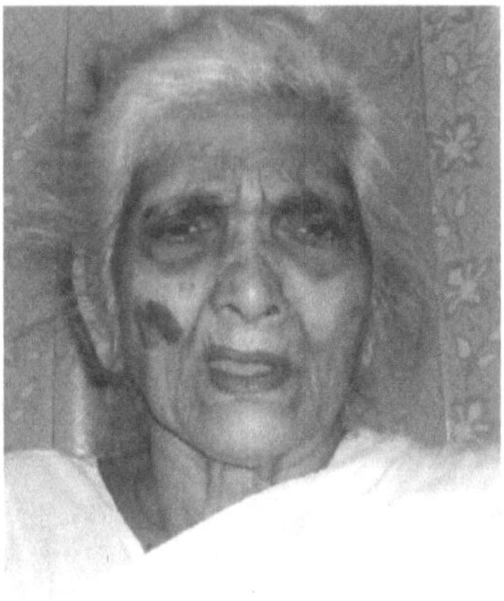
മണ്ടോടി മാത

പാർട്ടിക്കുള്ളതാണ് നിങ്ങൾക്ക് പെരുമാറാനുള്ളതല്ല.'

ആശുപത്രിവാസം ഒൻപത് നാൾ പിന്നിട്ടു. രോഗം കുറച്ച് ഭേദമായതായി തോന്നി. കണ്ണൻ കട്ടിലിലിരുന്നു. ഭക്ഷണം കഴിച്ചു. പിറ്റേന്ന് ഡിസ്ചാർജ് ആവാമെന്ന് ഡോക്ടർമാർ അറിയിച്ചതനുസരിച്ച് ഒരുക്കപ്പാടുകളും നടത്തി. മാർച്ച് 4 പുലർച്ചെ 5 മണി. ഒരു ഗ്രാമീണ ജനതയുടെ ആഗ്രഹങ്ങളപ്പാടെ തകർത്തുകൊണ്ട് കണ്ണൻ രക്തസ്നാതനായി കിടന്നു. അന്ന് രാത്രി പന്ത്രണ്ട് മണിയോടെ ചെങ്കൊടിയിൽ പൊതിഞ്ഞ മൃതശരീരം കുന്നുമ്മക്കരയിലെ മണ്ടോടി വീട്ടിൽ എത്തിച്ചു.

ബന്ധുവീട്ടിലായിരുന്ന മണ്ടോടിയിലെ വീരമാതാവിനെ മഞ്ചലിലേറ്റി കൊണ്ടുവന്നു. കണ്ണൂർ സെൻട്രൽ ജയിലിൽ കിടന്ന മകനെ കാണാൻ പോയപ്പോൾ ജയിലധികാരികളുടെ വിലക്ക് വകവെക്കാതെ ഒരു കൊടുങ്കാറ്റുപോലെ ജയിലിനകത്തേക്ക് പാഞ്ഞു കയറിയ ആ മാതൃഹൃദയം മകന്റെ ചേതനയറ്റ ശരീരം കണ്ട് പതറി. മാറത്തലച്ചു കരഞ്ഞു. പൊടുന്നനെ അവരുടെ മുഖഭാവം മാറി.

"നീയെന്താ മോനെ എഴുത്തുപള്ളീൽ പോകാത്തെ..." അവർ മകന്റെ ചേതനയറ്റ ശരീരം പിടിച്ചുലച്ചു. അകത്ത് ചെന്ന് ചോറും കറിയും വേണമെന്ന് ശാഠ്യം പിടിച്ചു. ആ അമ്മയുടെ സമനില തെറ്റുകയായിരുന്നു. എല്ലാ ദിവസവും ആ അമ്മ ചോറുവിളമ്പി ഉറിയിലെടുത്തു വെച്ച് മകനെ കാത്തിരുന്നു. ചിലപ്പോൾ ചോറുമെടുത്ത് കണ്ണന്റെ പ്രവർത്തന കേന്ദ്രമായിരുന്ന പൊയിൽ പീടിക വരെ പോകും. 'കണ്ണനിപ്പോൾ വരും' എന്ന് പുലമ്പിക്കൊണ്ടേയിരുന്നു. ഇലയനക്കം കേട്ടാൽ പോലും ജിജ്ഞാസയോടെ വീട്ടിറമ്പത്തേക്ക് ഓടിയെത്തും. അന്തിചായും വരെ കോണിക്കൽ കാത്തുനിൽക്കും. വരുന്നവരോടും പോകുന്നവരോടും ചോദിക്കും, "നിങ്ങളാരാനും എന്റെ മോനെ കണ്ടോ...?"

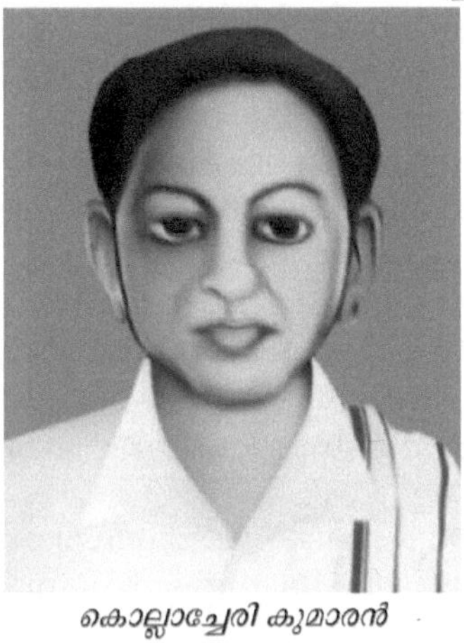
കൊല്ലാച്ചേരി കുമാരൻ

അനശ്വര വിപ്ലവകാരി

സമ്പന്നമായ ജീവിതസാഹചര്യങ്ങളിൽ നിന്ന് പാവപ്പെട്ടവന്റെ കണ്ണീ

രൊപ്പാൻ ഇറങ്ങിപ്പുറപ്പെട്ട വിപ്ലവകാരിയായിരുന്നു കൊല്ലാച്ചേരി കുമാരൻ. പ്രതാപിയായ പറമ്പത്ത് രാമുണ്ണിയുടെ മകൻ ചോന്നോറക്കണ്ടി കണ്ണന്റെയും കുങ്കിച്ചി ടീച്ചറുടെയും ഏക മകനായ കുമാരനെ പ്രസവിച്ച് അധികനാൾ കഴിയും മുമ്പേ അമ്മ മരണപ്പെട്ടു. അമ്മയുടെ അമ്മ മന്ദിയാണ് കുമാരനെ പോറ്റി വളർത്തിയത്. ബാലസംഘം പ്രവർത്തനവുമായി ബന്ധപ്പെട്ടാണ് കുമാരൻ പാർട്ടി പ്രവർത്തകനായത്. പ്രൈമറി വിദ്യാഭ്യാസത്തിനു ശേഷം തറവാട്ട് കാര്യങ്ങൾ നോക്കിനടത്തി കൃഷിപ്പണിയുമായി കഴിയുമ്പോൾ തന്നെ കുമാരൻ കർഷകരെയും തൊഴിലാളികളെയും സംഘടിപ്പിക്കാൻ തുടങ്ങി. പാർട്ടിയുടെ മുഴുവൻ സമയ പ്രവർത്തകനായി മാറിയ കുമാരൻ ഒഞ്ചിയത്തും പരിസര പ്രദേശങ്ങളിലും പാർട്ടി കെട്ടിപ്പടുക്കാൻ രാപ്പകൽ ഭേദമില്ലാതെ അക്ഷീണം പ്രവർത്തിച്ചു. കാതിൽ കടുക്കനിട്ട് ജുബ്ബയും വേഷ്ടിയും ധരിച്ച് സദാസേവന സന്നദ്ധതയോടെ നടന്ന ഈ കറുത്ത ചെറുപ്പക്കാരൻ ജനങ്ങളുടെ ആകെ ആദരവ് പിടിച്ചുപറ്റി.

സി പി ചാത്തു

വിദ്യാഹീനരായ തൊഴിലാളികൾക്കും കർഷകർക്കും വിദ്യാഭ്യാസം നൽകാൻ കുമാരന്റെ നേതൃത്വത്തിൽ വയോജന സാക്ഷരതാ ക്ലാസുകൾ സംഘടിപ്പിക്കപ്പെട്ടു. ചാലത്തിൽ പീടികയിൽ രാത്രി വൈകുവോളം ചിമ്മിനി വിളക്ക് മുനിഞ്ഞു കത്തി. അക്ഷരത്തിന്റെ ഹരിശ്രീ അറിഞ്ഞവർ കമ്യൂണിസ്റ്റ് ലഘുലേഖകൾ വായിച്ച് വർഗബോധമുള്ളവരായി. അക്കാലത്തെ ഓരോ തറപ്പീടികകളും സംവാദങ്ങളുടെയും വിജ്ഞാനത്തിന്റെയും കേദാരമായി മാറി. ഓരോ പീടികയും പാർട്ടിയുടെ സ്വയം സമ്പൂർണമായ ഓരോരോ സെല്ലുകൾ!

ഒഞ്ചിയം രക്തസാക്ഷി സ്ക്വയറിന് വിളിപ്പാടകലെയുള്ള പൊയിൽ പീടികയും അത്തരത്തിലുള്ള ഒന്നായിരുന്നു. ആളുകൾക്ക് ജീവൻ വെപ്പിക്കുന്ന – 'ജീവിടുന്ന പീടിക' എന്നാണ് പൊയിൽ പീടിക അറിയപ്പെട്ടത്. ധീരനായ പൊയിൽ കണാരൻ നടത്തി വന്ന കട പകൽ ചർച്ചാവേദിയും രാത്രി സാംസ്കാരിക കേന്ദ്രവുമായി. പാറയുള്ള പറമ്പത്ത് കണ്ണൻ നടത്തി വന്ന ചാപ്പയിൽ പീടിക, സി പി ചാത്തു നടത്തിവന്ന കൊളവട്ടത്ത് പീടിക, തീവണ്ടിച്ചാൽ പീടിക, ആയാട്ട് പീടിക, ഇവയെല്ലാം ഒഞ്ചിയത്തെ പാർട്ടിയുടെ ജീവധമനികളായിരുന്നു.

കുമാരന്റെ സാക്ഷരതാ ക്ലാസിൽ പലരും സൗജന്യമായി സേവനം ചെയ്തു. പലർക്കും കുമാരൻ സ്വന്തം കൈയിൽ നിന്നുതന്നെ പണം

നൽകി. വലിയ വളപ്പിൽ പൊക്കൻ, എം ആർ നാരായണക്കുറുപ്പ് തുടങ്ങിയവർ ഈ സദുദ്യമത്തെ സാമ്പത്തികമായി സഹായിച്ചിരുന്നു. ഈ സാക്ഷരതാ ക്ലാസിലൂടെ പ്രാഥമിക പരിജ്ഞാനം നേടിയവരിൽ ചിലർ തുടർ പഠനത്തിലേർപ്പെട്ട് ഉന്നത ഉദ്യോഗം കൈവരിക്കുകയുണ്ടായി. എടവലത്ത് കൃഷ്ണൻ നമ്പ്യാർ, തൈപ്പള്ളി നാരായണൻ നമ്പ്യാർ തുടങ്ങിയ പുരോഗാമികൾ തുടർന്നും ഈ സാക്ഷരതാ ക്ലാസ് ഏറെക്കാലം മുന്നോട്ടു കൊണ്ടുപോയി. സേവനോന്മുഖമായ ഇത്തരം പ്രവർത്തനങ്ങളിൽ ആകൃഷ്ടരായി ആയാടത്തിൽ രാമൻ അടിയോടി തുടങ്ങിയ സജീവ കോൺഗ്രസുകാർ കമ്യൂണിസ്റ്റ് പാർട്ടിയുമായി ബന്ധപ്പെട്ടു പ്രവർത്തിക്കാൻ തുടങ്ങി.

ചുഴലിപ്പുറത്ത് കണാരൻ, കോളൂർ കുഞ്ഞിരാമക്കുറുപ്പ്, വലിയ പറമ്പത്ത് കണാരൻ, കുഞ്ഞൂഞ്ഞൻ, വലിയപറമ്പത്ത് കുമാരൻ, ആശാരി മാധവൻ തുടങ്ങിയ കുമാരന്റെ നൈറ്റ് ക്ലാസിലെ നിത്യസന്ദർശകർ പിന്നീട് ഉശിരന്മാരായ കമ്യൂണിസ്റ്റ് പോരാളികളായി. കോളൂർ ഭാഗത്തെ കാടുപിടിച്ച പ്രദേശങ്ങളിൽ രാത്രികാലങ്ങളിൽ പനങ്കുറ്റിയിൽ തീയിട്ട് അവർ കമ്യൂണിസ്റ്റ് ദർശനങ്ങളെപ്പറ്റി ചർച്ചചെയ്തു. കുമാരൻ തന്റെ തൊടിയിലെ കിഴങ്ങ് കടയോടെ പിഴുതെടുത്ത് തീയിലിട്ട് ചുട്ട് സഖാക്കൾക്ക് നൽകും. കൂറ്റൻ മാവുകളും കുറ്റിക്കാടും പാറക്കൂട്ടങ്ങളും നിറഞ്ഞ വിജനമായ ചോന്നോറക്കണ്ടി, കൊല്ലാച്ചേരി പ്രദേശങ്ങൾ സഖാക്കളുടെ സുരക്ഷിതമായ ഒളിവുസങ്കേതങ്ങളായിരുന്നു. സമർഥനും വിശ്വസ്തനുമായ കുമാരന്റെ വീട്ടിലേക്ക് ഉന്നതരായ നേതാക്കൾ പലരും ഒളിവിനായി വന്നുംപോയുമിരുന്നു.

ചെന്നാട്ടെ ഇടുങ്ങിയ ഇടവഴിയിൽ വെച്ച് പൊലീസ് വെടിയുതിർക്കുമ്പോൾ മരം മറഞ്ഞ് മാറിനിന്നതിനാൽ കൊല്ലാച്ചേരി കുമാരന് വെടിയേറ്റില്ല. മരത്തിൽ വെടിയുണ്ടകൾ തുളഞ്ഞു കയറി. വെടിവെപ്പിനു ശേഷം ശ്മശാന മൂകത തളംകെട്ടിയ ഒഞ്ചിയത്തു നിന്നും ചിലർ വണ്ടി കയറി മദിരാശിയിലും മറ്റും ചേക്കേറി. കമ്യൂണിസ്റ്റുകാർ പലരും അണ്ടർഗ്രൗണ്ടിൽ പോയി. കുമാരനാകട്ടെ സാന്ത്വനവചനങ്ങളുമായി ഓരോ വീടുകളിലും പാഞ്ഞെത്തി. വെടിവെപ്പ് സ്ഥലത്തിനു സമീപത്തെ കിഴക്കയിൽ ഗോവിന്ദൻ നമ്പ്യാരുടെ മകളുടെ വിവാഹം ഏപ്രിൽ 30 നാണ് നിശ്ചയിച്ചിരുന്നത്. അക്കാലത്ത് രാത്രികാലങ്ങളി

മനക്കൽ താഴ ഗോവിന്ദൻ

ലാണ് കല്ല്യാണ പാർട്ടി ഘോഷയാത്രയായി വരിക. കിഴക്കയിൽ വീടിന് സമീപത്ത് വെച്ച് കുമാരൻ അറസ്റ്റ് ചെയ്യപ്പെട്ടു. നാദാപുരം റോഡിലെ അഴിക്കകത്ത് വീട്ടിലെ അമ്മുവെ വിവാഹം ചെയ്ത് രണ്ടാഴ്ച പിന്നിടും മുമ്പ് കുമാരൻ ജയിലറയ്ക്കുള്ളിലായി. മധുവിധു ജയിലറയിൽ വെച്ചാവാം എന്ന് പരിഹസിച്ച് പൊലീസുകാർ മാറിമാറി ക്രൂരമായ ഭേദ്യങ്ങളും ഈർക്കിൽ പ്രയോഗങ്ങളും തുടങ്ങി. നേതാക്കളെ സുരക്ഷിതരായി ഒളിവിൽ പാർപ്പിച്ച കുമാരനിൽനിന്നും ഒരുപാട് രഹസ്യവിവരങ്ങൾ കിട്ടുമെന്ന് പൊലീസ് കരുതിയിട്ടുണ്ടാവണം. വടകര ലോക്കപ്പിൽ വെച്ചും കണ്ണൂർ സെൻട്രൽ ജയിലിൽ വെച്ചും പേപ്പട്ടിയെ തല്ലും പോലെ പൊലീസുകാർ കുമാരനെ തല്ലിച്ചതച്ചു. ഒഞ്ചിയത്തുനിന്നും പൊലീസുകാർക്ക് കിട്ടിയ ആദ്യ കമ്യൂണിസ്റ്റ് ഇരയെ അവർ മൃഗീയമായി നായാടി വിനോദിച്ചു. കുമാരന്റെ ശരീരം കടപുഴകിയ മരങ്ങൾ മഞ്ഞും മഴയും വെയിലുംകൊണ്ട് പുതലിച്ച് ചെതുമ്പിച്ച് തൊട്ടേടം പൊഴിഞ്ഞ് വീഴുമ്പോലെയായതായി കണ്ണൂർ സെൻട്രൽ ജയിലിലെ സഹതടവുകാരനും ഒഞ്ചിയം സമരസേനാനിയുമായ മനക്കൽ താഴ ഗോവിന്ദൻ സാക്ഷ്യപ്പെടുത്തുകയുണ്ടായി.

കൊല്ലാച്ചേരി കുമാരന്റെ കുടുംബത്തിന്റെ സാമ്പത്തിക ഭദ്രത പണം പിടുങ്ങാനുള്ള അവസരമായി കണ്ട് പൊലീസുകാർ അദ്ദേഹത്തിന് നേരെ കൂടുതൽ അക്രമമുറകൾ അഴിച്ചുവിട്ടു. കുമാരന്റെ അമ്മൂമ്മ മന്ദി കൊച്ചുമകനെ മർദ്ദിക്കാതിരിക്കാൻ കുമാരന്റെ ഭാര്യാപിതാവ് വശവും മറ്റും ധാരാളം പണം പൊലീസ് ഏമാൻമാർക്ക് കൊടുത്തയക്കും. പലപ്പോഴും പണം പൊലീസിൽ എത്തിയില്ല. എത്തിയാൽ തന്നെ വീതിക്കപ്പെട്ടില്ല. പൊലീസുകാർ നേരിട്ടെത്തിയും മന്ദിയമ്മയിൽനിന്നും പണം വാങ്ങിയിരുന്നു. ഇതെല്ലാമായിട്ടും കുമാരന് നേരെയുള്ള മർദനം അനുസ്യൂതം തുടർന്നു.

മരണാസന്നനായ കുമാരനെ അധികൃതർ ജയിലാശുപത്രിയിലേക്ക് മാറ്റി. കൊല്ലുന്ന രാജാവിന് തിന്നുന്ന മന്ത്രി എന്നു പറഞ്ഞതുപോലത്തെ ചികിത്സ. വേദനകൊണ്ട് കൈകാലിട്ടടിച്ച് പുളയുന്ന കുമാരനെ അവർ കട്ടിലോട് ചേർത്ത് കയറുകൊണ്ട് വരിഞ്ഞുകെട്ടി. പലപ്പോഴും ഇത്തരം ചികിത്സ രോഗം ഭേദമാക്കാനല്ല മരണം വേഗമാക്കാനുള്ളതായിരുന്നു.

1948 ജൂലായ് 10ന് കൊല്ലാച്ചേരി കുമാരൻ ആർ പി നമ്പർ. 887 കണ്ണൂർ ജയിലാശുപത്രിയിൽ വെച്ച് മരണപ്പെട്ടു. സമതയ്ക്കായി അടരാടി സമ്പന്നനെന്നോ ദരിദ്രനെന്നോ ഭേദചിന്തയില്ലാത്ത മരണത്തിന്റെ ലോകത്തിലേക്ക് കുമാരൻ യാത്രയാവുമ്പോൾ കേവലം ഇരുപത്തിനാല് വയസ്സ് മാത്രമേ ആയിരുന്നുള്ളു.

കുറ്റവാളികളുടെ മൃതശരീരങ്ങളോടുപോലും ആദരവ് കാണിക്കുകയും മാന്യമായി സംസ്കരിക്കാൻ അവസരം ഒരുക്കുകയും ചെയ്യുക നമ്മുടെ സംസ്കാരത്തിന്റെയും നാട്ടുവഴക്കങ്ങളുടെയും ഒരു പതിവുരീതിയാണ്. അപരിഷ്കൃത ജീവിതം നയിക്കുന്നവർ പോലും മൃതദേഹ

ങ്ങളോട് ആദരവ് കാട്ടുന്ന കാര്യത്തിൽ മാന്യന്മാരാണ്. എം എസ് പിയും ദേശരക്ഷാസേനയെന്ന കോൺഗ്രസ് ചോറ്റുപട്ടാളവും കമ്യൂണിസ്റ്റായതിന്റെ പേരിൽ കുമാരന്റെ മൃതദേഹത്തെപ്പോലും വേട്ടയാടി. ആശുപത്രിയിൽനിന്നും വിട്ടുകിട്ടിയ മൃതദേഹം സഖാക്കൾ മുളന്തണ്ടിൽ വരിഞ്ഞ് കെട്ടി ഒളിച്ചുകടത്തിക്കൊണ്ടുവന്നാണ് സംസ്കരിച്ചത്. മൃതദേഹം അടക്കം ചെയ്ത സ്ഥലം തിരിച്ചറിയാതിരിക്കാൻ കടയോടെ ചെത്തിയെടുത്ത പുൽത്തകിടികൾ അടുക്കിവെക്കുകയുണ്ടായി. മൃതശരീരം കുഴിച്ചെടുത്ത് വികൃതമാക്കുമെന്നുപോലും കമ്യൂണിസ്റ്റുകാർ ഭയപ്പെട്ടു. രാപ്പകൽ ഭേദമില്ലാതെ കുമാരന്റെ മുത്തശ്ശി മന്ദിയമ്മ കുഴിമാടത്തിന് കാവലിരുന്നു. ഒടുക്കം പിച്ചുംപേയും പുലമ്പി ആ അമ്മ ഉന്മാദിനിയായിത്തീർന്നു.

14

മൊയാരം: ഒഞ്ചിയത്തിന്റെ മാനസപുത്രൻ

വടകരയിലെ ദേശീയ സ്വാതന്ത്ര്യപ്രസ്ഥാനം മൊയാരത്ത് ശങ്കരനോട് കടപ്പെട്ടിരിക്കുന്നു. പഴയ കുറുമ്പ്രനാട്ടിന്റെ ഓരോ മുക്കിലും മൂലയിലും ഓടിയെത്തി ജാതിമത വർഗ വർണ വിവേചനമില്ലാതെ ആബാലവൃദ്ധം ജനങ്ങളെ മൂവർണക്കൊടിയുടെ മഹത്വം പഠിപ്പിച്ചത് ഈ ഗുരുനാഥനായിരുന്നു. അവരെ സംഘടിപ്പിച്ച് സംഘബോധമുള്ളവരാക്കി സമരസജ്ജരാക്കുന്നതിന് അദ്ദേഹം സദാ ജാഗരൂകനായി.

1948 ഉത്തര കേരളം കർഷകപ്രക്ഷോഭങ്ങൾകൊണ്ട് പ്രകമ്പനം കൊള്ളുന്ന കാലം. ദേശരക്ഷാസേന എന്ന ഓമനപ്പേരിലറിയപ്പെട്ട കോൺഗ്രസ് വളണ്ടിയർസേന രംഗത്തിറങ്ങിയതോടെ ആളുകൾക്ക് സ്വസ്ഥം അന്തിയുറങ്ങാനാവാത്ത അവസ്ഥ. സ്വാതന്ത്ര്യം ഭരണകൂടവും കോൺഗ്രസുകാരും അക്ഷരാർഥത്തിൽ കൊണ്ടാടുകയായിരുന്നു. ഒരു പുരുഷായുസ്സ് മുഴുവൻ കോൺഗ്രസ് പ്രസ്ഥാനത്തിനു വേണ്ടി ഉഴിഞ്ഞുവെച്ച മൊയാരത്ത് ശങ്കരൻ പക്ഷേ ഒരു കുറ്റം ചെയ്തിരുന്നു. ഒരു കമ്യൂണിസ്റ്റായി എന്ന ഒരേയൊരു കുറ്റം. കോൺഗ്രസ് ദേശരക്ഷാസേന ഉടനടി അദ്ദേഹത്തിന് ശിക്ഷ വിധിച്ചു. അവർ ഈ വന്ദ്യവയോധികനെ ഒളിഞ്ഞിരുന്ന് പേപ്പട്ടിയെ പോലെ തല്ലിവീഴ്ത്തി നട്ടെല്ലു തകർത്ത് പൊലീസിനെ ഏൽപ്പിച്ച് തങ്ങളുടെ കർത്തവ്യം നിർവഹിച്ചു. മെയ് 13 ന് കണ്ണൂർ സെൻട്രൽ ജയിലിൽ വെച്ച് അദ്ദേഹം വീരചരമം പ്രാപിച്ചു.

> ഇന്ത്യയിലെ ബ്രിട്ടീഷ് ഭരണത്തെ നശിപ്പിക്കണം. അതിന് കഴിഞ്ഞില്ലെങ്കിൽ അതിനുള്ള പരിശ്രമത്തിൽ ഞാൻ നശിച്ച് മറ്റുള്ളവർക്ക് മാതൃകയാകണം.[47] ആത്മകഥയിൽ മൊയാരം എഴുതി.

ബ്രിട്ടീഷ് ഭരണത്തെ നശിപ്പിച്ച അദ്ദേഹത്തെ നശിപ്പിച്ചത് അരുമ

ശിഷ്യരായിരുന്നു എന്ന് മാത്രം. ഈ പിതൃഹത്യ ഏഴ് സമുദ്രത്തിൽ മുങ്ങിക്കുളിച്ചാലും അറേബ്യൻ സുഗന്ധദ്രവ്യങ്ങളിൽ മുഴുവൻ ആറാടിയാലും തീരാത്ത പാപക്കറ കോൺഗ്രസുകാരിൽ അവശേഷിപ്പിക്കും.

സഖാവ് മൊയാരം ഞങ്ങളുടെയൊക്കെ രാഷ്ട്രീയ ജീവിതത്തിലെ വലിയ കാരണവരാണ്. കേരളത്തിലെ കോൺഗ്രസിന്റെ സ്ഥാപക നേതാക്കളിൽ ഒരാളാണ്. കെ പി സി സി ക്കുവേണ്ടി കോൺഗ്രസിന്റെ ഔദ്യോഗിക ചരിത്രം എഴുതിയത് ഇദ്ദേഹമാണ്. വിദേശഭരണത്തിൽ ഭീകരമായ മർദനത്തിന് അദ്ദേഹം പലതവണ ഇരയായിട്ടുണ്ട്. ആവർത്തിച്ച് ജയിലിൽ അടയ്ക്കപ്പെട്ടിട്ടുണ്ട്. ഉത്തര മലബാറിൽ കോൺഗ്രസിന് അസ്ഥിവാരം പണിതത് അദ്ദേഹമാണ്. അങ്ങനെയുള്ള അദ്ദേഹത്തിന് സ്വതന്ത്ര ഇന്ത്യയിലെ കോൺഗ്രസ് ഈ വിധമുള്ള ഒരന്ത്യമാണ് സമ്മാനിച്ചത് എന്നത് നടുക്കമുണ്ടാക്കുന്ന സംഭവമായിരുന്നു. എന്റെ കമ്യൂണിസ്റ്റ് വിരോധത്തിന്റെ വേലിയിറക്കം തുടങ്ങിയത് ആ സംഭവത്തോടെയായിരുന്നു. മൊയാരത്തിനെ ലോക്കപ്പിൽ വെച്ച് മർദിച്ച് കൊല്ലത്തക്ക വിധം കമ്യൂണിസ്റ്റ് വിരോധം സൃഷ്ടിച്ചതിൽ എനിക്കും പങ്കുണ്ട്. ആ നിലയ്ക്ക് ആ മരണത്തിൽ ഞാനും കുറ്റവാളിയല്ലേ എന്ന ബോധം അന്നെന്ന പോലെ ഇന്നും എന്നെ നോവിക്കാറുണ്ട്. ആ സംഭവത്തിനു ശേഷം കമ്യൂണിസ്റ്റ് വിരുദ്ധ ജ്വരം എന്നെ ബാധിച്ചിട്ടില്ല. ഇത്തരം ഒരു പ്രസ്ഥാനത്തിലും ഞാൻ പങ്കുചേർന്നിട്ടുമില്ല.

മൊയാരത്തിന്റെ അന്ത്യം കേരളത്തിലെ കോൺഗ്രസിന്റെ പിൽക്കാല പാതകങ്ങളിൽ ഏറ്റവും ക്രൂരമാണ്. സ്വന്തം പിതാവിനെ തല്ലിക്കൊല്ലുന്നതുപോലുള്ള കൃത്യമായിരുന്നു. അത്. മൊയാരം എഴുതിയ *കോൺഗ്രസിന്റെ ചരിത്രം* അദ്ദേഹത്തെ കൊലചെയ്തതിന്റെ ചരിത്രം കൂടി എഴുതിച്ചേർത്തുകൊണ്ടാണ് ഭാവിയിലെ ചരിത്രകാരന്മാർ പൂർത്തിയാക്കുക.[48]

കമ്യൂണിസ്റ്റുകാരെ കൊന്നൊടുക്കിക്കൊണ്ടിരിക്കുന്നതിൽ ആനന്ദവും നിർവൃതിയും കണ്ടെത്തിയിരുന്ന പത്രമുതലാളിമാരും നേതാക്കന്മാരും മാനസാന്തരപ്പെട്ടവരായി.

1948 മെയ് 18 ന് 'ആപത്ത് മറ്റൊരു വേഷത്തിൽ' എന്ന പേരിൽ *മാതൃഭൂമി* മുഖപ്രസംഗം എഴുതി.

> .... ജനങ്ങളെ സേവിക്കാൻ വേണ്ടി പല കഷ്ടങ്ങളും ത്യാഗങ്ങളും ശ്രീ ശങ്കരൻ സഹിച്ചിട്ടുണ്ട്. പിന്നീടൊരു കമ്യൂണിസ്റ്റായതുകൊണ്ടു മാത്രം അതെല്ലാം നാട്ടുകാരുടെ സ്മരണയിൽനിന്ന് തുടച്ചു നീക്കുക സാധ്യമല്ല. അദ്ദേഹത്തിന്റെ രാഷ്ട്രീയ സിദ്ധാന്തങ്ങളെ എതിർക്കുന്നവർ പോലും അദ്ദേഹത്തിന്റെ വ്യക്തിത്വത്തെ ബഹുമാനിച്ചിട്ടുണ്ട്. അദ്ദേഹത്തിന്റെ നിര്യാണത്തെ ചൂഴ്ന്നിരിക്കുന്ന ഈ സംശയം അകലുന്നതുവരെ അവർക്ക് മനഃശാന്തിയുണ്ടാവില്ല..

"കുരങ്ങൻ കള്ളുകുടിച്ചാൽ" എന്ന തലവാചകത്തിൽ മെയ് 23ന് *മാതൃഭൂമിയിൽ* സി കെ ഗോവിന്ദൻ നായരെ ഉദ്ധരിച്ച് വീണ്ടും മുഖപ്ര

സംഗം വന്നു.

സി കെ ഗോവിന്ദൻ നായർ ഇങ്ങനെ പറയുന്നു:

> ഗവൺമെന്റിനെതിരായി കമ്യൂണിസ്റ്റ് പാർട്ടി ഇന്നൊരു സമരം പ്രഖ്യാപിച്ചിരിക്കുന്നു. അങ്ങനെയുള്ള സംഘടനയിലെ അംഗങ്ങൾ വെടികൊണ്ടും മറ്റും മരിക്കുന്നത് സ്വാഭാവികമാണ്. ഇക്കഴിഞ്ഞ യുദ്ധത്തിൽ ബ്രിട്ടൻ ശത്രുരാജ്യത്തിലെ എത്ര ആളുകളെ നശിപ്പിച്ചിട്ടുണ്ട്? ഏതെല്ലാം തരത്തിൽ പെട്ട ആളുകൾക്ക് മരണം സംഭവിച്ചിട്ടുണ്ട്?
>
> പൊലീസ് ബന്തവസ്തിൽ ഒരു തടവുകാരൻ സംശയകരമാംവിധം മരിക്കുന്നതും ഒരു യുദ്ധത്തിൽ ശത്രു വെടികൊണ്ട് മരിക്കുന്നതും ഒരുപോലെയാണെന്ന് സ്ഥാപിക്കാൻ പ്രജായത്ത സിദ്ധാന്തങ്ങളിലും കോൺഗ്രസ് ആദർശങ്ങളിലും വിശ്വാസം പ്രഖ്യാപിക്കുന്ന ഒരു നേതാവ് പണിപ്പെടുന്നത് കാണുമ്പോൾ കഷ്ടം തോന്നുന്നു. ഒഞ്ചിയത്തെ വെടിവെപ്പിൽ ഏഴ് കമ്യൂണിസ്റ്റുകാർ വെടികൊണ്ട് മരിച്ചു. അന്നത്തെ പരിതഃസ്ഥിതികളെ വിശദീകരിച്ച് ഞങ്ങൾ എഴുതിയിരുന്ന മുഖപ്രസംഗത്തിൽ പൊലീസുകാരുടെ നടപടികളെ ന്യായീകരിക്കുക മാത്രമല്ല, അവരുടെ കർത്തവ്യബോധത്തെ പ്രശംസിക്കുകയും ചെയ്തു. കമ്യൂണിസ്റ്റ് അക്രമങ്ങളെ അമർത്തുവാൻ സൈനിക നടപടികൾ എടുക്കണമെന്നുപോലും ഞങ്ങൾ അഭിപ്രായപ്പെട്ടിരുന്നു. പക്ഷെ ശ്രീ. ശങ്കരൻ ജയിലിൽ വെച്ച് മരിച്ച പരിതഃസ്ഥിതി അത്തരത്തിലുള്ളതാണെന്ന് ആർ പറയും? ഒഞ്ചിയത്തു തന്നെ കമ്യൂണിസ്റ്റുകാർ കീഴടങ്ങി ബന്തവസ്തിയിലായതിനുശേഷമാണ് അവരിലൊരാളെ പൊലീസ് വെടിവെച്ചു കൊന്നിരുന്നതെങ്കിൽ അത് ഒരു കൊലക്കുറ്റമാണ്. അത് ഞങ്ങളുടെ ശക്തിയായ ആക്ഷേപത്തിന് പാത്രമാവുകയും ചെയ്യുമായിരുന്നു. ഈ വ്യത്യാസങ്ങൾ കാണാതിരിക്കവണ്ണം കമ്യൂണിസ്റ്റ് വിദ്വേഷം ഞങ്ങളുടെ കാഴ്ച കുറച്ചിട്ടില്ല. മനസ്സ് അത്രയ്ക്ക് കറപിടിച്ചിട്ടുമില്ല.

മൊയാരത്ത് ശങ്കരന് ഒഞ്ചിയവുമായി രക്തസാഹോദര്യമുണ്ട്. ഒഞ്ചിയം രക്തസാക്ഷി സ്ക്വയറിന് ഒരു വിളിപ്പാട് അകലെയാണ് ഒഞ്ചിയത്ത് തൈപ്പള്ളി തറവാട്. അവിടത്തെ പ്രതാപിയായ കുങ്കക്കുറുപ്പിന്റെയും തലശ്ശേരി നിടുമ്പ്രം മൊയാരത്ത് വീട്ടിൽ ചിരുതൈ അമ്മയുടെയും ഏകമകനാണ് ശങ്കരൻ. വക്കീൽ ഗുമസ്തനായ കുങ്കക്കുറുപ്പ് സന്യാസം സ്വീകരിച്ചതോടെ ശങ്കരൻ മൊയാരത്ത് വീട്ടിലേക്ക് താമസം മാറുകയായിരുന്നു.

ഡോക്ടറായാൽ ജനതയുടെ കണ്ണീരൊപ്പാനും അവരെ അവകാശബോധമുള്ളവരാക്കി സമര സജ്ജരാക്കാനാകുമെന്നും കരുതിയ ശങ്കരൻ കൽക്കത്തയിലെ നാഷണൽ മെഡിക്കൽ കോളേജിൽ ചേർന്നു.

കൽക്കത്തയിലെ ആദ്യമലയാളി സമാജം സ്ഥാപിച്ചത് അദ്ദേഹമാണ്. അദ്ദേഹത്തിന്റെ ഓരോ ചലനവും അവിടെ നിരീക്ഷിക്കപ്പെട്ടു. രഹസ്യ പ്പൊലീസ് കൽക്കത്തയിൽ അദ്ദേഹത്തിന്റെ ജീവന് ഭീഷണിയുണ്ടെന്ന് കുടുംബാംഗങ്ങളെ ദുർബോധനം ചെയ്ത് അദ്ദേഹത്തെ നാട്ടിലേക്ക് തിരിച്ചു വിളിപ്പിക്കുകയായിരുന്നു.

ഗുരുവായൂർ സത്യഗ്രഹ സമരത്തിന് വഴിതുറന്ന കോൺഗ്രസിന്റെ ചരിത്രപ്രസിദ്ധമായ വടകര സമ്മേളനം, പയ്യന്നൂരിലെ ഉപ്പുസത്യഗ്രഹം എന്നീ ആശയങ്ങളുടെ പ്രോദ്ഘാടനകനും സംഘാടകനുമായിരുന്നു മൊയാരം.

തുർക്കികളുടെ അധീന പ്രദേശങ്ങൾ കയ്യടക്കി ഖലീഫിന് എതി രായി ബ്രിട്ടൻ കൈക്കൊണ്ട നിലപാട് ഇന്ത്യൻ മുസ്ലീങ്ങളെയും ബ്രിട്ടീഷ് വിരോധികളാക്കിയിരുന്നു. ഖിലാഫത്ത് പ്രസ്ഥാനത്തിന്റെ സാധ്യതകൾ സാമ്രാജ്യത്വവിരുദ്ധ സമരത്തിൽ മൊയാരം സമർഥമായി ഉപയോഗിച്ചു. മതമൈത്രി കാത്തുസൂക്ഷിക്കുവാനുള്ള അവസരം അദ്ദേഹം പരമാവധി പ്രയോജനപ്പെടുത്തി. പള്ളിമുറ്റങ്ങൾ കേന്ദ്രീകരിച്ച് നടന്ന സാമ്രാ ജ്യത്വവിരുദ്ധ സമരത്തിന് നടുനായകത്വം വഹിച്ചത് മൊയാരമായിരുന്നു. ചോമ്പാൽ കുഞ്ഞിപ്പള്ളിക്കു സമീപവും സാമ്രാജ്യത്വ വിരുദ്ധ പ്രതിജ്ഞ സംഘടിപ്പിക്കപ്പെട്ടു. മൊയാരമാണ് നേതൃത്വം വഹിച്ചത്.

വർധിച്ചു വരുന്ന ഹിന്ദു-മുസ്ലീം മൈത്രി ഭരണാധികാരി വർഗ ത്തിന്റെ സ്വസ്ഥത കെടുത്തി. മലബാറിൽ യു കെ ഗോപാലമേനോനും എം പി നാരായണ മേനോനുമായിരുന്നു ഖിലാഫത്തിന്റെ നേതൃത്വം. നിഷ്കളങ്കരായ മുസ്ലീങ്ങളെ കുത്തിനിറച്ച് കണ്ണൂരിലേക്ക് കൊണ്ടുപോ കുന്ന കാഴ്ച വടകരയിലെ മുസ്ലീങ്ങളെയും പ്രകോപിപ്പിച്ചു. കലാപം ഇവിടങ്ങളിൽ പടരാതിരിക്കാൻ മൊയാരം നിതാന്ത ജാഗ്രത പുലർത്തി. നാദാപുരം ഉൾപ്പെടെയുള്ള വടകരയുടെ കിഴക്കൻ മേഖലകളിൽ കലാ പത്തിന് കാരണം കണ്ടെത്തുന്ന പണി പൊലീസ് തന്നെയാണ് ഏറ്റെടു ത്തത്. അവിടങ്ങളിലെല്ലാം സമാധാനദൂതുമായി മൊയാരം പാഞ്ഞെത്തി.

എഴുത്തുകാരനും പത്രപ്രവർത്തകനും വാഗ്മിയുമായ അദ്ദേഹ ത്തിന്റെ കാർമികത്വത്തിൽ ആരംഭിച്ച പത്രമാണ് *കേരള കേസരി*. സാഹിത്യ സാംസ്കാരിക മേഖലയ്ക്കും പ്രബോധനപരമായ ലേഖന ങ്ങളിലൂടെ ദേശീയ പ്രസ്ഥാനത്തിനും വേഗം പകരാൻ അദ്ദേഹത്തിന്റെ പ്രവർത്തനങ്ങൾക്കു കഴിഞ്ഞു. തനിക്ക് ശരിയെന്നു തോന്നുന്ന കാര്യ ങ്ങൾ നിർഭയം തുറന്നു പറയാൻ അസാമാന്യമായ തന്റേടം കാണിച്ചി രുന്നു അദ്ദേഹം. തന്റെ അന്യാദൃശമായ പ്രസംഗവൈഭവം കൊണ്ട് ഓരോ പ്രസംഗ വേദിയും അദ്ദേഹം സമ്പന്നമാക്കി. മലബാറിലെ കാർഷിക കലാ പത്തെപറ്റി ആത്മകഥയിൽ മൊയാരം എഴുതി:

> മലബാറിലെ കാർഷിക ലഹള ആദ്യാവസാനം ബ്രിട്ടീഷ് ഭരണ ത്തിന്റെ നേരെയുള്ള ഒരു വമ്പിച്ച സമരമായിരുന്നു. ഒരുനാളും ഹിന്ദുക്കളും മുഹമ്മദീയരും തമ്മിൽ നടന്ന ഒരു ചേരിതിരിഞ്ഞ

> കലഹമായിരുന്നില്ല. പക്ഷെ അതിന് ആ നിറം കൊടുത്ത് സകല പത്രങ്ങളും അവഹേളിക്കുകയും വമ്പിച്ച ഹിന്ദു-മുസ്ലീം ലഹള എന്ന ദുഷ്പേര് അതിന്റെ പേരിൽ പ്രചരിക്കുകയും ആ വഴിക്ക് ദേശീയ പ്രസ്ഥാനത്തിനുണ്ടായിരന്ന അനുഭാവം നഷ്ടപ്പെടുത്തുകയും ചെയ്യാൻ കഴിഞ്ഞ ബ്രിട്ടീഷ് സാമ്രാജ്യാധികാരികളുടെ ദുഃസാമർത്ഥ്യത്തെ ഗാന്ധിജി കൂടി ചുഴിഞ്ഞ് നോക്കിയില്ല എന്നുള്ളതാണ് മലയാളത്തിലെ കോൺഗ്രസ് പ്രവർത്തകന്മാരായ ഞങ്ങൾക്ക് ഏറ്റവും പരിതാപകരമായത്.[49]

സന്നദ്ധ ഭടന്മാരെ നിരാശാഭരിതരാക്കുംവണ്ണം സമരപരിപാടികൾ പൊടുന്നനെ നിർത്തിവെക്കുന്ന ഗാന്ധിജിയുടെ ശൈലിയും അദ്ദേഹത്തിന്റെ എതിർപ്പിന് പാത്രമായി.

1948 ഏപ്രിൽ 30നും തുടർന്നും ഒഞ്ചിയത്തും പരിസര പ്രദേശങ്ങളിൽ നിന്നും പൊലീസ് നരനായാടി പിടിക്കുന്നവരെ വടകര ലോക്കപ്പിലിട്ട് തല്ലിച്ചതച്ച് കണ്ണൂർ സെൻട്രൽ ജയിലിൽ അടച്ചുകൊണ്ടേയിരുന്നു. ഒരു മെയ്മാസ പുലരിയിൽ ഒഞ്ചിയം സഖാക്കൾ കഴിയുന്ന തടവറയിലേക്ക് മൊയാരത്ത് ശങ്കരനെ കൊണ്ടുവന്നാക്കി. ശരീരത്തിന്റെ ഓരോ അസ്ഥികളും തല്ലിപ്പൊളിച്ച് ജീവച്ഛവമാക്കി. ആശുപത്രിയിൽ അഡ്മിറ്റു ചെയ്യാനോ ദാഹജലം കൊടുക്കാനോ അധികൃതർ തയാറായില്ല. കുടിക്കാൻ ചൂട് വെള്ളത്തിനാവശ്യപ്പെട്ട അദ്ദേഹത്തിന് ഒഞ്ചിയത്തെ പറമ്പത്ത് കണാരൻ അടക്കമുള്ള സഖാക്കൾ റാന്തൽ വിളക്കിന്റെ കുപ്പി നീക്കി പിഞ്ഞാണത്തിൽ വെള്ളം ചൂടാക്കി കൊടുത്തു. അന്ന് രാത്രി തന്നെ അദ്ദേഹം മരണപ്പെട്ടു. മരണവാർത്ത ബന്ധുക്കളെപ്പോലുമറിയിക്കാതെ മൃതശരീരം മറവുചെയ്യാൻ അധികൃതർ തിടുക്കം കാട്ടി. മൊയാരത്തിന്റെ ദാരുണമായ ഈ അന്ത്യത്തോടെ മനഃസാക്ഷി മരവിച്ചിട്ടില്ലാത്ത പൊതുസമൂഹത്തിനു മുന്നിൽ കമ്യൂണിസ്റ്റ് വേട്ട ചർച്ച ചെയ്യപ്പെട്ടു.

ഒരിക്കലും കുനിയാതിരുന്ന ആ ശിരസ്സ് കണ്ണൂർ ലോക്കപ്പിൽ വെച്ചും കുനിഞ്ഞിരുന്നില്ല. ആയിരമായിരം ലോക്കപ്പുകൾ പിന്നിട്ടുകൊണ്ടാണ് മനുഷ്യന്റെ മുന്നോട്ടുള്ള ഗതി സാധിച്ചതെന്ന് ജൂലിയസ് ഫ്യൂച്ചിക് പറയുകയുണ്ടായി. മനുഷ്യനെ വിളിച്ചുണർത്തിയ 'കുറ്റ'ത്തിന് ഫാസിസ്റ്റ് കഴുകന്മാർ ഫ്യൂച്ചിക്കിനെ തൂക്കിക്കൊന്നു. സഖാവ് മൊയാരം കേരളത്തിന്റെ ഫ്യൂച്ചിക്കാണ്. സഖാവ് മൊയാരത്തിന്റെ ചരിത്രം കേരളത്തിന്റെ വിമോചന പ്രസ്ഥാനത്തിന്റെ ചരിത്രമാണ്. കോൺഗ്രസ് നേതാവ്, സോഷ്യലിസ്റ്റ് നേതാവ്, കമ്യൂണിസ്റ്റ് നേതാവ്; ചരിത്രകാരൻ, സാഹിത്യകാരൻ, പത്രപ്രവർത്തകൻ....

ഉണർന്നുകഴിഞ്ഞ മനുഷ്യൻ അജയ്യനാണ്. ഭരണവർഗത്തിന്റെ മാരകായുധങ്ങൾക്കതീതനാണ്. അതിന്റെ കൽത്തുറങ്കും ഇരുമ്പഴിയും കാൽച്ചങ്ങലയും മുറിവടിയും പൊലീസ് ബൂട്ടും ഉരുക്കുകട്ടയും തോക്കിൻചട്ടയും കഴുമരവും ഇടിവണ്ടിയും എല്ലാം എല്ലാം ഉണർന്നെ

ഴുന്നേറ്റ മനുഷ്യന് ഓലത്തുരുമ്പാണ്. ആ മനുഷ്യന്റെ മികച്ച പ്രതിനിധിയാണ് മൊയാരം. അക്കാരണത്താൽ തന്നെ ആ നാമം അനശ്വരമാണ്.[50]

എം ആർ ഒരു ത്യാഗിവര്യൻ

നീളൻ കയ്യുള്ള കുപ്പായമിട്ട് ഒരു കയ്യിൽ പുകയുന്ന ചുരുട്ടും ഒന്നിൽ കാലൻ കുടയുമായി ഒഞ്ചിയത്തിന്റെ ഓരോ ഊടുവഴികളിലൂടെയും ഓരോരുത്തരോടും കുശലം പറഞ്ഞ് നടന്ന ഒരാളുണ്ടായിരുന്നു. സഖാവ് എം ആർ ഒഞ്ചിയത്തുകാർ എക്കാലവും ഹൃദയത്തോട് ചേർത്തുവെക്കുന്ന നാമധേയം. ഏക്കറുകണക്കിന് കരപ്പറമ്പും വയൽ നിലവുമുള്ള ഒരു ജന്മിത്തറവാട്ടിൽനിന്നും കർഷക-കമ്യൂണിസ്റ്റ് പ്രസ്ഥാനത്തിന്റെ ദത്തുപുത്രനായി എം ആർ നാരായണക്കുറുപ്പ് വളരുകയായിരുന്നു. കോൺഗ്രസിന്റെ സജീവ പ്രവർത്തകനായിരുന്ന എം ആർ, കെ പി സി സി മെമ്പറായി തെരഞ്ഞെടുക്കപ്പെട്ടിരുന്നു. കോൺഗ്രസുകാരനായിരുന്നപ്പോഴും കർഷകരോടും തൊഴിലാളികളോടും അങ്ങേയറ്റം കരുണ കാണിച്ച എം ആർ എല്ലാവർക്കും പ്രിയങ്കരനായിരുന്നു. കണ്ണൂക്കര ചാലിൽ സ്കൂളിലും വള്ളിക്കാട് വരിശ്യക്കുനി സ്കൂളിലും അധ്യാപകനായി ജോലിനോക്കിയ എം ആറിനെ കമ്യൂണിസത്തിലേക്ക് കൈപിടിച്ചുയർത്തിയത് എ കെ ജിയാണ്. 1940 കളിൽ എ കെ ജി ഒഞ്ചിയത്തുണ്ടായിരുന്ന അവസരം. അപ്രതീക്ഷിതമായി എം ആറുടെ വീട്ടിലെത്തി എ കെ ജി. എം ആറിന്റെ ആതിഥ്യം സ്വീകരിച്ച അദ്ദേഹം ഏറെ സമയം അവിടെ ചെലവഴിച്ചു. സാമൂഹ്യ രാഷ്ട്രീയ കാര്യങ്ങൾ അവിടെ ചർച്ചാവിഷയമായി. എം ആറിനെ പോലെയുള്ളവർ കമ്യൂണിസ്റ്റ് പ്രസ്ഥാനത്തിലേക്ക് വരേണ്ടതിന്റെ ആവശ്യകത എ കെ ജി ചൂണ്ടിക്കാട്ടി. എ കെ ജിയുടെ സന്ദർശനത്തോടെ എം ആർ കമ്യൂണിസ്റ്റ് സഹയാത്രികനാവുകയായിരുന്നു. ഒപ്പം ഒട്ടേറെ പേരും.

എം ആർ നാരായണക്കുറുപ്പ്

എം ആറിന്റെ പൊടുന്നനെയുള്ള കമ്യൂണിസത്തിലേക്കുള്ള ചുവടുമാറ്റം ഒഞ്ചിയത്തെ പട്ടിണിപ്പാവങ്ങളായ കമ്യൂണിസ്റ്റുകാരിൽ ചിലർ സംശയത്തോടെയാണ് നോക്കിക്കണ്ടത്. എം ആറിന്റെ വ്യക്തിവിശുദ്ധിയെ മാനിക്കുമ്പോൾ തന്നെ പാർട്ടികാര്യങ്ങളിൽ അവർ എം ആറുമായി അകലം പാലിച്ചു. എം ആറിന് ഇത് വലിയ മാനസിക സംഘർഷം ഉണ്ടാക്കി. ഒരുനാൾ ഒഞ്ചിയത്തു ചേർന്ന കമ്യൂണിസ്റ്റ് കുടുംബസംഗമത്തിൽ സംസാരിച്ചുകൊണ്ടിരിക്കേ എം ആറിനെ ആശ്ലേഷിച്ചുകൊണ്ട്

എ കെ ജി ജനങ്ങളുടെ സംശയം ദൂരീകരിച്ച് സംസാരിച്ചു. അതോടെ അവർ എംആറിനെ ഹൃദയത്തോട് ചേർത്തുവെച്ചു.

ഒഞ്ചിയത്തിന്റെ ബഹുമുഖമായ വികസനത്തിന് എം ആർ നൽകിയ സംഭാവനകൾ നിസ്തുലമാണ്. ഇടത്തട്ടുകാരുടെ ചൂഷണം ഒഴിവാക്കി കർഷകർക്ക് കാർഷിക ഉൽപ്പന്നങ്ങൾക്ക് ന്യായമായ വില ലഭ്യമാക്കാൻ ഒഞ്ചിയത്ത് സഹകരണ സംഘത്തിന് അസ്ഥിവാരമിട്ടു. പതിനായിരിക്കണക്കിന് തേങ്ങ സംസ്കരിക്കാനും സൂക്ഷിക്കാനുമുള്ള സംവിധാനങ്ങൾ ഒരുക്കപ്പെട്ടു. തരിശുഭൂമിയിൽ കൃഷിചെയ്തു വിള വർധിപ്പിക്കാനുള്ള കാർഷിക കൂട്ടായ്മകൾക്ക് നേതൃത്വംനൽകി. കരിഞ്ചന്ത തടയാനും റേഷൻ സംവിധാനം കാര്യക്ഷമമാക്കി മണ്ണെണ്ണയും ധാന്യങ്ങളും ലഭ്യമാക്കാനുള്ള പ്രക്ഷോഭങ്ങളും പ്രായോഗിക പ്രവർത്തനങ്ങളും നല്ല ഫലം കണ്ടു.

കൃഷിക്കാരിൽനിന്നും ധാന്യങ്ങൾ ശേഖരിച്ച് സമാന്തരമായ ഒരു റേഷനിംഗ് സമ്പ്രദായം ആവിഷ്കരിച്ചു. പലപ്പോഴും ഇവിടെ പട്ടിണിപ്പാവങ്ങൾക്ക് അരിയും മണ്ണെണ്ണയും സൗജന്യമായി വിതരണം ചെയ്യപ്പെട്ടു. ജനങ്ങൾക്ക് ന്യായമായ വിലയ്ക്ക് കൺട്രോൾ തുണി കിട്ടി. ഈ രീതി മറ്റ് പ്രദേശങ്ങൾക്ക് മാതൃകയായി. മടപ്പള്ളി കോളേജ് സ്ഥാപിക്കാൻ ഇരുപത്തിനാല് മണിക്കൂറിനകം സ്ഥലം കണ്ടെത്തി, സർക്കാരിൽ കെട്ടിവെക്കാനുള്ള 20,000 ഉറുപ്പിക രാത്രിക്കുരാത്രി ജനകീയ സഹകരണത്തോടെ ശേഖരിച്ചു മാതൃക കാട്ടി എം ആർ ഒഞ്ചിയത്തിന്റെ വികസനശിൽപ്പിയായി. ഇവിടത്തെ അതിവിശാലമായ റോഡ് സൗകര്യങ്ങൾക്ക് എം ആറിന്റെ പഴയ ശ്രമദാനസേനയോട് ആധുനിക ഒഞ്ചിയം കടപ്പെട്ടിരിക്കുന്നു. പാർട്ടി പ്രവർത്തനത്തിനും ജീവകാരുണ്യ പ്രവർത്തനത്തിനുമായി പൈതൃകമായി കിട്ടിയ സമ്പത്തുപോലും നഷ്ടപ്പെടുത്തിയ ത്യാഗിവര്യനായ എം ആർ എന്ന കമ്യൂണിസ്റ്റിൽ ജനങ്ങൾ തങ്ങളുടെ രക്ഷകനെ കണ്ടെത്തുകയായിരുന്നു.

ഒഞ്ചിയത്തെ ഒളിമടകൾ

കേരളത്തിലങ്ങോളമിങ്ങോളമുള്ള കമ്യൂണിസ്റ്റ് -കർഷക നേതാക്കൾ സുരക്ഷാകേന്ദ്രങ്ങളായി തെരഞ്ഞെടുത്തതിലൊന്ന് ഒഞ്ചിയവും പരിസരവുമായിരുന്നു. കൃഷ്ണപിള്ള, ഇ എം എസ്, എ കെ ജി, ഒ ജെ ജോസഫ്, സി എച്ച് കണാരൻ, മുയൻകുന്ന് രക്തസാക്ഷി കെ സി കുഞ്ഞാപ്പു മാസ്റ്റർ തുടങ്ങിയവർ അവരിൽ ചിലർ മാത്രമാണ്. ഒളിവിലിരുന്നുകൊണ്ടും കമ്യൂണിസ്റ്റ് കർഷകപ്രസ്ഥാനങ്ങളും ബാലസംഘവും കെട്ടിപ്പടുക്കുന്നതിൽ വ്യാപൃതരാവുകയായിരുന്നു അവർ. ഒളിവുസങ്കേതങ്ങളുടെ സുരക്ഷാ കാവൽക്കാർ പലപ്പോഴും സ്ത്രീകളായിരുന്നു.

വള്ളിക്കാട്ടിലെ തയ്യിക്കുനി വീട്ടിൽ ഒളിവിൽ താമസിച്ചിരുന്ന കൃഷ്ണപിള്ളയ്ക്ക് കാവലാൾ തയ്യിക്കുനി മാതുവമ്മയായിരുന്നു. സി കുമാരൻ മാസ്റ്റർ, എ എം ശങ്കരൻ, വി കണ്ണൻ മാസ്റ്റർ, ചുണ്ടിൽ ചാത്തു,

പയ്യമ്പിള്ളി മീത്തൽ കണാരൻ, മലോൽ കണാരൻ, ഞാറ്റോത്തിൽ താഴ ചാത്തു, നടേമ്മൽ കൃഷ്ണൻ തുടങ്ങിയവർ വള്ളിക്കാട്ടിലെ ഉശിരന്മാരായ പ്രവർത്തകരും ഒളിവുസഖാക്കളെ രാത്രികാലങ്ങളിൽ സുരക്ഷിതമായ ഷെൽട്ടറുകളിൽ എത്തിക്കാൻ നിയുക്തരായവരും ആയിരുന്നു. അഴിയൂരിലെ ഇ എം നാണു മാസ്റ്റർ വന്നാണ് പലപ്പോഴും നേതാക്കളെ ഏറ്റുവാങ്ങുക. സി എച്ച് കണാരൻ, മൊയാരത്ത് ശങ്കരൻ തുടങ്ങി ഒട്ടേറെ നേതാക്കളുടെ ഇടത്താവളം കൂടിയായിരുന്നു നാണു മാസ്റ്ററുടെ വീട്.

സി കുമാരൻമാസ്റ്റർ

ബാലവാടിയിലെ കാപ്പിരിയച്ഛന്റെ ഓലക്കുടിലിൽ കാപ്പിരിയച്ഛൻ രൂപകൽപ്പന ചെയ്ത മരമച്ച് നേതാക്കളുടെ സുരക്ഷാ കവചമായിരുന്നു. പറമ്പിലേക്കുള്ള വഴികളിൽ ഉണങ്ങിയ തെങ്ങോലകളിട്ട് വെച്ച് കാപ്പിരിയച്ഛനും മക്കൾ ചീരുവും ചാത്തുവും കാതുകൂർപ്പിച്ച് ഒളിവുസഖാക്കളെ കാത്തുവെച്ചു.

കണ്ണൂക്കരയിലെ മാനാറത്ത് ചോയി, ചെറിയത്ത് പൊക്കിണൻ മാസ്റ്റർ, വലിയപറമ്പത്ത് ചോയി, നടുക്കണ്ടിപൊയിൽ കണ്ണൻ എന്നിവരുടെ വീടുകൾ സി എച്ച് കണാരൻ, എം കുമാരൻ മാസ്റ്റർ, കെ സി കുഞ്ഞാപ്പുമാസ്റ്റർ, ഒ ജെ ജോസഫ് തുടങ്ങിയവരുടെ ഒളിവുസങ്കേതമായിരുന്നു.

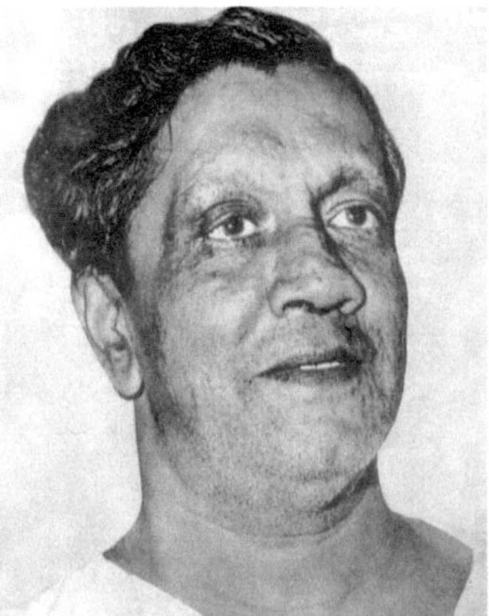

സി എച്ച് കണാരൻ

ഒരുനാൾ സി എച്ച് കണാരനെ സുരക്ഷിത കേന്ദ്രത്തിലേക്ക് മാറ്റുമ്പോൾ ചോയിയുടെ കാലിൽ പാമ്പുകടിച്ചു. പിറ്റേന്ന് ചോയിയുടെ രോഗാവസ്ഥ അറിയാൻ സി എച്ച് ഒരു സ്ത്രീയെ ദൂതിയായി അയച്ചു. ആ അവസരത്തിലൊന്നും ഒളിവിലുള്ളത് സി എച്ച് കണാരനാണെന്ന് ചോയി മനസിലാക്കിയിരുന്നില്ല. വി കണ്ണക്കുറുപ്പും എം എം ചോയിക്കുട്ടിയുമായിരുന്നു സി എച്ച് കണാരന്റെയും കെ സി കുഞ്ഞാപ്പു മാസ്റ്ററുടെയും സുരക്ഷയ്ക്കായി നിയോഗിക്കപ്പെട്ടവർ. കണ്ണൂരിനെയും കോഴിക്കോടിനെയും

സി കെ കുഞ്ഞിക്കണ്ണൻ മാസ്റ്റർ

വേർതിരിക്കുന്ന കരിയാട് പുഴക്കടവിൽ തോണി വഴിയാണ് സഖാക്കളെ ഒഞ്ചിയത്തേക്കും ഒഞ്ചിയത്തുള്ളവരെ കണ്ണൂരിലേക്കും സുരക്ഷിതരായി എത്തിച്ചിരുന്നത്.

മുനയൻകുന്നിലെ കുഞ്ഞാപ്പു മാസ്റ്റർ രാഘവൻ നായർ എന്ന പേരിൽ ഒഞ്ചിയത്ത് ഒളിവിൽ താമസിക്കുമ്പോൾ ബാലസംഘം കെട്ടിപ്പടുക്കാൻ സജീവമായി ഇടപെട്ടിരുന്നു. ഒഞ്ചിയത്ത് രണ്ട് ബാലസംഘം യൂണിറ്റുകൾ സംഘടിപ്പിക്കപ്പെട്ടു. പകർച്ചവ്യാധികളുടെ കാലത്ത് കമ്യൂണിസ്റ്റ് വളണ്ടിയർ സേനയിൽ ബാലസംഘം സജീവമായി ഇടപെട്ടിരുന്നു.

പി എം കണാരന്റെ പടിഞ്ഞാറത്ത് മീത്തൽ വീട്ടിൽ രണ്ടാഴ്ചയിലധികം കൃഷ്ണപിള്ള ഒളിവിൽ കഴിഞ്ഞിരുന്നു. അരിക്കുളം കൃഷ്ണൻ നായർ, എം കുമാരൻ മാസ്റ്റർ, സി കെ കുഞ്ഞിക്കണ്ണൻ മാസ്റ്റർ, പി ആർ നമ്പ്യാർ, കേളു ഏട്ടൻ തുടങ്ങി പലരും പലഘട്ടങ്ങളിലായി ഇവിടെ കഴിഞ്ഞു. പുതുക്കുടി മീത്തൽ രാഘവൻ, പുനത്തിൽ കണാരൻ, പുന്നാറത്ത് ചാത്തൻ, എന്നിവരുടെ വീടുകളും ഒളിവു സഖാക്കളുടെ സുരക്ഷിത സങ്കേതമായിരുന്നു. കെ പി സി സി മെമ്പറും പിന്നീട് ഒഞ്ചിയത്തെ പ്രമുഖ കമ്യൂണിസ്റ്റ് നേതാവുമായിരുന്ന എം ആർ നാരായണക്കുറുപ്പ് എടക്കണ്ടി കോവിലകത്തിനു മുകളിലെ കുറ്റിക്കാട്ടിൽ ഒളിവിൽ കഴിയവെ പൊട്ടക്കിണറ്റിൽ വീണ് കാലൊടിഞ്ഞു. ഒരു രാത്രിയും പകലുമാണ് അദ്ദേഹത്തിന് വേദന തിന്ന് അവിടെ കഴിയേണ്ടി വന്നത്. ചികിത്സയ്ക്കു ശേഷം കോൺഗ്രസുകാരനായ മലോൽ ബാലകൃഷ്ണക്കുറുപ്പ് അദ്ദേഹത്തിന്റെ വീട്ടിൽ എം ആറിനു സംരക്ഷണം നൽകി. പലപ്പോഴും കോളൂർ തറവാട്ടിലെ വിറകുപുരയിലാണ് അദ്ദേഹം സുരക്ഷിതമായി ഒളിവിൽ കഴിഞ്ഞിരുന്നത്. കരിവെള്ളൂർ, കാവുമ്പായി തുടങ്ങിയ കാർഷിക കലാപങ്ങളുമായി ബന്ധപ്പെട്ട ധാരാളം പ്രവർത്തകർക്കും ഒഞ്ചിയം ആതിഥ്യമരുളിയിട്ടുണ്ട്.

പുനത്തിൽ കണാരൻ

ഒരുകാലത്ത് വെള്ളികുളങ്ങര സജീവമായ കൊപ്രവിപണി ആയിരു

ന്നു. കുറ്റ്യാടി–നാദാപുരം മലയോര മേഖലകളിൽനിന്നും കരിയാട് നിന്നും ഇവിടെ യഥേഷ്ടം ചരക്കുകളെത്തി. ഇവിടത്തെ കച്ചവടക്കാർ കമ്യൂണിസത്തിന്റെ കനത്ത കാവൽക്കാരായി. അവിൽ കച്ചവടം ചെയ്തിരുന്ന കുഞ്ഞിപ്പറമ്പത്ത് കേളപ്പൻ, ചായക്കച്ചവടം ചെയ്തിരുന്ന കുഞ്ഞിപ്പൊക്കൻ, കരിപ്പാൽ ചാത്തു, രോഗിപൊക്കൻ, പനയുള്ള പറമ്പത്ത് കുമാരൻ, മരക്കിഴങ്ങ് കച്ചവടം ചെയ്തിരുന്ന മുക്കാട്ട് കണാരൻ, കൊപ്ര കച്ചവടക്കാരൻ കൊടക്കാട്ട് ആണ്ടി, തുണിക്കച്ചവടം ചെയ്തിരുന്ന പി എം കുഞ്ഞിരാമൻ, അരിക്കച്ചവടം ചെയ്തിരുന്ന പുളിയുള്ളതിൽ കണാരൻ, വലിയപറമ്പത്ത് കേളു മാസ്റ്റർ, ടി എം കണ്ണൻ തുടങ്ങിയവർ അവരിൽ ചിലരാണ്.

ഒഞ്ചിയത്തെ റെയിൽ–റോഡ് യാത്ര സൗകര്യമുള്ള ഒരു പ്രദേശമാണ് നാദാപുരംറോഡ്. വയനാട്–നാദാപുരം പ്രദേശങ്ങളിൽനിന്ന് റെയിൽവെ സ്റ്റേഷനിലെത്താനുള്ള ഊടു പാതയാണ് നാദാപുരം റോഡ്. കാർഷിക ഉൽപ്പന്നങ്ങളുടെയും അസംസ്കൃതപദാർഥങ്ങളുടെയും കൊള്ളക്കൊടുക്കലുകൾക്ക് ഇവിടെ സാക്ഷ്യംവഹിച്ചിരുന്നു. കമ്യൂണിസ്റ്റ് പാർട്ടിയുടെ ജില്ലാ–സംസ്ഥാന നേതൃ യോഗങ്ങൾപോലും രഹസ്യമായി ഇവിടെ ചേർന്നിരുന്നു. പറമ്പത്ത് കണാരൻ, പാലേരി കണാരൻ മാസ്റ്റർ, വല്ലത്ത് ബാപ്പൂട്ടി, പാലേരി ചന്തമ്മൻ എന്നിവരുടെ കടകൾ കമ്യൂണിസ്റ്റ് കേന്ദ്രങ്ങൾകൂടിയായിരുന്നു. പല സ്ഥലങ്ങളിൽനിന്നും ഇവിടെ എത്തിച്ചേരുന്ന നേതാക്കളെ തീവണ്ടി മാർഗം സുരക്ഷിതരായി അടുത്ത ഷെൽട്ടറിലേക്കെത്തിക്കാൻ ഇവർ നിയുക്തരായിരുന്നു. കാട്ടിൽ ആണ്ടിമാസ്റ്റർ, പുന്നേരി കുമാരൻ, പറമ്പത്ത് കണാരൻ, കാട്ടിൽ ദാമു, സി കെ കണ്ണൻ, പുന്നേരി നാണു, ചെട്ടീന്റവിട കുഞ്ഞിക്കേളൻ, കുഞ്ഞാരൻ, പി കുമാരൻ തുടങ്ങിയവരായിരുന്നു ഇവിടുത്തെ ഒളിമടയുടെ കാവലാളുകൾ.

ഇ എം എസ്, എ കെ ജി, സി എച്ച് കണാരൻ, സി കണ്ണൻ തുടങ്ങിയവർ പങ്കെടുത്ത സംസ്ഥാന കമ്മിറ്റി പാലേരി കുമാരന്റെ വീട്ടിൽ ചേരുകയുണ്ടായി. ഏഴ് ദിവസത്തോളം നേതാക്കൾ അവിടെ ഒളിവിൽ കഴിഞ്ഞു. ഊരാളുങ്കൽ തെരുവത്ത് ഭാഗങ്ങളിലെ വീടുകളിൽനിന്ന് സഖാക്കൾ അരി ശേഖരിച്ച് മടപ്പള്ളി ഉണ്ണി വൈദ്യരുടെ മരുന്നുകടയിലെത്തിക്കും. അവിടെനിന്ന് പാലേരി കുമാരൻ അരിവാങ്ങി വീട്ടിലെത്തിക്കുകയാണ് പതിവ്. ഒരുനാൾ അദ്ദേഹം

കാട്ടിൽ ആണ്ടിമാസ്റ്റർ

നേന്ത്രവാഴക്കുലയുമായി വീട്ടിലേക്ക് പോകുന്നത് മലോൽ കുഞ്ഞിക്കണ്ണൻ എന്ന കോൺഗ്രസുകാരൻ കാണാനിടയായി. ഉടൻ തന്നെ സഖാക്കൾ നേതാക്കളെ ഒന്നടങ്കം മാറ്റിപ്പാർപ്പിച്ചു. മാച്ചിനാരി കുന്നോരത്തെ പള്ളിയാന്റെ താഴ വീട്ടിലേക്കാണ് ഇ എം എസിനെ മാറ്റി താമസിപ്പിച്ചത്. കടലോരം ചേർന്ന വയലുകളിൽ ചെറിയ തുരങ്കങ്ങൾ രൂപപ്പെട്ട് ഉപ്പ് വെള്ളം കയറി നെൽകൃഷി നശിക്കുക പതിവാണ്. ഈ പ്രതിഭാസത്തെ വൃശ്ചിക കള്ളൻ എന്നാണ് പറയുക. മടയടച്ച് വൃശ്ചിക കള്ളനെ തടയാൻ രാത്രികാലങ്ങളിൽ പലരും കാവൽ നിൽക്കുക പതിവായതിനാൽ കടലോരത്ത് കൂടെയുള്ള രാത്രിയാത്ര സുരക്ഷിതമായിരുന്നില്ല. വല ചുമലിലിട്ട് മത്സ്യം കടിച്ചുപിടിച്ച് കടലിൽ പോകുന്ന മുക്കുവരുടെ വേഷം കെട്ടിയാണ് ഇ എം എസിനെ സഖാക്കൾ സുരക്ഷാകേന്ദ്രത്തിലേക്ക് മാറ്റിയത്. ഒടിയിൽ കുങ്കൻ വൈദ്യരും ആയാട്ട് ചോയിമാസ്റ്ററുമാണ് സുരക്ഷാചുമതലയ്ക്ക് നേതൃത്വംവഹിച്ചത്. കേളുബീച്ചിലെ എ വി കുഞ്ഞിക്കണ്ണന്റെ വീട് പി ടി പുന്നൂസ്, കെ എ കേരളീയൻ എന്നിവരുടെ ഒളിവുസങ്കേതമായിരുന്നു. കണ്ണൂക്കരയിലെ പൊടിക്കളവും കനത്ത യു ജി ഷെൽട്ടറായിരുന്നു. ഒഞ്ചിയത്തെ വലിയ പറമ്പത്ത് ചന്തന്റെ വീട്ടിൽ കല്ലാട്ട് കൃഷ്ണൻ പങ്കെടുത്ത ജില്ലാ കമ്മിറ്റി രഹസ്യമായി സമ്മേളിക്കുകയുണ്ടായി.

1948–ലെ മുനയൻകുന്ന് വെടിവെപ്പിൽ കൊല്ലപ്പെട്ട ആറുപേരിൽ ഒഞ്ചിയത്തുകാരുടെ പ്രിയങ്കരനായ രാഘവൻ നായരും (കെ സി കുഞ്ഞാപ്പുമാസ്റ്റർ) ഉണ്ടായിരുന്നു. ഒരുനാൾ തയ്യിക്കുനി വീട്ടിൽ ഒളിവിൽ കഴിയുമ്പോൾ തന്ത്രം പ്രയോഗിച്ചാണ് കുഞ്ഞാപ്പുമാസ്റ്റർ രക്ഷപ്പെട്ടത്.

മദിരാശിയിൽ ജോലിയുള്ള വീട്ടിലേവരും ബഹുമാനിക്കുന്ന പുതിയ സംബന്ധക്കാരൻ പൊടുന്നനെ ഒരു വൈകുന്നേരം അവിടെ കേറിവന്നു. ഉൾഭയം അടക്കിപ്പിടിച്ച് വീട്ടുകാർ വരാന്തയുടെ വടക്കേ കോണിലേക്ക് മാറിയിരുന്നു കുശലങ്ങൾ പറഞ്ഞു തുടങ്ങി.

ഈ തഞ്ചത്തിൽ അകത്തുള്ള കുഞ്ഞാപ്പുമാഷ് മുൻവാതിലിലൂടെ മുറ്റത്തെത്തി ചടുലമായി തിരിഞ്ഞുനിന്നു. പുതുതായി വന്നയാളെപ്പോലെ വീട്ടുകാരെ വിളിച്ച് വരാന്തയിൽ കയറി പുതുതായി പരിചയപ്പെട്ടു! വീട്ടിലുള്ളവർക്ക് അപ്പോഴാണ് ശ്വാസം നേരെ വീണത്. നേരത്തെ വന്ന ബന്ധു നാട്ടിലേയും മദിരാശിയിലേയും സജീവ കോൺഗ്രസുകാരനാണെന്നു മനസിലായി. മദിരാശിക്കാര്യവും രാഷ്ട്രീയവും പറഞ്ഞുപറഞ്ഞ് ഒരുവിധം സന്ധ്യയാക്കി കുഞ്ഞാപ്പുമാഷ് അടുത്ത ഷെൽട്ടറിലേക്ക് യാത്രയായി.[51] ഒഞ്ചിയത്തെ ഓരോ നാട്ടിടവഴികൾക്കും ഓരോ വീട്ടുകാർക്കും അമ്മമാർക്കും നേതാക്കളെ നെഞ്ചിലേറ്റി കാത്തുവെച്ചതിന്റെ ഇത്തരം കഥകൾ പറയാനുണ്ടാകും.

ഇവിടത്തെ വിശാലമായ വയൽപ്പരപ്പുകൾ ഒളിവു സഖാക്കളുടെ രാത്രികാലങ്ങളിലെ സുരക്ഷാകേന്ദ്രമായി. കൊയ്ത്ത് കഴിഞ്ഞ പാടങ്ങളിൽ വെള്ളരിയും വത്തക്കയും നട്ട് വിളവെത്തുമ്പോൾ പന്തലോ ഏറു

മാടമോ കെട്ടി കാവലിരിക്കുക പതിവായിരുന്നു. നേതാക്കളെത്തുന്നതോടെ അവിടം രാഷ്ട്രീയ ചർച്ചയുടെ വേദിയാകും.

കണ്ണെത്താദൂരം പരന്നുകിടക്കുന്ന വയലേലകളാണ് ചോറോട്ടെ നാളോംവയൽ. മഴക്കാലമാകുമ്പോൾ ഇവിടം സമുദ്രം പോലെയാകും. വേനലിൽ ഒരു കാക്കക്കാലിന്റെ തണലുപോലുമില്ലാത്ത മരുഭൂമിയും. റെയിൽവെയ്ക്ക് വേണ്ടി അക്വയർ ചെയ്തിരുന്ന ഈ സ്ഥലം മഴക്കാലത്ത് സന്ദർശിച്ച മേലുദ്യോഗസ്ഥൻ ഇവിടം സമുദ്രമാണെന്ന് റിപ്പോർട്ട് എഴുതുകയായിരുന്നു.

ഐതിഹ്യപ്രസിദ്ധമാണ് ഈ വയൽ. വയൽപ്പക്ഷികൾക്കെല്ലാം ആവാസകേന്ദ്രമായി ഇവിടെ ഒരു കൂറ്റൻ അരയാൽ മരം മാത്രം തലഉയർത്തി നിന്നിരുന്നുവത്രെ. നെന്മണികളിൽ പാലുറയ്ക്കാൻ തുടങ്ങിയാൽ ഈ അരയാലിനു ചുറ്റും തൂത്തുവാരി ചാണകം മെഴുകിവെക്കും. തത്തകൾ കൂട്ടത്തോടെ നെൽക്കതിരുകൾ കൊത്തിക്കൊണ്ടുവന്നു തിന്നുന്നത് ഈ മരച്ചില്ലകളിൽ വെച്ചായിരിക്കും. കൊയ്ത്തു കഴിയുമ്പോഴേക്കും നൂറുകണക്കിന് പറ നെന്മണികൾ ആൽച്ചുവട്ടിൽ കുമിഞ്ഞുകൂടും. ഈ തത്ത നെല്ല് ലേലം കൊള്ളാൻ കടത്തനാട് കോലത്തുനാട് തമ്പുരാക്കന്മാർ മത്സരിച്ചിരുന്നു. കാലത്തിന്റെ കുലംകുത്തി പാച്ചലിൽ അരയാലും ഐതിഹ്യവും കടപുഴകി. വിവിധ ദേശങ്ങളിൽ ഒളിവിൽ കഴിയുന്ന നേതാക്കൾ ഭാവിപരിപാടികൾ ആസൂത്രണം ചെയ്യാനും രഹസ്യ സന്ദേശങ്ങൾ കൈമാറാനും പലപ്പോഴും സുരക്ഷിതമായി സന്ധിച്ചിരുന്നത് ഈ വയൽ മധ്യത്തിലായിരുന്നു.

15

സാംസ്കാരികധാര

ദേശീയപ്രസ്ഥാനത്തിന്റെ ആരംഭകാലം തൊട്ടേ ഒഞ്ചിയത്തെ കണ്ണൂക്കരയിൽ ദേശീയ യുവജന കലാസമിതി എന്നപേരിൽ ഒരു കലാ-സാംസ്കാരിക സംഘടന നിലവിൽവന്നിരുന്നു. കോറോത്ത് കണ്ടി ചാത്തുവൈദ്യർ, വി കെ നായർ, ചാത്തൻകണ്ടി കുഞ്ഞിക്കണ്ണൻ മാസ്റ്റർ, കോറോത്ത്കണ്ടി കുമാരൻ മാസ്റ്റർ, ടി പി കണാരൻ, ഇ എം നാണു മാസ്റ്റർ, എം എം ഗോപാലക്കുറുപ്പ്, കിഴക്കേടത്ത് കുഞ്ഞിരാമൻ മാസ്റ്റർ, ചന്തു പണിക്കർ തുടങ്ങിയവർ കലാ-സാഹിത്യ-സാംസ്കാരിക മേഖലകളിൽ സമർഥമായി ഇടപെട്ട് സമൂഹത്തെ സമുദ്ധരിക്കാൻ പരിശ്രമിച്ചവരാണ്.

ജനങ്ങളുമായി ആശയപ്രചാരണം നടത്താനുള്ള ജനകീയ കലാരൂപമായി ഇവിടെ അരങ്ങേറിയ തച്ചോളിക്കളിമാറി, പാട്ട്പാടി ചുവട് വച്ച് കൈകൊട്ടിക്കളിക്കുന്ന ഇതിലെ രീതി ആകർഷകമാണ്. പുത്തൂരം പാട്ടിന്റെയും തച്ചോളിപ്പാട്ടിന്റെയും ഈണത്തിൽ ജനകീയ പ്രശ്നങ്ങൾ അവതരിപ്പിക്കപ്പെട്ടു.

"കർഷകന്മാരെ തൊഴിലാളിവർഗമേ
ചൂഷിതന്മാരെ ദരിദ്രന്മാരേ...
വന്നു തടിക്കുകിച്ചെങ്കൊടിക്കീഴിൽനാ-
മൊന്നു തെയ്യാറായ് പുറപ്പെടുക
എന്തിനെന്നാണോ ദാരിദ്ര്യം ശമിപ്പിപ്പാൻ
മർദനത്തോട് പടപൊരുതാൻ
പട്ടിണി സൃഷ്ടിക്കുമമ്മുതലാളിത്ത-
ക്കോട്ടയെച്ചുട്ടുപൊട്ടിച്ചെറിയാൻ...
ഞെട്ടിവിറയ്ക്കട്ടെ വൻ മുതലാളിത്തം

പൊട്ടിത്തെറിക്കട്ടെ ഭൂപ്രഭുത്വം
ദുസ്സഹം സ്വാർഥതാൽപ്പര്യം പുലർത്തുന്നൊ-
രിസ്സമുദായ ഘടനമാറ്റാൻ
സാമ്രാജ്യമേധാവിത്വത്തെ തകർക്കുവാൻ
ജന്മിവ്യവസ്ഥ പൊളിച്ചുചീന്താൻ
ചൂഷക ചൂഷിതഭാവത്തെ പോക്കുവാൻ
സോഷ്യലിസത്തെ സംസ്ഥാപിക്കുവാൻ"

കവിതയെഴുതിയതിന്റെ പേരിൽ തടവറയിൽ കിടക്കേണ്ടിവന്ന ടി എസ് തിരുമുമ്പിന്റെ പതാകഗാനമാണ് പലപ്പോഴും ആമുഖഗാനമായി ആലപിക്കപ്പെട്ടത്.

"മുട്ടോളമെത്തുന്ന കോൺഗ്രസുകുപ്പായ-
മിട്ടുനടന്നാലും കള്ളന്മാർ കള്ളന്മാർ
സംഘം പൊളിക്കണം നാട്ടാരെ മർദിച്ചു
ദുർഘടം തീർത്തുതൻ സ്വാർത്ഥങ്ങൾ നേടണം
ഇല്ലവിടില്ലിനി കർഷകരുൽബുദ്ധർ
തെല്ലും കുലുങ്ങില്ലി മർദ്ദനം കൊണ്ടൊന്നും
ജന്മിത്തം പാടെ മറിച്ചിടും നാൾവരെ
നമ്മളടങ്ങുമെന്നാശിക്കവേണ്ടാരും"

തിരുമുമ്പിന്റെ പൂരക്കളിപ്പാട്ടുകൾ ചൊല്ലായും മറുത്തുകളിയായും അരങ്ങുകൾ കീഴടക്കി.

കെ ദാമോദരന്റെ പ്രബോധനാത്മകമായ *രക്തപാനം*, *പാട്ടബാക്കി* തുടങ്ങിയ നാടകങ്ങൾ നാട്ടിലെങ്ങും അവതരിപ്പിക്കപ്പെട്ടുവരുന്ന അവസരം. എങ്ങും വിലക്കും വിലങ്ങുകളും. നാടകത്തിലഭിനയിച്ചതിന്റെ പേരിൽ പലരും കുടിയൊഴിപ്പിക്കപ്പെട്ടു. ചാത്തു വൈദ്യരും ടി പി കണാരനും എഴുതിയ കവിതകളും പൂരക്കളിപ്പാട്ടുകളും എങ്ങും നിറഞ്ഞ സദസുകളിലും പൊതു സമ്മേളന വേദികളിലും അവതരിപ്പിക്കപ്പെട്ടു.

തമിഴ്നാടക സംഘങ്ങൾ കേരളീയനടനവേദി കീഴടക്കുമ്പോൾ ജാതീയതയ്ക്കെതിരെയുള്ള കുമാരനാശാന്റെ *ചണ്ഡാലഭിക്ഷുകീകാവ്യം* ചാത്തു വൈദ്യർ സംഗീത നാടകരൂപത്തിൽ വിവിധ വേദികളിൽ അവതരിപ്പിച്ചു. നടന്മാർ തന്നെയാണ് നടികളായിവേഷമിട്ടിരുന്നത്. ഹാസ്യാത്മകമായ ധാരാളം പ്രഹസനങ്ങൾ രചിക്കപ്പെട്ടു. ഭരണാധികാരികളെയും ജന്മിമാടമ്പികളെയും അവരെ ചുറ്റിപ്പറ്റി കഴിയുന്ന പാർശ്വവർത്തികളെയും പ്രഹസനങ്ങൾ നിശിതമായ വിമർശനങ്ങൾക്ക് വിധേയരാക്കി.

ജനകീയ കലാരൂപമായ ഓട്ടൻതുള്ളലിന്റെ സാധ്യതകൾ ദേശീയ യുവജന കലാസമിതി സമർഥമായി ഉപയോഗിച്ചു. ഓട്ടൻതുള്ളൽ കലയിലെ അദ്വിതീയനായ മലബാർ രാമൻ നായർ, കഥകളി ആശാൻ കോമൻ നായർ എന്നിവർ കലാസമിതിയുമായി സജീവബന്ധം പുലർത്തുകയും മാർഗനിർദേശങ്ങൾ നൽകുകയും ചെയ്തിരുന്നു.

ഒഞ്ചിയത്തെ പൊലീസ് തേർവാഴ്ചക്കിടയിൽ സാംസ്കാരിക

കുങ്കൻ പണിക്കർ

പ്രവർത്തനങ്ങൾ നിറം മങ്ങി. കുന്നും പുറത്ത് നാരായണക്കുറുപ്പ് സെക്രട്ടറിയും വി കെ നായർ പ്രസിഡണ്ടായും സ്ഥാപിക്കപ്പെട്ട കോറോത്ത് കണ്ടി ചാത്തുവൈദ്യർ സ്മാരക ഗ്രന്ഥാലയം ഒഞ്ചിയം വെടിവെപ്പിനെ തുടർന്ന് പൊലീസ് തീയിട്ടു നശിപ്പിച്ചു. എങ്കിലും ടി പി കണാരൻ, എം കെ ശങ്കരൻ, ബഫൂൺ കുമാരൻ, ഇ എം കെ കുട്ടോത്ത്, അഴിയൂരിലെ പി ടി നാരായണൻ, ലോറൻസ് മാസ്റ്റർ, വി ടി കുമാരൻ മാസ്റ്റർ, കൃഷ്ണദാസ്, സി കൃഷ്ണൻ, പപ്പൻ വള്ളിക്കാട്, രാഘവൻ മാസ്റ്റർ തുടങ്ങിയവർ ഒഞ്ചിയത്തിന്റെ സാംസ്കാരിക പാരമ്പര്യത്തിന്റെ പതാകാവാഹകരായി നിലകൊണ്ടു. ആവള ടി കുഞ്ഞിരാമക്കുറുപ്പും എം കുമാരൻ മാസ്റ്ററും ചേർന്ന് രൂപംനൽകിയ ഗ്രാമീണ ഗായകസംഘം പ്രഹസനങ്ങൾ, കൊച്ചുനാടകങ്ങൾ, ഗാനശകലങ്ങൾ എന്നിവയിലൂടെ കുറുമ്പ്രനാട് താലൂക്കിലെങ്ങും സാന്നിധ്യമറിയിച്ചിരുന്നു.

കരിമ്പനപാലത്തെ പുതുപ്പണം കലാസമിതിയും സാംസ്കാരിക രംഗത്തെ സജീവ സാന്നിധ്യമായിരുന്നു. പി കെ കുമാരൻ മാസ്റ്റർ അവതരിപ്പിച്ച *ഒഞ്ചിയം നിന്റെ ബ്യൂഗിൾ* എന്ന നാടകം ശ്രദ്ധേയമായിരുന്നു. ഒ പി ബാലൻ, എം എം കൃഷ്ണൻ, കോഴിക്കളത്തിൽ മുകുന്ദൻ, വലിയ കയ്യിൽ രാഘൂട്ടി തുടങ്ങിയവർ നാടകത്തെ പ്രസ്ഥാനം വളർത്താനുള്ള രാഷ്ട്രീയ പ്രവർത്തനമായി കണ്ടവരാണ്.

പടകുറിച്ചൊരുങ്ങിയ പതിതർതൻ പത്മവ്യൂഹ നടുവിലെ കൊടിത്തണ്ടിൽ, അഴകിന്റെ വീണമീട്ടി തൊഴിലിന്റെ ഗാനം പാടി തൊഴിലിന്റെ കൊടിയുമേന്തിവരുന്ന പുതിയ കാലത്തിന്റെ സരസ്വതിയുമായി കടുത്ത തൊഴിലാളി പക്ഷപാതിത്വം പ്രഖ്യാപിച്ച് കടത്തനാടിന്റെ പ്രിയകവി വി ടി കുമാരൻ മാസ്റ്റർ രംഗത്തുവന്നു.

"എൻ കിനാക്കൾതൻ ഗോപുര കുംഭങ്ങൾ
ചെങ്കതിരിൽ കുളിച്ചു തിളങ്ങുന്നു
കാലചക്രവാളത്തിലുയർത്തി ഞാൻ
കാല്യകുങ്കുമം ചിന്നുന്ന ചെങ്കൊടി"

ആവള ടി കുഞ്ഞിരാമക്കുറുപ്പ് ഒഞ്ചിയത്തെ അനുസ്മരിച്ചുകൊണ്ട് 'റിസ്റ്റ്വാച്ച്' എന്ന കഥ *മാതൃഭൂമി*യിലെഴുതി.

"ഉദയാസ്തമയം പീടിക മുന്നിൽ നിന്നുനരച്ചാലും
ഉരിയരിപോലും കിട്ടാനില്ല പൊന്നുകൊടുത്താലും"

ജനങ്ങളുടെ ജീവൽപ്രശ്നങ്ങളോട് താദാത്മ്യം പ്രാപിക്കുന്ന മുദ്രാവാക്യ പ്രായമായ പ്രബോധന കവിതകൾ എം കുമാരൻ മാസ്റ്റർ ധാരാളം രചിക്കുകയുണ്ടായി. ഇടശ്ശേരി, എൻ എൻ കക്കാട് തുടങ്ങിയ ഒട്ടേറെ കവികൾക്ക് ഒഞ്ചിയം പ്രചോദനമായി. പുനത്തിൽ കുഞ്ഞബ്ദുള്ളയുടെ *സ്മാരകശിലകളിൽ* ചരിത്രമുറങ്ങുന്ന ഒഞ്ചിയം പശ്ചാത്തലവും അനശ്വര വിപ്ലവകാരി മണ്ടോടി കണ്ണൻ ഇതിഹാസ ശോഭയുള്ള കഥാപാത്രവുമാണ്.

മാറ്റത്തിന്റെ തോറ്റം പാട്ടുകാർ

ടി പി കണാരൻ

ഉണ്ണിയാർച്ചയുടെയും തച്ചോളി ഒതേനന്റെയും അങ്കച്ചേകവന്മാരുടെയും വീരഗാഥകൾ കൊണ്ട് പുളകിതമായ കടത്തനാടൻ മണ്ണ് കളരിപ്പയറ്റിനും വടക്കൻപാട്ടുകൾക്കും തച്ചോളിക്കളികൾക്കും കേളികേട്ടതാണ്. ഈ വീരഗാനങ്ങൾ പാടിയാണ് കടത്തനാട്ടിലെ പിരിയോല പെണ്ണുങ്ങൾ കൊടും വേനലിനെ കുളിർനിലാവാക്കി വയലേലകളെ സംഗീതസാന്ദ്രമാക്കിയത്. ഒഞ്ചിയം വെടിവെപ്പിനുശേഷം അവർക്കു പാടാൻ വീണ്ടും വീരഗാഥകൾ ഉണ്ടായി. ഒഞ്ചിയത്തിന്റെ പടപ്പാട്ടുകാരൻ ടി പി കണാരൻ രചിച്ച വടക്കൻപാട്ടിന്റെ രക്തസാഹോദര്യമാർന്ന ഗാനങ്ങൾ ഒഞ്ചിയത്തെയും പരിസരപ്രദേശങ്ങളിലേയും ജനങ്ങളെ ആവേശഭരിതരും കർമോത്സുകരുമാക്കി. കല്ല്യാണ വീടുകളിലും ഉത്സവാഘോഷവേളകളിലും സംഗീതസാന്ദ്രമായ ഈ കൈകൊട്ടിക്കളിപ്പാട്ട് അവതരിപ്പിക്കപ്പെട്ടു. ജന്മിത്വത്തിന്റെ കെടുതികൾ തലമുറകളിൽനിന്ന് തലമുറകളിലേക്ക് സംവേദനം ചെയ്യപ്പെട്ടു.

ഞാറ്റുപാട്ട്

നമ്മള് കൃഷിക്കാര് കൂലിക്കാറ്
നമ്മളിന്നാട്ടിലെ പാവങ്ങള്
നേരം വെളുത്തൊട്ടൊരന്തിയോളം
ചോരനീരാക്കി പണിയെടുത്ത്
തേങ്ങയും ചക്ക, പുളിമാങ്ങയും
ഗോതമ്പും ചേമ്പ് കരിമ്പ് കമ്പും
ഇപ്പേരിൽപ്പെട്ട മുതലൊക്കെയും
നമ്മളുണ്ടാക്കികൊടുത്തോളണം
ജന്മിമുതലാളി മൂപ്പന്മാര്
ചുമ്മാ ഇരുന്നോല് തിന്നോളുന്നു.
നമ്മളെ കെട്ട്യോള് കുഞ്ഞുങ്ങള്
വെള്ളം കുറുകിയ കൈത്തോട്ട്ന്ന്
കണ്ണിപ്പരല് പിടക്കുമ്പോലെ

പട്ടിണികെടന്നോല് ചത്തീടുന്നു!
അടിയെല്ലാം ചെണ്ട പൊറുത്തോളണം
പണം കിട്ടുന്നേരത്ത് മാരാർ വേണം
ഇന്നടപ്പെങ്ങിനെ വന്നുചേർന്നു.
എന്നിത് മാറി മാറിയും പോലും!
നമ്മള് കൃഷിക്കാര് കൂലിക്കാര്
നമ്മളിന്നാട്ടിലെ പാവങ്ങള്
നായരും തീയരും തമ്പുരാനും
ഏഴാച്ചെറുമൻവരെയെല്ലാരും
സംഘടിച്ചൊപ്പമണിനിരന്ന്
ജന്മിമുതലാളി വർഗ്ഗത്തിനെ
ചുമ്മാവളർത്തും ഭരണകൂടം
നമ്മള് തച്ച് തകർത്തീടേണം

തച്ചോളിക്കളിപ്പാട്ട്

ഒന്നുണ്ട് കേൾക്കണം നാട്ടുകാരേ
കേട്ട് ധരിക്കണം നാട്ടുകാരേ
നാൽപ്പത്തെട്ട് ഏപ്രിൽ മുപ്പതിന്
ഒരുകൂട്ടം എം എസ് പി പട്ടാളക്കാർ
ഒഞ്ചിയത്തെട്ടാളെ കൊന്നകഥ
ജന്മിമുതലാളി മൂപ്പന്മാരും
അറമുറി ആറോണും നായനാരും
കല്ല്യാട്ട് കാട്ട് കരിങ്കണ്ണനും
ചിറക്കലെ രാജാവും ഗുണ്ടകളും
പടവെട്ടിനായരും കൂട്ടുകാരും
അരിക്കുളം മായനും കൂട്ടുകാരും
ഇക്കള്ളക്കുഴിവെച്ച് തള്ളീടാനായ്
തൊണ്ണൂറ്റിച്ചില്ലാനം കർഷകരെ
കൊല്ലാക്കൊല ചെയ്ത കൂട്ടത്തില്
ഒഞ്ചിയത്തെട്ടാളെ കൊന്നകഥ
കേട്ടുധരിക്കേണേ നാട്ടുകാരേ
കാക്കിക്കുപ്പായവും തോക്കുമായി
തോക്കുമ്മൽ കുന്തവും തൊപ്പിയുമായി
പുലരുവാനേഴര രാവുള്ളപ്പോൾ
ഒഞ്ചിയം നാട്ടിലും വന്നിറങ്ങി
ഒഞ്ചിയം കർഷകനേതാവായ
മണ്ടോടി കണ്ണന്റെ വീട്ടിൽകേറി
വാതിലും തല്ലിപ്പൊളിച്ചവര്
അകത്തുകടന്ന് പരിശോധിച്ച്

കണ്ണനെയെങ്ങോട്ടും കണ്ടില്ലാലോ
കണ്ടവരെയൊക്കെയും തല്ലിത്തല്ലി
കിട്ടിയതൊക്കെയും കീശേലാക്കി
അവിടുന്നും നേരെ പുറപ്പെടായി
പുളിയുള്ളതിലെന്ന വീട്ടിൽകേറി
അറുപതിലേറെ വയസ്സുചെന്ന
ചോയിയേയും മോൻകണാരനേയും
കയ്യാമം വെച്ചവർ കൊണ്ടുപോയി
മൂഴിക്കുളങ്ങരത്താഴെയെത്തി
നാട്ടുകാരാകെയറിഞ്ഞുവാർത്ത
എങ്ങോട്ടാ നിങ്ങളവരെ കൊണ്ട്പോന്ന്?
എന്തിനാ നിങ്ങള് കൊണ്ട്പോന്ന്?
വഴിനീളെ നാട്ടുകാർ ചൊല്ലിക്കൊണ്ട്
മുന്നോട്ടു തന്നെ നടത്തമായി
പിന്നാലെ പിന്നാലെ നാട്ടുകാരും
ചെന്നാട്ട് താഴെ വയലിലെത്തി
ഇനിയൊരുകാലടി വെക്കണേങ്കിൽ
ഒഞ്ചിയം വിട്ട് തരേണ്ണെങ്കിൽ
ഇവിടെ വിട്ടേച്ചിറ്റും പോയീനെന്ന്
തമ്മിൽ പറഞ്ഞു പൊറുതിമുട്ടി.
മുന്നാലെനിൽക്കുന്ന മൂപ്പനോട്
വിലങ്ങനെ പട്ടേട്ട മൂപ്പനോട്
എങ്ങോട്ടാ നിങ്ങള് കൊണ്ട്പോന്ന്?
എന്തിനാ നിങ്ങള് കൊണ്ട്പോന്ന്?
എന്ന്പറഞ്ഞാട തീരുംമുമ്പേ
വെടിവെക്കാനാജ്ഞകൊടുത്തു മൂപ്പൻ!
നെഞ്ചുവിരിച്ചു വിരിമാറുകാട്ടി
തലയെടുപ്പോടെ ഉയിരൂക്കോടെ
മുന്നോട്ടേക്കാഞ്ഞ് അളവക്കൻ കൃഷ്ണൻ
ഇൻകിലാബ് എങ്ങും മുഴങ്ങിനാട്ടിൽ....

പി കുമാരൻ

പി കുമാരൻ

അടിതൊട്ട് മുടിവരെ ബോൾഷെവിക്കായി ജീവിച്ച് ഒരു പുരുഷായുസ്സ് മുഴുവൻ പാർട്ടി പ്രവർത്തനം നടത്തിയും പാർട്ടി വേദികളെയും സാംസ്കാരിക സദസുകളെയും ആവേശഭരിതമാക്കിയ പാട്ടുകാരനാണ് ബഫൂൺ കുമാരൻ എന്നറിയപ്പെട്ട പി കുമാരൻ. ഒഞ്ചിയത്തിന്റെ കടലോരമേ

ഖലയിലെ കമ്യൂണിസ്റ്റ് പ്രസ്ഥാനം പി കുമാരനോട് കടപ്പെട്ടിരിക്കുന്നു. കുറുമ്പ്രനാട്ടിലെ പൊതുയോഗങ്ങളിൽ പങ്കെടുക്കുന്ന നേതാക്കന്മാരുടെ പേരുകൾക്കൊപ്പം കുമാരന്റെ പേരും പരസ്യം ചെയ്യപ്പെട്ടു. എ കെ ജി, ഇ എം എസ്, പി ആർ നമ്പ്യാർ, എം കെ കേളുഏട്ടൻ ഇവരെല്ലാം വേദികളിൽ കുമാരന് കാതോർത്തു.

ചെങ്കൊടി

കൺതുറന്ന് നോക്കൂ
ഈ കൈവിലങ്ങ് നോക്കൂ
ഇതിനാണോ നമ്മൾനേർന്നു
ഇതിനോ ചോരവാർന്നു.
കാൺമീലേ നീ സഖാവേ
നിൻകാലിൽ ബന്ധനങ്ങൾ
നിൻകൈകൾ ബന്ധിതങ്ങൾ
നാടാകെ ബന്ധനങ്ങൾ...
നാടാകെ ബന്ധനങ്ങൾ...
കൊടികണ്ടോ....
ചെങ്കൊടികണ്ടോ....
കത്തിയെരിയും തീപ്പന്തം പോൽ
അങ്ങുകിഴക്കാമലമുകളിൽ
പുതിയൊരു പുലരിതുടിക്കുമ്പോൾ
പൊങ്ങിവരുന്നൊരു കൊടികണ്ടോ
ചെങ്കൊടികണ്ടോ....

16

കുറ്റപത്രം

അറസ്റ്റ് വെട്ടിച്ച് ഒളിവിൽ കഴിയുന്ന ഏതാനും പ്രധാനപ്പെട്ട കമ്യൂണിസ്റ്റുകാർ മണ്ടോടി കണ്ണന്റെ വീട്ടിലും ഒഞ്ചിയത്തുള്ള പുളിയുള്ളതിൽ ചോയി, അയാളുടെ മകൻ കണാരൻ എന്നിവർക്കവകാശപ്പെട്ട ഒഴിഞ്ഞ വീട്ടിലും ഒളിച്ചിരിക്കുന്നുവെന്ന വിവരം കിട്ടിയതിന്റെ അടിസ്ഥാനത്തിൽ ഞാൻ വടകര പൊലീസ് ഇൻസ്പെക്ടർ എച്ച് സി 667. പി സി 1153 ഒരു എം എസ് പി പാർട്ടി എന്നിവരോടൊപ്പം ഇന്ന് രാവിലെ സൂര്യോദയസമയത്ത് ഒഞ്ചിയത്തെത്തി. ഞാൻ ആദ്യം മണ്ടോടി കണ്ണന്റെ വീട് പരിശോധിച്ചു. ഈ വീട് കമ്യൂണിസ്റ്റുകാർ പി ആർ സ്ക്വയർ എന്നു വിളിക്കുന്ന ഒരു ചെറിയ കുന്നിൻപുറത്താണ് സ്ഥിതി ചെയ്യുന്നത്. ഞാൻ പുലർച്ചെ നാലേകാൽ മണിക്ക് ചോയിയുടെ ഒഴിഞ്ഞ വീട് പരിശോധിക്കാൻ വേണ്ടി വീടിനടുത്തേക്ക് നീങ്ങിയപ്പോൾ വീട്ടിനുള്ളിൽ ഒരു ചെറിയ വിളക്ക് പ്രകാശിക്കുന്നത് കണ്ടു. പുളിയുള്ളതിൽ ചോയിയും കണാരനും വരാന്തയിൽ നിൽക്കുന്നുണ്ടായിരുന്നു. ഞാൻ വീട് പരിശോധിക്കുന്നതിനുവേണ്ടി ഉള്ളിലേക്ക് കടക്കാൻ ശ്രമിച്ചപ്പോൾ ചോയിയും കണാരനും വാതിലിനടുത്ത് നിന്നുകൊണ്ട് എന്നെ തടഞ്ഞുവെച്ചു. അവർ എന്റെ ശരീരത്തിൽ തൊട്ടുകൊണ്ട് ഞാൻ വീടിനകത്തേക്ക് കടക്കരുത് എന്ന് പറഞ്ഞു. എന്റെ ഔദ്യോഗിക ജോലിനിർവഹണം തടസപ്പെടുത്തിയതിന് ഇന്ത്യൻ ശിക്ഷാനിയമം 353–ാം വകുപ്പ് പ്രകാരം ഞാൻ അവരെ 4.30 ന് അറസ്റ്റ് ചെയ്തു. ഞാൻ അറസ്റ്റു ചെയ്യപ്പെട്ട പ്രതികളെ പൊലീസ് പാർട്ടിക്ക് കൈമാറുമ്പോൾ ആരോ പുറംവാതിലിലൂടെ ഓടി രക്ഷപ്പെടുന്ന ശബ്ദം കേട്ടു. എന്റെ കൂടെയുണ്ടായിരുന്ന പൊലീസുകാർ പിന്നാലെ ഓടിയെങ്കിലും ഫലമുണ്ടായില്ല. ഞാൻ വീട് പരിശോധിച്ചെങ്കിലും കുറ്റകരമായ ഒന്നും കണ്ടെത്തിയില്ല. അപ്പോൾ എം എസ്

പി ക്കാർ എത്തിയിട്ടുണ്ടെന്നും എല്ലാവരും സമരത്തിന് തയാറാവണമെന്നും മെഗാഫോണിൽ ഉച്ചത്തിലുള്ള പ്രഖ്യാപനം എല്ലാ ഭാഗത്തുനിന്നും മുഴങ്ങിക്കേട്ടു. ഞാനും പൊലീസ് പാർട്ടിയും നേരം പുലരുംവരെ അവിടെത്തന്നെ നിന്നു. പുലർച്ചയ്ക്ക് ഞാൻ അറസ്റ്റ് ചെയ്യപ്പെട്ട പ്രതികളോടൊപ്പം എന്റെ ജോലി തുടരാൻ വേണ്ടി തൊട്ടു കിഴക്കുള്ള വയലിലേക്ക് നീങ്ങി. ഞാനും പൊലീസ് പാർട്ടിയും വയലിലൂടെ കുറച്ച് മുന്നോട്ട് നടക്കുമ്പോഴേക്കും കമ്യൂണിസ്റ്റുകാർ നാലുപാടും ഒത്തുകൂടുന്നതായി കണ്ടു.

എം എസ് പിക്കാർ വളരെ കുറച്ചുപേരെ ഉള്ളൂവെന്നും അവരെ ആക്രമിക്കാമെന്നും അറസ്റ്റ് ചെയ്യപ്പെട്ട കൃഷിക്കാരെയും കൂട്ടി രക്ഷപ്പെടാൻ പൊലീസിനെ അനുവദിക്കരുതെന്നും മെഗാഫോണിലൂടെ നാലുഭാഗത്തുനിന്നും വിളിച്ചുപറയുന്നതുകേട്ടു. ചിലർ കമ്യൂണിസ്റ്റ് പാർട്ടി സിന്ദാബാദ് എന്ന് ഉച്ചത്തിൽ വിളിക്കുന്നുണ്ടായിരുന്നു. ഞാൻ കുറച്ചുകൂടി കിഴക്കോട്ട് നടന്നപ്പോൾ പൊലീസുകാർ കിഴക്ക് ഭാഗത്ത് നീങ്ങി വെള്ളികുളങ്ങര പോവുകയാണെന്നും തെക്കുവടക്കു ഭാഗത്തെ സഖാക്കൾ വളരെ പെട്ടെന്നുതന്നെ വെള്ളികുളങ്ങരയിലേക്ക് നീങ്ങണമെന്നും ഉച്ചത്തിൽ വിളിച്ചുപറയുന്നത് കേട്ടു. ഞങ്ങൾ പട്ടറത്ത് താഴകുനി പറമ്പിലെത്തിയപ്പോൾ മുന്നൂറോളം വരുന്ന കമ്യൂണിസ്റ്റുകാർ ഞങ്ങളെ നാലുഭാഗത്തുനിന്നും വളഞ്ഞു. അവരിൽ പലരുടേയും കയ്യിൽ കല്ലും പട്ടിക കഷണങ്ങളുമുണ്ടായിരുന്നു. ചിലരുടെ കയ്യിൽ മെഗഫോൺ ഉണ്ടായിരുന്നു. അറസ്റ്റ് ചെയ്യപ്പെട്ട പ്രതികളെ വിട്ടയക്കണമെന്ന് അവർ ആവശ്യപ്പെട്ടു. അങ്ങനെ ചെയ്യാൻ കഴിയില്ലെന്ന് ഞാൻ പറഞ്ഞു. അവർ നിയമവിരുദ്ധമായി കൂട്ടം ചേർന്നതാണെന്ന് ഞാൻ പ്രഖ്യാപിക്കുകയും പരിഞ്ഞ് പോകാൻ ആവശ്യപ്പെടുകയും ചെയ്തു. അവർ എന്റെ കൽപ്പന അനുസരിച്ചില്ലെന്ന് മാത്രമല്ല പൊലീസ് പാർട്ടിക്ക് നേരെ കല്ലെറിയുകയും ചെയ്തു. എച്ച് സി 667ന്റെ നെറ്റിയിൽ ഒരു കല്ലേറ് കൊണ്ടതിന്റെ ഫലമായി അയാൾ താഴെ വീണു. പൊലീസ് പാർട്ടി വളരെ പെട്ടെന്നു തന്നെ കീഴ്പ്പെടുത്തപ്പെടും എന്ന ആപൽക്കരമായ സ്ഥിതി വന്നപ്പോൾ ഞാൻ ജമേദാറോട് വെടിവെക്കാൻ ആജ്ഞാപിച്ചു. ആദ്യം രണ്ട് റൗണ്ട് വെടിവെച്ചു. അപ്പോൾ ജനക്കൂട്ടം വീണ്ടും മുന്നോട്ടുവന്നു. അപ്പോൾ ജമേദാർ ആറുപേരടങ്ങുന്ന ഒരു പൊലീസ് സെക്ഷനോട് വീണ്ടും ഓരോ വട്ടംകൂടി വെടിവെക്കാൻ ആജ്ഞാപിച്ചു. പിന്നീട് ആറുപേരടങ്ങുന്ന മറ്റൊരു സെക്ഷനോട് ഓരോ റൗണ്ടുകൂടി വെടിവെക്കാൻ ആജ്ഞാപിച്ചു. വെടിവെപ്പ് നടക്കുമ്പോൾ ജനങ്ങൾ നിലത്ത് കമഴ്ന്നു കിടക്കുകയും വെടിവെപ്പ് അവസാനിച്ചപ്പോൾ ജനങ്ങൾ മരത്തിന്റെ മറവിലേക്ക് മാറി പൊലീസിനെ കല്ലെറിയുകയും ചെയ്തു. അതിൽ പിന്നെ രണ്ട് സെക്ഷനോട് വീണ്ടും വെടിവെക്കാൻ കൽപ്പിച്ചു. വീണ്ടും ഒരു സെക്ഷൻ ആറ് റൗണ്ട് വെടിവെച്ചു. അങ്ങനെ മൊത്തം 32 റൗണ്ട് വെടിവെച്ചു. ആൾക്കൂട്ടം പിരിഞ്ഞുപോയി. ഓടിരക്ഷപ്പെടുമ്പോൾ ഏറാമലയിലുള്ള മുക്കാട്ട് കുനി

യിൽ കണ്ണൻ മകൻ കുഞ്ഞാപ്പുവിനെ അറസ്റ്റ് ചെയ്തു. സംഭവസ്ഥലത്ത് വെച്ച് 156 കല്ലുകളും 4 മെഗാഫോണുകളും കണ്ടെടുത്തു. സംഭവസ്ഥലത്ത് വെടിവെപ്പിന്റെ ഫലമായി 6 പേർ മരിച്ചു വീഴുകയും മൂന്നു പേർ പരിക്കേറ്റ് കിടക്കുകയും ചെയ്തിരുന്നു. പരിക്കേറ്റവരെ ഞാൻ ഷെൽട്ടറിലേക്ക് നീക്കി പ്രഥമശുശ്രൂഷ നൽകി. ഞാൻ സ്റ്റേഷനിലേക്ക് വന്ന് വൈകുന്നേരം 5 മണിക്ക് കേസ് രജിസ്റ്റർ ചെയ്തു.

പൊലീസ് സബ് ഇൻസ്പെക്ടർ
തലശ്ശേരി.

കേസ് - ചില വസ്തുതകൾ

ഇന്ത്യൻ ജനതയുടെ മനസിനെ നെടുങ്കണ്ടം പിളർത്തിയ ഒന്നായിരുന്നു ഇന്ത്യാ - പാക് വിഭജനം. പല ന്യൂനതകളും അവശേഷിപ്പിച്ച അധികാരകൈമാറ്റം പക്ഷേ ഇന്ത്യയിലെ പാവങ്ങൾ സന്തോഷത്തോടെയാണ് നോക്കിക്കണ്ടത്. എന്നാൽ സ്വാതന്ത്ര്യാനന്തരം മോഹഭംഗമുണ്ടായത് ഇന്ത്യൻ ജനതയ്ക്ക് മാത്രമായിരുന്നില്ല. ദേശീയ പ്രസ്ഥാനത്തിന്റെ തലതൊട്ടപ്പൻ ഗാന്ധിജിക്ക് കൂടിയായിരുന്നു. 1948 ജനുവരി 26 പൂർണ സ്വരാജ്ദിനം അദ്ദേഹം പറഞ്ഞു:

> ഇന്ന് പൂർണ സ്വാതന്ത്ര്യദിനമാണ്. ഈ ദിനം കൊണ്ടാടുന്നത് നാം കാണാത്തതും കൈകാര്യം ചെയ്യാത്തതുമായ സ്വാതന്ത്ര്യത്തിനു വേണ്ടി പോരാടിയിരുന്ന കാലത്ത് ഉചിതമായിരുന്നു. ഇപ്പോഴോ? നാമത് കൈകാര്യം ചെയ്തു കഴിഞ്ഞു. നമുക്ക് മോഹഭംഗം വന്നിരിക്കുന്നു. നിങ്ങൾക്കില്ലെങ്കിൽ എനിക്കെങ്കിലും.

ജനകീയ പ്രശ്നങ്ങളിൽ നിരന്തരം ഇടപെട്ടുകൊണ്ടിരുന്ന കമ്യൂണിസ്റ്റ് പ്രസ്ഥാനത്തിൽ ജനങ്ങൾ പ്രതീക്ഷ അർപ്പിച്ചു. ഇന്ത്യൻ കമ്യൂണിസ്റ്റ് പ്രസ്ഥാനത്തിന്റെ ചരിത്രത്തിൽ ദൂരവ്യാപകമായ ഫലങ്ങൾ ഉണ്ടാക്കിയ ഒന്നാണ് ഇത്തരുണത്തിൽ ചേർന്ന ചരിത്ര പ്രസിദ്ധമായ കൽക്കത്താ കോൺഗ്രസ്. അത് വിഭാവനം ചെയ്ത സായുധ വിപ്ലവത്തിലധിഷ്ഠിതമായ പരിപാടികളുടെ അനുരണനങ്ങൾ ഏറിയും കുറഞ്ഞും ഇന്ത്യയൊട്ടുക്കും അനുഭവപ്പെട്ടു. എല്ലാ മർദന മുറകളുടെയും കുന്തമുന കമ്യൂണിസ്റ്റുകാർക്ക് നേരെ തിരിഞ്ഞു. കമ്യൂണിസ്റ്റ് കർഷക പ്രസ്ഥാനങ്ങൾക്ക് കനത്ത വേരോട്ടമുണ്ടായിരുന്ന മലബാർ ഇതോടെ ഇളകിമറിഞ്ഞു. ജാതി–ജന്മിനാടുവാഴിത്ത ചൂഷണങ്ങൾക്കു പുറമെ ഭരണകൂട ഭീകരതയും കമ്യൂണിസ്റ്റുകാർക്ക് നേരിടേണ്ടി വന്നു. ഇത്തരമൊരു അവസ്ഥാവിശേഷമാണ് ഒഞ്ചിയം വെടിവെപ്പിനും നിദാനം.

വിപ്ലവകരമായ പരിപാടിയിൽ നിന്ന് ഊർജം ഉൾക്കൊണ്ടുകൊണ്ട് ഒഞ്ചിയത്തെ പാർട്ടി ഘടകം ഒളിഞ്ഞും തെളിഞ്ഞും കർഷകരെയും തൊ

ഴിലാളികളെയും സംഘടിപ്പിക്കാൻ തുടങ്ങി. കൽക്കത്താ കോൺഗ്രസ് തീരുമാനം റിപ്പോർട്ട് ചെയ്യുന്നതിനും ഭാവി പരിപാടികൾ ആസൂത്രണം ചെയ്യുവാനും വേണ്ടി കമ്യൂണിസ്റ്റ് പാർട്ടിയുടെ കുറുമ്പ്രനാട് താലൂക്ക് കമ്മിറ്റി ഒഞ്ചിയത്ത് ചേരാൻ തീരുമാനിച്ചു. അന്നു തന്നെ ഊരാളുങ്കൽ കെ വി കേളപ്പന്റെ വീട്ടിൽ വളണ്ടിയർ ട്രെയിനിംഗിനു വേണ്ടിയുള്ള രഹസ്യ യോഗവും വിളിച്ചിരുന്നു. വടക്കേമലബാർ കർഷക ഗ്രാമങ്ങൾ സന്ദർശിച്ചശേഷം ട്രെയിൻ വഴി നാദാപുരം റോഡിലെത്തിയ പി ആർ നമ്പ്യാർ സംബന്ധിച്ചിരുന്നു. കമ്യൂണിസ്റ്റ് രക്തം ഹൃദയധമനികളിലാവാഹിച്ച ഒഞ്ചിയം തെരഞ്ഞെടുത്തത് ബോധപൂർവമായിരുന്നു.

എട്ട് രണ ധീരന്മാരെ കൊലപ്പെടുത്തിയ പൊലീസ് സെക്ഷൻ 154 ൽ വടകര പൊലീസ് സ്റ്റേഷനിൽ എഫ് ഐ ആർ ഫയൽ ചെയ്തു. വെടിവെപ്പിനുശേഷം സംഭവസ്ഥലത്ത് വെച്ച് അറസ്റ്റ് ചെയ്ത മുക്കാട്ട് കുനിയിൽ കുഞ്ഞാപ്പുഅടക്കം 64 പേരെയാണ് കേസിൽ പ്രതികളാക്കിയത്. ബോധപൂർവം കലാപം സൃഷ്ടിക്കൽ, നിയമവിധേയമല്ലാത്ത സംഘം ചേരൽ, പൊലീസുദ്യോഗസ്ഥരെ കൃത്യനിർവഹണം തടസപ്പെടുത്തി ആക്രമിക്കൽ തുടങ്ങിയ കുറ്റങ്ങൾ ചുമത്തപ്പെട്ടു. സംഭവവുമായി പുലബന്ധം പോലുമില്ലാത്തവരും പ്രതി ചേർക്കപ്പെട്ടു.

> പ്രാഥമിക കോടതി 15 പ്രതികൾ നിരപരാധികളാണെന്ന് വിധിച്ച കേസ് തലശ്ശേരി സെക്ഷൻസ് കോടതിയിൽ വിചാരണയ്ക്ക് വന്നപ്പോൾ പ്രതികളുടെ വാദം അറസ്റ്റും പരിശോധനയും നിയമവിധേയമല്ലെന്നായിരുന്നു. കോൺഗ്രസ്സ് വളണ്ടിയർമാരും പൊലീസും ഒഞ്ചിയത്തും മറ്റ് പ്രദേശങ്ങളിലും ഭീകരമുറകൾ നടപ്പിലാക്കിയെന്നും പൊലീസിനും വില്ലേജ് മജിസ്ട്രേട്ടിനും ഇഷ്ടപ്പെടാത്ത പ്രമാണികളേയും സാധാരാണക്കാരേയും കേസിൽ പ്രതികളാക്കിയെന്നും അവർ വാദിച്ചു. (ഇന്ത്യൻ യൂണിയൻ മുക്കാട്ട് കുനിയിൽ കുഞ്ഞാപ്പുവിനും മറ്റുള്ളവർക്കുമെതിരെ, തലശ്ശേരി സെക്ഷൻസ് നമ്പർ 13/1949 14 സപ്തംബർ 1949) കേസിൽ ഹാജരാക്കിയ തെളിവുകൾ മെഗഫോണുകളും കല്ലും മറ്റുമായിരുന്നു. ജഡ്ജി ഒരു കലാപം നടന്നുവെന്ന് കണ്ടെത്തിയപ്പോഴും പൊലീസ് ചാർജ് ചെയ്തതു പോലുള്ള ഒരു സംഭവം വിശ്വസിക്കുവാൻ തയാറായില്ല. പ്രോസിക്യൂഷൻ സാക്ഷികളിൽ പലരുടെയും മൊഴികൾ അദ്ദേഹത്തിന് വിശ്വാസമായില്ല. ഒരു പ്രിവി കൗൺസിൽ കേസിൽ (രാജാവിനെതിരെ ഭുട്ടാനിസാഹുകേസ്, എം ഡബ്ല്യു എൻ 116, 1949) സാക്ഷികളെപ്പറ്റി നൽകിയ സാമാന്യ നിരീക്ഷണം ഈ കേസിന് ബാധകമാണെന്ന് അദ്ദേഹം സമർഥിച്ചു.

യഥാർഥ അപകടം അയാൾ ഒരു കഥയുടെ പൊതുവായ സത്യസ്ഥിതി പറയുകയും അതോടൊപ്പം സത്യമല്ലാത്തകഥയുടെ ബാക്കിഭാഗം കെട്ടിച്ചമക്കുകയും ചെയ്യുന്നതാണ്. അയാൾ ഒരു കുറ്റകൃത്യത്തിൽ പത്തു

പേരെ ബന്ധിപ്പിക്കുകയും അതിൽ എട്ടുപേരെ സംബന്ധിച്ചിടത്തോളം കഥ മുഴുവൻ വിവരണത്തിലും ശരിയായി പറയുകയും ചെയ്യാം. പക്ഷേ രണ്ടുപേരെ ഉൾക്കൊള്ളിച്ചത് വ്യക്തിപരമായ വിദ്വേഷത്തിന്റെ പേരിലാണ്. കുറ്റവാളികളോടൊപ്പം കുറ്റം ചെയ്യാത്തവരെ കൂടിച്ചേർക്കുന്ന ഈ പ്രവണത ജഡ്ജിമാർ പലപ്പോഴും നീരീക്ഷിച്ചിട്ടുള്ളതുപോലെ ഇന്ത്യയിൽ കൂടുതലാണ്. കോടതിക്ക് ഇത് തടയുക വിഷമം പിടിച്ച കാര്യമാണ്. ഒരിന്ത്യൻ ഗ്രാമീണൻ കുറ്റം ചെയ്തിട്ടില്ലെന്നുള്ള തെളിവുണ്ടാക്കാൻ പറ്റിയ സ്ഥിതിയിലല്ല. ഒരാൾ സ്വന്തം വീട്ടിലുറങ്ങുമ്പോഴോ അല്ലെങ്കിൽ സ്വന്തം വിളവിന് കാവലിരിക്കുമ്പോഴോ ഉണ്ടാകുന്ന ഒരു പ്രത്യേക കുറ്റത്തിന് ചാർജ് ചെയ്യപ്പെടുകയാണെങ്കിൽ അയാൾക്ക് സ്വന്തം ഭാര്യയുടെയോ കുടുംബാംഗങ്ങളുടെയോ തെളിവുകൾ മാത്രമേ ഒരു ചട്ടമെന്ന നിലയിൽ വിശ്വസനീയമായിട്ടുള്ളു. പക്ഷേ അവരുടെ തെളിവിന് വേണ്ടത്ര പ്രധാന്യമില്ലാതാനും. കുറ്റം ചെയ്തവരോടൊപ്പം കുറ്റം ചെയ്യാത്തവരേയും ശിക്ഷിച്ചു പോരുന്ന അപകടത്തിനൊരു രക്ഷാവിധിയെന്ന നിലയിൽ ഓരോ പ്രതിയേയും പ്രത്യേകിച്ചു ബാധിക്കുന്ന സ്വതന്ത്രമായ തെളിവുകളിൽ ഉറച്ചുനിൽക്കുകയെന്നതാണ്. ഈ വിഷയം സംബന്ധിച്ച വസ്തുതകൾ സർ. ജോർജ് റാങ്കിൻ അംബികയുടെ കേസിൽ വേണ്ടത്ര വിമർശിച്ചിട്ടുണ്ട്. ഖണ്ഡിക 38.

വെടിവെപ്പിനുത്തരവിട്ട ഇൻസെപക്ടർ തന്നെയാണ് അന്വേഷണ നടപടികൾ പൂർത്തിയാക്കിയിട്ടുള്ളതെന്ന കാര്യവും ജഡ്ജി വിമർശിക്കുകയുണ്ടായി. അദ്ദേഹം രേഖപ്പെടുത്തി:

പ്രോസിക്യൂഷൻ ഒന്നാം സാക്ഷിയായ ഇൻസ്പെക്ടർ കേസ് അന്വേഷണം നടത്തുന്നതിനെ ക്രിമിനൽ പ്രൊസീജിയർ കോഡ് തടയുന്നില്ലെങ്കിലും ഈ സംഭവവുമായി ബന്ധമില്ലാത്ത ഒരാൾ അന്വേഷണം നടത്തുന്നതാണ് അഭിലഷണീയം. അത്തരത്തിലുള്ള ഒരാൾക്ക് ഈ കേസ് കുറേക്കൂടി വസ്തുനിഷ്ഠമായി അന്വേഷിക്കുവാനും സത്യം വെളിവാക്കുവാനും ആവശ്യമായ തെളിവുകൾ മാത്രം കോടതിക്കു മുമ്പാകെ കൊണ്ടു വരാനും കഴിയുമായിരുന്നു. ഖണ്ഡിക 21.

കേസിലെ എല്ലാ പ്രതികളേയും ജഡ്ജി വെറുതെ വിട്ടു. രാത്രിയിൽ വാറണ്ടില്ലാതെ ഭവനപരിശോധന അത്യന്തം തെറ്റാണെന്ന് അദ്ദേഹം വിധിയെഴുതി, വാസ്തവത്തിൽ കമ്യൂണിസ്റ്റുകാരെ അറസ്റ്റു ചെയ്യാനെന്ന പേരിൽ പൊലീസുകാരാണ് നാട്ടുകാർക്കെതിരെ മർദനം അഴിച്ചുവിട്ടത്. അത് പത്തുപേരുടെ ജീവൻ അപഹരിച്ചു. പലരേയും മുറിവേൽപ്പിച്ചു അറസ്റ്റ് ചെയ്തവരെ വേണമെങ്കിൽ വിട്ടയച്ച് പൊലീസിന് വെടിവെപ്പ് ഒഴിവാക്കാമായിരുന്നു. ഒരു വെടിവെപ്പ് ഉണ്ടാകത്തക്കവിധം നാട്ടുകാർ അവിടെ പ്രകോപനം ഉണ്ടാക്കിയിരുന്നില്ല. കേസ് കോടതിയിൽ വിചാരണയ്ക്കുവന്നപ്പോൾ പൊലീസ് തെറ്റായ കളികളിച്ചു. അവർ പ്രതികളെ കോടതി ശിക്ഷിക്കില്ലെന്ന് മനസിലാക്കി. കെ പി ആർ ഗോപാലനും മറ്റും പ്രതിയായിട്ടുള്ള ഒരു കേസിൽ ഈ ജഡ്ജി പ്രതികൾക്ക്

സ്വയരക്ഷ അവകാശമുണ്ടെന്ന പേരിൽ 3 വർഷം കഠിന തടവ് മാത്രം വിധിച്ചിരുന്നു. അപ്രകാരം ഒഞ്ചിയം കേസിലും അദ്ദേഹം ദയകാണിക്കുമെന്ന് പൊലീസ് ഭയപ്പെട്ടു. അവർ അദ്ദേഹത്തെ മാറ്റണമെന്ന് ഗവൺമെന്റിന് കമ്പിസന്ദേശമയച്ചു. വിചാരണപൂർത്തിയായ അവസരത്തിൽ കമ്പി സന്ദേശം വഴി ഗവൺമെന്റ് അദ്ദേഹത്തെ എല്ലൂരിലേക്ക് മാറ്റി. പകരം ചാർജെടുക്കാൻ വന്ന ജഡ്ജി ടി കൃഷ്ണൻനമ്പീശനോട് ഈ കേസിന്റെ വിധി പ്രസ്താപിക്കുന്നതുവരെ കാത്തിരിക്കാൻ ജഡ്ജി തുളസിറാം മുതലിയാർ ആവശ്യപ്പെട്ടു. പൊലീസ് പിന്നീട് ജഡ്ജി വിധിന്യായം എഴുതാതെ പ്രതികളെ വിട്ടുവെന്ന് മറ്റൊരു പരാതി ഹൈക്കോടതിയിലയച്ചു. രജിസ്ട്രാർ അന്വേഷണം നടത്തുകയും പരാതി ശരിയല്ലെന്നു വിധിക്കുകയും ചെയ്തു. ഈ നടപടികളെല്ലാം തന്നെ പൊലീസുകാർ ജുഡീഷ്യറിയോട് ഇന്നതു ചെയ്യണമെന്ന് കൽപ്പിക്കുന്നതു പോലുള്ള സ്ഥിതിയുണ്ടാക്കി.

ഈ കേസിൽ ഗവൺമെന്റ് ഹൈക്കോടതിമുമ്പാകെ അപ്പീൽ കൊടുത്തു. ജസ്റ്റിസ് പഞ്ചാബ് കേശയ്യരുടെ മുമ്പാകെ അത് വിചാരണയ്ക്ക് വന്നു. കീഴ്ക്കോടതി വിധി അദ്ദേഹം ശരി വെക്കുകയും അപ്പീൽ തള്ളുവാൻ അർഹമാണെന്നും തള്ളിയിരിക്കുന്നുവെന്നും വിധി പ്രസ്താവിച്ചു. കമ്യൂണിസ്റ്റ് പാർട്ടിയും അതിന്റെ പോഷകസംഘടനകളും ഗവൺമെന്റ് നിരോധിച്ചിരിക്കുമ്പോൾ ഈ പ്രതികളുടെയും കമ്യൂണിസ്റ്റുകാരുടെയും ചില പൗരാവകാശങ്ങളെങ്കിലും സംരക്ഷിക്കുവാൻ ഹൈക്കോടതി ശ്രമിച്ചു.[52]

പ്രതികൾ

1. മുക്കാട്ട്കുനി കുഞ്ഞാപ്പു
2. കാറ്റാടിമേൽ ചോയി
3. ചാക്കേരി മീത്തൽ കുങ്കൻ നായർ
4. പുനത്തിൽ കണാരൻ
5. പുനത്തിൽ ഗോവിന്ദൻ മാസ്റ്റർ
6. തച്ചറത്ത് ഗോവിന്ദൻ നമ്പ്യാർ
7. പൊയിൽ ആണ്ടി
8. കാവുന്തൊടി ഗോവിന്ദൻ
9. വേവറമീത്തൽ കണ്ണൻ
10. വേവറമീത്തൽ ബാപ്പു
11. നടുക്കണ്ടി താഴകുനി കണാരൻ
12. തയ്യിൽ പൊയിൽ കണ്ണൻ
13. പുന്നോല നാണു
14. പുന്നോല കടുങ്ങോൻ
15. പറവർകണ്ടി താഴ പൊക്കൻ
16. തോട്ടത്തിൽ ചാത്തു
17. തയ്യിൽ കണ്ണൻ
18. കോവുമ്മൽ ചെക്കു
19. മനക്കൽ താഴ കടുങ്ങോൻ
20. പടിഞ്ഞാറത്ത് കോരൻ
21. കുറ്റിൽ പൊയിൽ ചാത്തു
22. തെക്കയിൽ പറമ്പത്ത് കണാരൻ
23. തെക്കയിൽ പറമ്പത്ത് ചാത്തു

24. പോടിക്കണ്ടി കേളപ്പക്കുറുപ്പ്
25. എം ആർ നാരായണക്കുറുപ്പ്
26. ചാത്തങ്കണ്ടി കണാരൻ
27. ചാത്തങ്കണ്ടി കേളപ്പൻ
28. പടിഞ്ഞാറ്റോടി കുമാരൻ
29. കെ കെ ബാലൻ പണിക്കർ
30. കെ കെ ചാത്തു
31. കെ കെ കൃഷ്ണൻ
32. എ എം കണ്ണൻ
33. പി വി പൊക്കിണൻ മാസ്റ്റർ
34. ചൊണ്ണീന്റവിട കണാരൻ
35. പീറ്റക്കണ്ടി ചോയി
36. കോറോത്ത് കണ്ടി കുമാരൻ മാസ്റ്റർ
37. പടിയുള്ളതിൽ ചാത്തു ചെട്ട്യാർ
38. അങ്ങാടിത്താഴ ഗോപാലൻമാസ്റ്റർ
39. പട്യാട്ട് കേളപ്പൻ
40. ചെറുവങ്ങാട്ട് കുനി പൊക്കൻ
41. പുതുക്കുടി മീത്തൽ ഗോവിന്ദൻ
42. മണ്ടോടി കണ്ണൻ
43. കൊല്ലാച്ചേരി കുമാരൻ
44. കല്ല്യാട്ട് പുതിയെടുത്ത് കേളുനമ്പ്യാർ
45. പടിഞ്ഞാറത്ത് മീത്തൽ കേളപ്പൻ
46. നടുക്കണ്ടി പൊയിൽ കണ്ണൻ
47. ഇല്ലത്ത് കണ്ണൻ
48. തച്ചറത്ത് അനന്തൻ നമ്പ്യാർ
49. പൊയിൽ കണാരൻ
50. കണിയാന്റവിട അച്ചു
51. കുളങ്ങര കണ്ണൻ
52. മനക്കത്താഴ ഗോവിന്ദൻ
53. ഇടവലത്ത് കൃഷ്ണൻ നമ്പ്യാർ
54. വണ്ണാറത്ത് ചാത്തു
55. എം എം ചോയിക്കുട്ടി
56. തൈക്കണ്ടി ആണ്ടിമാസ്റ്റർ
57. കുറ്റിയിൽ മീത്തൽ കേളപ്പൻ
58. പുളിയുള്ളതിൽ കണ്ണൻ
59. പുത്തൻപുരയിൽ കണ്ണൻ
60. ടി സി കുഞ്ഞിരാമൻ മാസ്റ്റർ
61. പുറവിൽ മീത്തൽ കണ്ണൻ
62. തെക്കയിൽ പറമ്പത്ത് ചോയി

63. വടേക്കണ്ടി ചാത്തു
64. ആയാട്ട് ആണ്ടി

ഇസങ്ങളുടെ ലോകത്തിൽ മാനവപോരാട്ട ചരിത്രത്തിന്റെ നിയന്താവാകാനുള്ള ചരിത്രനിയോഗം കൈവന്നത് കമ്യൂണിസമെന്ന സാമൂഹ്യ ശാസ്ത്രത്തിനാണ്. ലോകമെങ്ങും വീശിയടിച്ച ഈ വസന്തത്തിന്റെ മേഘഗർജനത്തിൽ അധർമത്തിന്റെ കോട്ടകൊത്തളങ്ങൾ ഇളകിയാടി. എങ്ങുമുള്ള അധികാരിവർഗം ഞെട്ടിത്തെറിച്ചു. പീഡിതർക്കും പട്ടിണി ത്തടവുകാർക്കുമിടയിൽ പ്രത്യാശയുടെ താരകമുദിച്ചു. മിണ്ടാപ്രാണി കളായി കഴിഞ്ഞവർ സംസാരിക്കാൻ തുടങ്ങി. ലോകത്തെവിടെയും ദൈന്യതകൾക്ക് ഒരേ നിറമായിരുന്നു, പോരാട്ടങ്ങൾക്കും. പട്ടിണിയുടെയും ദൈന്യതയുടെയും സാർവലൗകികത്വം തൊഴിലാളികളുടെ സംഘാടനത്വം ശക്തമാക്കി. കൽത്തുറങ്കും കഴുമരവും പടക്കോപ്പുകളും കാവൽനിൽക്കേ രക്തം ചരിത്രമെഴുതി. കാലം കൊതിച്ച മോചനാസക്തിയുടെ അനിവാര്യതയിൽ ഒഞ്ചിയവും ചരിത്രത്തിന്റെ ചുവപ്പായി. കാലദേശാതീതമായി ഇനിയും തുടരുന്ന പോരാട്ടപ്പെരുക്കങ്ങൾക്കായി ഈ ഏടും.

ഒഞ്ചിയത്തെ ആദ്യകാല
കമ്യൂണിസ്റ്റ് പാർട്ടി പ്രവർത്തകർ

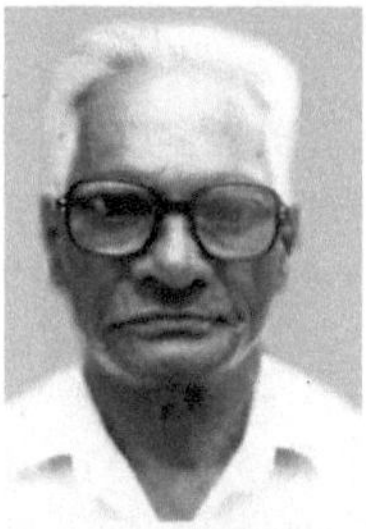
പുനത്തിൽ
ഗോവിന്ദൻ മാസ്റ്റർ

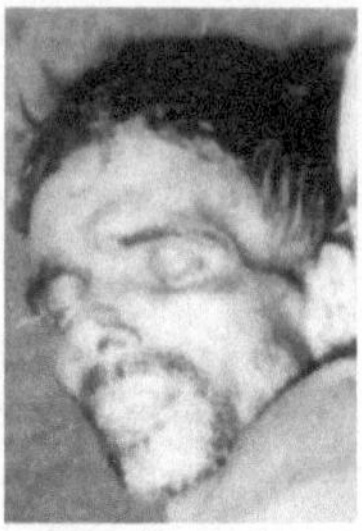
പൊയിൽ ആണ്ടി

തയ്യിൽ പൊയിൽ
കണ്ണൻ

കാവുന്തൊടി
ഗോവിന്ദൻ

മനക്കൽ താഴ
കടുങ്ങോൻ

പടിയുള്ളതിൽ
ചാത്തു ചെട്ട്യാർ

പി വി പോക്കിണൻ
മാസ്റ്റർ

ചെറുവങ്ങാട്ട്
കുനി പൊക്കൻ

കെ സി കേളപ്പൻ

പോടിക്കണ്ടി
കേളപ്പക്കുറുപ്പ്

എൻ ആനന്ദൻ

പടിഞ്ഞാറ്റോടി
കുമാരൻ

പടിഞ്ഞാറത്ത്
കോരൻ

പൊയിൽ
ബാലൻ മാസ്റ്റർ

വി പി നാരായണൻ
അടിയോടി

കെ ചോയി

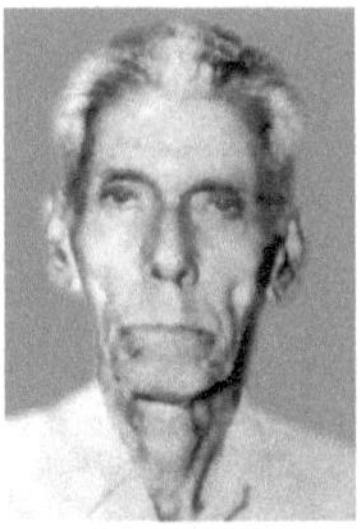

ടി അനന്തൻ നമ്പ്യാർ

കെ കണ്ണൻ

ഇ കെ നമ്പ്യാർ

ആർ അബ്ദുള്ള

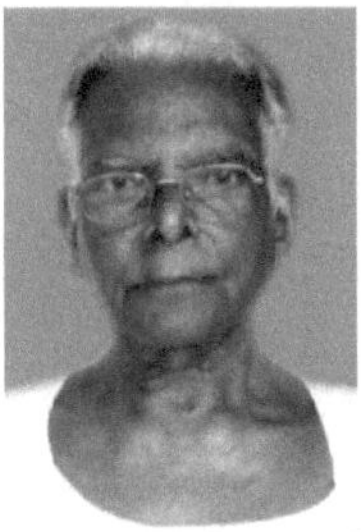

അച്യുതൻ മാസ്റ്റർ

എം എം കുമാരൻ

ദേശാഭിമാനി കണ്ണൻ

ലോറൻസ് മാസ്റ്റർ

ഗോവ മമ്മു

വണ്ണാറത്ത് ചാത്തു

എം എം ചോയക്കുട്ടി

തൈക്കണ്ടി ആണ്ടി മാസ്റ്റർ

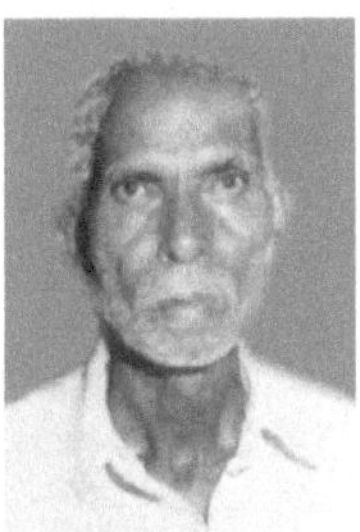

കുറ്റിയിൽ മീത്തൽ കേളപ്പൻ

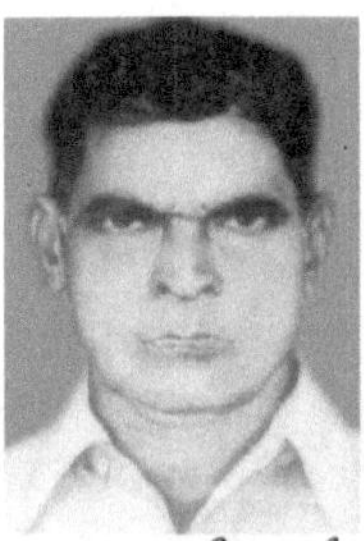

വേവ്വര മീത്തൽ ബാപ്പു

വരവർകണ്ടിതാഴ പൊക്കൻ

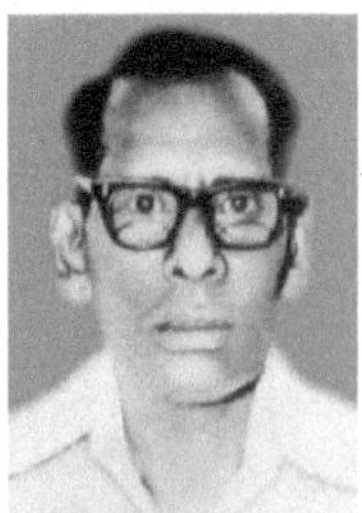

എം പി കുഞ്ഞിക്കണ്ണൻ

കെ പി അച്യുതൻ

പി കെ ചാത്തു

സി കെ ആണ്ടി

പി എം അച്യുതൻ

വി പി അച്യുതൻ മാസ്റ്റർ

വി പി കണ്ണൻ

പി പി ഗോപാലൻ

ടി എം കണ്ണൻ

പി പി കണ്ണൻ

പി കെ നാരായണ ക്കുറുപ്പ്

വി പി ഗോവിന്ദൻ

എൻ പി കുഞ്ഞി ക്കേളു

ടി എം കല്യാണി

കൊല്ലൂർ കുഞ്ഞി കൃഷ്ണക്കുറുപ്പ്

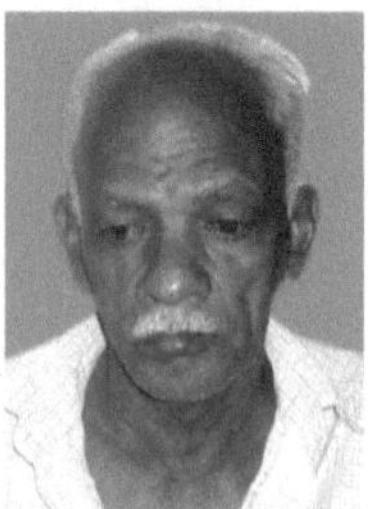

ടി കെ കുമാരൻ

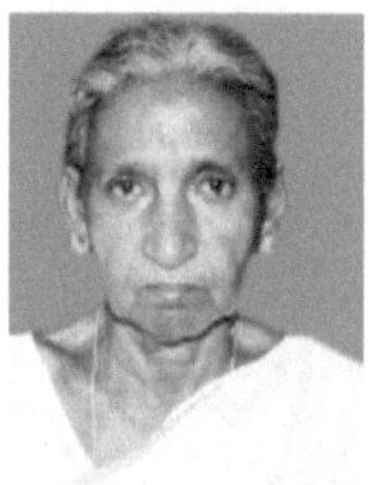

സി കെ കല്യാണി

പഴയകാല കമ്യൂണിസ്റ്റ് പ്രവർത്തകരുടെ ഒരു ഗ്രൂപ്പ് ഫോട്ടോ

റഫറൻസ്

1. *മടപ്പള്ളി ചരിത്രത്തിലൂടെ*–ലേഖനം, കെ പി ദേവദാസ് (ഒ പി എ സി നാദാപുരം റോഡ് - 2006).
2. *അഴിയൂർ ഇന്നലെ സ്മരണിക 2007–08,* പേജ് 6.
3. *കേരള ചരിത്രം,* എ ശ്രീധരമേനോൻ 201–204.
4. *കേരളത്തിലെ ഇന്നലെകൾ,* ഡോ. കെ എൻ ഗണേഷ്.
5. *കൊച്ചിരാജ്യചരിത്രം,* കെ പി പത്മനാഭമേനോൻ.
6. *Lands of peramals,* Dr. Francis day 379.
7. *കേരളചരിത്രം,* രാഘവവാരിയർ, രാജൻ ഗുരുക്കൾ, വള്ളത്തോൾ വിദ്യാപീഠം–1992 പേജ് 154,155.
8. *കേരളാനാചാരം*–വടകര 1955, സ്വാമി ശിവാനന്ദ പരമഹംസർ, പേജ് 35,36.
9. *ജാതിവ്യവസ്ഥയും കേരളചരിത്രവും,* പി കെ ബാലകൃഷ്ണൻ പേജ് 305,306.
10. *കൊച്ചിരാജ്യചരിത്രം* കെ പി പത്മനാഭമേനോൻ.
11. *വാഗ്ഭടാനന്ദൻ ആത്മീയ ഹിമാലയത്തിൽ,* കെ കെ പവിത്രൻ ഇംപ്രിന്റ് ബുക്സ്.
12. *എസ് എൻ ഡി പി യോഗചരിത്രം,* അനുബന്ധം പേജ് 9.
13. *കേരളത്തിലെ കർഷക പ്രസ്ഥാനം,* എ കെ പൊതുവാൾ പ്രഭാത്ബുക്സ് പേജ് 35,37.
14. *ആധുനിക കേരളം ചരിത്ര ഗവേഷണ പ്രബന്ധങ്ങൾ,* ഡോ. കെ കെ എൻ കുറുപ്പ്- ഭാഷാ ഇൻസ്റ്റിറ്റ്യൂട്ട്.
15. *പ്രഭാതം*– മെയ് 8 1939.
16. *കേരളത്തിലെ കർഷക പ്രസ്ഥാനം,* ടി കെ രാമകൃഷ്ണൻ, എം പി നാരായണൻ നായർ, ചിന്ത പബ്ലിഷേഴ്സ്.

17. *മണ്ണിനുവേണ്ടി*, എ കെ ജി, ചിന്ത പബ്ലിഷേഴ്സ്.
18. *പി ആർ കർമസരണിയിലെ സൂര്യതേജസ്സ്*-ലേഖനം, രാജു കാട്ടു പുനം പി ആർ സ്മരണിക 2002.
19. *ആത്മവിദ്യ* മുഖവുര, മിതവാദി, അച്ചുകൂടം.
20. *ആത്മവിദ്യ* അവതാരിക, ഒയ്യാരത്ത് കുഞ്ഞിരാമ മേനോൻ.
21. *കേരളം മലയാളികളുടെ മാതൃഭൂമി*, ഇ എം എസ്, പേജ് 281.
22. ആത്മവിദ്യാസംഘം മിനുട്സ്.
23. *Social Scientist* വാല്യം 2, പ്രകാശ് കാരാട്ട്.
24. *ഒഞ്ചിയം വെടിവെപ്പും പശ്ചാത്തലവും* – ലേഖനം, എം കേളപ്പൻ, ഒഞ്ചിയം സ്മരണിക.
25. *കേരളത്തിലെ കമ്യൂണിസ്റ്റ് പ്രസ്ഥാനം ആദ്യനാളുകളിലൂടെ*, എൻ ഇ ബാലറാം പേജ് 79.
26. *കേരളത്തിലെ കർഷക പ്രസ്ഥാനം*, എ കെ പൊതുവാൾ- പ്രഭാത് ബുക്സ്.
27. *പുതിയൊരു പാർട്ടി ജനിക്കുന്നു*, കെ ദാമോദരൻ, ദേശാഭിമാനി കൃഷ്ണപ്പിള്ള സ്മാരക ഗ്രന്ഥം 1955.
28. *സഖാവ്* ടി വി കെ. തൃശൂർ 1975- പേജ് 72.
29. *ക്വിറ്റ് ഇന്ത്യാ സമരവും കമ്യൂണിസ്റ്റുകാരും*, ഇ എം എസ്, ചിന്ത പബ്ലിഷേഴ്സ് പേജ് 12,13.
30. *ഓർമക്കുറിപ്പുകൾ* – ആത്മകഥ എം കുമാരൻ മാസ്റ്റർ (പ്രസിദ്ധീ കരിച്ചിട്ടില്ല).
31. *ദേശാഭിമാനി* 1945 മാർച്ച് 4, പി കൃഷ്ണപിള്ള.
32. *പ്രഭാതം*, മൊയാരത്ത് ശങ്കരൻ.
33. *ഓർമക്കുറിപ്പുകൾ*, എം കുമാരൻ മാസ്റ്റർ.
34. *ഏവർക്കും പ്രിയപ്പെട്ട കേളുഏട്ടൻ* (ജീവചരിത്രം), കെ വി കുഞ്ഞി രാമൻ –ചിന്ത പബ്ലിഷേഴ്സ്.
35. *ഓർമക്കുറിപ്പുകൾ*, എം കുമാരൻ മാസ്റ്റർ.
36. *കേരളത്തിലെ കർഷക പ്രസ്ഥാനം*, എ കെ പൊതുവാൾ, പ്രഭാത് ബുക്സ്.
37. *ഒരു നോവ്, ഒരു ഗർജനം, ഒരു കൊടുങ്കാറ്റ്* – ലേഖനം കെ അശോ കൻ, ഒഞ്ചിയം സ്മരണിക.
38. *ഒഞ്ചിയം ഓർക്കാപ്പുറത്തെ തിരിച്ചടി* – ലേഖനം എം കുമാരൻ മാസ്റ്റർ, ഒഞ്ചിയം രക്തസാക്ഷിദിനം 50–ാം വാർഷികം– *എം കുമാ രൻ മാസ്റ്റർ സ്മരണിക.*
39. *ഓർമക്കുറിപ്പുകൾ* (ആത്മകഥ) എം കുമാരൻ മാസ്റ്റർ.
40. *ഓർമക്കുറിപ്പുകൾ* (ആത്മകഥ) എം കുമാരൻ മാസ്റ്റർ.
41. *കഴിഞ്ഞ അറുപത് വർഷങ്ങൾ* – ആത്മകഥ രണ്ടാംഭാഗം, കെ കു ഞ്ഞിരാമകുറുപ്പ്. കെ കുഞ്ഞിരാമക്കുറുപ്പ് ഫൗണ്ടേഷൻ ഓർക്കാ ട്ടേരി.

42. *സമര തീച്ചൂളയിൽ* – നായനാരുടെ ആത്മകഥാ വിവർത്തനം സി ഭാസ്കരൻ, 1997 ഡി സി ബുക്സ് 87–88.
43. *കേരളത്തിലെ കർഷക പ്രസ്ഥാനം,* എ കെ പൊതുവാൾ– പ്രഭാത് ബുക്സ് പേജ് 101.
44. *രക്തസാക്ഷികൾ* ടി വി കെ പ്രഭാത്ബുക്സ് പേജ് 69–70
45. *രക്തസാക്ഷികൾ* ടി വി കെ.
46. *രക്തസാക്ഷികൾ* ടി വി കെ.
47. *എന്റെ ജീവിത കഥ* – ആത്മകഥ മൊയാരത്ത് ശങ്കരൻ, ദേശാഭിമാനി പ്രിന്റിംഗ് & പബ്ലിഷിംഗ് ഹൗസ്.
48. *പിതാവിനെ തല്ലിക്കൊന്ന കൃത്യം,* തായാട്ട് ശങ്കരൻ – ചിന്ത മെയ്ദിന പതിപ്പ്–1983.
49. *എന്റെ ജീവിതകഥ* (ആത്മകഥ), മൊയാരത്ത് ശങ്കരൻ, പേജ് 29.
50. *രക്തസാക്ഷികൾ,* ടി വി കെ.
51. *ഒരു ദേശത്തിന്റെ ജാതകക്കുറിപ്പുകൾ,* വള്ളിവനം വാസു വള്ളിക്കാട് രക്തസാക്ഷി സ്മരണിക 1996.
52. *കേരളത്തിലെ കർഷക സമരങ്ങൾ 1946–52,* ഡോ. കെ കെ എൻ കുറുപ്പ്, നാഷണൽ ബുക്സ്റ്റാൾ, കോട്ടയം, പേജ് 80–82.

www.ingramcontent.com/pod-product-compliance
Lightning Source LLC
LaVergne TN
LVHW100815051026
849519LV00006B/2092
* 9 7 8 9 3 8 3 1 5 5 0 9 5 *